मुख्याध्यापक, शिक्षक व शिक्षण संस्थांच्या विश्वस्तांसाठी

# शालेय व्यवस्थापन व नेतृत्वक्षमता

डॉ. अरुणा कौलगुड

डायमंड पब्लिकेशन्स

शालेय व्यवस्थापन व नेतृत्वक्षमता
डॉ. अरुणा कौलगुड

Shaley Vyavasthapan va Netrutvakshamata
Dr. Aruna Kaulgud

ISBN : 978-81-8483-688-2

प्रथम आवृत्ती : डिसेंबर, २०१६

© डायमंड पब्लिकेशन्स

मुखपृष्ठ
संदीप देशपांडे

अक्षरजुळणी
संध्या कामत

प्रकाशक
डायमंड पब्लिकेशन्स
२६४/३ शनिवार पेठ, ३०२ अनुग्रह अपार्टमेंट
ओंकारेश्वर मंदिराजवळ, पुणे-४११ ०३०
☎ ०२०-२४४५२३८७, २४४६६६४२
info@diamondbookspune.com

ऑनलाईन पुस्तक खरेदीसाठी भेट द्या
www.diamondbookspune.com

प्रमुख वितरक
डायमंड बुक डेपो
६६१ नारायण पेठ, अप्पा बळवंत चौक
पुणे-४११ ०३० ☎ ०२०-२४४८०६७७

---

या पुस्तकातील कोणत्याही भागाचे पुनर्निर्माण अथवा वापर इलेक्ट्रॉनिक अथवा यांत्रिकी साधनांनी- फोटोकॉपिंग, रेकॉर्डिंग किंवा कोणत्याही प्रकारे माहिती साठवणुकीच्या तंत्रज्ञानातून प्रकाशकाच्या आणि लेखकाच्या लेखी परवानगीशिवाय करता येणार नाही. सर्व हक्क राखून ठेवले आहेत.

माझे सर्व उद्योग, उपद्व्याप आणि कामे अत्यंत सोशिकपणे संभाळणे,
हे करत असताना मी कुठे पडले, खरचटले, दुखावले तर हळुवारपणे माझे सांत्वन करणे;
तू बरोबर आहेस, त्यांचेच जरा चुकले अशी लहान मुलासारखी माझी समजूत काढणे;
सतत मला प्रोत्साहन देताना घरातल्या जबाबदाऱ्याही संभाळणे;
मला यश मिळाले की, ती खूप खटपटी आहे असे म्हणून स्वत: मात्र नामानिराळे राहणे;
माझ्या सगळ्या प्रयोगांचे कौतुक करून, तुला फिजिक्स मात्र समजत नाही असे सांगणे;
हे ज्यांना मस्त जमले, ते माझे सर्वस्व, माझे पती

**डॉ. श्यामकान्त रामचंद्र कौलगुड**
यांना कृतज्ञतापूर्वक अर्पण

# प्रस्तावना

### मुख्याध्यापक नेतृत्वक्षमता

'छडी लागे छम छम, विद्या येई घम घम' इथपासून 'बाल मानसिकता' या विचारापर्यंत शिक्षण क्षेत्राचा प्रवास झाला. मुख्याध्यापकांचा दरारा, धाक, मुख्याध्यापक समोरून येत आहेत असे दिसल्याबरोबर विद्यार्थ्यांनी मिळेल त्या आडोशाला लपायचे किंवा तेथून धूम ठोकायची, इथपासून मुख्याध्यापक म्हणजे विद्यार्थ्यांचा 'मितवा' म्हणजेच 'मित्र, तत्त्वज्ञानी आणि वाटाड्या' आहे अशी मुख्याध्यापकांची प्रतिमा बदलत गेली. 'सेवाज्येष्ठताक्रमाने मिळालेले पद' अशीही मुख्याध्यापक पदाची संभावना केली जाते. परंतु, मुख्याध्यापक हे शाळेच्या प्रशासकीय व व्यवस्थापकीय व्यवस्थेमधील सर्वोच्च पद आहे हे लक्षात घेऊन मुख्याध्यापकांच्या नेतृत्वक्षमता विकसित करण्यासाठी व मुख्याध्यापकांमध्ये प्रशासकीय व व्यवस्थापकीय कौशल्यांचा विकास करण्यासाठी जाणीवपूर्वक प्रयत्न झाले नाहीत.

शैक्षणिक पार्श्वभूमी असलेली, विद्यार्थ्यांना शिकवण्याचे म्हणजे अध्यापन कौशल्य असलेली व्यक्ती व सहशालेय उपक्रमांच्या आयोजनातून या उपक्रमांच्या प्रशासनाचा थोडाफार अनुभव मिळालेली व्यक्ती; सेवाज्येष्ठतेने एकदम मुख्याध्यापक झाली व शाळेशी संबंधित सर्व निर्णय घेण्याची जबाबदारी या व्यक्तीवर आली, तर शाळेचे नेतृत्व खंबीरपणे कसे करावे याची मानसिकता, कौशल्यक्षमता, व्यवस्थापकीय आणि प्रशासकीय अनुभव, कायदे व शासकीय नियमांची माहिती मुख्याध्यापकांमध्ये अभावानेच आढळते.

गेल्या काही वर्षात शैक्षणिक वातावरणात (Educational Environment) झपाट्याने बदल झालेला आहे. विशेषत: शिक्षण क्षेत्राचे झालेले जागतिकीकरण आणि आंतरराष्ट्रीय शिक्षण संस्थांकडून होणारी तीव्र स्पर्धा, आंतरराष्ट्रीय शाळांचे (International Schools) फुटलेले पेव, शिक्षण संस्थांना मिळालेला उद्योगाचा दर्जा (Industry Status) आणि एखाद्या मोठ्या उद्योगालाही मागे टाकेल अशी शिक्षण संस्थांची मालमत्ता, शैक्षणिक संस्थांना लागू झालेला ग्राहक संरक्षण कायदा (Consumers' Protection Act), शासनातर्फे एका पाठोपाठ येणाऱ्या योजना व उपक्रमांची अंमलबजावणी करताना शैक्षणिक संस्थांची होणारी दमछाक, विविध शासकीय उपक्रम राबवण्यासाठी शिक्षक व शिक्षकेतर कर्मचाऱ्यांना द्यावा लागणारा वेळ आणि त्यामुळे विद्यार्थी व शाळेच्या कामासाठी त्यांना जाणवणारी वेळेची कमतरता, शासनातर्फे मिळणाऱ्या अनुदानात दरवर्षी होणारी कपात आणि त्यामुळे आर्थिक स्थिरता मिळण्यासाठी निधी संकलनाची गरज; या व अशा अनेक लहान-मोठ्या कारणांमुळे शाळा चालवण्यासाठी मुख्याध्यापकांना तारेवरची कसरत करावी लागते.

बदलत्या शैक्षणिक वातावरणाचा दुसरा अविभाज्य घटक म्हणजे पालक. प्रत्येक पालकाला आपले मूल 'लिटिल चॅम्पियन' बनावे असे वाटते. अभ्यासाबरोबरच प्रत्येक खेळात, नाट्य-नृत्य, हस्तकला-चित्रकला, स्पर्धा, शिष्यवृत्त्या अशा प्रत्येक विषयात आपले मूल झळकलेच पाहिजे अशी पालकांची अपेक्षा

असते. मुलांची वर्तनसमस्या सोडवण्याची जबाबदारीही शाळेचीच आहे हाही त्यांचा समज आहे. भले त्या समस्येचा उगम कौटुंबिक वातावरणात झालेला असेल. 'एकदा शाळेत घातले की आपली जबाबदारी संपली' असे मानणाऱ्या पालकांबरोबरच 'शाळेची व शिक्षकांची प्रत्येक कृती तराजूत घालून मापणाऱ्या व टीका-टिप्पणी करणाऱ्या' पालकांची संख्याही मोठी आहे. शाळेबद्दल पालकांच्या वाढत्या अपेक्षा हा बदल शाळेवर खूप परिणाम करणारा आहे.

प्रत्यक्ष-अप्रत्यक्षरित्या समाजकारण आणि राजकारणाचा प्रभावही शाळा व शिक्षण संस्थांवर पडतो आहे. या प्रवृत्तींना सामोरे जाणे हेही मुख्याध्यापकांना आव्हानात्मक आहे. शाळेतील शिक्षक व शिक्षकेतर कर्मचाऱ्यांची ढासळणारी कार्यसंस्कृती हा केवळ मुख्याध्यापकांसाठीच नाही, तर शिक्षणसंस्थेच्या विश्वस्त-पदाधिकाऱ्यांनाही चिंतेचा विषय आहे. शिक्षक म्हणून आपण अंगिकारलेले काम हे एक सेवाव्रत आहे व देशाची भावी पिढी घडवण्याची जबाबदारी आपली आहे हे मानणाऱ्या शिक्षकांची पिढी मागे पडली. काही शिक्षकांचा अपवाद वगळता बहुतांशी शिक्षक आपल्या कामाकडे केवळ आठ तासांची नोकरी या भावनेतून बघतात. त्यामुळे आपली शिक्षक म्हणून भूमिका व जबाबदारी; भूमिका संपन्न करण्यासाठी स्वत:च्या बौध्दिक, भावनिक, मानसिक क्षमतांमध्ये जाणीवपूर्वक विकास करणे; ज्ञान व माहिती विकसित करणे; अध्यापन क्षमता, शिकवण्याच्या नाविन्यपूर्ण पध्दती, सृजनशीलता, नियोजनकौशल्य इत्यादी गुणांचा विकास करणे आवश्यक आहे. पण अनेक शिक्षकांचे या बाबींकडे दुर्लक्ष होते. त्यामुळे अध्यापनाचा दर्जा उंचावण्यासाठी मुख्याध्यापकांना शिक्षकांकडून अपेक्षित अध्यापन गुणवत्ता मिळेलच याची खात्री नाही. बदलत्या शैक्षणिक वातावरणात कार्यसंस्कृतीच्या अध:पतनानेही मोठ्या समस्या तयार केलेल्या आहेत.

बदलती कौटुंबिक मूल्ये, विभक्त पालक, समाजातील विघटनवादी प्रवृत्ती, सिनेमा, टीव्ही, जाहिराती व इतर माध्यमांचा व इंटरनेटचा प्रभाव, समवयीन गटातील विद्यार्थ्यांचा दबाव (Peer Group Pressure), मुला-मुलींमधील निखळ मैत्रीऐवजी वासना आणि फसव्या प्रेमाचा पगडा, झटकन पैसे मिळवण्याच्या सोप्या पण विघातक क्लृप्त्यांचा उपयोग इत्यादी गोष्टींमुळे विद्यार्थ्यांमध्ये मोठ्या प्रमाणावर वर्तनसमस्या तयार होत आहेत. या वर्तनसमस्यांचा परिणाम शालेय शिस्तीवर होतो. मुख्याध्यापकांसमोर अशा समस्यांचे निराकरण करणे आणि विद्यार्थ्यांना अशा मोहांपासून दूर ठेवण्यासाठी प्रयत्न करणे हेही आव्हान आहे. विद्यार्थ्यांच्या वर्तनावर विघातक परिणाम करणारे बाह्य वातावरणातील घटक, शैक्षणिक वातावरणातील महत्त्वाचे घटक आहेत.

या सर्व बाह्य वातावरणाचा सामना करत असतानाच शाळेच्या मातृसंस्थेबरोबर, संस्थेचे पदाधिकारी, संस्थेच्या नियामक मंडळाचे सदस्य, शाळासमितीचे पदाधिकारी यांचेबरोबर चांगले संबंध विकसित करणे मुख्याध्यापकांना आवश्यक असते. संस्थेची विचारप्रणाली, ध्येय-धोरणे, नियम, शिस्त यांचे पालन करणे; संस्थेच्या इतर शाळांच्या तुलनेत आपल्या शाळेची स्पर्धात्मकता जोपासणे आणि संस्थाचालकांच्या शाळेकडून असलेल्या अपेक्षांची पूर्ती करणे यासाठीही मुख्याध्यापकांना कसून प्रयत्न करावे लागतात.

मुख्याध्यापकांचे व्यक्तिमत्त्व बहुआयामी असणे ही त्या भूमिकेची गरज आहे. नेतृत्वक्षमता हा शब्द साधा आणि सोपा वाटला तरी त्यामध्ये अनेकविध परस्परपूरक व परस्परविरोधीही गुण; क्षमता; कौशल्ये; प्रेरणा; दृष्टिकोन; वैचारिक, भावनिक, सामाजिक जाणिवा; ज्ञान, माहिती यांचा परिपाक समाविष्ट आहे. शासन, विविध मान्यता देणाऱ्या संस्था, संस्थाचालक, पालक, विद्यार्थी, शिक्षक व शिक्षकेतर कर्मचारी, देणगीदार, हितचिंतक, शाळेला वस्तू व सेवा पुरवणारे पुरवठादार व कंत्राटदार, माध्यमे, माजी विद्यार्थी, माजी शिक्षक व शिक्षकेतर आणि समाज अशा विविध घटकांना शाळेची उद्दिष्टे सफल करण्यासाठी एकत्रित आणण्याचे कसब नेतृत्वक्षमतेमध्ये आहे. शैक्षणिक, सहशालेय आणि बहि:शालेय उपक्रमांचा विधायक व

नैसर्गिक मिलाफ करून विद्यार्थ्यांना त्यांच्या भविष्यासाठी सुसज्ज करण्यासाठी चाणाक्षपणे काम करण्याचे कसब नेतृत्वक्षमतेमध्ये अध्याहृत आहे.

मुख्याध्यापकांच्या नेतृत्वक्षमता विकासासाठी, त्यांच्या भूमिका आणि जबाबदाऱ्यांचे त्यांना आकलन करून देऊन त्यांची भूमिकासापेक्ष जडणघडण करण्यासाठी, त्यांना मार्गदर्शक ठरेल अशा पुस्तकाची नितांत आवश्यकता होती. रामभाऊ म्हाळगी प्रबोधिनीच्या 'सेंटर फॉर इन्स्टिट्यूशन बिल्डिंग अॅण्ड लिडरशिप स्टडीज (CIBLS)' विभागातर्फे शैक्षणिक संस्थांचे विश्वस्त, शाळा, मुख्याध्यापक, शिक्षक व शिक्षकेतर कर्मचारी यांच्या प्रशिक्षणाच्या गरजांचा अभ्यास मी सातत्याने केला. अनेक संस्थाचालक, मुख्याध्यापक, महाविद्यालयांचे प्राचार्य, शिक्षक व शिक्षकेतर कर्मचाऱ्यांबरोबर या विषयावर विस्तृत चर्चा केल्या. काही वर्षांपूर्वी जागतिक बँकेने श्रीलंकेतील विद्यापीठांसाठी शैक्षणिक गुणवत्ता विकास प्रकल्पासाठी आर्थिक मदत दिली होती. या कामाचे मूल्यमापन करून दिलेली आर्थिक मदत त्याच कारणासाठी वापरली गेली का आणि शैक्षणिक दर्जा उंचावला का, हे बघण्यासाठी नियुक्त केलेल्या विविध देशांतील आंतरराष्ट्रीय निरीक्षकांच्या गटात मी International Reviewer म्हणून काम केले होते. त्या वेळी वापरण्यात आलेले निकष व मानके आपल्या शैक्षणिक संस्था व संस्थांचे नेतृत्व करणाऱ्या व्यक्तींसाठी उपयुक्त ठरतील असा विश्वास होता. या पार्श्वभूमीवर 'रामभाऊ म्हाळगी प्रबोधिनी'त मी शिक्षण संस्थांचे विश्वस्त, पदाधिकारी, मुख्याध्यापक, शिक्षक, शिक्षकेतर कर्मचारी अशा गटांसाठी 'क्षमता-विकास प्रशिक्षण कार्यक्रम' विकसित केले. गेली काही वर्षे सातत्याने या प्रशिक्षण कार्यक्रमांचे आयोजन आम्ही करतो आहोत. हजारो मुख्याध्यापक, शिक्षक व शिक्षकेतर कर्मचारी या कार्यक्रमांमध्ये सहभागी झाले. त्यांना या कार्यक्रमांचा लाभ झाला.

परंतु, महाराष्ट्राचा विचार करता खाजगी क्षेत्रातील अनुदानित व विनाअनुदानित शाळा, महानगरपालिका, नगरपालिका व जिल्हा परिषदेतर्फे चालवण्यात येणाऱ्या शाळा यांची एकत्रित संख्या लाखोंच्या घरात आहे. या सर्व संस्थांपर्यंत प्रशिक्षणाच्या माध्यमातून पोहोचणे केवळ अशक्य आहे. त्यामुळे हे पुस्तक लिहिण्याचे ठरवले.

'यशवंतराव चव्हाण मुक्त विद्यापीठा'तर्फे शाळा व्यवस्थापनाचा अभ्यासक्रम तयार केलेला आहे. या अभ्यासक्रमावर आधारित काही पुस्तिका 'यशवंतराव चव्हाण मुक्त विद्यापीठा'तर्फे प्रकाशित करण्यात आलेल्या आहेत. अभ्यासक्रमाची व्याप्ती व मर्यादा लक्षात घेता या पुस्तिकांमध्ये शासनाची ध्येयधोरणे, नियम इत्यादी गोष्टींची माहिती तपशिलात दिलेली आहे.

परंतु, मुख्याध्यापकांची भूमिकासापेक्ष जडणघडण करत असताना विविध क्षमता-कौशल्यांची जोपासना कशी करायची, मुख्याध्यापक म्हणून काम करत असताना त्या भूमिकेकडून कोणत्या अपेक्षा आहेत यांबद्दल माझ्या पुस्तकात तपशिलात माहिती देण्यात आलेली आहे. माझ्या पुस्तकात शैक्षणिक नियोजनापेक्षा प्रशासकीय नियोजन आणि सहशालेय उपक्रमांच्या नियोजनावर लक्ष केंद्रित केलेले आहे. पुस्तकात 'मानव संसाधन विकासाचा दृष्टिकोन व प्रकिया' (Human Resource Development Approach and Process) या अनुषंगाने प्रत्येक विषय मांडण्यात आलेला आहे.

हे पुस्तक महाराष्ट्रातील सर्व शिक्षण संस्था, शाळा, मुख्याध्यापक व शिक्षकांना अत्यंत उपयुक्त होईल या विश्वासाने आपल्या हातांत देत आहे. पुस्तकातील सर्व विचार, मते, कल्पना माझ्या स्वत:च्या आहेत.

**डॉ. अरुणा कौलगुड**

## ऋणनिर्देश

कोणतेही काम सांघिक स्वरूपाचे असते या उक्तीला पुस्तकलेखन आणि प्रकाशन तरी अपवाद कसे होऊ शकेल? 'शालेय व्यवस्थापन व नेतृत्वक्षमता' या पुस्तकाचे लेखन करायला सुरुवात केली, तेव्हा सर्व शैक्षणिक संस्था, शाळा, मुख्याध्यापक, शिक्षक आणि विद्यार्थीसुद्धा ज्यांनी माझा या विषयातला अनुभव समृद्ध केला, मला लिहायला प्रवृत्त केले त्या सगळ्यांची आठवण आली.

'रामभाऊ म्हाळगी प्रबोधिनी'च्या पुण्यातील संस्थाबांधणी आणि नेतृत्व अध्ययन केंद्राचे अधिकारी श्री. राहुल टोकेकर प्रशिक्षण कार्यक्रमांसाठी व माझ्या अशा वैयक्तिक उपक्रमांमध्येही सतत माझ्याबरोबर असतात. प्रत्येक उपक्रमांमध्ये त्यांची खूप मदत होते. त्यांचा आधार वाटतो.

पुस्तकासाठी प्रकाशक कोण? असा विचार जेव्हा सुरू झाला, तेव्हा शैक्षणिक क्षेत्रासाठी दर्जेदार पुस्तके प्रकाशित करून व केवळ मोठ्या शहरांमध्येच नाही, तर महाराष्ट्राच्या ग्रामीण भागांमधील शाळांपर्यंत पुस्तके पोहोचलीच पाहिजेत या ध्यासाने गेली कित्येक वर्षे जे अविरत मेहनत करत आहेत, ते डायमंड पब्लिकेशन्सचे श्री. दत्तात्रय पाष्टे यांचेच नाव मनात पक्के झाले. त्यांनीही अत्यंत उत्साहाने, आत्मीयतेने माझे व माझ्या पुस्तकाचे स्वागत केले. श्री. पाष्टे व त्यांच्या सहकाऱ्यांनी पुस्तकासाठी खूप मेहनत घेतली.

पुस्तकाच्या कामात एकदा गढून गेले की, अनेकदा घरातील कामाचाही विसर पडतो. अशा वेळी घरातील कामात मला सर्व मदत करणाऱ्या शशी आणि रुक्मिणी यांनी आग्रहाने चहा घ्या म्हणून केलेले माझे कौतुक तर अविस्मरणीय आहे.

तुम्ही, माझे वाचक. हा सारा प्रपंच तर तुमच्याचसाठी आहे. तुमच्या प्रतिक्रिया, प्रतिसाद ही माझी प्रेरणा आहे.

हे पुस्तक प्रकाशित होत असताना तुम्ही सगळे, माझ्या जीवनाचा, माझ्या कामाचा अविभाज्य भाग झालात. आत्तापर्यंतच्या माझ्या गोतावळ्यामध्ये वाढ झाली आणि ऋणवृद्धीही. हे ऋणानुबंध असेच दृढ व्हावेत आणि मला ऋणात टाकणाऱ्यांची सदैव वाढ व्हावी ही अपेक्षा.

डॉ. अरुणा कौलगुड

# अनुक्रम

• प्रस्तावना पाच

• ऋणनिर्देश आठ

**भाग १ मुख्याध्यापकांच्या व्यक्तिमत्त्वाची जडणघडण व क्षमताकौशल्य विकास**

१ मुख्याध्यापकांची भूमिका आणि जबाबदारी १

२ भूमिकासापेक्ष व्यक्तिमत्त्व विकास १०

३ आदर्श मुख्याध्यापकाची गुणवैशिष्ट्ये २६

**भाग २ शाळेची संस्थात्मक रचना**

४ संस्थाबांधणी ३०

५ शाळेची बांधणी - रचना (शाळेचे ऑर्गनायझेशन स्ट्रक्चर) ३६

६ मातृसंस्था आणि शाळेचा समन्वय कसा राखायचा? ४१

७ शाळेच्या संस्थेकडून अपेक्षा ४८

**भाग ३ शाळेच्या प्रशासकीय कामांचे नियोजन**

८ शाळेच्या प्रशासकीय कामांचे नियोजन ५१

९ शाळेच्या माहिती संकलन कामांचे नियोजन - (डेटा आणि डॉक्युमेंटेशन) ५९

१० शालेय सभा, सभाचक्र आणि दप्तर (Record) ८०

**भाग ४ शाळेच्या आर्थिक व्यवस्थापनाचे नियोजन**

११ आर्थिक व्यवस्थापन : शाळेचे अंदाजपत्रक आणि उत्पन्नाचे स्त्रोत ८५

१२ हिशेबलेखन, आर्थिक व्यवहारांच्या नोंदी व शासकीय कागदपत्रांची पूर्तता ९७

**भाग ५ शाळेच्या मनुष्यबळ व्यवस्थापनाचे नियोजन**

१३ शाळेचे मनुष्यबळ व्यवस्थापन, प्रशासन आणि विकास १०२

**भाग ६ शाळेच्या जनसंपर्क व्यवस्थापनाचे नियोजन**

१४ प्रचार, प्रसिद्धी आणि जनसंपर्क व्यवस्थापन १०५

## भाग ७ शाळेच्या साफसफाईचे नियोजन (हाउसकिपिंग)

| | | |
|---|---|---|
| १५ | साफसफाई, स्वच्छता व्यवस्थापन (हाउसकिपिंग) धोरण व कार्यपद्धती, प्रथमोपचार पेटी | १११ |

## भाग ८ शाळेचा परिसर विकास

| | | |
|---|---|---|
| १६ | शाळेचा परिसर विकास - शाळेची इमारत व इतर सोयीसुविधा | ११९ |
| १७ | शाळेचा परिसर विकास - मुख्याध्यापक कक्ष | १२७ |
| १८ | शाळेचा परिसर विकास - शिक्षकांचा विश्रांतीकक्ष - कॉमनरूम | १३० |
| १९ | शाळेचा परिसर विकास - शाळेतील इतर सोयीसुविधा | १३१ |

## भाग ९ खरेदी, भांडार व भांडार व्यवस्थापन

| | | |
|---|---|---|
| २० | खरेदी, भांडार व भांडार व्यवस्थापन | १३९ |
| २१ | वार्षिक देखभाल करार (ॲन्युअल मेन्टेनन्स कॉन्ट्रॅक्ट) | १४५ |

## भाग १० शाळेच्या भौतिक सुविधा

| | | |
|---|---|---|
| २२ | शाळेच्या भौतिक सुविधा - दुरुस्ती व देखभाल (मेन्टेनन्स) | १४६ |
| २३ | शाळेचे सुरक्षाविषयक धोरण, विद्यार्थी सुरक्षा | १४९ |
| २४ | शाळेचे सेफ्टी ऑडिट - शाळेची सुरक्षिततेची तपासणी | १५२ |

## भाग ११ सहशैक्षणिक उपक्रम

| | | |
|---|---|---|
| २५ | क्षेत्रभेट | १६० |
| २६ | सहल | १७१ |
| २७ | विशेष दिन | १९० |
| २८ | सण, समारंभ-उत्सव | १९९ |
| २९ | वार्षिक स्नेहसंमेलन | २०४ |
| ३० | प्रदर्शने | २१४ |
| ३१ | प्रकल्प आणि विद्यार्थीक्षमता विकास | २२० |

## भाग १२ नेतृत्वकौशल्य

| | | |
|---|---|---|
| ३२ | नेतृत्वकौशल्य विकास | २२७ |
| ३३ | संघप्रवृत्ती आणि संघबांधणी (टीम बिल्डिंग) | २३० |
| ३४ | कार्यसंस्कृती विकास | २३६ |

- मुख्याध्यापकांनी वाचावीत अशा पुस्तकांची सूची — २४२
- लेखक-परिचय — २४४

# भाग १ : मुख्याध्यापकांच्या व्यक्तिमत्त्वाची जडणघडण व क्षमताकौशल्य विकास

## १ मुख्याध्यापकांची भूमिका आणि जबाबदारी

मुख्याध्यापकांची भूमिका बहुआयामी म्हणजे Multidimensional असते असे आपण सगळेच म्हणतो. मुख्याध्यापकांना एकाच वेळी अनेक गोष्टींचे अवधान ठेवावे लागते. खूप दिवसांपूर्वी वाचलेली पु. ल. देशपांडे यांनी शब्दबद्ध केलेली 'नारायण' ही व्यक्तिरेखा मला आठवते. संपूर्ण गावात नारायण ही अशी एक व्यक्ती असते जिच्यावाचून गावातील एकही प्रसंग पार पडत नाही, एकाही व्यक्तीचे काम पूर्ण होत नाही. नारायणाशिवाय कुणाचेही पान हालत नाही. सर्वांच्या कामांत, अडी-अडचणींमध्ये, सुख-दु:खांत, निर्णय प्रक्रियेपासून अंमलबजावणी करताना; सर्व कामांची जबाबदारी घेऊन काम तडीला नेईपर्यंत सर्वत्र नारायण असलाच पाहिजे.

त्याचप्रमाणे शाळेतही मुख्याध्यापकांची भूमिका नाही, जबाबदारी नाही असे कोणतेच काम नाही किंवा प्रसंग नाही. किंबहुना 'मुख्याध्यापक ते मुख्याध्यापक' असाच प्रत्येक कामाचा आणि व्यक्तीचा प्रवास शाळेमध्ये होत असतो. अंतिम निर्णय मुख्याध्यापकांचा आणि झालेल्या प्रत्येक कामाचा आणि घटनेचा अंतिम अहवाल द्यायचा तोही मुख्याध्यापकांनीच. अशा प्रकारे शाळेतील सर्वोच्च पदावर विराजमान झालेली व्यक्ती म्हणजे मुख्याध्यापक.

याचाच अर्थ असा की, मुख्याध्यापक शाळेचे केवळ प्रशासकीय प्रमुख नाहीत. प्रशासनप्रमुख हा मुख्याध्यापकांच्या जबाबदारीचा एक भाग झाला. त्याव्यतिरिक्तही अनेक जबाबदाऱ्या मुख्याध्यापकांना घ्याव्या लागतात व त्या अनुषंगाने त्यांची भूमिका बदलत असते. परंतु, सर्वच भूमिका आणि जबाबदाऱ्यांचा एकत्रित विचार केला, त्यामध्ये सरमिसळ केली, तर फक्त गोंधळ होईल. त्यामुळे आता आपण मुख्याध्यापकांच्या भूमिका आणि जबाबदाऱ्यांचे कामाप्रमाणे आणि जबाबदारीप्रमाणे वर्गीकरण करू. म्हणजे नेटकेपणाने आपल्याला आपल्या भूमिका व जबाबदारीचे आकलन होईल. मुख्याध्यापक म्हणून आपल्याला आपली 'प्रतिमा', 'स्वयंप्रतिमा' (Self Image) तयार करता येईल.

**१. चाकोरीबाहेर जाऊन विचार करणे** (Out of the Box Thinking)

स्वयंप्रतिमा तयार करण्यासाठी आपल्याला आपल्या पदाचा, भूमिका व जबाबदारीचा चाकोरीबाहेर जाऊन विचार करावा लागेल. आजकाल त्यासाठी Out of the Box Thinking हा शब्द रूढ झालेला आहे. काय आहे Out of the Box Thinking?

काही उदाहरणे बघू या.

**उदाहरण १ :** एकदा बाबा खूप दमून घरी आले. पण लहान स्वातीने मात्र आज बाबा घरी आले की, त्यांच्याशी खूप खेळायचे असे ठरवले होते. बाबा आल्याबरोबर ''चला, आपण खेळू या'' असा घोषा तिने लावला. बाबा कंटाळले होते. त्यांनी ड्रॉवरमधला एक नकाशा काढला. त्याचे बारीक तुकडे केले आणि स्वातीला सांगितले, ''आता तुकडे जोडून हा नकाशा नीट लाव. तोपर्यंत मी येतो.'' त्यांना वाटले आता संध्याकाळभर स्वातीला हे काम करता येणार नाही. दहा मिनिटांनी ते परत आले, तर स्वातीने संपूर्ण नकाशा बरोबर तुकडे जोडून तयार केला होता. आश्चर्य वाटून 'तू हे कसे केलेस,' असे त्यांनी स्वातीला विचारले. स्वातीने सांगितले, '' हे काम तर खूपच अवघड होते. मला तुकडे कसे जोडायचे ते कळतच नव्हते. मी ते तुकडे उलटसुलट करून बघत होते. माझ्या लक्षात आले नकाशाच्या पाठीमागे एक चौकोनांचे चित्र होते आणि प्रत्येक चौकोनाला क्रमांक दिलेला होता. मी आधी त्या क्रमांकाप्रमाणे चौकोन जोडला व मग तुकडे उलटे केले तर लगेच नकाशा तयार झाला. गंमत आहे ना ?'' स्वातीसाठी ते खूप गंमतशीर होते. पण तिने नकाशाचे तुकडे जोडण्यासाठी वेगळा विचार केला. Out of the Box Thinking केले.

**उदाहरण २ :** एकदा सामानाने भरलेला एक मोठा ट्रक बोगद्याच्या तोंडावर अडकला, कारण बोगद्याच्या उंचीपेक्षा ट्रकमध्ये भरलेल्या सामानाची उंची जास्त होती. चालकाला ट्रक बाहेर काढता येत नव्हता. सामानही काढता येत नव्हते. पाठीमागे चिक्कार वाहने खोळंबली. 'ट्रक तोडा, बोगदा तोडा', अशा सूचना गर्दीतून येत होत्या. ट्रक चालकाला काय करायचे सुचत नव्हते. तो रडकुंडीला आला. एक शाळकरी मुलगा ती गंमत बघत उभा होता. बराच वेळ झाल्यावर शेवटी तो म्हणाला, 'बोगदा आणि ट्रक तोडायचे काय काम आहे? ट्रकच्या पुढच्या चाकातील हवा सोडा, म्हणजे ट्रकची उंची थोडी कमी होईल आणि ट्रक मागे घेता येईल.' दहा मिनिटांत ट्रक हलवला गेला. हा थोडा चाकोरीबाहेरचा विचार म्हणजे Out of the Box Thinking.

**उदाहरण ३ :** आता खालील आकृती बघा. येथे एका विशिष्ट पद्धतीने नऊ (९) बिंदू किंवा ठिपके काढलेले आहेत. तुम्ही पेन किंवा पेन्सिल घेऊन हे नऊ बिंदू हात न उचलता फक्त चार सरळ रेषांनी जोडायचे आहेत. करा प्रयत्न.

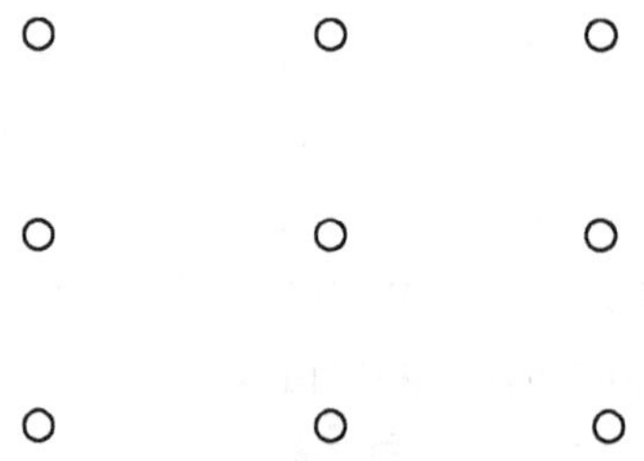

```
    o        o        o


    o        o        o


    o        o        o
```

खूप वेगवेगळ्या आकृत्या आल्या. पण सर्व बिंदू एकमेकांना जोडले गेले नाहीत आणि चार सरळ रेषांनीही जोडले गेले नाहीत. कारण आपण त्या नऊ बिंदूंच्या सीमेतच विचार केला. आपल्या विचारांना मर्यादित केले. चार बिंदूंची चौकट आपल्या मनात तयार झाली. आता खालील आकृती बघा.

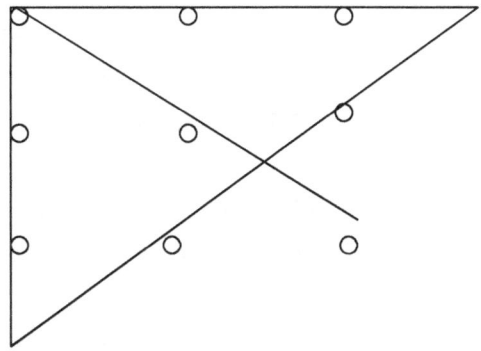

येथे आपण बिंदूंच्या पलीकडे रेषा वाढवली. बिंदूंच्या म्हणजेच बिंदूंनी आपल्या मनात तयार केलेल्या चौकटीच्या बाहेर गेलो आणि विचार केला. त्यामुळे आपल्या मनात बिंदूंनी केलेली चौकट मोडली. पतंगासारखी नवीन आकृती तयार झाली.

आपण जेव्हा ठराविक चौकटीत विचार करतो, तेव्हा आपण त्या चौकटीच्या मर्यादेतच अडकून पडतो. चौकटीच्याबाहेर जाऊन केलेल्या विचाराला Out of the Box Thinking असे म्हणले जाते.

मुख्याध्यापक म्हटले की, असाच चौकटीतला विचार आपल्या मनात येतो. म्हणूनच मुख्याध्यापकांची भूमिका, जबाबदारी यांचा विचार आपण प्रथम करू. भूमिका जबाबदारीमधूनही मुख्याध्यापकांची नेतृत्वक्षमता अधोरेखित होईल.

## २. मुख्याध्यापकांची भूमिका, जबाबदारी

**२.१. विश्वस्त (Trustee) :** मुख्याध्यापक हे शाळेचे प्रथम विश्वस्त असतात. विश्वस्त या शब्दात विश्वास, विश्वासार्हता हा अर्थ महत्त्वाचा आहे. अत्यंत विश्वासाने शाळेचे सर्वोच्च पद संस्थेने आपल्या हातात सोपवलेले आहे. मुख्याध्यापक म्हणून आपण आपल्या संस्थेचे प्रतिनिधित्व करत असतो. संस्थेचा इतिहास, संस्थेची समाजातील मान-मान्यता, संस्थेची ध्येयधोरणे, संस्थेने अंगिकारलेले वैचारिक सिद्धान्त यांचे प्रतिनिधित्व करण्याची जबाबदारी आपल्याला मिळालेली असते. त्यामुळे मुख्याध्यापक हे एक प्रशासकीय पद आहे, इतक्या संकुचित विचाराने आपण आपल्या पदाकडे पाहू शकत नाही. त्याचा व्यापक विचार करणे जरुरीचे आहे. शाळेच्या साधनसंपत्तीचा, मालमत्ता व परिसराचा विकास व विस्तार, शैक्षणिक दर्जा उंचावणे, विद्यार्थ्यांसाठी विविध सोयी व संधी उपलब्ध करून देऊन त्यांची स्पर्धात्मकता वाढवणे, शिक्षक व शिक्षकेतर कर्मचाऱ्यांच्या क्षमताकौशल्यांच्या विकासाला चालना देऊन त्यांच्या कामाची गुणवत्ता विकसित करणे, सांघिकवृत्तीची जोपासना करून शाळेशी संबंधित प्रत्येक घटकाचे अतूट नाते शाळेबरोबर जोपासणे, शासनदरबारी शाळेला आदराचे स्थान मिळवून देणे यासाठी मुख्याध्यापकांना तळमळीने काम करावे लागते. शाळेच्या विकासाला आपण किती व कसे योगदान देतो याचा सतत विचार महत्त्वाचा आहे. संस्थेचे विश्वस्त जसे समर्पित भावाने काम करतात, शाळेची प्रगती हा त्यांचा ध्यास असतो; त्याप्रमाणे मुख्याध्यापकांनीही शाळा जीवनात समरस होऊन काम करणे अपेक्षित आहे. या दृष्टिकोनातून आपणच आपली विश्वासार्हता जोपासली पाहिजे.

**२.२. सुसंवादक (Communicator) :** शाळेचा इतिहास आणि भविष्यकाळ यांच्यात दुवा सांधणारे आपण मुख्याध्यापक, जणू इतिहास व भविष्यकाळ यांच्यामध्ये संवाद साधत असतो. सुसंवादक म्हणून काम करत

असतो. वर्तमान आपल्या हातात आहे. त्यामुळे शाळेचे भविष्य आपण घडवणार आहोत. आजपर्यंत शाळेचे संस्थापक, विश्वस्त, अनेक माजी मुख्याध्यापक, शिक्षक, कर्मचारी व हितचिंतकांनीही एक दूरदृष्टी (Vision) समोर ठेवून शाळा उत्कृष्ट व्हावी, विद्यार्थ्यांना शिक्षण व संस्कार मिळावेत, त्यांचे जीवन संपन्न व्हावे यासाठी तळमळीने काम केले. त्यामुळे शाळेला एक लौकिक प्राप्त झाला. हा लौकिक वाढण्यासाठी मुख्याध्यापक म्हणून आपण कोणते विशेष नियोजन करतो, याचा विचार होणे जरुरीचे आहे. आपल्या कारकिर्दीमध्ये शाळेची भरभराट झाली पाहिजे या उद्देशाने जाणीवपूर्वक काम करणे, म्हणजे शाळेचा उज्ज्वल भविष्यकाळ साकारण्यासाठी प्रयत्न करणे. म्हणून इतिहास व भविष्यकाळ यांतील दुवा म्हणजे सुसंवादक म्हणून असलेली आपली भूमिका महत्त्वाची आहे.

मातृसंस्था आणि शाळा यामध्ये सुसंवाद राखण्यासाठी मुख्याध्यापक जसे शाळेचे प्रतिनिधित्व करतात, तसे संस्थेचेही प्रतिनिधित्व करतात. त्यामुळे संस्थेच्या ध्येयधोरणांचा आणि विचारांचा, संस्थेच्या शिस्तीचा, कार्यसंस्कृतीचा पाठपुरावा शाळेत करण्याची जबाबदारी मुख्याध्यापकांवर असते. त्याचप्रमाणे शाळेतील सर्व घटना, शिक्षक व शिक्षकेतरांच्या अडचणी, कामात येणाऱ्या अडचणी, शिक्षक-शिक्षकेतर यांनी बजावलेली विशेष कामगिरी, त्यांचे यश, विद्यार्थ्यांची विशेष कामगिरी, शाळेच्या गरजा, इत्यादी सर्व बाबी संस्थेच्या पदाधिकाऱ्यांपर्यंत पोहोचवण्याचे व प्रत्येक बाबतीत संस्थेबरोबर सुसंवाद राखण्याचे काम मुख्याध्यापक करत असतात. संस्था व शाळा यांमध्ये मुख्याध्यापक एक दुवा असतात.

**२.३ नेतृत्व** (Leadership) **:** मुख्याध्यापक हे शाळेतील सर्वोच्च पद आहे. शाळासमिती आणि शासकीय नियमांच्या आधीन राहून, तसेच संस्थेच्या ध्येयधोरणांच्या मार्गदर्शक तत्त्वांप्रमाणे निर्णय घेण्याचा अधिकार मुख्याध्यापकांना प्राप्त झालेला असतो. पण केवळ निर्णयांचा अधिकार व अंमलबजावणीची जबाबदारी म्हणजे नेतृत्व नव्हे. नेतृत्व या शब्दाची व्याप्ती मोठी आहे. शिक्षक, शिक्षकेतर कर्मचारी, विद्यार्थी, पालक, शासकीय खात्यांमधील संबंधित व्यक्ती, हितचिंतक, देणगीदार इत्यादी शाळेशी संबंधित सर्व व्यक्ती व संस्थांची संघटनात्मक बांधणी करण्याचे काम मुख्याध्यापकांना करायचे असते. शाळा-शाळांमध्ये स्पर्धा असते. आपली शाळा कोणत्या क्षेत्रांमध्ये व विषयांमध्ये इतर शाळांपेक्षा अग्रेसर होईल, यासाठी आपल्या शाळेची म्हणजेच शिक्षक व विद्यार्थ्यांची शक्तिस्थाने किंवा प्राविण्य कोणते हे मुख्याध्यापकांना समजले पाहिजे. याला आपण आपल्या शाळेचा USP (Unique Selling Proposition) ठरवणे असे म्हणले जाते. शाळेचा USP ठरवणे यासाठी मुख्याध्यापकांनी आपल्या शिक्षकांबरोबर एकत्रित प्रयत्न करावा लागतो. आपल्या शाळेच्या विकासासाठी काय योगदान देऊ शकतो याचा विचार करणे, निर्णय घेणे व त्याप्रमाणे कृती-आराखडा तयार करून त्याची यशस्वी अंमलबजावणी करणे म्हणजेच शाळेचे नेतृत्व करणे.

शाळेचे नेतृत्व करत असताना शाळेचे व्हिजन व मिशन स्टेटमेंट तयार करणे, शाळेची ध्येयधोरणे निश्चित करणे, शाळेचे पंचवार्षिक व वार्षिक नियोजन करणे, प्रत्येक कामासाठीची उद्दिष्टे ठरवणे, उद्दिष्टांच्या पूर्ततेसाठी संघबांधणी करणे, प्रत्येक व्यक्तीमधील चांगले गुण-क्षमता शोधून त्याला प्रोत्साहन देणे, शाळेची प्रतिमानिर्मिती करणे हे मुख्याध्यापकांच्या नेतृत्वक्षमतेचे काही पैलू आहेत.

**२.४ सल्लागार** (Advisor) **:** सल्लागार म्हणूनही मुख्याध्यापक महत्त्वाची भूमिका संपन्न करत असतात. प्रत्येक मुख्याध्यापकाकडे त्याची म्हणून काही महत्त्वाची क्षमता-कौशल्ये असतात. काही विषयांमध्ये अथवा कामांमध्ये त्यांचे प्राविण्य असते. अनुभव असतो. अशा सर्व विषयांमध्ये व कामांमध्ये संस्थेला, शाळेला अग्रेसरत्व प्राप्त होण्यासाठी, पुढील संधी अथवा अडचणी ओळखून संधींचा लाभ कसा घ्यायचा अथवा

अडचणींचा सामना कसा करायचा याचे धोरण ठरवण्याची, संस्थेला तसेच शाळेला मार्गदर्शन करण्याची, सल्ला देण्याची जबाबदारी मुख्याध्यापकांकडे येते. शाळेच्या कामाशी निगडित अशा विशिष्ट विषयाचे ज्ञान, माहिती, अनुभव मुख्याध्यापकांना असतो. अशा विषयात त्यांना व्हिजन असते, दृष्टी असते. अशा कामात पुढाकार घेऊन, त्या कामात कोणतीही त्रुटी राहणार नाही यासाठी व्यवस्थापनास मदत करणे, प्रसंगी त्यांना सल्ला देणे व काम उत्कृष्ट कसे होईल हे बघणे. ही सल्लागाराची भूमिका आहे. परंतु, 'मला काय करायचे आहे, हे माझे काम थोडेच आहे?' असे म्हणून संस्थेच्या किंवा शाळेच्या कामांकडे, जबाबदाऱ्यांकडे तटस्थवृत्तीने न बघता; प्रत्येक कामाबाबत आस्था, आत्मीयता बाळगून पुढाकार घेणे महत्त्वाचे आहे. काही वेळा एखाद्या विषयाचा आपल्याला अनुभव असेल; तर शाळा, शिक्षक, शिक्षकेतर कर्मचारी, विद्यार्थी यांच्याबाबत कोणत्याही प्रसंगात काही अडचण येईल का, याची पूर्वसूचनाही आपल्या मनाला मिळू शकते. अशा वेळी विपरीत प्रसंग घडू नये म्हणून धोरणात्मक नियोजन करणे व संस्थेला, शाळेला सल्ला देणे अत्यावश्यक असते.

२.५ **समन्वयक** (Co-ordinator) : शाळेशी संबंधित सर्व घटकांना संस्थेच्या विचारधारेबरोबर घेऊन जाण्याचे काम समन्वयक करत असतो. समन्वय साधणे म्हणजे विविध घटना व परिस्थितीमध्ये संस्थेचे व शाळेचे हित जोपासणे. शाळेशी संबंधित विविध घटक असतात. यामध्ये सहकारी शिक्षक, शिक्षकेतर कर्मचारी, विद्यार्थी, पालक, हितचिंतक, संबंधित शासकीय व इतर कार्यालये, शालेय परीक्षा घेणारे बोर्ड, कंत्राटदार, पुरवठादार, माध्यमांचे प्रतिनिधी, शाळेशी संबंधित बँका व वित्तीय संस्था, जाहिरातदार, शाळेच्या आजूबाजूला कार्यरत असणारी सार्वजनिक उत्सव मंडळे, राजकीय पक्ष, इत्यादी अनेक घटक यांचा समावेश होतो. या सर्व घटकांशी मुख्याध्यापकांना संवाद साधावा लागतो, समन्वय साधावा लागतो. 'शाळेचे व संस्थेचे हित' साध्य करणे ही समन्वयकाची भूमिका आहे. शाळेच्या ध्येयधोरणाप्रमाणे या घटकांबरोबर संपर्क प्रस्थापित करणे, संबंध जोपासणे आणि त्यांचे सहकार्य संस्थेला मिळवून देणे, हे काम सध्याच्या स्पर्धात्मक वातावरणात समन्वयक म्हणून मुख्याध्यापकांना करावे लागते.

२.६ **प्रेरक** (Motivator) : मुख्याध्यापकांच्या वागण्या-बोलण्यातून, काम करण्यातून, कार्यसंस्कृतीतून त्यांच्याबरोबर काम करणारे सहकारी शिक्षक, सेवक वर्ग, विद्यार्थी, पालक यांना आदर वाटणे महत्त्वाचे आहे. आपल्या चांगल्या कामातून त्यांच्या मनात आपल्याबद्दल आदर्श तयार झाला पाहिजे. आपल्या विचारातील स्पष्टता, तडफ, वागणे, बोलणे, तळमळीने काम करणे, आपली देहबोली यांमधून त्यांना प्रेरणा मिळाली पाहिजे. प्रत्येक मुख्याध्यापकांचा स्वत:चा म्हणून एक विषय, क्षमता, कौशल्य, श्रद्धा असते. त्याचे एखादे वैशिष्ट्य असते. ही आपली गुण-वैशिष्ट्ये-क्षमता आपल्याबरोबर काम करणाऱ्या व्यक्तींना प्रेरक ठरतात. इतर व्यक्ती आपले अनुकरण करतात. आपले सहकारी व विद्यार्थी चांगले काम करत असतील, तर त्याची नोंद ठेवणे, प्रसंगी त्यांचे कौतुक करणे, चांगले काम करण्यासाठी त्यांना प्रोत्साहन देणे जरुरीचे असते. आपण स्वत: व इतर व्यक्तींमध्ये बंध (Bond) तयार होणे जरुरीचे आहे.

२.७ **प्रशासक** (Administrator) : मुख्याध्यापक हे शाळेचे प्रशासक असतात. शाळेच्या प्रशासनाची जबाबदारी मुख्याध्यापकांकडे असते. शालेय कामकाजाशी संबंधित सर्व कायदे, नियम, शर्ती यांची माहिती मुख्याध्यापकांना असणे जरुरीचे आहे. शासकीय व कायदेशीर कागदपत्रांची पूर्तता हा महत्त्वाचा विषय शालेय प्रशासनामध्ये समाविष्ट आहे. शासनातर्फे वेळोवेळी अध्यादेश (GR - Government Resolutions) पारित केले जातात. आजकाल या अध्यादेशांची माहिती शासनाच्या वेबसाईटवर दिली जाते. त्याप्रमाणे शाळेने त्या अध्यादेशांची पूर्तता दिलेल्या वेळेत करणे आवश्यक ठरते. काही गोष्टींची पूर्तता वेळेत झाली नाही, तर

शासकीय नियमांनुसार मुख्याध्यापकांना हलगर्जी केल्याच्या आरोपाखाली दंड भरावा लागतो, कैद केली जाते. उदा. टीडीएस कापणे व रिटर्न्स फाइल करणे. यामध्ये शिक्षक व कर्मचाऱ्यांचा टीडीएसचा दर आणि कंत्राटदार व पुरवठादार यांचा टीडीएसचा दर वेगळा आहे. शाळेला प्रोफेशनल टॅक्स, प्रॉव्हिडंट फंड, सर्व्हिस टॅक्स या व अशा नोंदण्या करणे बंधनकारक आहे. शिक्षक व कर्मचाऱ्यांची सेवापुस्तके (Service Books) ठेवणे, रोस्टर ठेवणे महत्त्वाचे आहे. अनेक मुख्याध्यापक व्हॉट्सॲपवर आपले ग्रुप तयार करतात व एकमेकांना अध्यादेशांची माहिती देतात. प्रत्येक मुख्याध्यापकाने शासकीय कार्यालयांबरोबर चांगले संबंध जोपासणे, व्हॉट्सॲपसारख्या ग्रुप्सवर सक्रिय असणे, आपली संपर्कयंत्रणा विकसित करणे जरुरीचे आहे.

प्रशासनाचा महत्त्वाचा भाग म्हणजे शाळेचे दप्तर (रेकॉर्ड), डेटा आणि डॉक्युमेंटेशन. याबाबत सविस्तर माहिती आपण पुढील प्रकरणांमध्ये घेणारच आहोत. पण शाळेने घ्यायच्या सभा व सभेचे दप्तर, कर्मचारी व शिक्षकांसंबंधित दप्तर, रोस्टर ठेवणे, विद्यार्थ्यांची प्रवेशप्रक्रिया, पट व त्यासंबंधीच्या सर्व नोंदी, अंदाजपत्रक तयार करणे, हिशेबलेखन, बॅलन्सशीट तयार करणे, ऑडिट करणे, रिटर्न्स फाइल करणे, डेडस्टॉक रजिस्टर ठेवणे, विशिष्ट पद्धतीने खरेदी प्रक्रिया पार पाडणे, कंत्राटदार, पुरवठादार नेमण्याच्या पद्धती, इत्यादी सर्वच बाबतीत मुख्याध्यापकांना शासकीय नियमांची माहिती असणे व त्यांची दिलेल्या वेळेत पूर्तता करणे जरुरीचे असते.

प्रशासनामध्ये शाळेची म्हणजेच शाळेच्या मालमत्तेची व शाळेत येणाऱ्या सर्व व्यक्तींची, विशेषत: विद्यार्थ्यांची सुरक्षा; शाळेचे सुरक्षा ऑडिट करणे; साफसफाई व देखभालीचे वेळापत्रक तयार करणे; शाळेतील विविध बोर्ड्स रंगवणे; शाळेतील मशिनरी, गॅजेट्स, इक्विपमेंट्स, प्रयोगशाळेतील मॉडेल्स, पाण्याच्या टाक्या, फर्निचर, संगणक व संगणकाशी संबंधित इक्विपमेंट्स इत्यादी गोष्टींची दुरुस्ती व देखभालीचे वेळापत्रक तयार करणे; त्यासाठी खर्चाची तरतूद करणे व वेळापत्रकाप्रमाणे काम करून घेणे, या जबाबदाऱ्यांसाठीही मुख्याध्यापकांकडे प्रशासकीय कौशल्य असणे जरुरीचे आहे.

कार्यालयीन पत्रव्यवहार हा प्रशासनाचा प्रमुख भाग आहे. यामध्ये शासकीय कार्यालये, माध्यमिक आणि उच्च माध्यमिक परीक्षा घेणारी मंडळे किंवा संस्था, इतर मान्यता देणाऱ्या संस्था, बँका व वित्तीय संस्था, टेलिफोन, विद्युत पुरवठा, पाणी, इत्यादी मूलभूत सेवासुविधा पुरवणारी कार्यालये, मातृसंस्था, देणगीदार व हितचिंतक, शाळेच्या विविध कार्यक्रमांसाठी निमंत्रित व्यक्ती व संस्था, शाळेने विविध प्रसंगी घ्यावयाच्या परवानग्या, पत्रकार व माध्यम प्रतिनिधी, पालक, इत्यादी अनेक व्यक्ती व कार्यालयांबरोबर मुख्याध्यापकांना सातत्याने पत्रव्यवहार करावा लागतो. याव्यतिरिक्त ई-मेलद्वारेही पत्रव्यवहार व माहितीची देवाणघेवाण करावी लागते. पत्रव्यवहारात माहितीची अचूकता, तत्परता व पाळावयाचे शिष्टाचार यांची माहिती मुख्याध्यापकांना असणे जरुरीचे आहे. प्रत्यक्ष पत्र तयार करण्याचे काम जरी लिपिक करत असले, तरी पत्राच्या खाली सही मुख्याध्यापकांची असते. त्यामुळे तपशिलाची ग्राह्यता व प्रामाणिकपणा (Authenticity) मुख्याध्यापकांनीच तपासून बघणे जरुरीचे आहे.

**२.८ पालकत्व** (Parenthood) **: विद्यार्थ्यांचे पालकत्व :** मुख्याध्यापक हे शाळेतील विद्यार्थ्यांचे प्रमुख पालक (Principle Parent) असतात. शाळेमध्ये रोज कमीतकमी आठ तास विद्यार्थी मुख्याध्यापक व शिक्षकांबरोबर असतात. जेथे विद्यार्थी, मुख्याध्यापक व शिक्षक एकाच परिसरात वसतीगृहांमध्ये राहतात, तेथे तर मुख्याध्यापक - शिक्षकांचा सहवास विद्यार्थ्यांना जास्त वेळ मिळतो. विद्यार्थी संख्या कितीही असो विद्यार्थ्यांशी संपर्क साधण्याचे विविध मार्ग, पद्धती, युक्त्या मुख्याध्यापकांना विकसित करता येतात. विद्यार्थ्यांशी

प्रत्यक्ष अथवा अप्रत्यक्ष संपर्क प्रस्थापित करणे हे मुख्याध्यापकांचे संभाषण कौशल्य आहे. विद्यार्थ्यांवर पालकांच्या भूमिकेतून चांगले संस्कार करणे; जीवनमूल्यांबद्दल त्यांच्या मनात आस्था तयार करणे; त्यांच्यामध्ये विविध कला-कौशल्यांची, विषयांची जाण तयार करणे; अभ्यासात विशेष मार्गदर्शन करणे; त्यांच्या आवडी लक्षात घेऊन त्यांना कला-क्रीडा यामध्ये पारंगत होण्यासाठी मदत करणे; त्यांची मानसिकता कणखर होईल आणि ते आत्मविश्वासाने भविष्याला सामोरे जातील यांसाठी मुख्याध्यापकांनी प्रयत्नशील राहिले पाहिजे. ही पालकत्वाची भूमिका जोपासण्यासाठी स्वत:ची मूल्ये, जीवन व वर्तनकौशल्ये, सकारात्मक मानसिकता, श्रद्धा व प्रेरणा मुख्याध्यापकांनी जोपासणे जरुरीचे आहे.

**पालकांचे पालकत्व :** विद्यार्थ्यांप्रमाणेच पालकांचे पालकत्वही मुख्याध्यापकांना घ्यावे लागते. कारण पालकही अनेकदा द्विधा मन:स्थितीमध्ये असतात. विद्यार्थ्यांकडून पालकांच्या अवास्तव अपेक्षा असतात. आर्थिक अडचणींपासून कौटुंबिक, सामाजिक अडचणींना पालक सामोरे जात असतात. काही वेळा पालक विशेष शिकलेले नसतात त्यामुळे त्यांना विद्यार्थ्यांच्या भवितव्याबाबत अनभिज्ञता असते. पालक व शाळेतर्फे विद्यार्थ्यांना दिली जाणारी मूल्ये, श्रद्धा, संस्कार, शिस्त यामध्ये जर तफावत असेल, विरोधाभास असेल; तर त्याचा विद्यार्थ्यांच्या प्रगतीवर दुष्परिणाम होतो. त्यामुळे पालकांचे प्रबोधन करणे, पालकांना विश्वासात घेऊन त्यांच्या पाल्यांच्या (मुलांच्या) प्रश्नांमध्ये मार्गदर्शन करणे, प्रसंगी पालकांचे समुपदेशन करणे ही पालकत्वाची भूमिकाही मुख्याध्यापकांना घ्यावी लागते.

**शिक्षक व शिक्षकेतर कर्मचाऱ्यांचे पालकत्व:** शिक्षक व शिक्षकेतर कर्मचारी यांचेही पालकत्व मुख्याध्यापकांकडे ओघानेच येते. मनुष्य तितक्या प्रकृती आणि प्रवृत्ती असे आपण म्हणतो. त्यामुळे शाळेतील सर्व शिक्षक व शिक्षकेतर कर्मचाऱ्यांना मार्गदर्शन करणे, सल्ला देणे, समुपदेशन करणे, अडीअडचणींमध्ये मदत करणे, त्यांची विचारपूस करणे, सुखद प्रसंगांमध्ये सहभागी होणे, त्यांच्यामध्ये आत्मविश्वास जागृत करणे, त्यांना त्यांच्या कामामध्ये पारंगत होण्यासाठी आवश्यक तो दृष्टिकोन, प्रेरणा, मूल्ये, संस्कार देणे, सांघिक वृत्ती जोपासणे ही भूमिकाही मुख्याध्यापकांना पार पाडायची असते.

**२.९ शिक्षक (Teacher) :** मुख्याध्यापकांची शैक्षणिक कारकिर्दही अत्यंत महत्त्वाची आहे. कोणत्याही विशिष्ट विषयात स्वत: पारंगत असणे, त्या विषयाची माहिती, ज्ञान, आकलन असणे, तो विषय शिकवण्याची हातोटी, कौशल्य असणे हे मुख्याध्यापकांसाठी आवश्यक आहे. अध्यापनक्षमतेचा व कुशलतेचा आदर्श मुख्याध्यापकांनीच आपल्या शिक्षकांसमोर घालून दिला पाहिजे. शासकीय नियमाप्रमाणेही मुख्याध्यापकांना काही ठराविक तास वर्गात जाऊन शिकवणे बंधनकारक आहे. शिकवण्यासाठी वातावरण निर्मिती करणे (Learning Environment), विषयाबद्दल विद्यार्थ्यांमध्ये औत्सुक्य निर्माण करणे, शिकवण्याच्या नाविन्यपूर्ण पद्धतींचा उपयोग करणे, आपल्या विषयासाठी पुस्तके, शोधनिबंध, वर्तमानपत्रातील माहितीची कात्रणे असे संदर्भसाहित्य तयार करणे, तक्ते, चित्रे यांचा वापर करणे, इंटरनेटवरील माहितीचा उपयोग करणे व विद्यार्थ्यांना त्याची माहिती करून देणे अशा विविध पद्धतींनी मुख्याध्यापकांनी समरसतेने विषय शिकवून शाळेतील शिक्षकांपुढे आदर्श घालून देणे जरुरीचे आहे. त्यामधून शिक्षकांनाही प्रेरणा मिळते. शाळेतील शिक्षक शिकवत असताना त्यांच्या वर्गात जाऊन त्यांच्या अध्यापनक्षमतेचे निरीक्षण करणे आणि त्यांच्या क्षमता अधिक विकसित करण्यासाठी मार्गदर्शन करण्याचे कामही मुख्याध्यापकांना करायचे असते.

**२.१० समुपदेशक (Counsellor) :** समुपदेशन दोन प्रकारचे असते. काही अडचण, प्रश्न, समस्या निर्माण झाली तर ती सोडवण्यासाठी करावयाचे समुपदेशन आणि शाळेच्या एकूण कामकाजात कोणत्या समस्या येऊ

शकतील याचा आधीच विचार करून, अंदाज बांधून त्या गोष्टीशी संबंधित व्यक्तींना मार्गदर्शन करणे, समुपदेशन करणे आणि समस्या निर्माण होऊ नये म्हणून उपाययोजना करणे. कोणतीही लहान-मोठी संस्था असली तरी प्रत्येक संस्थेत काम करणाऱ्या व्यक्तींमध्ये गैरसमज, मतभिन्नता, वाद-कुरबुरी होतच असतात. पण या वादांचे रूपांतर मतभेदांमध्ये आणि मनभेदांमध्ये होऊ नये; सांघिक कामाला, संघटनबांधणीला धोका पोहोचू नये म्हणून मुख्याध्यापकांनी विशेष काळजी घेतली पाहिजे. विद्यार्थी, सहशिक्षक, कार्यालयीन कर्मचारी, पालक यांचे समुपदेशन करण्याची जबाबदारीही मुख्याध्यापकांवर आहे.

**२.११ जनसंपर्क अधिकारी** (Public Relations Officer) : मुख्याध्यापक आपल्या शाळेचे जनसंपर्क अधिकारी असतात. शाळेची माहिती योग्य पद्धतीने समाजातील सर्व व्यक्तींना व्हावी म्हणून शाळेचे धोरण तयार करण्याचे काम पुढाकार घेऊन मुख्याध्यापकांनी करणे जरुरीचे आहे. याबाबत सविस्तर माहिती पुढील प्रकरणांमध्ये दिलेली आहे.

जनसंपर्क व्यवस्थापनामध्ये प्रामुख्याने दोन गोष्टींचा विचार केला जातो. जनसंपर्कासाठी व्यक्ती व संस्थांचे वर्गीकरण करून त्यांची माहिती संकलित करणे आणि प्रसिद्धीचे धोरण तयार करणे. अनेकदा शाळेतील शिक्षक, शिक्षकेतर कर्मचारी, पालक आणि विद्यार्थीसुद्धा शाळेबद्दल चुकीची माहिती किंवा अर्धवट माहिती चुकीच्या पद्धतींनी सांगतात. त्याचाच प्रचार होऊन शाळेची प्रतिमा डागाळते. परंतु, सकारात्मक पद्धतीने शाळेची प्रतिमानिर्मिती कशी करायची हे मुख्याध्यापकांनी त्यांच्या शिक्षक व शिक्षकेतरांच्या मदतीने ठरवले तर योग्य पद्धतीने शाळेची प्रतिमानिर्मिती होऊ शकते.

जनसंपर्क धोरणाचा भाग म्हणून मुख्याध्यापकांना इतर संस्थांना, शाळाना, व्यक्तींना भेट द्यावी लागते. त्याचेही वेळापत्रक तयार करावे. त्याचप्रमाणे काही विशिष्ट व्यक्ती आणि संस्थांनी शाळेला भेट देण्याचीही आखणी मुख्याध्यापकांनी करणे जरुरीचे आहे. काही वेळा शिक्षक व शिक्षकेतर कर्मचाऱ्यांच्या ज्ञान व माहितीमध्ये भर पडण्यासाठी त्यांनीही संस्थाभेटी करणे जरुरीचे ठरते. या सर्व उपक्रमांचा समावेश करून शाळेचे जनसंपर्क व्यवस्थापनाचे धोरण व वार्षिक नियोजन मुख्याध्यापकांनी तयार करावे.

**२.१२ आपत्ती व्यवस्थापक** (Crisis Management) : शाळेमध्ये असणारी विद्यार्थी संख्या, चालणारे उपक्रम लक्षात घेता मुख्याध्यापकांना आपत्ती व्यवस्थापक म्हणून जबाबदारी घ्यावी लागते. शाळेचे सुरक्षा परीक्षण (Safety Audit) करणे हासुद्धा आपत्ती व्यवस्थापनाचाच एक भाग आहे. शाळेच्या सहली, विद्यार्थ्यांच्या क्षेत्रभेटी आणि प्रकल्प, स्नेहसंमेलन, प्रयोगशाळा, खेळ व स्पर्धा, रोजचे मैदानावर खेळणे, परिसरातील झाडांवर चढणे, गंमतीत केलेली ढकलाढकली किंवा धक्काबुक्की, या व अशा प्रत्येक ठिकाणी कोणते धोके व अडचणी आहेत हे लक्षात घेऊन मुख्याध्यापकांनी शाळेचे आपत्ती व्यवस्थापनाचे धोरण ठरवणे जरुरीचे आहे. यामध्ये शाळेतील प्रत्येक काम, उपक्रम, विद्यार्थ्यांचा सहभाग इत्यादी तपशील तयार करून शिक्षक व शिक्षकेतर कर्मचाऱ्यांची भूमिका आणि जबाबदारी निश्चित करावी लागेल. शासकीय नियम, अटी असल्यास त्याची पूर्तता कशी करायची हे ठरवावे लागेल. विद्यार्थ्यांचे प्रबोधन करावे लागेल.

कोणतीही एखादी घटना घडल्यावर त्याच्या कारणांची चर्चा करायची व उपाययोजना तयार करण्यापेक्षा कोणत्या घटना घडू शकतात त्याची संभाव्य यादी तयार करून उपाय योजले, तर उपयुक्त ठरेल. सध्या सगळीकडे वाढती सामाजिक अस्वस्थता आणि असुरक्षितता आहे. दहशतवादी, अतिरेकी हल्ल्यांपासून गावगुंडांपर्यंत अनेक समाज विघातक शक्ती सध्या सर्वत्रच कार्यरत आहेत. नैसर्गिक प्रकोप व आपत्ती येतात. बंद पुकारले जातात. अपघात होतात. अशा प्रत्येक वेळी विद्यार्थ्यांची सुरक्षितता हा विषय ऐरणीवर येतो.

शाळेकडून पालकांच्या या विषयाबद्दल अपेक्षा असतात. शाळांना व सर्वच शैक्षणिक संस्थांना ग्राहक संरक्षण कायदा लागू झालेला आहे. हे सर्व संदर्भ लक्षात घेऊन मुख्याध्यापकांनी आपत्ती व्यवस्थापक म्हणून पुढाकार घेणे आवश्यक आहे.

**२.१३ समारंभ व्यवस्थापन** (Event Management) : प्रत्येक शाळेत दररोज विविध प्रकारचे उपक्रम, कार्यक्रम, सण-समारंभ, संमेलने, सहली, क्षेत्रभेटी, दिनविशेष असे लहान-मोठे समारंभ साजरे होत असतात. या सर्व समारंभांचे आयोजन करणे हे शिक्षक व शिक्षकेतर कर्मचाऱ्यांना आव्हानात्मक असते. कारण विद्यार्थी, पालक, समारंभासाठी लागणारी साधनसामग्री, वेळेचे नियोजन अशा अनेक गोष्टींचे भान ठेवावे लागते. प्रत्येक विद्यार्थ्याच्या आणि शिक्षकांच्या कल्पना वेगवेगळ्या असतात. पालकांच्या अपेक्षाही असतात. त्यामुळे असे समारंभ साजरे करण्यासाठी विशिष्ट पद्धती ठरवणे जरुरीचे असते. काय करायचे व काय करायचे नाही हे ठरवावे लागते. याला 'चेकलिस्ट ॲप्रोच' असेही म्हणतात. सहशालेय व बहि:शालेय उपक्रमांपासून स्पर्धापरीक्षा, क्रीडास्पर्धा, शालेय चाचण्या व परीक्षा या गोष्टींच्याही नियोजनाचा अंतर्भाव समारंभ व्यवस्थापनात करावा लागतो. सहशालेय व बहि:शालेय उपक्रमांवर लिहिलेल्या प्रकरणात प्रत्येक उपक्रमाच्या आयोजनाची मार्गदर्शक माहिती दिलेली आहे. प्रत्येक उपक्रमासाठी समन्वय समिती नेमावी. या समन्वय समित्यांचे अध्यक्षपदही मुख्याध्यापकांकडेच असते. त्यामुळे मुख्याध्यापक हे शाळेचे समारंभ व्यवस्थापक आहेत असे म्हणले तर वावगे ठरणार नाही.

वर उल्लेखिलेल्या प्रमुख भूमिका, जबाबदाऱ्यांव्यतिरिक्त वेळोवेळी मुख्याध्यापकांना इतरही अनेक भूमिका पार पाडाव्या लागतात. या प्रत्येक भूमिकेसाठी, जबाबदाऱ्या पार पाडण्यासाठी मुख्याध्यापकांजवळ विविध कौशल्ये, माहिती, क्षमता, गुण-वैशिष्ट्ये, दृष्टिकोन असणे जरुरीचे आहे. याला आपण भूमिकासापेक्ष व्यक्तिमत्त्व विकास असे म्हणतो. पुढील प्रकरणात व्यक्तिमत्त्वाची जडणघडण आणि भूमिकासापेक्ष व्यक्तिमत्त्व विकास या विषयांची सविस्तर माहिती करून घेऊ.

# २ भूमिकासापेक्ष व्यक्तिमत्त्व विकास

व्यक्तिमत्त्व ही एक संकल्पना आहे. 'व्यक्ती तितक्या प्रवृत्ती आणि प्रकृती' असे म्हणले जाते. 'First impression is the lasting impression' ही म्हण प्रत्येकालाच सर्वार्थाने लागू होते. म्हणूनच व्यक्तिमत्त्व या शब्दाचा नेमका अर्थ काय आणि व्यक्तिमत्त्वाच्या जडणघडणीचे प्रमुख भाग कोणते याचा विचार आपण या प्रकरणात करणार आहोत.

व्यक्तिमत्त्व शब्दाची व्याख्या खालीलप्रमाणे केली जाते.

''व्यक्तिमत्व म्हणजे कोणत्याही व्यक्तीचे बाह्य स्वरूप, बौद्धिक क्षमता, ज्ञान, माहिती, भावनिक जडणघडण, गुण, कार्यकौशल्ये, वर्तनकौशल्ये, क्षमता, दृष्टी, दृष्टिकोन, श्रद्धा, विचार, मानसिकता, आवड, वृत्ती, प्रवृत्ती, सामाजिक संपर्कयंत्रणा उभी करण्याची ताकद, या सर्वांचे एकत्रित सादरीकरण किंवा प्रकटीकरण.''

सर्वसाधारणपणे व्यक्तिमत्त्व म्हणजे कोणत्याही व्यक्तीच्या बाह्यरूपाचा विचार केला जातो. आरशासमोर आपण उभे राहिलो म्हणजे जे व जसे आपण दिसतो, ते आपले व्यक्तिमत्त्व असे समजले जाते. व्यक्तिमत्त्व या शब्दाचा नेमका अर्थ समजण्यासाठी एक उदाहरण घेऊ.

**उदाहरण** : कोणतेही नाणे हातात घ्या. नाण्याच्या एका भागावर एका क्रमांकाचा ठसा छापलेला असतो. एक असे छापले असेल तर त्या नाण्याची किंमत एक रुपया, दोन असे छापलेले असेल तर दोन रुपये, दहा असे छापलेले असेल तर ते नाणे दहा रुपयाचे आहे असे आपण म्हणतो. म्हणजे नाण्यावर छापलेला आकडा त्या नाण्याची किंमत दर्शवतो. याला नाण्याचे दर्शनी मूल्य किंवा Face Value असे म्हणतात. पूर्वीच्या काळी ही नाणी सोने, रूपे म्हणजे चांदी या धातूंची केली जायची. जर तो धातू दुर्मीळ झाला, तर लोक आपल्याकडील नाणी बाजारात जाऊन विकायची व नाण्याच्या दर्शनी मूल्यापेक्षा अधिक किंमत त्यांना मिळत असे. ही त्या धातूची किंमत असे. धातूच्या किंमतीला नाण्याचे अंगीभूत मूल्य किंवा Intrinsic Value असे म्हणले जाते.

आपले बाह्य स्वरूप म्हणजे आपली उंची, वजन, रंग, रूप, शरीराची ठेवण, केस, डोळे, जिवणी, डोळ्यांचा रंग इत्यादी. यामध्ये आपली केशरचना, पोशाख इत्यादी गोष्टींचाही विचार केला जातो. परंतु कोणतीही व्यक्ती दिसते कशी, यापेक्षाही ती व्यक्ती कशी आहे हे अधिक महत्त्वाचे आहे. व्यक्ती कशी आहे हे कशावरून ठरते? प्रत्येक व्यक्तीच्या अंगीभूत गुणांमुळे म्हणजे व्यक्तीच्या Intrinsic Value मुळे. काही अंगीभूत गुण जन्मत:च प्राप्त होतात तर काही गुणांची जाणीवपूर्वक जोपासना केली जाते. यामध्ये शारीरिक व बौद्धिक क्षमता, शिक्षण, ज्ञान, माहिती, भावनिक जडणघडण, गुण, कार्यकौशल्ये, वर्तनकौशल्ये, दृष्टी, दृष्टिकोन, श्रद्धा, विचार, मानसिकता, आवड, वृत्ती, प्रवृत्ती, प्रेरणा या सर्व बाबींचा समावेश होतो.

व्यक्तिमत्त्वाची जडणघडण समजावून घेताना आपण व्यक्तिमत्त्वाचा विचार खालील घटकांच्या आधारे करून घेणार आहोत.

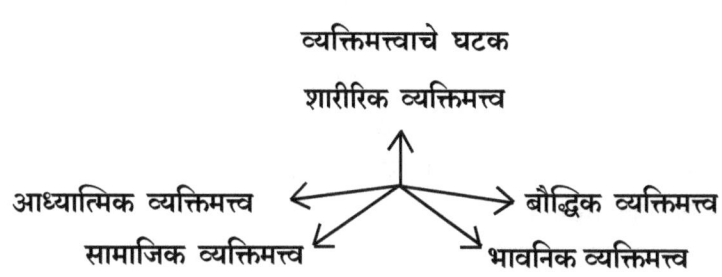

**व्यक्तिमत्त्वाचे घटक**

## १. शारीरिक व्यक्तिमत्त्व

शारीरिक व्यक्तिमत्त्वामध्ये प्रामुख्याने आपण आपल्या बाह्य व्यक्तिमत्त्वाचा विचार करतो. यामध्ये आपला रंग, रूप, शरीराची ठेवण, उंची, बांधा अशा गोष्टींचाच जास्त विचार होतो. त्याचबरोबर आपली शारीरिक क्षमता, कार्यक्षमता म्हणजे स्टॅमिना यांचाही विचार महत्त्वाचा आहे. अनेकदा समाजात प्रचलित असलेल्या समजांमुळे आपल्या मनात न्यूनगंड तयार होतो. विशेषकरून काळा रंग, कमी उंची, पातळ केस किंवा टक्कल, अशा अनेक गोष्टींमुळे काही व्यक्ती स्वत:मध्ये कमीपणा आहे असे मानतात व आत्मविश्वास गमवतात. म्हणूनच शारीरिक व्यक्तिमत्त्वाचा विचार आपण पुढील प्रश्नांच्या आधारे करू.

- आपण कसे दिसतो?
- आपण आपले सादरीकरण कसे करतो?
- आपण स्वत:ची देखभाल किंवा संगोपन कसे करतो?

आपला आत्मविश्वास डळमळीत होऊ नये, मनात न्यूनगंड तयार होऊ नये यासाठी प्रथम आपले रंगरूप, बांधा जे जसे आहे ते आनंदाने स्वीकारणे जरुरीचे आहे. तरुण वयात कदाचित दिसणे म्हणजे बाह्यरूप महत्त्वाचे असेल, पण नंतर आपल्या लक्षात येते की ज्ञान, क्षमता-कौशल्यांमुळेच जगात प्रत्येक व्यक्तीचे महत्त्व ठरते.

आपण आपले सादरीकरण (Presentation) कसे करतो हे महत्त्वाचे आहे. सादरीकरणामध्ये आपला पोशाख, केशरचना, मेकअप, पादत्राणे या गोष्टींचा विचार प्रामुख्याने केला जातो. मुख्याध्यापक म्हणून काम करतांना आपल्या सादरीकरणाच्या गरजा किंवा त्या भूमिकेकडून कोणत्या अपेक्षा असतील?

भडक रंगाचे, चमचम करणारे, खूप मोठी डिझाइन्स किंवा प्रिंट्स असलेले फॅशनेबल कपडे त्या भूमिकेला निश्चितच शोभून दिसणार नाहीत. त्याचप्रमाणे चुरलेले, इस्त्री नसलेले, बेढब, बोंगळ कपडेही शोभून दिसणार नाहीत. म्हणजेच सुरुचिपूर्ण, नीटनेटका पोशाख महत्त्वाचा आहे. सतत खळखळ वाजणाऱ्या हातभर बांगड्या, लोंबते कानातले, चिक्कार दागिने, अशी वेशभूषा आपल्या पदाला, पेशाला आणि भूमिकेला साजेशी नाही. टी शर्ट, जीनची पँट, हातात जाड कडे घातलेली व्यक्ती मुख्याध्यापक आहे यावर आपला विश्वासही बसणार नाही.

एक मुख्याध्यापिका मॅचिंग करण्यात प्रसिद्ध होत्या. मॅचिंगचे वेड इतके होते की, साडीच्या रंगाचे खरे

फूल मिळाले नाही तर प्लॅस्टीकचे फूल अनेकदा त्या वेणीत घालायच्या. विद्यार्थ्यांच्या लक्षात जेव्हा हे आले, तेव्हा प्लॅस्टीकचे फूल बघितले की विद्यार्थी त्यांच्यामागे 'बिनवासाचे फूल चालले' अशी टिंगल करत असत. म्हणजेच अशा वेशभूषा व केशभूषेमुळे त्या बाईंनी विद्यार्थ्यांचा आदर गमावला होता.

मुख्याध्यापक म्हणून काम करताना आपली छाप इतरांवर पडावी, आपले वेगळेपण जपावे यासाठी आपण जरूर प्रयत्नशील असावे; परंतु त्यामध्ये हलक्या रुचीचा अंतर्भाव नसावा.

पेशा कोणताही असो आपण आपले संगोपन कसे करतो याचा विचार प्रत्येकानेच करायला हवा. मुख्याध्यापक व शिक्षकांनी तर याचा अधिक विचार करणे जरुरीचे आहे. कारण शाळेतले शेकडो विद्यार्थी आपल्याकडे आदर्श म्हणून बघत असतात.

संगोपनामध्ये आहार, व्यायाम, विश्रांती, छंद आणि ध्यानधारणा या घटकांचा प्रामुख्याने समावेश होतो. आपली कार्यक्षमता टिकण्यासाठी आणि वाढण्यासाठी या सर्व गोष्टींचा उपयोग होतो.

आहार आणि व्यायामाच्या बाबतीत 'आज पेराल तर उद्या उगवेल' अशी स्थिती आहे. त्यामुळे व्यायामाच्या बाबतीतही हलगर्जीपणा करून चालणार नाही. तरुण वयात तर बहुतेकांना आहार आणि व्यायामाचे महत्त्व लक्षात येत नाही. पण 'चाळिशी' हा वयाचा महत्त्वाचा टप्पा आला की, शरीराची गाडी कुरकुर करायला सुरुवात करते. मग डॉक्टर, चेकअप, औषधे-टॉनिके, रोज सकाळी फिरायला जा, हलका व्यायाम करा या सल्ल्यांना सुरुवात होते. पण आयुष्यभर जे केले नाही ते करायला मन कंटाळते. अकाली वार्धक्य येते. ज्या वेळी ज्ञान, कौशल्य, अनुभव या गुणांनी सर्वोच्च बिंदू गाठलेला असतो; उत्कृष्ट काम करून प्रसिद्ध व्हावे, नाव-लौकिक मिळवावा असे वाटत असते; तेव्हाच तब्येतीच्या तक्रारी उचल खातात. मनात खूप काम करण्याची इच्छा असली तरी शरीर साथ देत नाही. पण ही स्थिती आपली आपणच ओढवून घेतो. त्यामुळे आपले वय आज कितीही असले तरी व्यायामाला सुरुवात करू या.

आपण जो व्यायाम करणार आहोत तो केवळ स्वत:साठी, स्वत:चे आरोग्य उत्कृष्ट रहाण्यासाठी करणार आहोत. त्यामुळे आपले उद्दिष्ट एकच आणि ते म्हणजे 'आपले आरोग्य, आपली कार्यक्षमता, कार्यशक्ती आणि मानसिक प्रसन्नता उत्कृष्ट आणि उच्च पातळीवर ठेवणे.' एकदा हे उद्दिष्ट ठरविले म्हणजे इतर कोण काय सांगते, इतर कोण काय करते किंवा इतर कोण काय म्हणते याचा विचारच मनात येणार नाही.

आहार आणि व्यायामाप्रमाणेच शारीरिक स्वास्थ्यासाठी आवश्यक आहे शांत झोप आणि विश्रांती. शांत झोप न लागणे, अर्धवट झोप होणे, सतत विचार, काळजी, चिंता यामुळे मनावर कसलेतरी ओझे आहे असे वाटणे, सतत ताणाखाली वावरणे यामुळे आपले शारीरिक आणि मानसिक आरोग्य बिघडते. चिडचिड, क्रोध, थकवा, निरुत्साह, कामात लक्ष न लागणे, इतरांवर दोषारोपण करणे, कामात चुका होणे, लहान-मोठे अपघात होणे हे सर्व झोप नीट न लागणे, मानसिक त्रस्तता, ताण-तणाव यांचे निदर्शक आहेत. आपले आरोग्य चांगले राखायचे झाले तर प्रथम जर काही शारीरिक व्याधी असतील, तर वेळच्यावेळी डॉक्टरांकडे जाऊन उपाययोजना करणे महत्त्वाचे आहे. त्याचबरोबर आपल्याला तणाव आहेत हे मान्य करून तणाव कमी करण्यासाठी आणि हळूहळू तणाव निर्माणच होऊ नयेत यासाठी योगासने, ध्यानधारणा, सकारात्मक विचार करण्याची तसेच कोणतीही समस्या किंवा अडचण सकारात्मक विचारांनी सोडविण्याची मानसिकता स्वत:मध्ये विकसित होणे आवश्यक आहे.

शारीरिक स्वाथ्यासाठी, आरोग्यसंपन्नतेसाठी सर्वात महत्त्वाचे आहे ते निर्व्यसनी असणे. शिक्षण क्षेत्रात काम करत असताना आपण आपल्या वागण्यातून विद्यार्थ्यांसमोर आदर्श ठेवणार आहोत याची आपल्याला जाणीव हवी. शिक्षणसंस्थेचे प्रतिनिधित्व सर्व समाजात करणार आहोत. त्यामुळे आपले आरोग्य त्याचबरोबर

आपली भूमिका लक्षात घेता आपण पानसुपारी, तंबाखू, गुटखा, मावा, देशी-परदेशी दारू, बिडी, सिगरेट, पत्ते, जुगार, मटका अशा कोणत्याही व्यसनापासून मुक्त असणे; व्यसनाधीन न होणे हे अत्यंत महत्त्वाचे आहे. कोणत्याही मोठ्या व्यसनाची सुरुवात लहान चुका आणि व्यसनांमधूनच होत असते.

## २. बौद्धिक व्यक्तिमत्त्व

बौद्धिक कौशल्ये व क्षमतांचा विचार म्हणजे आपले शिक्षण आणि शैक्षणिक अर्हता इतकाच सीमित अर्थ नाही. बौद्धिक कौशल्ये व क्षमतांचा विस्तृत विचार आपण करू. त्यामुळे मुख्याध्यापक म्हणून शाळेचे नेतृत्त्व करत असताना कोणत्या बौद्धिक क्षमतांचा विकास आपल्याला करायचा आहे हे निश्चितपणे आपल्या लक्षात येईल.

### २.१ बौद्धिक क्षमता कोणत्या?

१. निरीक्षण, आकलन व तर्कशुद्ध विचार करण्याची क्षमता,
२. स्मरणशक्ती,
३. कल्पनाशक्ती व सृजनशीलता,
४. प्रयोगशीलता,
५. वस्तुनिष्ठ विचार व विश्लेषण क्षमता,
६. नियोजनकौशल्य,
७. निर्णयक्षमता,
८. ध्येयनिश्चिती करण्याची क्षमता, ध्येयासक्ती व सिद्धीप्रेरणा,
९. इतरांना प्रेरणा देण्याची क्षमता,
१०. संभाषणकुशलता, वक्तृत्त्वकौशल्य व हजरजबाबीपणा,
११. लेखन कौशल्य व सादरीकरण,
१२. इतरांना आपले मत समजावून सांगण्याची व सहमती घडवण्याची क्षमता,
१३. सकारात्मकता,
१४. पद्धतशीर, संघटितरित्या व शिस्तीत काम करण्याची क्षमता,
१५. शालेय प्रशासन, शाळेच्या प्रशासनाशी निगडित कायदे, शासकीय नियम, परिपत्रके, यांची माहिती व प्रभावी अंमलबजावणीची क्षमता,
१६. गणिती क्षमता,
१७. भाषाप्रभुत्व (मराठी, हिंदी, इंग्रजी),
१८. संगणकप्रभुत्व.

प्रत्येक मुख्याध्यापकांना पद मिळण्यासाठी आवश्यक त्या शैक्षणिक अर्हता असाव्याच लागतात. शैक्षणिक अर्हता आणि सेवाज्येष्ठता क्रम यामुळे मुख्याध्यापक पदावर नियुक्ती होते. आपले काम प्रभावी आणि परिणामकारक व्हावे असे प्रत्येक मुख्याध्यापकाला वाटत असते. म्हणूनच मुख्याध्यापकांना आवश्यक त्या बौद्धिक क्षमता वर उल्लेखिलेल्या आहेत. आपल्या बौद्धिक क्षमतांच्या आधारेही आपला **'यू. एस. पी.'** (Unique Selling Proposition) म्हणजे आपली खासियत, आपले वैशिष्ट्य, आपले इतरांपासूनचे वेगळेपण तयार करू शकतो.

## २.२ बौद्धिक क्षमतांचा विकास कसा करायचा?

आज कॉर्पोरेट क्षेत्रापासून सर्व क्षेत्रांमध्ये वैयक्तिक कामगिरी (Individual Performance) आणि सांघिक कामगिरी (Team Performance) या दोन शब्दांचा मोठ्या प्रमाणावर उपयोग केला जातो. मुख्याध्यापक म्हणून काम करतानाही आपण या दोन्ही शब्दांचा विचार करू. आपली स्वत:ची बौद्धिक क्षमता विकसित करतानाच आपले उपमुख्याध्यापक, पर्यवेक्षक, शिक्षक या सर्वांच्याही बौद्धिक क्षमता विकासासाठी आपण प्रयत्न केला व क्षमता विकसित केल्या; तर आपल्या सांघिक कामाचा दर्जा, गुणवत्ता उंचावणार आहे. म्हणून मुख्याध्यापकांबरोबरच शिक्षकांसाठीही काय करता येईल याचा विचार येथे केलेला आहे.

बौद्धिक क्षमता विकसनामध्ये खालील गोष्टींचे अनन्यसाधारण महत्त्व आहे.

१. वाचन,
२. लेखन,
३. निरीक्षण,
४. संभाषण,
५. वक्तृत्व,
६. गटचर्चा,
७. प्रयोग,
८. ध्येय ठरवणे,
९. नियोजन करणे,
१०. संस्थेच्या व्हिजन, मिशन व ध्येय-धोरणांची माहिती,
११. शाळेशी व शालेय प्रशासनाशी संबंधित शासकीय व कायदेशीर माहिती, परिपत्रके, सूचना-अटी माहिती, एसएससी, एचएससी बोर्ड व इतर परीक्षा आयोजित करण्याबाबतची माहिती,
१२. संस्थेच्या शाळेकडून असलेल्या अपेक्षा व संस्थेच्या कामकाजाची माहिती,
१३. शाळेचे 'स्वोट ॲनॅलिसिस' म्हणजे शाळेच्या त्रुटी, कमतरता तसेच शाळेची बलस्थाने यांची माहिती, माहितीचे विश्लेषण करून शाळेला कोणत्या संधी प्राप्त करून घ्यायच्या हे ठरवता येण्याची क्षमता,
१४. निर्णय घेण्यासाठी पर्यायांची माहिती,
१५. इतर शाळांबद्दलची माहिती,
१६. शाळेची प्रचार, प्रसिद्धी व त्यासाठी माध्यमांची माहिती,
१७. संगणक कौशल्य विकसित करणे,
१८. अंदाजपत्रक तयार करता येणे, हिशेबलेखनाची माहिती,
१९. शाळेशी संबंधित विविध समित्यांची उद्दिष्टे, कामे, जबाबदाऱ्यांची माहिती,
२०. डेटा आणि डॉक्युमेंटेशन कसे करायचे याची माहिती.

या क्षमता विकसित कशा करायच्या याबद्दल माहिती करून घेऊ.

**२.२.१ वाचन :** सर्वसाधारणपणे वाचन करायला वेळच मिळत नाही ही सबब सांगितली जाते किंवा आवश्यकतेप्रमाणे वाचन करतो असेही सांगितले जाते. परंतु, बहुश्रुत होण्यासाठी, बौद्धिक क्षमता वाढवण्यासाठी वाचन करणे जरुरीचे आहे. लहानपणापासूनच वाचन संस्कृतीचा विकास आपल्या समाजात केला जात नाही, त्यामुळे रोज काहीतरी वाचायचे व जे वाचले त्याचे मनन करून ते कृतीत आणायचे ही कल्पना विकसित

झालेली नसते. शिक्षण क्षेत्रात काम करत असताना 'वाचन' हा एक महत्त्वाचा आयाम आपल्या व्यक्तिमत्त्वाला जोडला जातो.

**काय वाचायचे?** या प्रश्नाचे उत्तर सर्वकाही वाचायचे असे द्यावे लागेल. आपल्या शाळेच्या ग्रंथालयाबरोबरच आपल्या गावातील एखाद्या प्रसिद्ध व पुस्तकसंपन्न ग्रंथालयाचेही सभासद व्हावे म्हणजे विविध प्रकारची पुस्तके वाचायला मिळतील. वाचनात विविधता हवी. शाळेत जो विषय आपण शिकवतो त्या विषयाचे व विषयाशी संबंधित संदर्भ पुस्तकांचे/ग्रंथांचे वाचन तर केलेच पाहिजे. परंतु, इतर विषयांची पुस्तके, ललित लेखन, इतिहास, भूगोल, यासंबंधी पुस्तके, देशाची अर्थव्यवस्था, पंचवार्षिक योजना, देशापुढील महत्त्वाचे आर्थिक प्रश्न, देशाचे परराष्ट्र धोरण, देशापुढील महत्त्वाचे प्रश्न, समस्या, आव्हाने, राज्याची व जिल्ह्याची माहिती, पालक व विद्यार्थ्यांशी संबंधित विषय, शाळेशी संबंधित बदलते शैक्षणिक धोरण, कला-क्रीडा क्षेत्रांतील घडामोडी, इत्यादी कोणताही विषय वाचनाच्या कक्षेच्या बाहेर राहू शकत नाही.

याबरोबरच निरनिराळी मासिके, लहान मुलांसाठी प्रकाशित होणारी मासिके, विशेष विषयाशी निगडित मासिके, जर्नल्स यांचेही वाचन करणे आवश्यक आहे, कारण वर्तमानातील सांप्रत विषयांशी संबंधित माहिती मासिकांमध्ये मिळते.

रोज एक मराठी व एक इंग्रजी वर्तमानपत्र वाचल्यामुळेही खूप फायदा होतो. इंग्रजी वर्तमानपत्र वाचल्यामुळे दुहेरी फायदा होतो. माहिती मिळतेच पण आपली इंग्रजी भाषाही समृद्ध होते.

वाचनामुळे प्रगल्भता येते. आपले विचार स्पष्ट होतात. कोणत्याही विषयावर ठामपणे आपले विचार मांडता येतात. चर्चेमध्ये बोलता येते. इतरांच्या मतावर प्रभाव टाकता येतो.

**२.२.२ लेखन :** वाचनाबरोबर लेखन क्षमता विकासही महत्त्वाचा आहे. काही जणांना जन्मतःच लेखनकौशल्याची देणगी मिळालेली असते. पण लेखनकौशल्य सराव करून विकसित करता येते. त्यासाठी आपल्या वाचनाचीही बहुमोलाची मदत होते. मराठी, हिंदी व इंग्रजी भाषेमध्ये तितक्याच सफाईने लिहिता येणे हे प्रशंसनीय आहे.

**मुख्याध्यापक म्हणून काय लिहावे लागते?**

मुख्याध्यापकांना प्रशासकीय कामकाजात पत्रलेखन करणे, विविध कार्यक्रमांचे अहवाल तयार करणे, समित्यांच्या सभा झाल्या म्हणजे इतिवृत्त लिहिणे, शाळेच्या व संस्थेच्या मासिकात लेख लिहिणे, वर्तमानपत्रात छापण्यासाठी बातमी लिहिणे, शाळेच्या मुख्य फलकावर (फळ्यावर) मुख्याध्यापक म्हणून मनोगत लिहिणे, विद्यार्थ्यांना मार्गदर्शक होतील असे लेख लिहिणे, पालकांना पत्रे लिहिणे, शैक्षणिक परिषदांमध्ये आणि चर्चासत्रांमध्ये संशोधनपर लेख लिहिणे, ई-मेलला उत्तरे देणे, असे विविध स्वरूपाचे लेखन करावे लागते. याचबरोबर वर्तमानपत्रात लेख लिहिणे, पुस्तके लिहिणे, ललित लेखन करणे, लेख-कविता या माध्यमांमधून विद्यार्थ्यांशी संवाद साधण्यासाठीही लेखन करावे लागते.

आपले विचार, मत ठामपणे मांडण्यासाठी, इतरांना मार्गदर्शन करताना लिखाणात स्पष्टता येण्यासाठी, सादरीकरण करण्यासाठी लेखनकौशल्य उत्कृष्ट असणे जरुरीचे आहे.

**२.२.३ निरीक्षण :** आपण जितक्या बारकाईने आणि अचूक निरीक्षण करतो तितकी आपली आकलन क्षमता वाढते. विषयाची सखोल माहिती होते. चेहऱ्यावरील भाव, देहबोली यांतूनही सहकाऱ्यांच्या, विद्यार्थ्यांच्या मनातील भावभावना समजतात. माणूस वाचता येतो. आपली शाळा, शाळेचा बाह्य परिसर, शाळेतील सर्व वर्गखोल्या, सुविधा, कार्यालये, साधनसामग्री, शिक्षक, शिक्षकेतर सहकारी, विद्यार्थी, पालक यांच्याबद्दलच

नाही तर आजूबाजूला घडणाऱ्या प्रत्येक गोष्टीचे बारकाईने निरीक्षण मुख्याध्यापकांनी करावे. प्रत्येक घडणारी घटना, हालचाल, व्यक्ती-व्यक्तींमधील बदलते संबंध या सर्वांचे आकलन होण्यासाठी डोळस निरीक्षण महत्त्वाचे आहे.

**उदाहरण :** एकदा एका मुनींकडे दुर्लक्ष केले व उद्धटपणे वर्तन केले म्हणून मुनींनी राजकन्येला शाप दिला, ''तू सकाळी बागेतले गुलाबाचे फूल होशील आणि आणि रात्री राजकन्या म्हणून आपल्या महालात जाशील.'' राजा सर्वांना बोलावतो व ही कहाणी सांगतो. लोकांना ओळखायला सांगतो की बहरलेल्या गुलाबाच्या फुलांच्या ताटव्यातले राजकुमारीचे फूल कोणते? खूप लोक प्रयत्न करतात पण कोणालाच सांगता येत नाही. एके दिवशी एक दूरदेशीचा राजकुमार येतो. त्यालाही राजा ही कहाणी सांगतो व राजकुमारीचे झालेले गुलाबाचे फूल कोणते ते गुलाबाच्या ताटव्यात शोधायला सांगतो. राजकुमार निरीक्षण करतो व एका फुलाकडे बोट दाखवून, ''ही राजकन्या आहे'' असे सांगतो. राजाला आश्चर्य वाटते की आपल्यालाही जे समजले नाही ते या दूरदेशीच्या राजकुमाराला चटकन कसे समजले? राजकुमार सांगतो, ''अगदी सोपे आहे. इतर कळ्या व फुले रात्रभर बाहेर बागेतच आहेत. त्यामुळे त्यांच्यावर दव साठलेले आहे. राजकुमारी रात्री महालात असते व सकाळी फूल बनून बागेत येते. त्यामुळे नेमक्या या एकाच फुलावर दव दिसले नाही व राजकुमारीचे झालेले फूल ओळखता आले.''

**२.२.४ संभाषण :** संभाषण कुशलता हा नेतृत्वाचा प्रमुख गुण आहे. मुख्याध्यापक हे शाळेचे संघनेते (टीम लिडर) आहेत. शाळेत येणाऱ्या प्रत्येकाबरोबर व शाळेच्या बाहेरही शाळेशी संबंधित प्रत्येकाबरोबर मुख्याध्यापकांना संपर्क ठेवणे व संवाद साधणे आवश्यक असते. प्रभावी व परिणामकारक संवाद महत्त्वाचा आहे. आपल्याला काय म्हणायचे आहे हे नेमक्या शब्दांत व स्पष्टपणे इतरांना समजणे जरुरीचे आहे. त्यासाठी कोणत्या माध्यमांचा उपयोग करायचा याचीही माहिती मुख्याध्यापकांना असणे आवश्यक आहे. 'संभाषण कौशल्य व वक्तृत्वकला' या विषयावर स्वतंत्र प्रकरणात विस्तृत माहिती दिलेली आहे. त्याचा उपयोग मुख्याध्यापकांनी करावा.

**२.२.५ वक्तृत्व :** संभाषणाबरोबरच वक्तृत्वकला आणि भाषण करता येणे ही बौद्धिक क्षमता व कौशल्य जोपासणे मुख्याध्यापकांसाठी महत्त्वाचे आहे. सभा-समारंभामध्ये मुख्याध्यापकांना भाषण करावे लागते. कधी प्रास्ताविक, कधी स्वागत, कधी अहवाल वाचन तर कधी विद्यार्थी व पालकांचे प्रबोधन करण्यासाठी भाषण करण्याचे प्रसंग मुख्याध्यापकांवर येतातच. त्यामुळे ही क्षमता कशी जोपासायची याची चर्चा 'संभाषण कौशल्य व वक्तृत्वकला' या प्रकरणात केलेली आहे. त्याचा उपयोग मुख्याध्यापकांनी करावा.

**२.२.६ गटचर्चा :** संभाषण व संपर्क साधण्याचा एक भाग म्हणजे गटचर्चा करणे. शाळेतील विविध समित्यांच्या सभा, शिक्षक, शिक्षकेतर कर्मचारी तसेच विद्यार्थी व पालकांबरोबर एकत्रित साधावयाचा संवाद हा गटचर्चेचा भाग आहे. सर्वांची मते जाणून घेऊन त्यांना दिशादर्शन करणे, समस्यापूर्ती करणे, प्रेरणा व प्रोत्साहन देणे, सांत्वन करणे, नियोजन करणे अशा विविध उद्देशांनी गटचर्चेची आवश्यकता भासत असते. या चर्चा करणे आपल्या दैनंदिन कामाचा अविभाज्य भाग असतो. त्यामुळे आपण ही गटचर्चा करतो आहोत या भावनेतून आपण या चर्चांकडे बघत नाही, पण या चर्चाही अर्थपूर्ण होण्यासाठी संवादकौशल्य आवश्यक आहे.

**२.२.७ प्रयोगशीलता :** प्रयोगशीलतेला इंग्रजीत Enterprising असे म्हणले जाते. शाळेशी निगडित प्रत्येक कामातच प्रयोगशीलता महत्त्वाची आहे. शाळेची गुणात्मक वाढ व विकास होण्यासाठी, शाळेची ध्येय-धोरणे

व उद्दिष्टे साकार करण्यासाठी मुख्याध्यापकांना नवनवीन विचार व कल्पना कृतीत आणणे महत्त्वाचे ठरते. यामध्ये दैनंदिन प्रशासकीय कामकाजाबरोबरच शैक्षणिक व सहशैक्षणिक उपक्रमांचे आयोजन, विद्यार्थ्यांचे प्रश्न व वर्तनसमस्यांचे निराकरण, शाळेचे प्रसिद्धी व जनसंपर्काचे धोरण, शाळेसाठी निधी संकलन करण्याच्या पद्धती व देणगीदारांची संख्या वाढवण्यासाठी करण्याच्या योजना, शाळेची प्रवेशप्रक्रिया, शाळेचे पंचवार्षिक नियोजन, डेटा व डॉक्युमेंटेशन, शिक्षक व शिक्षकेतर कर्मचाऱ्यांसाठी प्रशिक्षण अशा अनेक कामांमध्ये उपक्रमशील मुख्याध्यापक शाळेची प्रतिमानिर्मिती करू शकतात. प्रयोगशीलतेच्या माध्यमातून शाळेचे एखादे खास वैशिष्ट्य म्हणजे USP विकसित करता येते, ज्यामुळे शाळेला प्रसिद्धी मिळते.

**२.२.८ ध्येय ठरवणे :** ध्येय ठरवता येणे ही एक महत्त्वाची बौद्धिक क्षमता आहे. मुख्याध्यापक म्हणून आपण शाळेची म्हणजेच पर्यायाने शैक्षणिक व प्रशासकीय कामकाजाची दिशा ठरवण्याचे काम करत असतो. शाळेच्या व्हिजन आणि मिशन स्टेटमेंटप्रमाणे शाळेचे ध्येयधोरण ठरवण्यात व ते शाळेच्या सर्व कर्मचाऱ्यांना सांगून त्यांच्याकडून काम करून घेण्यात, शाळेच्या स्वोट ॲनॅलिसिसमधून प्रकर्षाने जाणवलेल्या त्रुटींवर कशी मात करायची व शाळेचा विकास कसा करायचा याबद्दल ध्येयधोरण ठरवावे लागते. शाळेचे मूल्यांकन, शाळेच्या निकालाची टक्केवारी, विद्यार्थ्यांच्या सर्वांगीण व्यक्तिमत्त्व विकासाच्या योजना, सहशालेय उपक्रमांमध्ये वैविध्य आणणे, शिक्षक क्षमता विकास इथपासून शासकीय कार्यालयांमध्ये तसेच माध्यमांमध्ये शाळेची प्रतिमा उंचावणे, सामाजिक मान्यता मिळवणे, निधी संकलन, विद्यार्थी सुरक्षा, डेटा व डॉक्युमेंटेशन अशा सर्वच बाबींमध्ये शाळेचे ध्येय ठरवणे, उद्दिष्ट ठरवणे हे काम मुख्याध्यापकांना करावे लागते.

**२.२.९ नियोजन करणे :** कोणतेही काम नियोजनाशिवाय यशस्वी होत नाही. शाळेमध्ये शिक्षण घेणारे शेकडो विद्यार्थी, विविध विषय, वर्ग व तुकड्या, ठराविक दिवसांमध्ये पाठ्यक्रम पूर्ण करण्याचे आव्हान, चाचणी परीक्षा व शालेय परीक्षा, स्पर्धापरीक्षा, सहशालेय उपक्रम, सण– समारंभ, कला–क्रीडा, संस्थाभेटी, निरनिराळ्या कारणांसाठी व उद्दिष्टांनी घ्यावयाच्या मिटिंग्ज (सभा), खरेदी, दुरुस्ती, देखभाल या व अशा अनेक गोष्टींची यादी येथे करणे शक्य नाही. प्रत्येक मुख्याध्यापकाला शास्त्रशुद्ध व विस्तृत नियोजनाशिवाय ही जबाबदारी पार पाडणे केवळ अशक्य आहे.

**२.२.१० संस्थेच्या व्हिजन, मिशन व ध्येय–धोरणांची माहिती :** प्रत्येक मुख्याध्यापकांना आपल्या मातृसंस्थेचे व पर्यायाने शाळेचे व्हिजन व मिशन स्टेटमेंट काय आहे, त्याचा निश्चित अर्थ समजणे, मिशन स्टेटमेंटप्रमाणे शाळेचे ध्येय–धोरण ठरवणे, उद्दिष्टे व लक्ष्य (Targets) ठरवणे महत्त्वाचे आहे. ही सर्व माहिती आपल्या शिक्षक व शिक्षकेतर कर्मचाऱ्यांना देऊन त्यांची दृष्टी तयार करणे, त्यांना प्रेरणा देणेही तितकेच आवश्यक आहे. शाळेचे स्वोट करणे, ध्येय–धोरण ठरवणे, नियोजन करणे व कामांची यशस्वी पूर्तता करणे यासाठी बौद्धिक व व्यवस्थापकीय क्षमतांची आवश्यकता आहे.

**२.२.११ शाळेशी व शालेय प्रशासनाशी संबंधित शासकीय नियम व कायदेशीर माहिती, परिपत्रके, सूचना, अटींची माहिती, एसएससी, एचएससी बोर्ड व इतर परीक्षा आयोजित करण्याबाबतची माहिती :** शाळा व्यवस्थापनासाठी व शालेय प्रशासनासाठी शासनातर्फे अनेक धोरणे तयार केली जातात. कायदा, नियम, अटी व शर्ती अशा स्वरूपात जीआर (GR) काढून सर्व संबंधितांना कळवले जाते. शासनाकडून शाळेला वेळोवेळी परिपत्रके येत असतात. शासनाच्या वेबसाइटवर ही माहिती उपलब्ध असते. वेबसाइटवरून ही माहिती डाऊनलोड करून घेणे, माहितीचे संकलन करणे आणि शाळेच्या शासकीय कागदपत्रांची पूर्तता करणे ही

मुख्याध्यापकांची जबाबदारी आहे. जरी लिपिक या कामात मदत करत असले, तरी शासकीय कागदपत्रांच्या पूर्ततेमध्ये मुख्याध्यापकांनी सतर्क रहाणे व वेळेत लिपिकांकडून सर्व कामे करून घेणे जरुरीचे आहे.

**२.२.१२ संस्थेच्या शाळेकडून असलेल्या अपेक्षा व संस्थेच्या कामकाजाची माहिती :** मातृसंस्थेला शाळेकडून काही अपेक्षा असतात. शाळेची प्रतिमा सातत्याने उंचावत नेणे, शाळेची स्पर्धात्मकता वाढवणे, शाळेने आपल्या मालमत्तेची देखभाल करणे, अध्यापन व अध्ययनाचा दर्जा उत्कृष्ट ठेवणे, शाळेत कोणतीही समस्या निर्माण होऊ नये म्हणून सतर्कतेने प्रयत्नशील राहणे, त्यासाठी शाळेतील विविध घटकांशी चांगले संबंध जोपासणे, शासकीय कागदपत्रांची वेळेवर पूर्तता करणे, संस्थेच्या कामकाजात मदत करणे, संस्थेची ध्येयधोरणे शाळेत राबवणे या व अशा अनेक गोष्टींमुळे मातृसंस्थेचीही प्रतिमानिर्मिती होते. त्यामुळे मातृसंस्था आणि शाळा यामध्ये संवाद ठेवण्यासाठी संस्थेत घडणाऱ्या गोष्टींचा मागोवा घेणे व त्यांची अंमलबजावणी करण्याची जबाबादारी मुख्याध्यापकांना घ्यावी लागते. ही जबाबदारी उत्कृष्ट पार पाडण्यासाठी व संस्थेच्या अपेक्षांबद्दल आपली जाण वाढण्यासाठी संस्थेचे पदाधिकारी म्हणजे अध्यक्ष, उपाध्यक्ष, सचिव, कोषाध्यक्ष; बांधकाम समिती, निधी संकलन समिती, विधी (कायदा व प्रशासन) समिती, अशा संस्थेच्या विविध समित्यांचे प्रमुख; शालासमिती अध्यक्ष, संस्थेचे सल्लागार समिती सदस्य, संस्थेच्या कार्यालयातील प्रमुख अधिकारी, उदा. संस्थेचे लेखापाल/ मुख्य अकाउंटंट, प्रशासन अधिकारी, इत्यादी पदांवरील व्यक्तींबरोबर मुख्याध्यापकांनी संपर्क ठेवला पाहिजे. आपल्या कामाचा व शाळेमध्ये घडलेल्या घटनांचा मासिक अहवाल वरीलप्रमाणे प्रमुख व्यक्तींना दरमहा द्यावा. असा मासिक अहवाल अनेकदा संस्था मागत नाही. तरीही आपल्या एकूण कामात पारदर्शीपणा राहावा व आपण करत असलेल्या विशेष प्रयत्नांची माहिती त्यांना व्हावी, म्हणून आपणच असा अहवाल द्यावा. त्यामुळे वैचारिक आदानप्रदान होते. त्यांची मतेही समजतात. सल्ला आणि मार्गदर्शन मिळते. संस्थेतील प्रमुख व्यक्तींच्या शाळेच्या प्रगतीबद्दल असलेल्या अपेक्षाही समजतात. भेटीची वेळ घेऊन काही महत्त्वाच्या व्यक्तींना स्वत: भेटले, तर संपर्क तयार होतो.

**२.२.१३ शाळेचे स्वोट ॲनॅलिसिस म्हणजे शाळेच्या त्रुटी, कमतरता तसेच शाळेची बलस्थाने यांची माहिती, माहितीचे विश्लेषण करून शाळेला कोणत्या संधी प्राप्त करून घ्यायच्या हे ठरवता येण्याची क्षमता :** शाळेचे स्वोट ॲनॅलिसिस म्हणजे काय व ते कोणत्या निकषांच्या आधारे करायचे याचे विवेचन स्वतंत्र प्रकरणात केलेले आहे. परंतु, स्वत: मुख्याध्यापकांनी पुढाकार घेऊन स्वोट ॲनॅलिसिस करायचे आहे. त्यासाठी शिक्षक, शिक्षकेतर कर्मचारी यांचेबरोबरच मातृसंस्थेचे पदाधिकारी, विद्यार्थी प्रतिनिधी, पालक प्रतिनिधी यांचीही मदत मुख्याध्यापकांनी घ्यावी. पण स्वोट ॲनॅलिसिसचे निकष ठरवणे, शाळेची बलस्थाने आणि त्रुटी अचूकपणे शोधून काढणे, त्याचे विश्लेषण करून अहवाल तयार करणे, शाळेच्या वाढ, विकास व विस्ताराच्या नियोजनाप्रमाणे व शैक्षणिक वातावरणातील उपलब्ध संधी शोधून काढणे यासाठी निरिक्षण, विश्लेषण, कार्यकारणभाव समजणे, तर्कशुद्ध विचार पद्धती या क्षमता विकसित करणे आवश्यक आहे.

आपल्याला शाळेची बलस्थाने आणि त्रुटी यांचे आकलन होण्यासाठी स्वोटचे टिप्पण किंवा नोंदी लिहिण्यासाठी एक स्वतंत्र रजिस्टर किंवा डायरी ठेवावी. त्यामध्ये जेव्हा काही गोष्टी आपल्या नजरेस येतात, आपल्याला समजतात, चर्चेतून किंवा काही प्रसंगांमधून लक्षात येतात; तेव्हा त्यांची नोंद करून ठेवावी. म्हणजे बलस्थाने आणि त्रुटींची यादी आपोआपच तयार होईल.

त्याचप्रमाणे वर्तमानपत्रे, शिक्षण विषयावरील मासिके, सभा-संमेलने, चर्चासत्रे इत्यादींमधून मिळणारी माहिती तसेच शासकीय योजनांची माहिती यांचे संकलन करून त्यांच्या नोंदीही ठेवल्या; तर शाळेला कोणत्या

संधी प्राप्त होऊ शकतात किंवा कोणत्या संधी उपलब्ध आहेत हे चटकन समजते. शाळेचे सेफ्टी ऑडिट, शाळेत होणारे सभा-समारंभ, उपक्रम इत्यादींचे उपक्रम परीक्षण / ॲक्टिव्हिटी ऑडिट, शिक्षक व शिक्षकेतर कर्मचाऱ्यांच्या दर सहा महिन्यांनी केलेल्या कामाच्या मूल्यमापनाचे अहवाल यांमधूनही स्वोट ॲनॅलिसिस करायला माहिती संकलित करता येते.

**२.२.१४ निर्णय घेण्यासाठी पर्यायांची माहिती :** कोणत्याही बाबतीत निर्णय घ्यायचा झाला तरी अनेक पर्यायांपैकी एक पर्याय असे त्या निर्णयाचे स्वरूप असते. निर्णय घेण्याची क्षमता ही बौद्धिक क्षमता आहे. निर्णय घेतांना धाडस लागते. निर्णय घेण्यात अंमलबजावणीची जबाबदारी असते. कोणताही निर्णय घेताना कोणते पर्याय उपलब्ध आहेत, कोणता पर्याय शाळेला जास्त हितकारक आहे, कोणता पर्याय निवडला तर त्यामधून समस्या निर्माण होणार नाहीत याची दखल मुख्याध्यापकांना घ्यावी लागते. वाचन, माहिती संकलन, तज्ज्ञ व्यक्तींचे विचार ऐकणे, त्यांचे मार्गदर्शन उपलब्ध करून घेणे यासाठी मुख्याध्यापकांची संपर्कयंत्रणा मजबूत लागते.

**२.२.१५ इतर शाळांबद्दलची माहिती :** स्पर्धात्मक शैक्षणिक वातावरणाचा महत्त्वाचा घटक म्हणजे आपल्या भागातील मातृसंस्थेच्या तसेच इतर संस्थांच्या शाळा. इतर शाळांची बलस्थाने, त्या शाळांच्या त्रुटी, शाळांची आर्थिक परिस्थिती, इतर शाळांमध्ये प्रवेश घेणाऱ्या विद्यार्थ्यांचा दर्जा, विद्यार्थ्यांना देण्यात येणाऱ्या सुविधा, विद्यार्थ्यांसाठी आयोजन करण्यात येणारे उपक्रम, विविध स्पर्धा व उपक्रमांमध्ये विद्यार्थ्यांनी मिळवलेले यश, विद्यार्थ्यांच्या वर्तनसमस्या, पालकांचा शाळेच्या कामकाजातील सहभाग, इतर शाळांना मिळणारी प्रसिद्धी व प्रसिद्धीची कारणे, शिक्षकांचा गुणवत्तेचा दर्जा व दर्जा वाढीसाठी त्या शाळा करत असलेले उपक्रम, शिक्षकांच्या कौशल्य-क्षमता, शिक्षकेतर कर्मचाऱ्यांच्या कौशल्य-क्षमता, इतर शाळांची कार्यसंस्कृती, इतर शाळांच्या मुख्याध्यापकांची गुणवत्ता, प्रशासकीय कौशल्ये, शासकीय कार्यालयात त्यांनी प्रस्थापित केलेले महत्त्व अशा अनेक बाबींवर इतर शाळांची माहिती व त्यांची स्पर्धात्मकता जोखावी लागते. म्हणजे स्पर्धेत अग्रेसर होण्यासाठी आपल्या शाळेचे धोरण (Strategy) आखण्यात मुख्याध्यापक यशस्वी होतात.

**२.२.१६ शाळेचा प्रचार, शाळेची प्रसिद्धी व त्यासाठी माध्यमांची माहिती :** शाळेच्या प्रतिमानिर्मितीमध्ये शाळेची प्रसिद्धी व शाळेच्या बलस्थानांची माहिती समाजातील सर्व घटकांत होणे जरुरीचे असते. परंतु, वर्तमानपत्रे, रेडिओ, टेलिव्हिजनची सर्व चॅनेल्स, एफएम चॅनेल्स इत्यादी सर्व माध्यमे कोणत्याही बातमीचे प्रसिद्धी मूल्य बघूनच आपल्या माध्यमांमध्ये प्रसिद्धी देत असतात. तसेच माध्यमांच्या प्रतिनिधींशी शाळेचा संपर्क कसा आहे यावरही प्रसिद्धी मिळणे अवलंबून असते. म्हणून मुख्याध्यापकांनी प्रसिद्धी व प्रचाराचे नियोजन अत्यंत कल्पकतेने करणे जरुरीचे असते. कार्यक्रम किंवा उपक्रमांचे नियोजन करत असताना उपक्रमशीलता, अभिनव कल्पना, समाजाला पथदर्शी होईल अशी संकल्पना घेऊन नियोजन केले; तर ते प्रसिद्धीपात्र होते. मुख्याध्यापक व त्यांची जनसंपर्क व्यवस्थापन समिती यांनी प्रमुख माध्यम प्रतिनिधींना भेटणे, शाळेला त्यांची भेट ठरवणे, कार्यक्रम-उपक्रम ठरवत असताना त्यांचे मार्गदर्शन घेणे, शाळेतील काही कार्यक्रमांना प्रमुख पाहुणे म्हणून त्यांना निमंत्रित करणे व शाळेशी सतत त्यांचा संपर्क येईल असे नियोजन करणे महत्त्वाचे असते. कोणतीही बातमी कशी द्यायची म्हणजे प्रेस नोट काढणे, त्यासोबत फोटो जोडणे, किंवा कार्यक्रमाची व्हिडिओ क्लिपिंग तयार करणे हे एक प्रगत तंत्र आहे. मुख्याध्यापकांना हे तंत्र अवगत असणे जरुरीचे आहे. असे मुख्याध्यापक सतत प्रसिद्धीच्या वलयात राहतात.

**२.२.१७ संगणक कौशल्य विकसित करणे :** अनेक मुख्याध्यापकांना संगणकाचे आवश्यक कौशल्य व माहिती नसते. संगणकाबद्दल अनावश्यक भीती असते. परंतु संगणक हे माहिती मिळवण्याचे, माहिती संकलित करण्याचे व संवाद साधण्याचे महत्त्वाचे साधन आहे. सोशल मिडिया म्हणून इंटरनेटचा वापर सर्वदूर होत आहे. ई-मेल, वेबसाइट तर सगळ्यांना परिचित आहेत. शहरी भागाबरोबरच ग्रामीण भागातही इंटरनेटचा उपयोग केला जातो. शाळेबरोबरच स्वत:चा ईमेल आयडी असणे जरुरीचे आहे. संगणकाचा उपयोग डेटा आणि डॉक्युमेंटेशनमध्ये होतो. शाळेसंबंधी, कर्मचारीसंबंधी अनेक रिटर्न्स आजकाल संगणकावरूनच फाइल केले जातात. महत्त्वाच्या व किमती खरेदीसाठी संगणकाचा उपयोग करूनच कोटेशन्स पाठवल्या जातात. शाळेचा पत्रव्यवहार, हिशेबलेखन, बॅलन्स शीट्स तयार करणे, बँकेची स्टेटमेंट्स, सभांची इतिवृत्ते तयार करणे असे शाळेचे कोणतेही काम असो संगणकाचा, इंटरनेटचा उपयोग महत्त्वाचा आहे. एमएसऑफिस, एक्सेल, इंटरनेट या गोष्टी मुख्याध्यापकांना हाताळता येणे जरुरीचे आहे. संगणक प्रभुत्व ही क्षमता महत्त्वाची मानली जाते.

**२.२.१८ अंदाजपत्रक तयार करता येणे, हिशेबलेखनाची माहिती :** सर्वसामान्यपणे अंदाजपत्रक तयार करणे हे मुख्याध्यापकांचे काम असले, तरी अनेक शाळांमध्ये लिपिकामार्फतच अंदाजपत्रक तयार होते. केवळ 'कॉपी पेस्ट' करून म्हणजे संगणकावरील मागील वर्षाचा तपशील थोडाफार फरक करून चालू अंदाजपत्रक तयार करण्याची अनेक शाळांमध्ये पद्धत आहे. अंदाजपत्रक प्रत्येक शाळेच्या प्रशासनाचा कणा आहे. अंदाजपत्रक तयार करण्यासाठी पुढील वर्षात करायच्या प्रत्येक कामाच्या नियोजनाचा आराखडा तयार करून त्यासाठी निधीची तरतूद करावी लागते. आवश्यक निधी कोणत्या स्त्रोतांमधून उपलब्ध होणार ते लिहावे लागते. त्यामुळे प्रत्येक वर्षाचे अंदाजपत्रक निराळे असते व असायला हवे. अंदाजपत्रक कसे तयार करायचे याविषयी काही शैक्षणिक संस्था आपल्या शाळांचे मुख्याध्यापक, उपमुख्याध्यापक व लिपिक यांची कार्यशाळा घेतात. प्रत्येक मुख्याध्यापकाला आपल्या शाळेच्या कामकाजासाठी निधी कसा उपलब्ध होणार, तसेच निधीचा विनियोग कसा होणार याची माहिती असणे आवश्यक आहे. शाळेची आर्थिक शिस्त अबाधित राखण्यासाठी मुख्याध्यापकांना हिशेबलेखन कसे केले जाते याचीही माहिती असणे जरुरीचे आहे. जरी ऑडिटरनी विचारलेल्या प्रश्नांना उत्तरे देण्याचे काम लिपिकांचे असले, तरी त्याची माहिती मुख्याध्यापकांनाही असणे जरुरीचे आहे. शाळेच्या आर्थिक व्यवहारांवर देखरेख करण्याची क्षमता ही मुख्याध्यापकांची महत्त्वाची क्षमता आहे.

**२.२.१९ शाळेशी संबंधित विविध समित्यांची उद्दिष्टे, कामे, जबाबदाऱ्यांची माहिती :** शाळेच्या कामकाजासाठी विविध समित्या स्थापन कराव्या लागतात. शासनाच्या, परीक्षा मंडळाच्या, मातृसंस्थेच्या विविध समित्या असतात. या समित्यांवर मुख्याध्यापक प्रतिनिधित्व करतात. त्यामुळे प्रत्येक समितीचे उद्दिष्ट, कामे व जबाबदाऱ्या कोणत्या व त्या समितीच्या कामकाजात आपली स्वत:ची भूमिका कोणती याचे आकलन करून आपले काम प्रभावीपणे करणे जरुरीचे आहे.

**२.२.२० डेटा आणि डॉक्युमेंटेशन कसे करायचे याची माहिती :** डेटा आणि डॉक्युमेंटेशन हा प्रशासनाचा गाभा आहे. शालेय व्यवस्थापनासाठी प्रशासनाशी संबंधित सर्व घटकांचा आणि सर्व घटनांचा डेटा ठेवणे आवश्यक असते. डेटा म्हणजे सांख्यिकीय माहिती आणि लिखित तपशील. विविध रजिस्टर्स, फाईल्स, फोटो अल्बम्स हे दप्तर म्हणजे डॉक्युमेंट्स आवश्यक असतात. 'डेटा आणि डॉक्युमेंटेशन' या प्रकरणात याबद्दल सविस्तर माहिती दिलेली आहे. मुख्याध्यापकांना डेटाचा उपयोग कोणत्या कारणासाठी करायचा हे माहीत असले पाहिजे म्हणजे त्यामध्ये अचूकता येईल.

## ३. भावनिक व्यक्तिमत्त्व

मुख्याध्यापक म्हणून काम करत असताना आपल्या सभोवताली असलेल्या प्रत्येक व्यक्तीबरोबर आपले बौद्धिक, वैचारिक तसेच भावनिक नातेही तयार होते. मुख्याध्यापकांच्या नेतृत्वकौशल्यांमध्ये धीर धरणे, सहनशीलता, सकारात्मकता, संघप्रवृत्ती, नि:पक्षपातीपणा, सिद्धीप्रेरणा, आनंद, उत्साह, दुर्दम्य इच्छाशक्ती, स्वत:बद्दल आदर तसेच इतरांबद्दलही आदराची भावना, सहकार्य व मदत, दुसऱ्याची मानसिकता ओळखण्याची व समस्या निवारणाची क्षमता, प्रतिकूल परिस्थितीतही न डगमगता कणखरपणे परिस्थितीवर मात करण्याची मानसिकता, विश्वासार्हता, प्रामाणिकपणा, सचोटी, चिकाटी, कामातील पारदर्शीपणा, जबाबदारी घेण्याची तयारी या व अशा क्षमता-कौशल्यांमध्ये भावनिक जडणघडण महत्त्वाची ठरते. आपल्या यशामध्ये भावनांचा फार मोठा वाटा असतो. परंतु, भावनिक व्यक्तिमत्त्वाच्या जडणघडणीवर आणि विकसनावर जाणीवपूर्वक विशेष लक्ष दिले जात नाही.

आपले भावनिक व्यक्तिमत्त्व समजावून घेण्यासाठी आपल्या मनात विविध प्रसंगी व विविध कारणांनी जी भावनिक आंदोलने तयार होतात, त्याचा त्रयस्थवृत्तीने आपण विचार करणे महत्त्वाचे असते. कोणत्याही एखाद्या प्रसंगात आपण कसे वागलो व तसे का वागलो याचा कार्यकारणभाव आपल्याला समजला पाहिजे. 'आपण वागलो ते १००% बरोबरच वागलो आणि आपण म्हणतो तेच बरोबर आहे' या मानसिकतेमधून बाहेर येऊन आपल्या विचारांचे, भावनांचे व त्यामुळे केलेल्या कृतीचे स्वयंआकलन व स्वयंपरीक्षण करणे जरुरीचे आहे. त्यामुळे आपल्या वागण्याचे फुकट समर्थन न करता जर आपली चूक झाली असेल, तर ती इतरांनी सांगण्यापेक्षा आपल्यालाच आधी समजते व चूक दुरुस्त करण्यालाही वाव मिळतो.

शारीरिक व्याधी, शारीरिक व्यंग, न्यूनगंड, कौटुंबिक समस्या, आर्थिक समस्या व ओढाताण, स्वत:च्याच स्वत:कडून खूप अपेक्षा, इतरांच्या अपेक्षांचे ओझे, इतरांबरोबर तुलना, कामाचे व वेळेचे नियोजन न झाल्यामुळे कामे अपूर्ण रहाणे, स्पर्धा, आपण नैतिकतेमध्ये तडजोड न केल्यामुळे इतरांकडून येणाऱ्या समस्या, सहकाऱ्यांकडून अपेक्षित सहकार्य न मिळणे अशा अनेक कारणांनी सतत चिडचिड होणे, मानसिक अस्वस्थता, इतरांना समजावून घेता न येणे, भांडण, वाद होणे, भावनिक संतुलन बिघडणे यांमुळे आपली स्वत:ची प्रतिमा नकारात्मक होते. मग हे दुष्टचक्र बनते. नकारात्मकतेतून नकारात्मकतेकडे प्रवास सुरू होतो.

आपले भावनिक व्यक्तिमत्त्व सकारात्मक कसे करायचे याचा आता विचार करू.

भावनिक व्यक्तिमत्त्वाचे वर्गीकरण दोन विभागांत होते.

- सकारात्मक
- नकारात्मक

मुख्याध्यापक या पदावर पोहोचल्यावर सकारात्मक भावना व नकारात्मक भावना यांचे वर्गीकरण आपल्याला नक्कीच करता येते. त्यामुळे सकारात्मकता जोपासणे ही आपल्या भावनिक व्यक्तिमत्त्वाच्या जडणघडणीतील पहिली पायरी आहे.

१. भूमिकासापेक्ष व्यक्तिमत्त्वाची जडणघडण करताना कोणत्या भावना सकारात्मक आहेत याची यादी तयार करा.
२. विविध प्रसंगांमध्ये, विविध घटनांमध्ये आपल्या प्रतिक्रिया, आपले वागणे कसे होते म्हणजेच आपले संभाषण, वर्तन, देहबोली कशी होती याचा आपण स्वत:च विचार करून त्या वेळी कोणत्या भावना व्यक्त झाल्या याची यादी तयार करा.

३. परत जर असे प्रसंग किंवा घटना घडल्या तर आपले संभाषण, वर्तन, देहबोली कशी असेल याबद्दल विचार करून आपल्या भावना कशा व्यक्त करता येतील याचा विचार करा.

यामुळे आपल्या बोलण्यात, वागण्यात, प्रतिसाद देण्यात, देहबोलीमध्ये नकळत सकारात्मक बदल घडतो.

मुख्याध्यापकांना फक्त स्वत: सकारात्मक होऊन चालणार नाही. आपण शाळा या मोठ्या संघटनेचे, एका मोठ्या टीमचे नेतृत्व करत आहोत. त्यामुळे आपले शिक्षक व शिक्षकेतर कर्मचारी, विद्यार्थी, पालक, संस्थेचे पदाधिकारी, शाळा समिती सदस्य व शाळेच्या कामाकाजानिमित्त संबंधित सर्व व्यक्तींना सकारात्मकतेची प्रेरणा देणे जरुरीचे आहे. त्यासाठी आपल्यालाच पुढाकार घ्यावा लागतो. आपले परस्परसंबंध सशक्त, सुदृढ, निरोगी होण्यामध्ये खालील भावना अडथळा आणतात.

१. वैताग, चिडचिड,
२. राग,
३. एकमेकांबरोबर संवादाचा अभाव,
४. गैरसमज,
५. इतरांच्या बोलण्यावर खात्री न करून घेता विश्वास ठेवणे व चमचेगिरीला खतपाणी घालणे,
६. एकमेकांच्या कामात परस्परपूरकतेचा अभाव, सतत कामात खोट काढणे,
७. सतत निंदा करणे, मानहानी होईल असे बोलणे,
८. सतत एकाच व्यक्तीला लक्ष्य (टार्गेट) करणे व इतरांसमोर त्या व्यक्तीशी अपमानास्पद वागणे,
९. विश्वासार्हतेचा अभाव, इत्यादी.

सकारात्मक प्रतिसाद मिळवण्यासाठी व संघबांधणीसाठी पुढील गोष्टींचा उपयोग होईल.

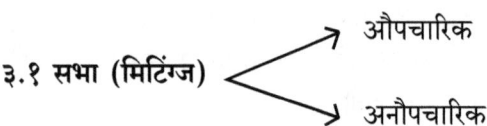

३.१ सभा (मिटिंग्ज) — औपचारिक / अनौपचारिक

३.३.१ औपचारिक सभा : औपचारिक सभेसाठी पुढील गट निश्चित करावेत.

१. शिक्षक,
२. शिक्षकेतर कार्यालयीन कर्मचारी, (लिपिक, प्रयोगशाळेतील मदतनीस, ग्रंथपाल, इत्यादी,)
३. शिक्षकेतर कर्मचारी ( शिपाई, सुरक्षारक्षक, शाळेचे स्वयंपाकघर/उपहारगृह असेल तर तेथील कर्मचारी, माळी इत्यादी,)
४. विद्यार्थी,
५. पालक,
६. शाळेला विविध सेवा पुरवणारे कंत्राटदार व पुरवठादार.

मुख्याध्यापकांनी वरील गटांबरोबर सभेचे वेळापत्रक तयार करावे.
प्रत्येक गटात आपल्याला नेमकेपणाने मांडायचे विषय निश्चित करावेत.
प्रत्येक सभेचा उद्देश संघभावना विकसित करणे, परस्परसंबंध सुधारणे, प्रेरणा व प्रोत्साहन देऊन

अपेक्षित सहकार्य मिळवणे व शाळेची गुणवत्ता वाढवणे हेच आहेत. याचा अंतिम परिणाम 'सकारात्मक भावना' विकसित होणे हा आहे.

**३.१.२ प्रशिक्षण :** विविध गटांच्या प्रशिक्षणाच्या गरजा शोधून त्यांच्यासाठी प्रशिक्षण कार्यक्रमांचे आयोजन करावे. यामध्ये त्यांच्या कार्यकौशल्य विकासाबरोबरच वर्तनकौशल्य विकास, निरनिराळ्या क्षेत्रांची माहिती देऊन त्यांच्या विचारांचा आवाका व वैचारिक क्षमता वाढवण्यासाठी प्रशिक्षण कार्यक्रम आयोजित करता येतील.

**३.१.३ लेखी संवाद :** अनेकदा संभाषणातून ज्या गोष्टी आपण इतरांच्या मनावर ठसवू शकत नाही त्या लेखी संवादातून त्यांच्यापर्यंत प्रभावी पद्धतीने पोहोचवणे शक्य होते.

लेखी संवादाचा उपयोग खालील गोष्टींसाठी करता येईल.

१. केलेल्या चांगल्या कामाचे प्रशंसापत्र,

२. वाढदिवस, महत्त्वाचे समारंभ, कार्यक्रमांसाठी शुभेच्छा,

३. शाळेतील कार्यक्रम, समारंभ, सहशालेय उपक्रमांसाठी सर्वांना देण्याच्या सूचना,

४. विद्यार्थ्यांसाठी फळालेखन,

५. पालकांसाठी सूचना, माहिती, सहकार्याची अपेक्षा,

६. हितचिंतकांसाठी माहिती, सहकार्याची अपेक्षा.

**३.१.४ ई-मेल**चा उपयोग करून कामाचा रिपोर्ट मेल करायला सांगणे.

**३.१.५ अनौपचारिक सांघिक कार्यक्रम**

१. सहली,

२. सिनेमा, नाटक, प्रदर्शन बघायला जाणे,

३. ग्रामीण भागात जत्रा, उरूस यांना एकत्रित जाणे,

४. महत्त्वाच्या ठिकाणांना भेटी,

५. सार्वजनिक व्याख्यानमाला, भाषणे ऐकायला जाणे इत्यादी.

मुख्याध्यापकांनी कल्पकतेने अशा कार्यक्रमांचे नियोजन केले तर शाळेच्या सामूहिक भावनिक स्तरावर निश्चितच सकारात्मक परिणाम होईल. मनात निर्माण झालेले सल, कटुता कमी होईल, सामूहिक आंतरक्रिया वाढेल. सकारात्मक संघप्रवृत्तीचा विकास होईल.

## ४. सामाजिक व्यक्तिमत्त्व

सामाजिक व्यक्तिमत्त्व म्हणजे आपली समाजाभिमुखता, समाजातील घटकांशी जपलेले नाते व परस्परसंबंध. मुख्याध्यापक म्हणून काम करत असताना आपण शाळेचे नेतृत्व करतो. मातृसंस्थेचे प्रतिनिधित्व करतो. शाळेशी संबंधित कामे व जबाबदाऱ्या पूर्ण करत असताना शाळेशी संबंधित विविध व्यक्ती व संस्थांशी आपला सतत संबंध येत असतो. शाळेची उद्दिष्टे साकार करण्यासाठी समाजातील वेगवेगळ्या घटकांचे सहकार्य व पाठिंबा आवश्यक असतो. यासाठी आपले सामाजिक व्यक्तिमत्त्व विकसित होणे जरुरीचे आहे.

### ४.१ सामाजिक व्यक्तिमत्त्वाची जडणघडण कशी करायची?

**४.१.१** शाळेच्या विविध कामांशी निगडित असलेल्या व्यक्ती, व्यक्तिगट व संस्थांची वर्गवारी करून त्यांचा डेटा तयार करणे व दर सहा महिन्यांनी डेटा अद्ययावत करणे,

**४.१.२** प्रत्येक व्यक्ती, व्यक्तिगट किंवा संस्था आपल्याला कोणत्या कामासाठी महत्त्वाची आहे, शाळेचे व त्यांचे नाते कोणते व त्यांची शाळा व्यवस्थापन व प्रशासनात कोणती भूमिका आहे हे ठरवणे,

**४.१.३** वरील व्यक्ती, व्यक्तिगट व संस्थांकडून शाळेला कोणत्या प्रकारची मदत मिळू शकेल याचा आराखडा तयार करणे,

**४.१.४** वर्गीकरण केल्याप्रमाणे प्रत्येक व्यक्ती, व्यक्तिगट आणि संस्थेबरोबर शाळेतील कोणी संपर्क साधायचा आणि कशा पद्धतीने संपर्क साधायचा याचा तक्ताही मुख्याध्यापकांनी पुढाकार घेऊन तयार करावा.

**४.१.५** मुख्याध्यापकांनी विविध संस्थांना भेटी देण्यासाठी भेटींचे वेळापत्रक तयार करणे व त्याप्रमाणे भेटी देणे, भेट देण्याआधी शाळेची माहिती कशा प्रकारे त्या व्यक्तींना पोहोचवायची याबद्दल नियोजन करणे, आवश्यक ती कागदपत्रे बरोबर घेणे,

**४.१.६** मुख्याध्यापकांना गावातील निरनिराळ्या कार्यक्रमांचे निमंत्रण असते. या कार्यक्रमांना आवर्जून उपस्थित राहण्याचा प्रयत्न करणे. त्यामुळे आपले सामाजिक वर्तुळ विकसित होते.

**४.१.७** कोणत्या व्यक्ती, व्यक्तिगट आणि संस्था प्रतिनिधींनी शाळेला भेट द्यावी याचे वार्षिक नियोजन करावे. शाळेचे उपक्रम, कार्यक्रम यानिमित्ताने अशा व्यक्तींना बोलावता येते. शाळेची माहिती समाजातील घटकांपर्यंत विनासायास पोहोचवता येते. कोणत्या व्यक्तींना कोणत्या कारणाने बोलवायचे याचे नियोजन केले तर जनसंपर्काची ही योजना परिणामकारकरितीने अंमलात आणता येते.

सामाजिक व्यक्तिमत्त्वाची जडणघडण करत असताना तसेच जनसंपर्क व्यवस्थापन करत असताना खालील गुण-वैशिष्ट्ये जोपासणे महत्त्वाचे आहे.

१. कृतज्ञता,
२. दिलगिरी,
३. आभार,
४. प्रशंसा,
५. सहकार्य,
६. समजूतदारपणा,
७. विश्वासार्हता,
८. नि:पक्षपाती वर्तन,
९. प्रत्येक कामात स्वत:चे विशेष योगदान,
१०. प्रोत्साहन देणे, प्रेरणा देणे, सकारात्मकता,
११. इतरांची मानसिकता, भावनिक पातळी ओळखून प्रतिक्रिया देणे,
१२. प्रत्येकाची बुद्धीची झेप व आकलनक्षमता ठरलेली असते. एका ठराविक मर्यादेपर्यंतच आकलनक्षमता वाढवता येते हे समजण्याची ताकद स्वत:मध्ये विकसित करणे,
१३. स्वत: यशस्वी होण्याची व आपल्या संघाला (टीमला) यशस्वी करण्याची मानसिकता, संघप्रवृत्ती,

१४. संघातील / टीममधील सर्वांची शक्तिस्थाने समजावून घेण्याची मानसिकता,
१५. उत्कृष्ट कार्यसंस्कृतीचा आदर्श घालून देणे.

## ५. आध्यात्मिक व्यक्तिमत्त्व

आध्यात्मिक म्हणजे धार्मिक नाही. आध्यात्मिक व्यक्तिमत्त्व म्हणजे प्रत्येक व्यक्तीने जपलेली जीवनमूल्ये. यामध्ये आपल्याला आयुष्यात काय साध्य करायचे आहे, आपले जीवनध्येय आणि उद्दिष्टे कोणती याचा विचार केला जातो. केवळ एखाद्या कंपनीला किंवा संस्थेलाच व्हिजन आणि मिशन असते असे नाही, तर आपल्या जीवनातही कोणत्याही एखाद्या कामाने, उद्दिष्टाने प्रेरित होऊन ते काम म्हणजेच हाती घेतलेले व्रत आहे, मिशन आहे असे समजून काम करणाऱ्या व्यक्ती असतात. आपण करत असलेल्या कामावर निष्ठा, श्रद्धा ठेवून काम करणे, काम करत असताना केवळ ध्येय-शुचिताच नव्हे तर साधन-शुचिताही पाळणे महत्त्वाचे आहे. स्वीकारलेले काम विश्वासार्हतेने करून आपल्या कामातूनच आदर्श निर्माण करणे ही प्रेरणा आपल्या आध्यात्मिक वृत्तीची द्योतक आहे. 'दिवा बोलत नाही, त्याचा प्रकाशच त्याच्याविषयी परिचय करून देतो. त्याचप्रमाणे आपण स्वत:विषयी काहीही बोललो नाही, तरी आपले कामच आपला परिचय करून देत असते.'

याचा अर्थ असा की, आपल्या मनात जे विचार उमटतात तेच शब्दांच्या माध्यमातून बोलते होतात. जे आपण बोलतो त्या आधारे कृती करण्यासाठी आपल्याला आपले मन प्रेरणा देते. आपल्या मनात शुभ-मंगल भाव म्हणजे सकारात्मक भाव तयार झाले तर काम चांगले होते व आपण जिंकतो, यशस्वी होतो. पण जर मनात अमंगल, अशुभ, नकारात्मक विचार तयार झाले तर चांगले काम होणार नाही. कामाचे परिणामही चांगले असणार नाहीत. त्यामुळे आपली हार होते. आपण अयशस्वी होतो. आपली श्रद्धा, विश्वास, निष्ठा, विचार, कार्यसंस्कृती, वर्तन, संभाषण, प्रेरणा, दृष्टिकोन या सर्व गोष्टींचा अंतर्भाव आध्यात्मिक व्यक्तिमत्त्वात होतो.

**सकारात्मक श्रद्धा** Positive Belief
↓
**सकारात्मक विचार** Positive Thoughts
↓
**सकारात्मक उच्चार** Positive Words/Talk
↓
**सकारात्मक आचार** Positive Action
↓
**सकारात्मक परिणाम** Positive Results

मुख्याध्यापक हा आपला पेशा आहे. आपल्या कामामुळे विद्यार्थ्यांसमोर आदर्श तयार करायचा असेल तर आपले काम कसे पाहिजे याचा विचार आपणच केला पाहिजे..

पुढील प्रकरणात आदर्श मुख्याध्यापकाची वैशिष्ट्ये कोणती याचा आपण विचार करू.

# ३ आदर्श मुख्याध्यापकाची गुणवैशिष्ट्ये

| क्रमांक | गुणवैशिष्ट्ये, कौशल्ये व क्षमता |
|---|---|
| | **संस्था व शाळा यांमधील सुसंवाद** |
| १ | संस्थेचे व्हिजन, मिशन, ध्येय-धोरणे, इतिहास यांची माहिती आणि आपल्या कामातून ते साकार करण्याची धडपड, |
| २ | आपल्या शाळेचे व्हिजन, मिशन, ध्येयधोरण माहीत करून घेणे. जर शाळेचे व्हिजन, मिशन तसेच ध्येयधोरण तयार नसले तर शिक्षक व शिक्षकेतर कर्मचाऱ्यांबरोबर चर्चा करून तयार करण्याची क्षमता, |
| ३ | आपल्या शाळेचा युएसपी (USP) म्हणजे स्पर्धात्मक खास वैशिष्ट्य तयार करण्याची क्षमता, |
| ४ | दूरदृष्टी (Vision), भविष्याचा वेध घेता येण्याचे कौशल्य आणि त्यामधून संस्थेची प्रगती कशी साधायची याबद्दल स्पष्ट विचार, सृजनक्षमता, |
| ५ | शाळेची वाढ, विकास, विस्ताराचे पंचवार्षिक नियोजन तयार करणे. यामध्ये प्रशासकीय नियोजन, शालेय, सहशालेय व बहि:शालेय उपक्रमांचेही नियोजन करण्याची क्षमता, |
| ६ | शाळेचे अंदाजपत्रक तयार करणे व संस्थेच्या कार्यालयात डिसेंबरमध्ये सादर करणे. अंदाजपत्रकात अनुदानित खर्च, विनाअनुदानित म्हणजे संस्थेकडून मिळणाऱ्या निधीतून करायचा खर्च व शाळेच्या साधनसामग्रीच्या विकासासाठी लागणारा खर्च व त्यासाठी अनुदान वगळता निधी-संकलन कसे करणार व उत्पन्न कसे मिळवणार, या उत्पन्न स्त्रोतांसह अंदाजपत्रक तयार करण्याची क्षमता, |
| ७ | शाळेच्या विविध उपक्रमांचा; शाळेत घडणाऱ्या घटनांचा; शिक्षक, शिक्षकेतर कर्मचारी, विद्यार्थी यांच्या विविध उपलब्धी/यश तसेच शाळेच्या काही अडचणी असल्या तर त्याचा अहवाल तयार करण्याची क्षमता, |
| ८ | संस्थेच्या सभांमध्ये शाळेचे प्रश्न मांडणे व सभेमध्ये सकारात्मक सहभाग देण्याची क्षमता, |

| | |
|---|---|
| ९ | संस्था, संस्थेचे संचालक यांचेबरोबर सुसंवाद राखणे, |
| १० | संस्था आणि आपली घटक संस्था यांचा परस्परसंबंध जाणून घेऊन आपल्या शाळेचा दर्जा उत्कृष्ट राहण्यासाठी सतत प्रयत्नशील, |
| ११ | शाळा समितीच्या सभा दर तीन महिन्यांनी घेणे, विषयपत्रिका, सूचनापत्र तयार करणे, मिटिंग घेणे व इतिवृत्त तयार करून कागदपत्रे अद्ययावत ठेवण्याची क्षमता, |
| | **शाळा आणि शासकीय विभाग यांचेमध्ये सुसंवाद** |
| १२ | शाळेसंबंधी सर्व शासकीय परिपत्रके, जी. आर. यांची माहिती संकलित करून, शासकीय नियम समजावून घेऊन माहिती अद्ययावत ठेवण्याची क्षमता; आपल्या शाळेचे मुख्याध्यापक, पर्यवेक्षक, शिक्षक, लिपिक व प्रशासकीय कर्मचारी यांना ही माहिती देऊन शासकीय परिपत्रकांचे पालन व अंमलबजावणी करून घेण्याची क्षमता, |
| १३ | शासनाच्या/ शिक्षण खात्याच्या वेबसाइटवरून संबंधित परिपत्रके, जी. आर. डाऊनलोड करून घेऊन त्यांचे संकलन करण्याची क्षमता, |
| १४ | आपण स्वत: शाळेचे प्रतिनिधी म्हणून उपमुख्याध्यापक किंवा एक वरिष्ठ शिक्षक तसेच शाळेचे वरिष्ठ लिपिक व संबंधित सर्व शासकीय विभागांमध्ये संपर्क, सुसंवाद राखून शासकीय कार्यालयातील सर्व कामे वेळच्यावेळी करून घेण्याची क्षमता, |
| १५ | शाळेला कोणत्या मान्यता लागतात त्याची माहिती असणे व सर्व अत्यावश्यक शासकीय मान्यता मिळाल्या आहेत हे बघणे अथवा संस्थेच्या निदर्शनास संबंधित बाबी आणून देऊन मान्यता मिळवणे, |
| १६ | शासकीय विभागांच्या आवश्यक त्या सभांना उपस्थित राहून शाळेचे व पर्यायाने संस्थेचे प्रतिनिधित्व करण्याची क्षमता, |
| १७ | शासकीय कागदपत्रांची माहिती असणे व कागदपत्रांची पूर्तता करून घेण्याची क्षमता, |
| १८ | शाळेला कराव्या लागणाऱ्या सर्व कायदेशीर कागदपत्रांची पूर्तता, रिटर्न्स फाइल करणे, इत्यादी पूर्तता करून घेण्याची क्षमता, |
| १९ | शाळेच्या इन्स्पेक्शनसाठी सर्व तयारी करून घेणे व शाळेचे इन्स्पेक्शन करून घेणे, |
| २० | शाळेशी संबंधित शासकीय, बोर्ड आणि इतर ॲक्रिडिटेशन देणाऱ्या संस्थांची नियमावली, शाळेने पूर्तता करावयाच्या अटी-शर्तींची माहिती, पूर्तता करण्यासाठी शालेय समिती तसेच मुख्याध्यापकांना मदत करण्याची तयारी, शाळेतर्फे तयार करायची व पूर्तता करायची सर्व कागदपत्रे तयार करणे, पूर्तता करणे आणि आवश्यकतेप्रमाणे कागदपत्रांची पूर्तता करणे, |
| | **सभा (मिटिंग्ज)** |
| २१-अ | मुख्याध्यापकांना ज्या सभांना उपस्थित राहावे लागते त्या सर्व सभांची यादी तयार करणे,या सर्व सभांचे महिनावार वर्गीकरण करणे. याला सभाचक्र तयार करणे असे म्हणतात. यांपैकी काही |

| | |
|---|---|
| | सभांना उपस्थित राहणे अनिवार्य असते. या सभांची सभाचक्रात प्रथम नोंद करणे. यामध्ये शासकीय विभागांच्या सभा, बोर्डाच्या सभा, स्थानिक स्वराज्य संस्थांच्या शिक्षण विभागाच्या सभा, मातृसंस्थेच्या सभा, शाला समितीच्या सभा इत्यादी सभांचा समावेश होईल. |
| २१-ब | मुख्याध्यापकांना संस्थेच्या ज्या सभांना उपस्थित राहवे लागते त्या सर्व सभांची यादी तयार करणे, काही सभा ठरलेल्या असतात तर काही सभा अचानक ठरतात, यांपैकी ज्या सभा ठरलेल्या असतात त्या सभाचक्रामध्ये त्या-त्या महिन्यात लिहून समाविष्ट कराव्यात. |
| २१-क | मुख्याध्यापकांनी काही सभा शाळेत घ्यावयाच्या असतात. त्यामध्ये शाळासमिती, शिक्षकांबरोबर घ्यावयाच्या सभा, शिक्षकेतर कर्मचाऱ्यांबरोबर घ्यावयाच्या सभा, विद्यार्थी व पालक संबोधन अशा विविध सभांची यादी तयार करावी. सभाचक्रात सर्व सभा त्या-त्या महिन्यात समाविष्ट कराव्यात. त्यामुळे सभाचक्र पूर्ण होईल. |
| २२ | वरीलप्रमाणे सभाचक्र पूर्ण झाल्यावर प्रत्येक सभेसाठी मुख्याध्यापक म्हणून आपल्याला कोणती तयारी करायची आहे हे ठरवणे व सभेची तयारी करण्याची क्षमता. |
| २३ | सर्व सभांचे रेकॉर्ड ठेवणे, आवश्यक तिथे कॉम्प्युटरवर नोंद ठेवण्याची क्षमता. |
| २४ | सभांमध्ये जे निर्णय झाले किंवा ठराव करण्यात आले त्यांची अंमलबजावणी करण्याची क्षमता. |
| | **प्रशासकीय गुणवैशिष्ट्ये आणि क्षमता** |
| २५ | शाळेच्या सर्व प्रशासकीय कामांची माहिती असणे. |
| २६ | कामाचे नियोजन, कामाची शिस्तबद्ध आखणी आणि अंमलबजावणी. |
| २७ | जबाबदारीची जाणीव, नवनवीन जबाबदाऱ्या घेण्यास उत्सुक. |
| २८ | प्रत्येक कामात पुढाकार घेण्यास उत्सुक. |
| २९ | विश्वासार्हता. |
| ३० | संघबांधणीचे कौशल्य, संघप्रवृत्ती, सर्वांना बरोबर घेऊन जाण्याची क्षमता. |
| ३१ | व्यक्तिमत्त्वातील गतिशीलता (Dynamic personality). |
| ३२ | निर्णयक्षमता. |
| ३३ | नेतृत्वक्षमता. |
| ३४ | महत्त्वाच्या मुद्द्यांवर सहमती घडवण्याची क्षमता. |
| ३५ | संस्थेच्या माजी तसेच आजी मुख्याध्यापक, शिक्षक, शिक्षकेतर कर्मचारी यांची माहिती करून घेऊन त्यांचेही कौशल्य, क्षमता शाळेसाठी कशा वापरता येतील याचे नियोजन करण्याची क्षमता. |
| ३६ | भाषेवर प्रभुत्व आणि लेखनकौशल्य: फळालेखन, वार्तापलकलेखन, अहवाल लेखन, शाळेच्या घटनांबद्दल वर्तमानपत्र प्रसिद्धीसाठी बातमी लेखनाची क्षमता. |

| ३७ | पालकांशी सुसंवाद राखण्याचे कौशल्य. |
| --- | --- |
| ३८ | सभा, संमेलने, स्पर्धा, कार्यक्रम आखणी आणि नियोजनाचे कौशल्य (Event Mamagement). |
| ३९ | समुपदेशनाचे कौशल्य आणि विद्यार्थ्यांचे प्रश्न, अडचणी सोडवण्याचे कौशल्य (Problem solving skills). |
| ४० | वक्तृत्वकौशल्य. |
| ४१ | संगणकाचे अद्ययावत ज्ञान. |
| ४२ | आदर्श कार्यसंस्कृती. |
| ४३ | झोकून देऊन काम करण्याची मानसिकता. |
| ४४ | आपला विषय उत्कृष्ट शिकवण्याची हातोटी. |
| ४५ | ज्ञानसंपन्न. |
| ४६ | ध्येयासक्त, ध्येयशुचिता, साधनशुचिता, चारित्र्यशुचिता. |
| ४७ | चिकाटीने काम करून यशस्वी होण्याची मानसिकता. |
| ४८ | स्वयंप्रेरित, सिद्धीप्रेरित, इतरांना प्रेरणा देणारा. |
| ४९ | परखड, स्पष्टवक्ता पण कोणालाही न दुखवणारा. |
| ५० | शिस्तप्रिय, संघटित (Organized), पद्धतशीर (Methodical) काम करणारा. |
| ५१ | गणिती क्षमता. |
| ५२ | विज्ञाननिष्ठ, वस्तुनिष्ठ दृष्टिकोन. |
| ५३ | सकारात्मक. |
| ५४ | आशावादी. |
| ५५ | कठीण आणि प्रतिकूल परिस्थितीतही न डगमगता काम करू शकणारा आणि प्रतिकूल परिस्थितीचे रूपांतर अनुकूल परिस्थितीत करू शकणारा. |
| ५६ | भावनिक संतुलन. |
| ५७ | समारंभ व्यवस्थापनाची जाण. |
| ५८ | आपत्ती व्यवस्थापनाची माहिती. |
| ५९ | माध्यम व्यवस्थापन व जनसंपर्क. |
| ६० | शाळेला स्वतःच्या कामाने विशेष योगदान देण्यास उत्सुक. |

# भाग २ : शाळेची संस्थात्मक रचना

## ४ संस्थाबांधणी

मुख्याध्यापक म्हणून आपले काम उत्कृष्ट करण्यासाठी आपल्या काही संकल्पना स्पष्ट होणे जरुरीचे आहे. या प्रकरणात आपण संस्था व संस्थेची बांधणी कशी होते हे समजावून घेऊ.

### १. संस्था म्हणजे काय?

संस्था या शब्दाला कायदेशीर अधिष्ठान आहे. कायदेशीर प्रक्रिया पूर्ण करून संस्था-निर्मिती होत असते. या कायदेशीर प्रक्रियेमुळे शासनाने तयार केलेल्या कायद्याच्या, नियमांच्या व अटी-शर्तींच्या आधीन राहून संस्थेची नोंदणी होत असते. संस्थेला **'नोंदणीकृत'** (लिगल एन्टिटी) असा दर्जा प्राप्त होतो.

संस्थेला इंग्रजीमध्ये **'ऑर्गनायझेशन'** असे म्हणले जाते. ऑर्गनायझेशन म्हणजे विशिष्ट हेतूने, विशिष्ट काम करण्यासाठी एकत्र येऊन स्थापन केलेली **संस्था.** विविध विभागात वर्गीकृत केलेली संस्थेची कामे व उपक्रम, या कामांची व उपक्रमांची जबाबदारी असलेले पदाधिकारी व कर्मचारी, संस्थेची निर्णय प्रक्रिया आणि निर्णयाची अंमलबजावणी करणारी यंत्रणा, कर्मचारी व पदाधिकाऱ्यांचे एकमेकांप्रती असलेले उत्तरदायित्व व संबंध, एकमेकांना कामाचा अहवाल देण्याची पद्धत, प्रत्येकाच्या दर्जेदार कामाचे निकष, निकषांच्या आधारे केलेले कामाचे मूल्यमापन या गोष्टी 'ऑर्गनायझेशन' म्हणजे 'संस्था' या संकल्पनेमध्ये येतात.

प्रत्येक संस्था कोणतेतरी सुनिश्चित काम करण्यासाठी अस्तित्वात आलेली असते. किंबहुना हे काम त्या संस्थेच्या अस्तित्वाचे अंतिम कारण असते. संस्थेतील सर्व व्यक्ती जणू 'व्रत' समजून अत्यंत कळकळीने हे काम करत असतात. याला संस्थेचे 'मिशन' (Mission Statement) असे म्हणले जाते. मिशन हा शब्द अत्यंत प्रचलित झालेला आहे. म्हणून आपणही आपल्या चर्चेत मिशन या शब्दाचाच उपयोग करू. संस्थेचे मिशन ठरले म्हणजे संस्थेची उद्दिष्टे (Goals) ठरतात. संस्थेचे मिशन आणि उद्दिष्टे या दोन्हींमुळे संस्थेला ओळख प्राप्त होते.

संस्थेची ओळख संस्थेच्या **कार्यसंस्कृती**मुळेही होते. यामध्ये प्रामुख्याने संस्थेत काम करणाऱ्या व्यक्तींची विचारधारणा, प्रेरणा, दृष्टिकोन, वृत्ती, वर्तन कौशल्ये, मानसिकता यांचा अंतर्भाव होतो. संस्थेतील व्यक्तींमुळे संस्था सजीव होते. संस्थेमध्ये प्राण येतो. त्यामुळेच सतत संस्थेची वाढ आणि विस्तार याचा विचार केला जातो.

### २. संस्थेची घटना

संस्था विशिष्ट हेतूने स्थापन होते. विशिष्ट कार्य करण्यासाठी संस्थेची स्थापना होते. त्यामुळे संस्था-नोंदणी करत असताना संस्थेची घटना तयार केली जाते. संस्थेची नोंदणी करत असताना संस्थेच्या घटनेला कायदेशीर मान्यता मिळते व संस्थेची घटना अधिकृत व कायदेशीर होते.

घटनेमध्ये सर्वसाधारणपणे पुढील बाबींचा समावेश होतो.

१. संस्थेचे नाव,
२. संस्थेचा नोंदणीकृत पत्ता,
३. संस्थेचा कार्यालयीन पत्ता,
४. संस्थेचा दूरध्वनी क्रमांक,
५. संस्थेचा ई-मेल आय डी,
६. संस्थेच्या विश्वस्त, पदाधिकाऱ्यांची नावे,
७. पदाधिकारी निवडण्याची पद्धत व त्यांचा कालावधी,
८. विश्वस्त व पदाधिकारी तसेच कर्मचाऱ्यांच्या भूमिका आणि जबाबदाऱ्या,
९. संस्थेची आर्थिक बांधणी व उत्पन्नाचे स्रोत,
१०. संस्थेची उद्दिष्टे, संस्थेचे कार्यक्षेत्र,
११. संस्थेतर्फे करावयाची कामे,
१२. संस्थेच्या मिटिंग्ज व संस्थेचे दप्तर,
१३. संस्थेची हिशेबतपासणी,
१४. संस्थेने पालन करावयाचे शासकीय नियम, इत्यादी.

## ३. संस्थेची विभागवार रचना

संस्थेची विभागवार रचना (Organization Structure) सर्वसाधारणपणे पुढीलप्रमाणे दर्शवली जाते

**३.१. विभागवार रचना :** प्रत्येक संस्थेत कामाच्या स्वरूपाप्रमाणे विविध विभागांत कामाची विभागणी केलेली असते. याला व्यवस्थापनाच्या भाषेत 'श्रम विभागणी' (Division of Labour) असे संबोधले जाते. आपण त्याला कामाची विभागणी (Division of Work) असे संबोधित करू. कामाची विभागणी करत असताना त्या विशिष्ट कामासाठी कर्मचाऱ्याची निर्धारित शैक्षणिक अर्हता, विषयाचे ज्ञान व माहिती, कार्यकौशल्ये, वर्तनकौशल्ये, कामासाठी आवश्यक दृष्टिकोन, शासकीय कायदे, नियम यांची माहिती इत्यादी गोष्टी लक्षात घेतल्या जातात.

**३.२. पदश्रेणीवार रचना :** कामाची विभागणी पदानुसारही केली जाते. त्याला 'पदश्रेणीवार रचना' असे म्हणले जाते. त्यामध्ये प्रत्येक पदाच्या कामाचा तपशील, जबाबदारीचे वर्णन केलेले असते. उत्कृष्ट कामाचे निकष दिलेले असतात. प्रत्येक पदावरील व्यक्तीने आपल्या कामाची पूर्तता, काम करताना येणाऱ्या अडचणी, कामासाठी आवश्यक साधनसामग्री यांबद्दल कोणाला अहवाल द्यायचा किंवा कोणाला रिपोर्टिंग करायचे हे ठरते.

## ४. शाळा – एक संस्था

वरील परिच्छेदांमध्ये केलेल्या चर्चेनुसार शाळा ही एक संस्था आहे आणि संस्थांच्या वर्गीकरणामध्ये शाळा शैक्षणिक संस्था म्हणून वर्गीकृत केलेली आहे. प्रत्येक शाळा शासकीय नियमांच्या आधारे स्थापन होते. शासनाकडून शाळेला नोंदणी क्रमांक मिळालेला असतो. शाळेचे कार्यक्षेत्र, शाळेच्या तुकड्या, शाळेचे माध्यम, शाळेमध्ये घ्यावयाची विद्यार्थी संख्या, शिक्षक संख्या, शिक्षकांची मंजूरी, विषयांची मंजूरी, शाळा अनुदानित

आहे की विना-अनुदानित या व अशा विविध बाबींना शासनाकडून परवानगी मिळालेली असते. परवानगीच्या चौकटीत राहून शाळेला कार्य करायचे असते.

स्पर्धेच्या वातावरणात प्रत्येक शाळेला आपला **USP** (Unique Selling Proposition) विकसित करावा लागतो. युनिक सेलिंग प्रपोझिशन म्हणजे **शाळेची वैशिष्ट्यपूर्ण ओळख**.

शाळेची वैशिष्ट्यपूर्ण ओळख विकसित करण्यासाठी शाळेने आपली **स्पर्धात्मक बलस्थाने** शोधणे, विकसित करणे आणि विद्यार्थी पालकांसमोरच नाही तर समाजात त्याचे सादरीकरण करणे जरुरीचे असते.

शाळेची विभागवार रचना (ऑर्गनायझेशन स्ट्रक्चर) आणि पदवार रचना शाळेच्या मुख्याध्यापकांनी तयार करणे जरुरीचे असते. त्याचप्रमाणे मुख्याध्यापकांनी आपल्या शिक्षकांच्या मदतीने शाळेचे मिशन स्टेटमेंट आणि शाळेचे गोल स्टेटमेंटही तयार करावे.

संस्थेची रचना समजावून घेण्यासाठी व्यवस्थापनशास्त्रात जबाबदाऱ्या आणि कामे (Functions) व विभाग (Departments) पद्धतीने तयार केला जाणारा 'ऑर्गनायझेशन चार्ट' प्रथम आपण बघू. **(तक्ता क्रमांक १)**

शाळेतील विविध कामे व विभागांची रचना समजावून घेण्यासाठी कोणत्याही एखाद्या व्यावसायिक संस्थेचा ऑर्गनायझेशन चार्ट कसा तयार होतो ते आपण बघू. त्यावरून शाळेचा ऑर्गनायझेशन चार्ट कसा तयार करायचा हे **तक्ता क्रमांक १** च्या सहाय्याने समजावून घेऊ

यावरून आपल्याला शाळेचा संस्थारचना तक्ता तयार करता येईल. आपल्या शाळेच्या कामांच्या स्वरूपाप्रमाणे या तक्त्यामध्ये आपण बदल करू शकता. पूर्वप्राथमिक, प्राथमिक तसेच माध्यमिक शाळांसाठी याच नमुन्यात मुख्याध्यापक तक्ता तयार करू शकतात.

**तक्ता क्रमांक १**

संस्थाबांधणी आणि रचना तक्ता

↓

मार्गदर्शक → व्यवस्थापकीय संचालक ← सल्लागार

↓

- कार्यनियोजन
- निधी व्यवस्थापन आणि हिशेबलेखन
- विधी/कायदा नोंदणी परवाने परवानग्या शासकीय कागदपत्रांची पूर्तता
- मनुष्यबळ व्यवस्थापन विकास प्रशासन
- बाजारपेठ व्यवस्थापन संस्थेचीप्रतिमा निर्मिती ग्राहक/ लाभार्थी हिताची काळजी
- जनसंपर्क प्रसिद्धी
- खरेदी साठा भांडारगृह
- सर्वसामान्य प्रशासन स्वागतकक्ष साफसफाई स्वच्छता आदरातिथ्य पत्रव्यवहार स्टेशनरी आणि छपाई दुरुस्ती व देखभाल ॲन्युअल मेन्टनन्स कॉन्ट्रॅक्ट्स बागबगिचा फर्स्टएड परिसर विकास
- सांख्यिकीय माहिती कागदपत्रे माहिती संकलन दप्तर

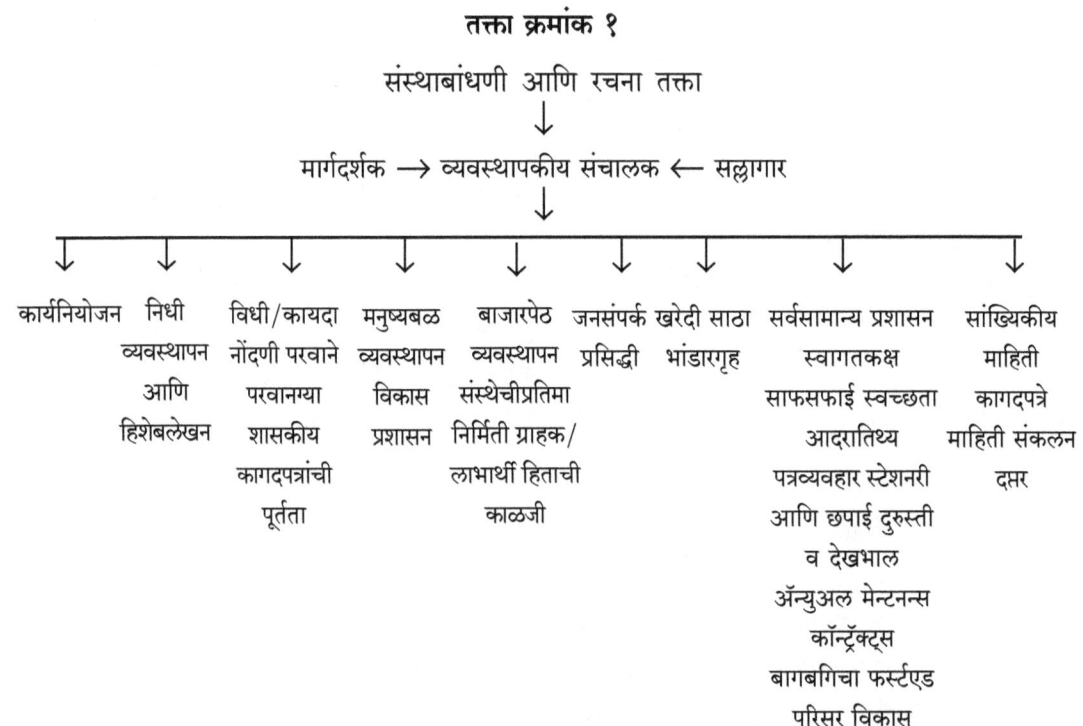

तक्ता क्रमांक १ मध्ये दर्शवलेल्या विभागांची माहिती आपण करून घेऊ.

## १. बिझनेस प्लॅनिंग

हा विभाग आपल्या संस्थेच्या कामाचे, उपक्रमांचे, योजनांचे पंचवार्षिक नियोजन करतो. प्रत्येक संस्था आपल्या वाढ-विकासासाठी प्रयत्नशील असते. याला इंग्रजीत Growth Orientation (ग्रोथ ओरिएंटेशन) असे म्हणले जाते. संस्थेची बलस्थाने लक्षात घेऊन, संस्थेच्या ध्येयानुरूप आणि ग्राहकांच्या गरजांचे भान ठेवून आपल्या संस्थेच्या कामाचा कार्यविस्तार कसा व कोणत्या दिशेने करायचा याचे नियोजन केले जाते.

## २. वित्त व्यवस्थापन आणि हिशेबलेखन

या विभागात संस्थेच्या आर्थिक नियोजनाचा विचार प्रामुख्याने केला जातो. संस्थेच्या उत्पन्नाचे स्रोत आणि निधी-संकलनाप्रमाणेच भविष्यात येणाऱ्या खर्चांच्या तरतुदी कशा करायच्या हा या विभागाचा विषय आहे. त्यामुळे 'बजेट टू बॅलन्स शीट' अशी या विभागाची व्याप्ती आहे. याव्यतिरिक्त संस्थेच्या आर्थिक व्यवस्थापनाशी निगडित कोणत्या नोंदण्या, परवाने घेणे अपेक्षित आहे, संस्थेने कोणते परतावे (रिटर्न्स) भरणे जरुरीचे आहे तसेच कोणत्या शासकीय कागदपत्रांची पूर्तता करणे जरुरीचे आहे याचाही विचार या विभागात केला जातो.

## ३. कायदा आणि कायदेशीर कागदपत्रांची पूर्तता

या विभागात संस्थेच्या कायदा आणि शासकीय नियमांच्या पूर्ततेच्या नियोजनाचा विचार प्रामुख्याने केला जातो. प्रत्येक संस्थेला आर्थिक व्यवस्थापनाशी निगडित कायदेशीर पूर्ततेव्यतिरिक्त इतरही अनेक शासकीय कागदपत्रांची पूर्तता करणे जरुरीचे असते, नाहीतर संस्थेच्या कायदेशीर अधिष्ठानाला धोका प्राप्त होतो. संस्थेचा कायदा विभाग पूर्णपणे संस्थेला कोणकोणत्या शासकीय कायदेशीर पूर्तता करायच्या आहेत याचाच केवळ विचार करत असतो. त्यामध्ये संस्थेच्या एकूणच कामकाजाशी संबंधित सर्व प्रकारच्या नोंदण्या, परवाने, परवानग्या, इतर व्यक्ती अथवा संस्थांशी करायचे करार, कोर्टात संस्थेची काही प्रकरणे सुरू असली तर अशी कायदेशीर कामे, संस्थेने जमीनजुमला, इमारती, बांधकामे याबद्दल घ्यावयाच्या मान्यता अशा गोष्टींबाबतची कामेही याच विभागातर्फे केली जातात. संस्थेच्या कामाची व्याप्ती मोठी असेल तर संस्था या विभागात कायदेतज्ज्ञांची नेमणूक करून स्वतंत्रपणे हा विभाग कार्यान्वित करते. परंतु, जर संस्थेच्या कामाची व्याप्ती मर्यादित असेल, तर कायदेतज्ज्ञांची सल्लागार म्हणून नेमणूक करून (आऊटसोर्सिंग) त्यांच्यामार्फत ही कामे केली जातात. अशा वेळी या कायदेतज्ज्ञांशी समन्वय साधण्यासाठी संस्थेतील एखाद्या व्यक्तीवर जबाबदारी दिलेली असते.

## ४. मनुष्यबळ व्यवस्थापन

संस्थेच्या प्रगतीमध्ये आणि प्रभावी काम करण्यामध्ये संस्थेतील पदाधिकारी, अधिकारी, कर्मचारी, कार्यकर्ते यांचा सिंहाचा वाटा असतो. स्पर्धात्मक परिस्थितीत संस्थेतील 'मनुष्यबळ' हे संस्थेचे धन समजले जाते. त्यामुळे मनुष्यबळ व्यवस्थापन, मनुष्यबळ विकास आणि मनुष्यबळ प्रशासन या तिन्ही अंगांनी मनुष्यबळाचा विचार केला जातो.

संस्थेत काम करणाऱ्या व्यक्तींबरोबरच संस्थेसाठी काम करणाऱ्या व्यक्तीही तितक्याच महत्त्वाच्या आहेत. यामध्ये प्रामुख्याने संस्थेचे देणगीदार व हितचिंतक, माध्यमांमध्ये काम करणाऱ्या व्यक्ती, संस्थेला विविध सेवा पुरवणारे कंत्राटदार व पुरवठादार, इत्यादी व्यक्तींचा समावेश होतो.

या विभागातर्फे संस्थेचे मनुष्यबळविषयक धोरण, नियुक्त्या व नेमणुका, पदोन्नत्ती, बडतर्फी, कल्याणकारी योजना, कामाचे मूल्यमापन, प्रशंसापत्रे, पगार, कायदेशीर पूर्तता, इत्यादी सर्व बाबींचा विचार केला जातो.

**५. बाजारपेठ व्यवस्थापन, प्रतिमानिर्मिती आणि ग्राहक समाधान**

हा विभाग संस्थेची कामे समाजापर्यंत घेऊन जाण्याचे काम करतो. प्रत्येक संस्था विशिष्ट ग्राहक वर्गासाठी वस्तूंचा अथवा सेवेचा पुरवठा करत असते. स्पर्धात्मक वातावरणात आपल्या संस्थेच्या वस्तूचे किंवा सेवेचे वैशिष्ट्य काय आहे हे ग्राहकांपर्यंत पोहोचवण्यासाठी आणि त्यांच्या मनावर बिंबवण्यासाठी संस्थेला धोरण ठरवावे लागते. त्यासाठी प्रसिद्धी कशी करायची, कोणती साधनसामग्री वापरायची, कोणती माध्यमे निवडायची, कोणत्या ग्राहकवर्गावर लक्ष केंद्रित करायचे याबद्दल विचार करून निर्णय घेणे व त्याची अंमलबजावणी करणे, ग्राहकांमध्ये संस्थेची प्रतिमा निर्माण करणे ही या विभागाची प्रमुख जबाबदारी आहे.

त्याचबरोबर ग्राहकांचे हित व सुरक्षा जोपासणे, त्यांना वस्तू अथवा सेवेचा उपयोग करत असताना येणाऱ्या अडचणी सोडवणे, ग्राहकांच्या तक्रारींचे निवारण करणे अशा उद्देशानेही हा विभाग काम करत असतो.

**६. खरेदी आणि भांडार व्यवस्थापन**

प्रत्येक संस्थेला त्या निर्माण करत असलेल्या सेवा आणि वस्तूंसाठी विविध गोष्टींची खरेदी करावी लागते. संस्थेचे कामकाज चालवण्यासाठीही वस्तू व सेवांची खरेदी करावी लागते. खरेदी आणि भांडार विभाग संस्थेतर्फे खरेदी करायच्या गोष्टींची संपूर्ण जबाबदारी घेतो. त्यामध्ये संस्थेला आवश्यक वस्तूंची यादी करणे, ज्या वस्तूंची खरेदी मोठ्या प्रमाणावर व सतत करावी लागते त्यांचे कोटेशन्स घेऊन पुरवठादारांकडून दर निश्चित करून घेणे, आवश्यकतेप्रमाणे खरेदी करणे आणि खरेदी केलेल्या वस्तूंची भांडार आवक-जावक वहीत नोंद ठेवणे या जबाबदाऱ्या या विभागाला घ्याव्या लागतात. त्याचबरोबर कोणत्याही वस्तूंसाठी कर भरायचे असतील तर त्याचीही नोंद ठेवावी लागते. यामध्ये मुख्यत: विक्रीकर, व्हॅट, एलबीटी, जकात इत्यादी करांचा व त्यांच्या परताव्यांचा समावेश होतो.

भांडार व्यवस्थापन हा एक महत्त्वाचा घटक खरेदी आणि भांडार व्यवस्थापनात येतो. भांडार व्यवस्थापनात वस्तूंची आवक-जावक नोंद, वस्तूंचा स्टॉक ठेवणे व संस्थेचे कामासाठी सातत्याने वस्तूंचा पुरवठा करणे ही भांडाराची जबाबदारी असते.

**७. सर्वसामान्य प्रशासन**

सर्वसामान्य प्रशासन हा विभाग संस्थेचा कणा आहे. संस्थेचे कार्य अबाधितपणे व कोणतीही अडचण न येता सुरू राहण्यासाठी सर्वसामान्य प्रशासनाने प्रभावीपणे व पूर्ण क्षमतेने काम करणे जरुरीचे आहे. सर्वसामान्य प्रशासनात

१. स्वागतकक्ष,
२. आदरातिथ्य,
३. साफसफाई व स्वच्छता,
४. पत्रव्यवहार,
५. छपाई,
६. स्टेशनरी,
७. सुरक्षा,

८. दुरुस्ती व देखभाल,
९. दुरुस्ती व देखभालीसाठी वार्षिक देखभाल करार (ॲन्युअल मेन्टेनन्स कॉन्ट्रॅक्टस),
१०. फर्स्ट एड,
११. बागकाम व लँण्ड स्केपिंग,
१२. परिसर विकास

इत्यादी विषयांचा समावेश होतो. सामान्य प्रशासन विभागातर्फे या सर्व विषयांच्या व्यवस्थापनासाठी पद्धती (सिस्टिम्स) तयार केल्या जातात व या पद्धतींच्या अंमलबजावणीसाठी यंत्रणा निर्माण केली जाते.

सर्वसामान्य विभागाच्या कामामुळेही संस्थेची प्रतिमानिर्मिती होत असते.

**८. डेटा, डॉक्युमेंटेशन आणि रेकॉर्ड**

संस्थेचा डेटा, डॉक्युमेंटेशन आणि रेकॉर्ड हा विभाग संस्थेची सर्व माहिती अपडेट ठेवण्याचे काम करतो. यामध्ये विशेषकरून पुढील डेटा समाविष्ट होतो. अर्थात संस्थेच्या स्वरूपाप्रमाणे यामध्ये बदल होऊ शकतो.

१. संस्थेची मालमत्ताविषयक कागदपत्रे,
२. संस्थेचे विश्वस्त/संचालक मंडळाची माहिती,
३. संस्थेचे ग्राहक,
४. कर्मचारी,
५. कर्मचारी प्रशिक्षण,
६. हितचिंतक, देणगीदार,
७. नोंदणी, परवाने, इत्यादी,
८. सभांची सूचनापत्रे, नोटीसा, इतिवृत्त किंवा अहवाल,
९. विविध कंत्राटदारांबरोबर केलेले करार,
१०. कंत्राटदार, पुरवठादार यांची माहिती व तपशील,
११. देखभाल, दुरुस्ती, नूतनीकरणाबाबतचे दप्तर,
१२. महत्त्वाचा पत्रव्यवहार,
१३. संस्थेच्या कामासाठी विविध विभागांनी तयार केलेले फॉर्मस आणि फॉरमॅट्स,
१४. ग्राहकांचा फीडबॅक,
१५. वेळोवेळी केलेले ठराव,
१६. वार्षिक अहवाल,
१७. संस्थेच्या महत्त्वाच्या छापील स्टेशनरीचे नमुने व त्यांचा आल्बम,
१८. महत्त्वाच्या घटनांचे तपशील,
१९. संस्थेच्या कोणत्याही कारणाने काही कोर्ट केसेस झाल्या असतील तर त्याचे रेकॉर्ड,
२०. फोटोंचे आल्बम्स,
२१. आयएसओसंबंधातील रेकॉर्ड.

वरील ऑर्गनायझेशन चार्टप्रमाणे आता आपल्याला आपल्या शाळेचा ऑर्गनायझेशन चार्ट तयार करावयाचा आहे.

# ५ शाळेची बांधणी – रचना (शाळेचे ऑर्गनायझेशन स्ट्रक्चर)

प्रकरण क्रमांक ४ मध्ये आपण संस्थाबांधणीबद्दल आणि कोणत्याही संस्थेचा ऑर्गनायझेशन चार्ट कसा तयार करायचा हे बघितले. आता या प्रकरणात शाळेची संस्थात्मक रचना (शाळेचे ऑरगनायझेशन स्ट्रक्चर) आणि ऑर्गनायझेशन चार्ट कसा तयार करायचा याची माहिती आपण करून घेणार आहोत.

## १. शाळेची बांधणी

शाळेची स्थापना करण्यासाठी शाळेच्या मातृसंस्थेला म्हणजेच शाळा व्यवस्थापनाला शाळा स्थापनेशी संबंधित शासकीय नियम, अटी व शर्तींची पूर्तता करणे बंधनकारक असते. त्यामुळे शाळा स्थापनेलाही कायदेशीर अधिष्ठान आहे. कायदेशीर प्रक्रिया पूर्ण करूनच शाळेची स्थापना होत असते. या कायदेशीर प्रक्रियेमुळे शासनाने तयार केलेल्या कायद्याच्या, नियमांच्या व अटी–शर्तींच्या आधीन राहून शाळेची नोंदणी होत असते. शाळेला **'नोंदणीकृत'** (लिगल एन्टिटी) असा दर्जा प्राप्त होतो.

शाळेच्या संस्थाबांधणीमध्ये व ऑर्गनायझेशन स्ट्रक्चरमध्ये पुढील महत्त्वाचे घटक आहेत.

१. शाळेचे नाव,
२. शाळेतील शैक्षणिक, सहशालेय, बहि:शालेय उपक्रम व विभाग,
३. शाळेचा प्रशासन विभाग व प्रशासकीय कामे,
४. शाळेची मनुष्यबळ बांधणी,
५. शाळेतील भौतिक सुविधा व त्यांचे व्यवस्थापन.

## तक्ता क्रमांक १

## शाळेचा संस्था–रचना तक्ता

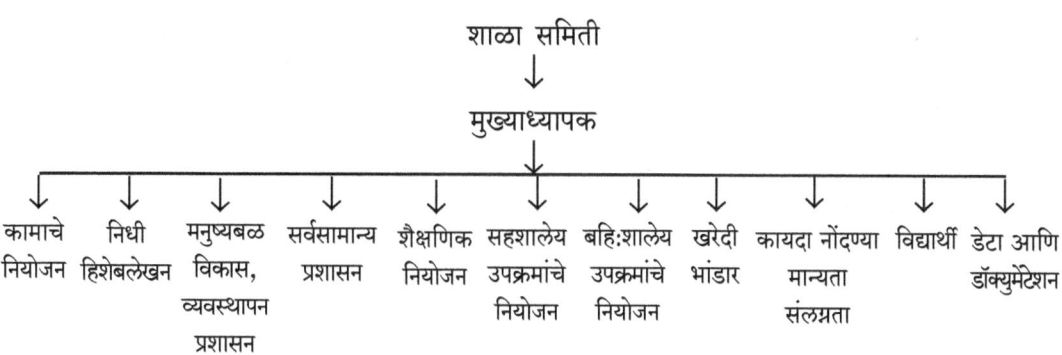

शाळा समिती

↓

मुख्याध्यापक

- कामाचे नियोजन
- निधी हिशेबलेखन
- मनुष्यबळ विकास, व्यवस्थापन प्रशासन
- सर्वसामान्य प्रशासन
- शैक्षणिक नियोजन
- सहशालेय उपक्रमांचे नियोजन
- बहि:शालेय उपक्रमांचे नियोजन
- खरेदी भांडार
- कायदा नोंदण्या मान्यता संलग्नता
- विद्यार्थी
- डेटा आणि डॉक्युमेंटेशन

## तक्ता क्रमांक २

कामकाजाचे नियोजन

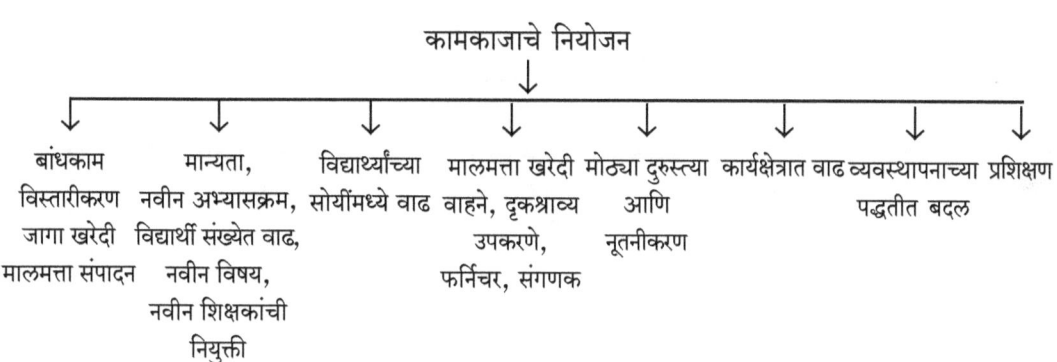

- बांधकाम विस्तारीकरण जागा खरेदी मालमत्ता संपादन
- मान्यता, नवीन अभ्यासक्रम, विद्यार्थी संख्येत वाढ, नवीन विषय, नवीन शिक्षकांची नियुक्ती
- विद्यार्थ्यांच्या सोयींमध्ये वाढ
- मालमत्ता खरेदी वाहने, दृकश्राव्य उपकरणे, फर्निचर, संगणक
- मोठ्या दुरुस्त्या आणि नूतनीकरण
- कार्यक्षेत्रात वाढ
- व्यवस्थापनाच्या पद्धतीत बदल
- प्रशिक्षण

शाळेच्या कामकाजात समाविष्ट होणारे इतर कोणतेही विषय

## तक्ता क्रमांक ३

निधी संकलन आणि हिशेबलेखन

- अंदाजपत्रक
- निधी संकलन, अनुदान, देणग्या, वस्तुरूपात देणग्या, प्रायोजकत्व, विशेष दिनाची कूपन्स
- हिशेब लेखन
- बॅलन्स शीट
- करपरतावा (टॅक्स रिटर्न्स)
- दप्तर (रेकॉर्ड)

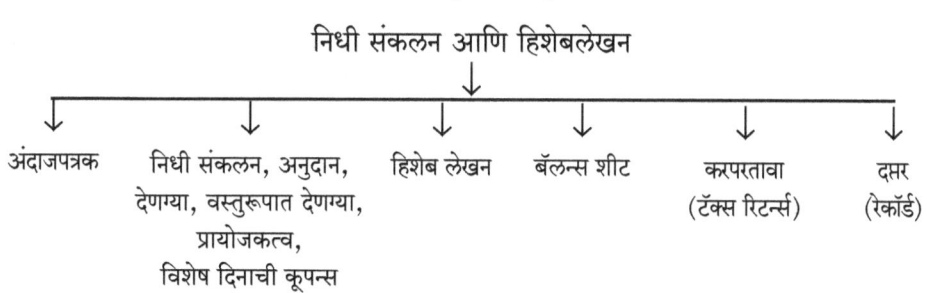

**तक्ता क्रमांक ४**

मनुष्यबळ विकास, व्यवस्थापन, प्रशासन

- भरती
- नियुक्ती पत्र, नियुक्ती कायम पत्र, बडतर्फी पत्र, सेवेच्या अटी, नियम, शर्ती, कामाचा तपशील, जबाबदाऱ्या, कामाच्या मूल्यमापनाचे निकष व पद्धत, प्रशंसापत्र
- पगार
- शासकीय कागदपत्रांची पूर्तता
- प्रशिक्षण
- कर्मचारी डेटा आणि डॉक्युमेंटेशन
- सभा (मिटिंग्ज)
- माजी कर्मचाऱ्यांची माहिती
- समस्यापूर्ती

**तक्ता क्रमांक ५**

सर्वसामान्य प्रशासन

- स्वागतकक्ष चौकशीकक्ष
- पत्रव्यवहार
- सभा
- रेकॉर्ड दप्तर
- शासकीय कागदपत्रांची पूर्तता
- साफसफाई स्वच्छता हाऊसकिपिंग
- आदरातिथ्य हॉस्पिटॅलटी
- सुरक्षा
- बिले
- वार्षिक देखभाल करार
- वाहतूक
- पोषण आहार उपाहारगृह
- डेटा डॉक्युमेंटेशन
- दुरुस्ती डागडुजी नूतनीकरण

**तक्ता क्रमांक ६**

शैक्षणिक नियोजन

- अभ्यासक्रम
- पाठ्यक्रम
- वेळापत्रक
  - वर्ग
  - परीक्षा
  - सहशालेय उपक्रम
  - स्पर्धा–समारंभ
- मूल्यात्मक संवर्धन
- क्षमता विकास
- सर्वांगीण विकास
- विषयवार वार्षिक नियोजन सत्रानुसार पाठ विभाजन आशयानुसार पाठमांडणी शैक्षणिक साधन निवड

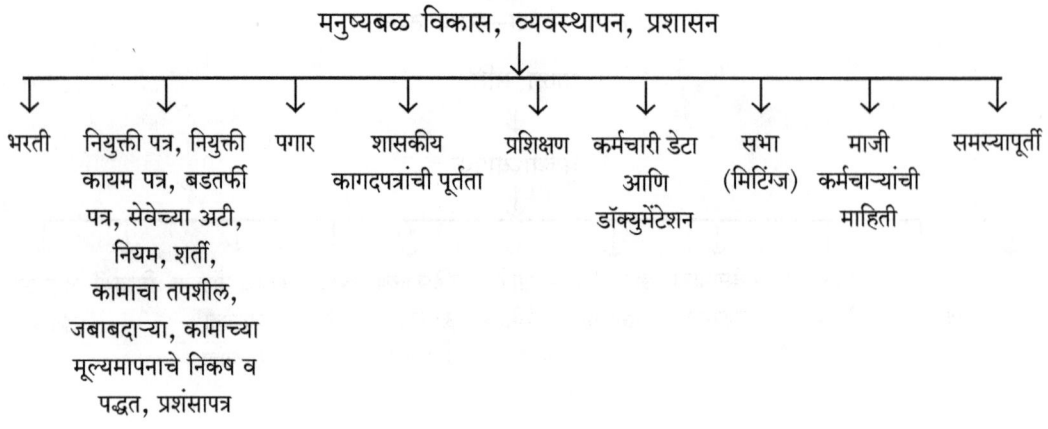

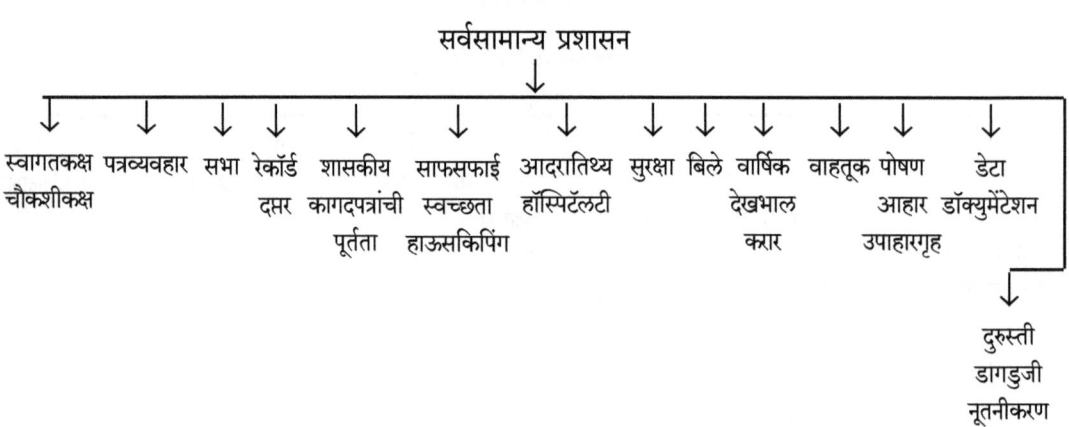

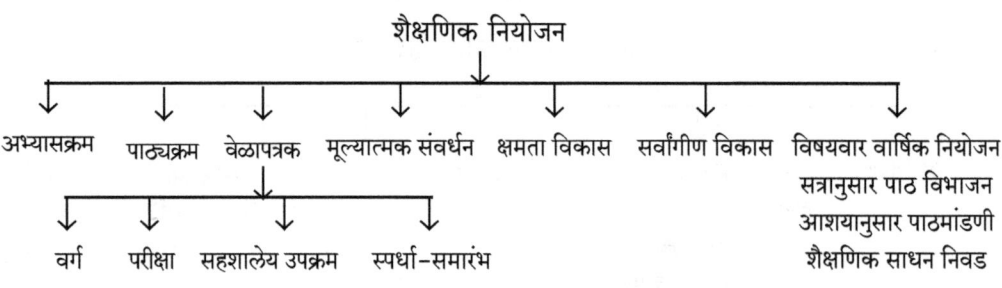

## तक्ता क्रमांक ७

**सहशालेय उपक्रमांचे नियोजन**

- क्षेत्रभेटी
- सहली
- प्रकल्प
- वार्षिक स्नेहसंमेलन
- प्रदर्शन
- सण-समारंभ
- विशेष दिन
- क्रीडादिन

## तक्ता क्रमांक ८

**खरेदी भांडार विभाग**

- गरजानिश्चिती
- खरेदी प्रक्रिया
- दर्जा तपासणी
- भांडार आवक नोंद
- डेडस्टॉक
- भांडार जावक नोंद
- भंगार निर्लेखन
- भांडार सुरक्षितता

## तक्ता क्रमांक ९

**विधी-कायदा**

- नोंदणी
- संलग्नता
- शासकीय पत्रव्यवहार
- शासकीय कागदपत्रांची पूर्तता
- करार
- परवानग्या
- दप्तर
- कोर्ट केसेस
- मंजूरी

## तक्ता क्रमांक १०

**विद्यार्थी**

- प्रवेश प्रक्रिया
- वर्गनिहाय पट बैठकव्यवस्था
- गणवेश पुस्तके वह्या
- वाहतूक
- सुरक्षा
- शिस्त व वर्तन नियम समस्यापूर्ती
- शिष्यवृत्ती बक्षिसे
- शिक्षक पालक सभा
- शैक्षणिक साहित्य
- शासकीय पत्रव्यवहार
- डेटा डॉक्युमेंटेशन

**तक्ता क्रमांक ११**

डेटा आणि डॉक्युमेंटेशन

माहितीचे संकलन

↓

- सांख्यिकीय माहिती संकलन सादरीकरण
- फाईल्स
- रजिस्टर्स
- आल्बम
- सीडीज
- अहवाल
- मासिक
- ब्रोशर्स

**तक्ता क्रमांक १२**

शाळेचा संस्थारचनेचा तक्ता

मातृसंस्थेचे संचालक मंडळ / व्यवस्थापन समिती / कार्यकारी मंडळ

↓

शाळासमिती

↓

मुख्याध्यापक

↓

- शाळा व्यवस्थापन शाळेची वाढ, विकास, विस्तार
- शैक्षणिक नियोजन वार्षिक नियोजन अभ्यासक्रम पाठ्यक्रम, वर्गांचे वेळापत्रक, चाचणी व परीक्षांचे वेळापत्रक, विद्यार्थी व्यक्तिमत्त्व विकसन, विद्यार्थ्यांचा दर्जात्मक विकास पालक सभा
- प्रवेश शुल्क दप्तर
- आर्थिक व्यवस्थापन निधी संकलन अंदाजपत्रक निधी वाटप/राखून ठेवणे, हिशेब लेखन, बॅलन्स शीट–ऑडिट बँका, करभरणा व रिटर्न्स, शासकीय कागदपत्रांची पूर्तता
- मनुष्यबळ विकास नियुक्ती सेवेच्या अटी व शर्ती पगार कामाचे नियोजन कामाचे मूल्यमापन प्रशंसापत्र/मेमो कल्याणकारी योजना, फाईल्स व दप्तर प्रशिक्षण मिटिंग्ज, राजीनामा/निवृत्ती
- सर्वसामान्य प्रशासन स्वागतकक्ष साफसफाई स्वच्छता आदरातिथ्य पत्रव्यवहार, स्टेशनरी आणि छपाई, दुरुस्ती व देखभाल बागबगीचा, फर्स्टएड वार्षिक देखभाल करार, परिसर विकास खरेदी साठा, भांडारगृह सुरक्षा नोंदण्या परवाने नूतनीकरण सर्क्युलर्स
- जनसंपर्क प्रसिद्धी मिडिया व्यवस्थापन

↓

- सांख्यिकीय माहिती कागदपत्रे माहिती संकलन दप्तर/रेकॉर्ड
- सहशालेय उपक्रम बहि:शालेय उपक्रम

**शाळा प्रशासन व व्यवस्थापन**

# ६ मातृसंस्था आणि शाळेचा समन्वय कसा राखायचा?

प्रत्येक शाळेची एक मातृसंस्था असते. मातृसंस्थेला शिखर संस्थाही म्हणले जाते. शिक्षणाबद्दल ज्यांना तळमळ आहे, शैक्षणिक कार्य करण्याची इच्छा आहे; अशा व्यक्ती एकत्र येऊन शैक्षणिक संस्थेची स्थापना करतात. या संस्थेतर्फे शाळेची स्थापना केली जाते.

अशा लाखो शिक्षण संस्था महाराष्ट्रात कार्यरत आहेत. उदाहरणार्थ: 'रयत शिक्षण संस्था,' 'महाराष्ट्र एज्युकेशन सोसायटी,' 'डेक्कन एज्युकेशन सोसायटी,' 'सांगली शिक्षण संस्था,' 'शिक्षण मंडळ,' 'कऱ्हाड, शिक्षण प्रसारक मंडळ,' 'पिपल्स एज्युकेशन सोसायटी' इत्यादी.

शिक्षण संस्थेला मातृसंस्था असे म्हणले जाते. एक शिक्षण संस्था अनेक शाळा, महाविद्यालये स्थापन करू शकते. आपली शाळा ही या मातृसंस्थेची घटक संस्था असते. म्हणून मातृसंस्था आणि घटक संस्था यांमधील नाते अतूट आहे. मातृसंस्थेच्या प्रतिमेचा प्रभाव शाळेवर पडतो व शाळेच्या प्रतिमेचा प्रभाव मातृसंस्थेच्या प्रतिमेला समृद्ध करतो.

आता मातृसंस्था या शब्दाचा अर्थ खालील तक्त्याच्या आधारे समजावून घेऊ.

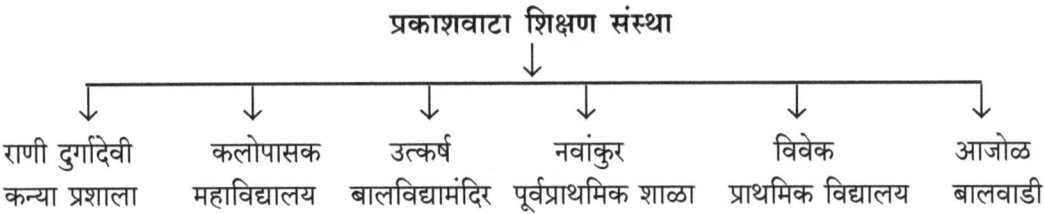

**प्रकाशवाटा शिक्षण संस्था**

↓

| ↓ | ↓ | ↓ | ↓ | ↓ | ↓ |
|---|---|---|---|---|---|
| राणी दुर्गादेवी कन्या प्रशाला | कलोपासक महाविद्यालय | उत्कर्ष बालविद्यामंदिर | नवांकुर पूर्वप्राथमिक शाळा | विवेक प्राथमिक विद्यालय | आजोळ बालवाडी |

यामध्ये 'प्रकाशवाटा' ही मातृसंस्था आहे. 'राणी दुर्गादेवी कन्या प्रशाला,' 'कलोपासक महाविद्यालय,' 'उत्कर्ष बालविद्यामंदिर,' 'नवांकुर पूर्वप्राथमिक शाळा,' 'विवेक प्राथमिक विद्यालय,' 'आजोळ बालवाडी' या सर्व 'प्रकाशवाटा शिक्षण संस्थे'च्या घटक संस्था आहेत. तक्ता क्रमांक १ प्रकाशवाटा शिक्षण संस्थेचा संस्थारचना तक्ता (Organization Structure Chart) आहे.

**या प्रकरणात संस्थारचना तक्ता ही महत्त्वाची संकल्पना आपण शिकलो.**

### मातृसंस्थेच्या शाळेकडून अपेक्षा

महाराष्ट्रातील बहुतेक शैक्षणिक संस्थांची स्थापना विश्वस्त संस्था (Charitable Trust) म्हणून धर्मादाय आयुक्तांकडे झालेली आहे. विश्वस्त संस्थांनी कोणत्या कागदपत्रांची पूर्तता करायची आणि कोणती कागदपत्रे

धर्मादाय आयुक्तांच्या कार्यालयात ठराविक कालावधीने किंवा दरवर्षी सादर करायची हे विश्वस्त कायद्यामध्ये सांगितलेले आहे. प्रत्येक विश्वस्त संस्थेला ही कागदपत्रे वेळच्यावेळी धर्मादाय आयुक्तांच्या कार्यालयात सादर करणे बंधनकारक आहे. यामध्ये पुढील कागदपत्रे व दप्तर महत्त्वाचे आहे.

१. संस्थेचे अंदाजपत्रक,
२. संस्थेच्या कामकाजाचा वार्षिक अहवाल,
३. संस्थेचे ऑडिटेड बॅलन्सशीट स्टेटमेंट,
४. संस्थेच्या त्रैमासिक सभांचे सूचनापत्र व विषयपत्रिका, उपस्थिती रजिस्टर, इतिवृत्त रजिस्टर,
५. संस्थेच्या वार्षिक सर्वसाधारण सभेचे सूचनापत्र व विषयपत्रिका, उपस्थिती रजिस्टर, इतिवृत्त रजिस्टर,
६. संस्थेने आर्थिक वर्षाच्या कालावधीत जर विशेष सर्वसाधारण सभा बोलावलेली असेल, तर विशेष सर्वसाधारण सभेचे सूचनापत्र व विषयपत्रिका, उपस्थिती रजिस्टर, इतिवृत्त रजिस्टर,
७. संस्थेने वेळोवेळी जे ठराव संमत केले असतील त्याचे ठराव रजिस्टर,

वरील प्रत्येक मुद्द्यामध्ये 'संस्था' असा शब्द आपण वापरलेला आहे. परंतु, संस्था म्हणजे विश्वस्त संस्थेच्या कार्यालयात झालेल्या व होणाऱ्या कामांमधून तयार होणारी कागदपत्रे आणि संथेने स्थापन केलेल्या सर्व घटक संस्थांच्या कामातून तयार होणारी कागदपत्रे. या सर्व कागदपत्रांचे एकत्रीकरण केले म्हणजे संस्थेची कागदपत्रे व दप्तर तयार होते.

आता आपण प्रत्येक मुद्द्याचा स्वतंत्रपणे व सविस्तर विचार करू व शाळेतर्फे संस्थेला कोणती कागदपत्रे द्यायची हे समजावून घेऊ.

### १. संस्थेचे अंदाजपत्रक

संस्थेचे अंदाजपत्रक तयार करत असताना संस्थेला होणारे अपेक्षित उत्पन्न व संस्थेच्या कामासाठी होणारा अपेक्षित खर्च यांचा विचार केलेला असतो.

त्याचप्रमाणे संस्थेच्या वार्षिक अंदाजपत्रकात घटक संस्थांच्या अंदाजपत्रकांचाही अंतर्भाव केलेला असतो. शाळेचे अंदाजपत्रक तयार करत असताना शासनातर्फे अनुदान मिळत असेल, तर प्रत्येक घटक संस्थेला म्हणजेच शाळेला प्राप्त होणारे अनुदान हा शाळेच्या उत्पन्नाचा भाग झाला. परंतु, हे अनुदान विशिष्ट कारणासाठी प्राप्त झालेले असते. त्यामुळे अनुदानासमोर त्या कारणासाठी होणारा खर्च लिहिला जातो. **उदाहरणार्थ:** वेतन अनुदान आणि अनुदानातून होणारा, वेतनासाठी होणारा खर्च. याप्रमाणे शासनातर्फे कोणत्या बाबींसाठी अनुदान प्राप्त होणार व अनुदान कसे खर्च करायचे, त्यासाठी खर्चाची आवश्यक बिले, पावत्या, कोटेशन्स इत्यादी कागदपत्रे तयार करावी लागतात.

परंतु, शाळेचा सर्वच खर्च अनुदानित रकमेतून होऊ शकत नाही. या उर्वरित खर्चासाठी शाळा संस्थेवर अवलंबून असते. हा खर्च कोणत्या कारणासाठी करावा लागणार आहे, किती खर्च करावा लागणार आहे व कधी करावा लागणार आहे याची माहिती मुख्याध्यापकांनी संकलित करून शाळेच्या अंदाजपत्रकात सादर करायची असते किंवा लिहायची असते.

याप्रमाणे संस्थेच्या सर्व शाळांना अनुदानाव्यतिरिक्त किती रक्कम लागणार आहे यांचे एकत्रित संकलन करून संस्थेच्या अंदाजपत्रकात लिहावे लागते. कारण संस्थेला त्या खर्चापोटी उत्पन्नाची तरतूद करावी लागते.

अंदाजपत्रक कसे तयार करायचे याचे विवेचन प्रकरण क्रमांक ११ मध्ये केलेले आहे.

## २. संस्थेचा वार्षिक अहवाल

प्रत्येक विश्वस्त संस्थेला आपला वार्षिक कामकाजाचा अहवाल तयार करणे आवश्यक असते. संस्थेचे कामकाज म्हणजे प्रामुख्याने संस्थेच्या घटक संस्थांच्या कामकाजाचा अहवाल असतो. मुख्याध्यापक म्हणून आपल्या शाळेच्या कामकाजाचा, उपक्रमांचा अहवाल संस्थेच्या कार्यालयात ३१ मार्च रोजी सादर करायचा हे आपले उद्दिष्ट असायला हवे. शाळेचे शैक्षणिक वर्ष जरी जूनमध्ये सुरू होत असले, तरी वार्षिक अहवालाचा कालावधी आर्थिक वर्ष म्हणजे १ एप्रिल ते ३१ मार्च असाच असतो.

आर्थिक वर्षाचा अहवाल तयार करण्यासाठी स्वत: मुख्याध्यापकांनी आणि त्यांच्या नेतृत्वाखाली शिक्षक व शिक्षकेतर कर्मचाऱ्यांनी प्रत्येक महिन्याच्या कामकाजाचा आणि उपक्रमांचा अहवाल तयार करावा. यासाठी मुख्याध्यापक 'वार्षिक अहवाल' समितीची स्थापना करू शकतात.

अहवाल तयार करण्यासाठी एक आराखडा म्हणजे फॉरमॅट तयार करावा व शालेय कामकाजातील सर्व विषयांचा समावेश फॉरमॅटमध्ये झालेला आहे याची खात्री करून घ्यावी. प्रत्येक महिन्याच्या ५ तारखेला आधीच्या महिन्याच्या कामाचा अहवाल तयार करावा. मुख्याध्यापकांनी अहवाल तपासावा व मंजूरीची सही करून ठेवावी. प्रत्येक महिन्याला अहवाल अपडेट होत राहील. दर तीन महिन्यांनी विश्वस्त मंडळाची मिटिंग घेतली जाते. या मिटिंगच्या आधी १५ दिवस आपल्या शाळेचा त्रैमासिक अहवाल संस्थेला पाठवावा. याप्रमाणे वर्ष संपताना शाळेचा पूर्ण अहवाल संस्थेला देणे शक्य होते. मुख्याध्यापकांची कार्यक्षमता दर्जेदार काम वेळेत व वेळेवर करण्यामध्ये आहे. अहवालामध्ये साधारणपणे पुढील मुद्द्यांचा समावेश करावा.

१. अहवाल काळात शाळेशी संबंधित कोणीही व्यक्ती मृत झाली असल्यास श्रद्धांजली,
२. शाळेतील इयत्तानिहाय विद्यार्थी संख्या,
३. नवीन प्रवेश (अॅडमिशन्स),
४. शिक्षकांची संख्या व नवीन शिक्षक नेमणूक,
५. शिक्षकेतर कर्मचारी व नवीन नेमणूक,
६. शाळेच्या परीक्षांचे निकाल व टक्केवारी,
७. शालान्त परीक्षेत उत्तीर्ण झालेल्या विद्यार्थ्यांचा तपशील,
८. पाहुण्यांच्या शाळाभेटी,
९. इतर शाळांनी आपल्या शाळेला दिलेल्या भेटी,
१०. आपल्या शाळेतील शिक्षकांनी इतर शाळांना दिलेल्या भेटी व भेटीचे उद्देश,
११. शाळेला मिळालेल्या देणग्यांचा तपशील,
१२. शाळेत साजऱ्या झालेल्या उपक्रमांचा तपशील,
१३. स्पर्धा परीक्षा व शाळेला विशेष यश मिळाले असल्यास त्याचा तपशील,
१४. स्नेहसंमेलनाचा तपशील,
१५. वार्षिक बक्षिस समारंभाचा तपशील,
१६. क्रीडादिनाचा तपशील,
१७. सहलींचा तपशील,
१८. पोषण आहार शाळेत दिला जात असेल तर त्याचा तपशील,
१९. शाळेसाठी काही विशेष खरेदी केली असेल किंवा विद्यार्थी/माजी विद्यार्थ्यांकडून किंवा शिक्षकांकडून काही भेट मिळाली असेल तर त्याचा तपशील,

२०. प्रशासकीय कामांच्या पूर्ततेचा तपशील,
२१. शिक्षक व शिक्षकेतर कर्मचाऱ्यांचे प्रशिक्षण,
२२. शिक्षक व शिक्षकेतर कर्मचाऱ्यांनी मिळवलेले विशेष यश, पुरस्कार, मानसन्मान, इत्यादी,
२३. शाळेला मिळालेला पुरस्कार, सन्मान, प्रशंसापत्र इत्यादी,
२४. शाळेने कोणत्याही बाह्य कंत्राटदारांबरोबर सेवा–सुविधा पुरवण्यासाठी करार केला असल्यास,
२५. शाळेच्या जनसंपर्क मोहिमेचा तपशील,
२६. शाळेच्या उपक्रमांना / विद्यार्थ्यांच्या यशाला/ शिक्षक शिक्षकेतर कर्मचाऱ्यांच्या कामाला जर वर्तमानपत्रे, रेडिओ, टेलिव्हिजन अशा माध्यमांमध्ये प्रसिद्धी मिळाली असेल तर त्याचा तपशील,
२७. शाळेमध्ये काही अनुचित घटना/अपघात झाला असेल तर त्याची माहिती.

याव्यतिरिक्तही आपल्या शाळेत अहवाल देण्यासारखे इतर काही विषय असतील तर त्याचाही अहवालात योग्य समावेश करावा.

**महत्त्वाचे**

१. अहवाल थोडक्या शब्दात, मुद्देसूद लिहावा. पण त्रोटक नसावा. सर्व माहिती द्यावी .
२. कोणतीही अतिरंजित, काल्पनिक, खोटी माहिती देऊ नये,
३. अहवाल कॉम्प्युटरवर टाइप केलेला असावा. हाती लिहिलेला नसावा.
४. ज्या भाषेत संस्थेला अहवाल हवा असेल, त्याच भाषेत अहवाल तयार करावा.
५. अहवालात आवश्यक त्या विषयांचे फोटो असावेत.
६. अहवालावर मुख्याध्यापकांची सही आणि दिनांक लिहिलेला असावा.
७. अहवाल सीलबंद लखोट्यातून, लखोट्यावर संस्थेच्या सचिवांचे नाव लिहून पाठवावा.
८. अहवाल मिळाल्याची पोच शाळेच्या कार्यालयीन प्रतीवर घ्यावी.

### ३. संस्थेचे ऑडिटेड बॅलन्स शीटचे स्टेटमेंट

विविध स्रोतांमधून संकलित केलेला निधी हे संस्थेचे उत्पन्न दाखवते. या निधीमधूनच संस्थेने शाळेला अनुदानाव्यतिरिक्त खर्चासाठी निधी उपलब्ध करून दिलेला असतो. संस्थेकडून शाळेला मिळालेला निधी तसेच शाळेने (संस्थेच्या परवानगीनेच व संस्थेच्या धोरणाप्रमाणे) स्वतंत्रपणे काही निधी अन्य स्रोतांमधून विकसित केलेला असतो. संस्थेकडून मिळालेला निधी आणि इतर स्रोतांमधून शाळेने जमा केलेला निधी हा शाळेच्या उत्पन्नाचा स्रोत असतो. शाळेने विविध कारणांसाठी अनुदानाव्यतिरिक्त कराव्या लागणाऱ्या खर्चासाठी या उत्पन्नाचा उपयोग केलेला असतो. या खर्चासाठीही शाळासमितीची मान्यता घ्यावी लागते. त्यामुळे शाळेचे आर्थिक वर्षात जमा झालेले उत्पन्न आणि शाळेने केलेला खर्च याचे प्रतिबिंब मुख्यत: बॅलन्सशीटमध्ये येणे संस्थेसाठी जरुरीचे असते.

शासनाकडून विशिष्ट खर्चासाठी मिळालेले अनुदान व त्यामधून त्या कारणासाठी केलेला खर्च याचे प्रतिबिंब शाळेच्या बॅलन्सशीटमध्ये येतेच आणि आलेच पाहिजे.

त्यामुळे शाळेच्या कोणत्याही आर्थिक वर्षाच्या बॅलन्सशीटमध्ये एकूण जमा उत्पन्न आणि एकूण खर्च याचे एकत्रित प्रतिबिंब बॅलन्सशीटमध्ये तयार होते.

अनेक मुख्याध्यापकांना हिशेबलेखन कसे करायचे, हिशेबलेखनाच्या पद्धती कोणत्या याबद्दल माहिती

नसते. त्यामुळे मुख्याध्यापक सर्वस्वी लेखालिपिकांवर अवलंबून असतात. यासाठी प्रकरण क्रमांक १२ मध्ये हिशेबलेखनाबद्दल माहिती दिलेली आहे.

मुख्याध्यापक म्हणून कॉम्प्युटरवर व कॉम्प्युटर उपलब्ध नसेल तर रजिस्टरमध्ये रोज जमा आणि खर्चाच्या रकान्यांमध्ये तुम्ही नोंदी करून ठेवू शकता. यासाठी माहिती तुम्ही सही करत असलेल्या चेकद्वारे आणि खर्चपावती व बाह्यखर्चपावतीद्वारे (व्हाऊचर्सद्वारे) मिळू शकते, कारण व्हाऊचर्सवरही तुम्ही सही करायची असते. खर्चपावत्यांचा तपशील प्रकरण क्रमांक १२ मध्ये दिलेला आहे.

दर महिन्याला लेखालिपिकांना चालू महिन्यापर्यंतच्या जमा रकमा आणि खर्च रकमांचा विस्तृत व मुद्देसूद तपशील ठराविक तक्त्यामध्ये (फॉरमॅटमध्ये) तुम्हाला दर महिन्याच्या ५ तारखेपर्यंत द्यायला सांगा. म्हणजे शाळेचे आर्थिक चित्र तुम्हाला माहीत होईल. जमा व विशेषत: खर्चावर तुमचे नियंत्रण राहील.

संस्थेतर्फे शाळांचे हिशेब तपासण्यासाठी अंतर्गत लेखापरीक्षकांची म्हणजे Internal Auditor ची नेमणूक केलेली असते. इंटर्नल ऑडिटर हिशेबलेखनात काही त्रुटी राहिल्या असतील, तर त्याची माहिती मुख्याध्यापकांना देतात. ही माहिती तुम्हाला दिली गेली नाही तर तुम्ही माहिती करून घ्या. व त्रुटी दूर करा. तसेच या त्रुटी का राहिल्या त्याची चौकशी करा व परत या त्रुटी राहू नयेत याची खबरदार घ्या.

याप्रमाणे वार्षिक जमा आणि खर्चाचे तपशील, कागदपत्र व दप्तर (रेकॉर्ड) तयार होईल. बॅलन्सशीट तुम्ही तयार करायची नसते. त्यासाठी संस्थेने चार्टर्ड अकाउन्टटची (सी. ए.) नेमणूक केलेली असते. वेळेत शाळेचे बॅलन्सशीट तयार करायचे व त्याचे ऑडिट करायचे, ऑडिट रिपोर्ट तयार करायचा हे काम चार्टर्ड अकाउंटंट करतात. फक्त त्यांना लागणारी माहिती आपण द्यायची असते.

जरी बॅलन्स शीट चार्टर्ड अकाउंटंटनी तयार केली, तरी ऑडिट सुरू असताना व ऑडिट झाल्यावर तुम्ही तुमच्या शाळेचे बॅलन्सशीट त्यांच्याकडून नीट समजावून घ्या. म्हणजे शाळेची आर्थिक स्थिती तुम्हाला नेटकेपणाने समजेल. शाळेची ऑडिटेड बॅलन्स शीट तयार झाली, की संस्थेची बॅलन्स शीट व संस्थेचे ऑडिट सुरू होते. त्यामुळे शाळेची बॅलन्स शीट वेळेत पूर्ण करणे ही शाळेची जबाबदारी आहे.

### ४. संस्थेची त्रैमासिक सभा

प्रत्येक विश्वस्त संस्थेला दर तीन महिन्यांनी विश्वस्त सभा घेणे बंधनकारक आहे. विश्वस्त सभेची विषयपत्रिका व सूचनापत्र (अजेंडा) तयार होते. विषयपत्रिकेमध्ये शाळांसंबंधी विषय असतात. त्यामुळे संस्थेची विश्वस्त सभा कधी होणार आहे याची माहिती मुख्याध्यपकांना असणे जरुरीचे आहे. सभेमध्ये आपल्या शाळेचे काही विषय ठेवायचे आहेत का याची चर्चा शालासमितीच्या सभेमध्ये तसेच आपल्या शाळेतील शिक्षक व शिक्षकेतर कर्मचाऱ्यांशी चर्चा करून मुख्याध्यापकांनी ठरवायचे असते. तसे लेखी निवेदन संस्थेच्या सचिवांच्या नावे पत्र तयार करून संस्थेच्या कार्यालयात विषयपत्रिका तयार करण्याआधी पोहोचणे जरुरीचे असते. पत्राच्या प्रतीवर कार्यालयातून पोहोच घ्यावी व संस्था पत्रव्यवहार फाईलमध्ये पत्राची प्रत ठेवावी.

सर्वसाधारणपणे पुढील विषयांचा समावेश त्रैमासिक सभेच्या विषयपत्रिकेत होऊ शकतो.

त्रैमासिक सभेत समाविष्ट करायच्या संभाव्य विषयांची सूची:

१. इमारतीची डागडुजी, दुरुस्ती, देखभाल,
२. ॲन्युअल मेन्टेनन्स कॉन्ट्रॅक्ट्स,
३. अनुदानेतर फर्निचर, मशिनरी, इक्विपमेंटस, कॉम्प्युटर्स, पुस्तके, इत्यादी खरेदी करणेबाबत,

४. जादा शिक्षक व शिक्षकेतर कर्मचाऱ्यांची भरती व त्यांचे वेतन/मानधनाबाबत,

५. शाळा, शाळेचे मैदान किंवा शाळेचे सभागृह वैयक्तिक खाजगी वापरासाठी भाड्याने देण्यासाठी परवानगी मिळणेबाबत,

६. आपत्ती व्यवस्थापनाबाबत,

७. कोणताही शिक्षक/ शिक्षकेतर कर्मचारी/ विद्यार्थी नियमबाह्य, बेशिस्त व आक्षेपार्ह वर्तन करत असेल व त्यामुळे शाळेची सुव्यवस्था, शिस्त धोक्यात येत असेल; शाळेची व संस्थेची प्रतिमा डागाळत असेल तर अशा व्यक्तीवर कारवाई करणेबाबत,

८. शिक्षक व शिक्षकेतर कर्मचाऱ्यांचे इतर प्रश्न,

९. राजीनामे,

१०. शाळेतील शिक्षक, शिक्षकेतर कर्मचारी, विद्यार्थी यांना मिळालेले पुरस्कार, सन्मान, पदके, बक्षिसे, प्रशंसापत्रे इत्यादींबाबत माहिती देणेसाठी,

११. शाळेला अतिमहत्त्वाच्या व्यक्तींनी भेट दिली असेल तर त्याबाबत माहिती देणेसाठी,

१२. शाळेसंबंधी काही कलहजन्य स्थिती निर्माण झाली असेल तर त्याबाबत माहिती देणेसाठी,

१३. शाळेशी संबंधित कोणाचाही अपघात, मृत्यू, झाला असेल तर त्याबाबत माहिती देणेसाठी,

वरील सूची मार्गदर्शनपर दिलेली आहे. यामध्ये मुख्याध्यापक आपल्या शाळेच्या परिस्थितीप्रमाणे व घडणाऱ्या घटनांप्रमाणे इतर विषय अंतर्भूत करू शकतात.

**महत्त्वाचे**

१. वरील सर्व विषयांची चर्चा शालासमितीच्या सभेमध्ये झालेली असते. शालासमिती सभा दर तीन महिन्यांनी घेतली जाते. त्यामुळे शालासमितीच्या सभेचा अहवाल मुख्याध्यापकांनी संस्थेच्या सचिवांना पाठवायचा असतो. त्यावरूनही सदर विषयांचा अंतर्भाव त्रैमासिक सभेच्या विषयपत्रिकेत होऊ शकतो. तरीही खात्रीशीररित्या आपल्या शाळेचे विषय मांडले जावेत म्हणून मुख्याध्यापकांनी विशेष पत्र पाठवून विषय मांडणे जरुरीचे आहे.

२. त्रैमासिक सभेत मांडायचे बहुतेक विषय आर्थिक तरतुदींशी संबंधित आहेत. संस्थेच्या त्रैमासिक सभेत शाळेसंबंधी काही खर्च करायचा असेल, तर अशा खर्चाला मंजूरी मिळण्यासाठी सदर विषय त्रैमासिक सभेत मांडणे आवश्यक ठरते.

३. त्रैमासिक सभेत जर आपल्या शाळेसंबंधी काही विषय चर्चेसाठी येणार असेल, तर त्याची पूर्वकल्पना संस्थेचे सचिव अथवा संस्थेचे मुख्य लिपिक मुख्याध्यापकांना देतात. अशा वेळी काही विशेष माहिती लागली तर मुख्याध्यापक म्हणून आपण संस्थेच्या कार्यालयात उपस्थित रहावे.

## ५. संस्थेची वार्षिक सर्वसाधारण सभा

प्रत्येक विश्वस्त संस्थेला १४ ऑगस्टपूर्वी आपल्या संस्थेची वार्षिक सर्वसाधारण सभा घेणे आवश्यक असते. वार्षिक सर्वसाधारण सभेच्या विषयपत्रिकेमध्येही आपल्या शाळेसंबंधी काही विषय असू शकतो. त्यामुळे संस्थेची वार्षिक सर्वसाधारण सभा कधी होणार आहे याची माहिती मुख्याध्यपकांना असणे जरुरीचे आहे. त्रैमासिक सभेप्रमाणेच वार्षिक सर्वसाधारण सभेमध्ये आपल्या शाळेचे काही विषय ठेवायचे आहेत का याची चर्चा शालासमितीच्या सभेमध्ये तसेच आपल्या शाळेतील शिक्षक व शिक्षकेतर कर्मचाऱ्यांशी चर्चा करून

मुख्याध्यापकांनी ठरवायचे असतात. तसे लेखी निवेदन संस्थेच्या सचिवांच्या नावे पत्र तयार करून संस्थेच्या कार्यालयात विषयपत्रिका तयार करण्याआधी पोहोचणे जरुरीचे असते. पत्राच्या प्रतीवर कार्यालयातून पोहोच घ्यावी व संस्था पत्रव्यवहार फाईलमध्ये पत्राची प्रत ठेवावी.

शाळेबद्दल सर्वसाधारणपणे पुढील विषयांचा समावेश वार्षिक सर्वसाधारण सभेच्या विषयपत्रिकेत होऊ शकतो.

१. शाळेच्या बांधकामाबद्दल व बांधकामाच्या खर्चास मंजूरी देणेबाबत,
२. शाळेत विद्यार्थी/शिक्षक/शिक्षकेतर कर्मचाऱ्यांसाठी काही विशेष सोयी-सुविधा निर्माण करायच्या असतील तर अशा सेवा-सुविधा तयार करण्यास मान्यता देणेबाबत व त्यासाठी खर्चास मान्यता देणेबाबत,
३. अनुदानेतर खर्चाच्या विषयांना व त्यावर होणाऱ्या खर्चास मान्यता मिळणेबाबत.

वरील सूची मार्गदर्शनपर दिलेली आहे. अशाप्रकारे इतरही काही मुद्दे वार्षिक सर्वसाधारण सभेच्या विषयपत्रिकेत येऊ शकतात अशा सर्व विषयांची चर्चा शालासमितीच्या सभेमध्ये झालेली असते. शालासमितीच्या सभेच्या निर्णयाप्रमाणेच या विषयांचा अंतर्भाव संस्थेच्या वार्षिक सर्वसाधारण सभेच्या विषयपत्रिकेत होतो. शालासमिती जर कार्यक्षम नसेल, तर मुख्याध्यापक सचिवांना विनंती करून आपल्या शाळेचा विषय संस्थेच्या वार्षिक सर्वसाधारण सभेच्या विषयपत्रिकेत करू शकतात. आपल्या शाळेचे विषय मांडले जावेत म्हणून मुख्याध्यापकांनी विशेष पत्र पाठवून विषय मांडणे जरुरीचे आहे. वार्षिक सर्वसाधारण सभेत मांडायचे बहुतेक विषय आर्थिक तरतुदींशी संबंधित आहेत. त्यामुळे त्यांचा अंतर्भाव अंदाजपत्रकातही झालेला असतो. जर आपल्या शाळेसंबंधी काही विषय वार्षिक सर्वसाधारण सभेत चर्चेसाठी येणार असतील, तर त्याची पूर्वकल्पना संस्थेचे सचिव अथवा संस्थेचे मुख्य लिपिक मुख्याध्यापकांना देतात. अशा वेळी काही विशेष माहिती लागली तर मुख्याध्यापक म्हणून आपण संस्थेच्या कार्यालयात उपस्थित रहावे.

### ६. संस्थेची विशेष सर्वसाधारण सभा

संस्था काही महत्त्वाच्या कारणांसाठी विशेष सर्वसाधारण सभा बोलावू शकते. ही सभा जर आपल्या शाळेसंबंधी काही विषयासाठी बोलावलेली असेल, तर सभेसाठी सर्व आवश्यक कागदपत्रे उपलब्ध करून देण्याची जबाबदारी मुख्याध्यापक म्हणून आपल्यावर असते. तसेच ऐन वेळी काही स्पष्टीकरण द्यायचे असेल तर विशेष सर्वसाधारण सभा सुरू असतानाही मुख्याध्यापकांनी संस्थेच्या कार्यालयात उपस्थित रहावे.

### ७. संस्थेची त्रैमासिक सभा, वार्षिक सर्वसाधारण व विशेष सर्वसाधारण सभेमधील ठराव

संस्थेच्या त्रैमासिक सभा, वार्षिक सर्वसाधारण व विशेष सर्वसाधारण सभांमध्ये विविध ठराव संमत केले जातात. ठराव म्हणजे निर्णय असतो. संस्थेच्या कार्यालयातील दप्तरात यासंबंधी ठरावांची फाईल ठेवलेली असते. परंतु, आपल्या शाळेसंबंधी विषयावर जर काही ठराव संमत केला गेला असेल, तर मुख्याध्यापकांनी त्या ठरावाची एक प्रत संस्थेच्या दप्तरातून उपलब्ध करून घ्यावी व शाळेच्या दप्तरात शाळेसंबंधी संमत केलेल्या ठरावांची फाईल तयार करावी. त्यामुळे ऐन वेळी जर काही संदर्भ (Reference) आवश्यक असेल, तर आपल्याला ठरावांची माहिती तत्काळ उपलब्ध असते.

## ७. शाळेच्या संस्थेकडून अपेक्षा

ज्याप्रमाणे संस्थेच्या शाळेकडून म्हणजे मुख्याध्यापकांकडून अपेक्षा असतात, त्याचप्रमाणे शाळेच्याही संस्थेकडून म्हणजे संस्थेच्या पदाधिकाऱ्यांकडून व संस्थेच्या कार्यालयातील अधिकाऱ्यांकडून काही अपेक्षा असतात. मुख्याध्यापकांनी संस्थेकडून असलेल्या आपल्या अपेक्षा स्पष्टपणे मांडणे गरजेचे असते, कारण मुख्याध्यापकांनी सांगितल्याशिवाय संस्थेच्या पदाधिकाऱ्यांना शाळेच्या अपेक्षा व गरजा समजणार नाहीत.

### संस्थेचे पदाधिकारी म्हणजे कोण?

संस्थेचे प्रमुख तीन पदाधिकारी असतात.

१. संस्थेचे अध्यक्ष,
२. संस्थेचे सचिव,
३. संस्थेचे कोषाध्यक्ष किंवा खजिनदार.

यांपैकी शाळेसाठी संस्थेचे सचिव अत्यंत महत्त्वाचे असतात. कारण अनेकदा अध्यक्ष शाळेच्या कामकाजात प्रत्यक्ष लक्ष घालत नाहीत. काही वेळा अध्यक्ष सामाजिक किंवा राजकीय नेतेमंडळी असतात. त्यांना शाळेच्या कामकाजात प्रत्यक्ष लक्ष घालणे वेळेअभावी शक्य नसते. यासाठी सचिव हे पद व त्या पदावरील व्यक्ती शाळेला महत्त्वाची असते.

याव्यतिरिक्त, संस्थेच्या कार्यकारी मंडळापैकी एक संचालक आपल्या शाळा समितीचे अध्यक्ष असतात. शाळा समितीमध्ये शाळेच्या व्यवस्थापन आणि प्रशासनाबद्दल अनेक महत्त्वाचे निर्णय होतात. त्यामुळे शाळा समितीचे अध्यक्ष असलेले कार्यकारी मंडळाचे सभासद शाळेसाठी महत्त्वाचे असतात.

संस्थेच्या कार्यालयात संस्थेच्या कामकाजाच्या व्यापाप्रमाणे काही महत्त्वाचे अधिकारी संस्थेने नियुक्त केलेले असतात. त्यामध्ये खालीलप्रमाणे पदे असतात.

१. मुख्य कार्यकारी अधिकारी (Chief Executive Officer - CEO)
२. प्रशासन अधिकारी (Officer, Administration)
३. लेखा अधिकारी, (Officer, Accounts / Chief Accountant)
४. बांधकाम, दुरुस्ती, देखभाल अधिकारी, (Construction, Repairs and Maintenance)
५. कायदा व सुव्यवस्था अधिकारी, (Officer, Law and Order)
६. शाखा विस्तार व विकास अधिकारी, (Officer, Business Expansion and Development)

याव्यतिरिक्तही आवश्यकतेप्रमाणे काही विशेष अधिकाऱ्यांची नेमणूक संस्था कारणपरत्वे करत असते.

शाळेला वर उल्लेखिलेल्या अधिकाऱ्यांकडे कोणती कामे असतात किंवा असू शकतात त्या कामांचा आपण विचार करू.

१. रिक्त पदे भरण्यासाठी परवानगी: जर शासनातर्फे पद भरण्यास परवानगी नसेल, तर संस्थेच्या मान्यतेने व संस्थेच्या आर्थिक साहाय्याने पद भरण्यास परवानगी,
२. विशेष कौशल्य, कला, क्रीडा, भाषा, व्यवसाय मार्गदर्शन करण्यासाठी विशेष शिक्षकांची काही ठराविक कालावधीसाठी नियुक्ती,
३. संबंधित शिक्षण मंडळाकडून मुख्याध्यापक, शिक्षक, यांना शासनमान्यता मिळवण्यासाठी कागदपत्रांची पूर्तता आणि शासकीय खात्याबरोबर पत्रव्यवहार,
४. इयत्ता, वर्ग, तुकडी यांस मान्यता मिळवणे,
५. शिक्षक व कर्मचाऱ्यांचे पगार,
६. सर्व प्रकारचे टॅक्स रिटर्न्स,
७. रोस्टर, शिक्षकांचा सेवाज्येष्ठताक्रम निश्चित करणे,
८. शासकीय पत्रव्यवहाराची पूर्तता,
९. शिक्षक व कर्मचाऱ्यांसाठी वर्तनसूत्रे (Code of Conduct)
१०. कायदेशीर बाबींमध्ये मार्गदर्शन,
११. कायदेशीर अडचणी निर्माण झाल्यास समस्यापूर्ती करण्यास मदत,
१२. ॲन्युअल मेन्टेनन्स कॉन्ट्रॅक्ट्स (वार्षिक देखभाल करार) करण्यासाठी एजन्सीची निवड व करारपत्र तयार करण्यासाठी मार्गदर्शन,
१३. शाळेसाठी देणग्या मिळवण्यासंबंधी परवानगी,
१४. शाळेसाठी मिळालेल्या देणग्या संस्थेकडे जमा (वर्ग) केल्या जातात. ती रक्कम शाळेला मिळण्यासंबंधी,
१५. विशेष समारंभ आयोजनासाठी परवानगी,
१६. शाळेची जागा बाहेरील व्यक्तींना भाड्याने देण्याचे संस्थेचे धोरण असेल तर जागा भाड्याने देण्यासाठी संस्थेची परवानगी,
१७. शाळेसाठी विशेष वस्तू व सेवांची खरेदी करण्यासाठी परवानगी,
१८. शाळेतील विद्यार्थ्यांसाठी जाहीर झालेल्या पुरस्कारांची रक्कम मिळणेबाबत,
१९. अध्यापन व अध्ययन प्रक्रियेच्या गुणवत्ता विकासासाठी संस्थापातळीवर देखरेख व मूल्यमापन समितीची नेमणूक
२०. परीक्षा, चाचण्या, स्पर्धा परीक्षांसाठी समितीचे गठन,
२१. शाळेत काही बांधकाम, दुरुस्ती, नूतनीकरण करायचे असेल तर त्यासाठी पाहणी करणे, खर्चाचे तपशील ठरवणे व कामासाठी योग्य व्यक्ती/एजन्सीची नेमणूक करून कामाची पूर्तता करून घेण्याबाबत,
२२. शाळेच्या आर्थिक दप्तराची संस्थेच्या लेखा विभागाकडून तपासणी (इंटर्नल ऑडिट),
२३. अंदाजपत्रक तयार करण्यास मदत व मार्गदर्शन,
२४. शाळांची सुरक्षाव्यवस्था,
२५. शाळांच्या विविध उपक्रमांची प्रसिद्धी,
२६. शाळांच्या जनसंपर्क अभियानाला मदत,

२७. छपाई साहित्य तयार करणे,
२८. संगणकांची देखभाल, दुरुस्ती,
२९. संगणकांवरील डेटा बॅक अप,
३०. शालाबाह्य उपक्रमांना मदत व मार्गदर्शन.

याप्रमाणे अनेक बाबींमध्ये शाळांना संस्थेच्या मदतीची व मार्गदर्शनाची आवश्यकता असते.

## मुख्याध्यापकांनी काय करावे?

संस्थेला आपल्या गरजा माहीतच आहेत किंवा आपण तोंडी आपल्या गरजा संस्थेच्या पदाधिकाऱ्यांना सांगितल्याच आहेत म्हणून चालणार नाही. त्यासाठी आपल्या गरजांचे लेखी निवेदन देणे आणि त्याचा पाठपुरावा करण्याचे काम मुख्याध्यापकांना करावे लागणार आहे.

## लेखी निवेदन देणे

१. शाळा समितीच्या सभेत आपल्या गरजा मांडल्या जातील व त्यावर निर्णय होईल. कोणताही विषय संस्थेत नेण्यापूर्वी शाळा समितीमध्ये चर्चा करणे आवश्यक आहे. आणीबाणीच्या अथवा आपत्कालीन प्रसंगात मात्र थेट सचिवांशी संपर्क साधून विषय मांडावा,

२. काही वेळा केवळ शाळासमितीमध्ये विषय मांडून काम होत नाही. अशा वेळी मुख्याध्यापकांनी संस्थेच्या सचिवांच्या नावे लेखी पत्र देऊन आपली आवश्यकता सचिवांना कळवणे जरुरीचे आहे.

३. पत्र शाळेच्या लेटरहेडवर टाईप केलेले असावे.

४. पत्रावर दिनांक, विषय, मुख्याध्यापकांची सही असणे जरुरीचे आहे.

५. पत्राची नोंद शाळेच्या जावक रजिस्टरमध्ये करावी व पत्रावर जावक क्रमांक घालावा.

६. पत्र पाकिटामध्ये घालून, त्यावर सचिवांचे नाव घालून संस्थेच्या सचिवांच्या कार्यालयात द्यावे.

७. पत्राच्या कार्यालयीन प्रतीवर (ओसीवर) संस्थेत सही शिक्का करून घ्यावा व संस्थेचा आवक क्रमांकही घालून घ्यावा, त्यामुळे पत्राचा पाठपुरावा करणे सोपे होते.

८. पत्र देण्याआधी सचिवांना फोन करून शाळेची गरज व पत्र देत असलेबद्दल माहिती द्यावी व शाळेची निकड काय आहे याची माहिती द्यावी.

९. आवश्यकता वाटल्यास पत्रातील विषयाची अधिक माहिती देण्यासाठी संस्थेत चर्चेला बोलावले तर जावे.

# भाग ३ : शाळेच्या विविध प्रशासकीय कामांचे नियोजन

## ८. शाळेच्या प्रशासकीय कामांचे नियोजन

### १. शालेय प्रशासन म्हणजे काय?

'शालेय व्यवस्थापन' आणि 'शालेय प्रशासन' या दोन्ही संकल्पनांचा अर्थ आपण समजावून घेऊ. शालेय व्यवस्थापनामध्ये शाळेसंबंधी प्रत्येक विषयाचा ध्येय-धोरणात्मक निर्णय घेतला जातो. शालेय प्रशासनामध्ये या ध्येय-धोरणांच्या अंमलबजावणीसाठी रचना तयार केली जाते. यामध्ये प्रामुख्याने पुढील मुद्द्यांच्या आधारे रचना तयार केली जाते.

१. कोणते काम कोणी करायचे?
२. कोणते काम कधी करायचे? किती कालावधीत पूर्ण करायचे?
३. काम कोणत्या निकषांच्या आधारे करायचे?
४. कामासाठी साधनसामग्रीची जुळणी कशी करायची?
५. कामावर देखरेख, नियंत्रण, मार्गदर्शन कोणी करायचे?
६. कामाचा अहवाल कोणाला द्यायचा?
७. कामाच्या पूर्ततेनंतर कामाचे मूल्यमापन कोणी करायचे?
८. केलेल्या कामाचा डेटा, डॉक्युमेंटेशन कशाप्रकारे संकलित करायचे?
९. कामाबद्दल अंतिम निर्णय कुणी घ्यायचा?

सर्वसाधारणपणे कामाची रचना तयार करण्याची व त्याबद्दल अंतिम निर्णय देण्याची जबाबदारी शाळेच्या मुख्याध्यापकांवर असते.

### २. शालेय प्रशासनाची रचना आणि घटक

शालेय प्रशासनाची रचना सोपी व साधी आहे. त्यामध्ये पुढील प्रमुख घटक आहेत.

१. शाळासमिती,
२. मुख्याध्यापक,
३. उपमुख्याध्यापक व पर्यवेक्षक,
४. शिक्षक : शैक्षणिक, सहशैक्षणिक आणि बहि:शालेय कामकाज,
५. कार्यालयीन कर्मचारी/शिक्षकेतर कर्मचारी : प्रशासकीय कामकाज.

### ३. प्रशासकीय कामकाजाच्या नियोजनाची उद्दिष्टे

शाळेच्या प्रशासकीय कामकाजाचे नियोजन जितक्या तपशिलवार व अचूक केले जाईल तितक्या कार्यक्षमतेने व प्रभावीपणे कामाची अंमलबजावणी करता येते.

प्रशासकीय कामाच्या नियोजनाची पुढील पथदर्शी उद्दिष्टे मुख्याध्यापकांनी ठरवावीत. विशेष परिस्थितीत या उद्दिष्टांमध्ये बदल करावा.

१. प्रशासकीय आणि शैक्षणिक कामकाजात समन्वय राखणे,
२. प्रशासकीय व शैक्षणिक कामे वेळेत व वेळेवर होणे, वक्तशीरपणा,
३. कामातील अचूकता,
४. कामाची उपयुक्तता,
५. कार्यालयाची विश्वासार्हता जोपासणे,
६. काम आकर्षक व प्रभावीरितीने करणे,
७. कमीतकमी खर्चात जास्तीजास्त काम करणे व खर्चात बचत करणे,
८. कार्यालयीन कामकाजाची क्षमता विकसित करणे,
९. सांघिक उत्तरदायित्व प्रस्थापित करणे,
१०. वारंवार कराव्या लागणाऱ्या (रिपीट वर्क) कामाच्या पद्धती (सिस्टिम्स ॲण्ड प्रोसेस मॅन्युअल्स) एकदाच तयार करणे व वेळेची बचत करणे,
११. कार्यालयीन कामकाजाचा ठसा उमटवणे,
१२. मुख्याध्यापक व शिक्षकांना विश्वासार्ह साहाय्य व आधार देण्यासाठी यंत्रणा.

## ४. नियोजनाचा कालावधी

शैक्षणिक नियोजनाच्या कालावधीप्रमाणे प्रशासकीय कामाच्या नियोजनाचा कालावधीही निश्चित करावा. प्रशासकीय कामकाजाचे नियोजनही पंचवार्षिक करून मग त्याची विभागणी वार्षिक व मासिक नियोजनात करावी.

## ५. शाळेच्या प्रशासकीय कामकाजाचे नियोजन कोणी करावे?

मुख्याध्यापक हे शाळेच्या प्रशासकीय कामकाजाचे प्रमुख असतात. त्यामुळे प्रशासकीय कामकाजाचे नियोजन मुख्याध्यापकांच्या मार्गदर्शनाने व सल्ल्याने होणे जरुरीचे आहे. प्रशासकीय कामकाजाचे नियोजन करण्यासाठी पुढील संघ (टीम) काम करेल.

१. मुख्याध्यापक,
२. उपमुख्याध्यापक,
३. पर्यवेक्षक,
४. परीक्षा प्रमुख शिक्षक,
५. शाळेसाठी लागणाऱ्या साहित्याची खरेदी करण्याचे काम ज्यांना दिले आहे ते शिक्षक,
६. संगणककक्ष प्रमुख,
७. ग्रंथपाल,
८. प्रयोगशाळांचे मुख्य - शिक्षक/ लिपिक,
९. मुख्य लिपिक,
१०. लेखापाल,
११. सर्व लिपिक,
१२. मुख्य शिपाई.

तयार केलेला नियोजनाचा आराखडा मुख्याध्यापक तपासतील आणि शाळासमितीसमोर ठेवतील. शाळासमिती आराखड्यावर चर्चा करून जर काही बदल अपेक्षित असतील, तर ते करून आराखडा मंजूर करेल.

नियोजनातील काही विषयांना मातृसंस्थेच्या संचालक मंडळाची मंजूरी मिळणे आवश्यक असते, त्यामुळे असे विषय संचालक मंडळाच्या (गव्हर्निंग बॉडी) सभेपुढे ठेवले जातील.

**६. प्रशासकीय कामकाजाचे वर्गीकरण पुढील निकषांवर केले जाते.**

१. विषयवार नियोजन,
२. कार्यालयवार नियोजन,
३. कामाच्या कालावधीप्रमाणे नियोजन,
४. संस्थेची धोरणे व शाळा समितीच्या प्राधान्यक्रमाप्रमाणे नियोजन,
५. शैक्षणिक नियोजनाप्रमाणे प्रशासकीय कामकाजाचे नियोजन,
६. मनुष्यबळाप्रमाणे नियोजन/कर्मचाऱ्यांप्रमाणे नियोजन,
७. निधीच्या उपलब्धतेप्रमाणे व प्राधान्यक्रमाप्रमाणे नियोजन,
८. शासकीय कागदपत्रांच्या पूर्ततेप्रमाणे नियोजन,
९. आणीबाणीच्या व आपत्कालीन प्रसंगांचे नियोजन.

**७. प्रशासनाच्या कामकाजाच्या नियोजनाचे प्रमुख विषय**

शाळेच्या एकूण कामकाजामध्ये शैक्षणिक कामकाज आणि प्रशासकीय कामकाज असे दोन ठळक विभाग केले जातात. शाळेच्या कामकाजाचे नियोजन करत असताना मुख्याध्यापकांना प्रशासकीय कामकाजाचेही नियोजन करणे महत्त्वाचे आहे. बहुतेक वेळा सेवाज्येष्ठता क्रमाने वरिष्ठ शिक्षकांना मुख्याध्यापक पदावर नियुक्त केले जाते. शैक्षणिक पार्श्वभूमी असलेल्या मुख्याध्यापकांकडे शाळेच्या कार्यालयीन प्रशासनाशी संबंधित क्षमता-कौशल्ये असण्याची शक्यता खूप कमी असते. किंबहुना, प्रशासकीय क्षमता-कौशल्यांचा अभाव असतो असे म्हणले तरी वावगे ठरणार नाही. त्यामुळे या प्रकरणात शालेय प्रशासनाबात पुढील बाबींवर चर्चा केलेली आहे.

१. शालेय प्रशासकीय कामकाजाचे वर्गीकरण,
२. शाालेय प्रशासनातील महत्त्वाचे विषय,
३. शालेय सभा, सभाचक्र (मिटिंग्ज) आणि दप्तर,
४. शाळेचे रेकॉर्ड,
५. डेटा आणि डॉक्युमेंटेशन,
६. शासकीय कागदपत्रांची पूर्तता,
७. फाइली, रजिस्टर्स, चार्ट्स,
८. आर्थिक व्यवस्थापन,
९. मनुष्यबळ व्यवस्थापन,
१०. प्रचार, प्रसिद्धी आणि माध्यम व्यवस्थापन,
११. जनसंपर्क व्यवस्थापन,
१२. साफसफाई, स्वच्छता व्यवस्थापन (हाऊसकिपिंग),

१३. आदरातिथ्याचे धोरण, रिसेप्शन ऑफीस,
१४. खरेदी, भांडार (स्टोअर्स) आणि भांडार व्यवस्थापन,
१५. ॲन्युअल मेन्टेनन्स कॉन्ट्रॅक्ट्स,
१६. शाळेच्या भौतिक सुविधा, दुरुस्ती, देखभाल व्यवस्थापन,
१७. शाळेचे सुरक्षाविषयक धोरण, विद्यार्थी सुरक्षा,
१८. शाळेचे सेफ्टी ऑडिट,
१९ आपत्कालीन आणि आणीबाणीच्या प्रसंगांच्या व्यवस्थापनाचे धोरण,

**यांपैकी, खालील मुद्द्यांची चर्चा या प्रकरणात केलेली आहे.**

१. शालेय प्रशासकीय कामकाजाचे वर्गीकरण,
२. शाालेय प्रशासनातील महत्त्वाचे विषय,
३. शालेय सभा, सभाचक्र (मिटिंग्ज) आणि दप्तर.

## भाग – १ : प्रशासकीय कामकाजाच्या नियोजनाचे प्रमुख विषय

**शालेय प्रशासकीय कामकाजाचे कालावधीप्रमाणे वर्गीकरण**

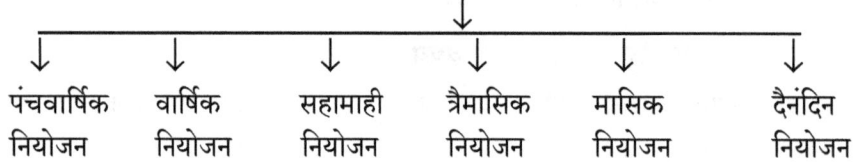

↓

| | | | | | |
|---|---|---|---|---|---|
| ↓ | ↓ | ↓ | ↓ | ↓ | ↓ |
| पंचवार्षिक नियोजन | वार्षिक नियोजन | सहामाही नियोजन | त्रैमासिक नियोजन | मासिक नियोजन | दैनंदिन नियोजन |

शालेय कामकाजाचे नियोजन करत असताना नियोजनाचा कालावधी हा महत्त्वाचा घटक आहे. किती कालावधीसाठी नियोजन करायचे आहे; त्यावर नियोजनात अंतर्भूत करायचे विषय, विषयांची व्याप्ती, अंमलबजावणीसाठी तयार करायची यंत्रणा, साधनसामग्रीची जुळवाजुळव या विविध गोष्टींबद्दल निर्णय घ्यावे लागतात. शाळेचे व्हिजन आणि मिशन स्टेटमेंट, दीर्घकालीन आणि अल्पकालीन ध्येयधोरणे याचाही अंतर्भाव नियोजनात करावा लागतो.

**पंचवार्षिक नियोजन :** उदाहरणार्थ, नवीन मान्यतांसाठी कागदपत्रांची तयारी करणे, शाळेमध्ये वर्गखोल्या वाढवण्यासाठी वर्गखोल्यांचे बांधकाम करणे, शाळेसाठी बंदिस्त सभागृह बांधणे, पत्र्याचे छप्पर असलेल्या शाळेला सिमेंट-कॉंक्रिटची स्लॅब टाकून पक्की इमारत बांधणे, शाळेच्या संगणक कक्षाची उभारणी करणे, संगणक कक्ष वातानुकूलित करणे, शाळेच्या क्रीडांगणात प्रेक्षक सज्जा (गॅलरी) बांधणे, शाळेच्या मैदानात खेळांची साधने बसवणे, शाळेचे कुंपण (कम्पाउंड) बांधणे, शाळेतील इलेक्ट्रिकल वायरिंग जुने झाले असल्यास सर्व वायरिंग बदलून नवीन वायरिंग करून घेणे, शाळेचे रंगकाम, शाळेच्या कार्यालयात झेरॉक्स मशिन घेणे, विद्यार्थ्यांसाठी अद्ययावत पद्धतीची बाके घेणे, शाळेत एलसीडी प्रोजेक्टर घेणे इत्यादी भौतिक सुविधा वाढवण्यासाठी; तसेच भौतिक सुविधांचा दर्जा (क्वालिटी) वाढवण्यासाठी मोठ्या रकमेची तरतूद करावी लागते. त्याचप्रमाणे या पद्धतीची कामे करण्यासाठी शाळा समितीबरोबरच मातृसंस्थेच्या नियामक मंडळाची (गव्हर्निंग बॉडी) मंजूरी घेणे व आर्थिक तरतुदीला मंजूरी घेणेही आवश्यक असते. मंजूरी मिळाल्यावर काही शासकीय कागदपत्रांची पूर्तता करावी लागते. प्रत्यक्ष बांधकाम करण्यासाठी किंवा वस्तू व सेवा विकत

घेऊन त्या कार्यवाहीत करण्यासाठीही वेळ लागतो. त्यामुळे अशा सर्व भौतिक सुविधा उभारणीसाठी पंचवार्षिक नियोजन करावे लागते. पाच वर्षांच्या कालावधीचे पाच भाग पाडून म्हणजे प्रत्येक वर्षी या कामाची किती व कशी प्रगती होईल हे ठरवले, म्हणजे त्या कामांचा वार्षिक नियोजनात समावेश करता येतो.

**वार्षिक नियोजन :** वरील परिच्छेदात उल्लेख केल्याप्रमाणे दरवर्षी करायच्या कामांचा वार्षिक कामात समावेश होईलच. त्याचबरोबर वार्षिक नियोजनात शाळेने वर्षभरात करायच्या कामांचा गोशवारा घेणे आवश्यक आहे. यामध्ये सर्वसामान्य प्रशासनातील सर्व विषयांचे नियोजन अपेक्षित आहे. उदाहरणार्थ कौलांचे छप्पर असेल तर कौले शाकारणे; पेस्ट कन्ट्रोल करणे; पाण्याच्या टाक्यांची सफाई; फायर एक्स्टिंग्विशर्स रिफिल करणे; शाळेतील नाले व ड्रेनेज सफाई करणे; शाळेतील प्रिंटिंग स्टेशनरीचा स्टॉक घेऊन प्रिंटिंग करून घेणे; फर्निचरची दुरुस्ती करणे; ब्लॅकबोर्ड असतील तर रंगवून घेणे; रजिस्टर्स, फाईल्स इत्यादी ऑफिस स्टेशनरी खरेदी करणे; पाठ्यपुस्तके, वह्या, नकाशे, खडू, डस्टर्स, शिक्षकांना देण्याच्या डायऱ्या इत्यादी अध्यापन साहित्य खरेदी करणे; कला-क्रीडा विषयांचे साहित्य, लायब्ररीची पुस्तके खरेदी करणे; लायब्ररीत काही फोटोफ्रेम्स लावण्यासाठी खरेदी करणे; जुन्या पुस्तकांचे बुकबाईंडिंग करणे; प्रयोगशाळेतील साहित्य खरेदी करणे; विद्यार्थ्यांचे गणवेश शाळा आणत असेल तर त्याची कोटेशन्स मागवून, मंजूर करून त्याची खरेदी करणे; विद्यार्थ्यांच्या वह्या, पाठ्यपुस्तके शाळा खरेदी करून वाटप करत असेल तर त्याची खरेदी करणे; शाळेतील विविध कार्यक्रमांच्या काढलेल्या फोटोंचे वर्गीकरण करून त्यांचे आल्बम्स अद्ययावत करणे; जनसंपर्क प्रस्थापित करणे; शासकीय कागदपत्रांची पूर्तता, अंदाजपत्रक तयार करणे; लेखापरीक्षण, प्रशिक्षणाचे वेळापत्रक, स्पर्धा परीक्षांसाठी कागदपत्रांची पूर्तता करणे; विविध सभा, भांडाराचा स्टॉक घेणे इत्यादी विषयांचा समावेश वार्षिक नियोजनात करणे आवश्यक आहे. शाळेच्या प्रशासनाशी संबंधित सर्व विषय वार्षिक नियोजनात येतात.

कार्यालयीन कामकाजाचे नियोजन करत असतानाच शैक्षणिक, सहशैक्षणिक व बहि:शालेय उपक्रमांच्या नियोजनाचा समन्वय वार्षिक नियोजनात करणे महत्त्वाचे आहे.

**सहामाही नियोजन :** वार्षिक नियोजनातीलच काही विषय सहामाही नियोजनात येतात. म्हणजे वर्षातून दोनदा करायची कामे सहामाही नियोजनात येतील. उदाहरणार्थ पहिले व दुसरे सत्र सुरू होताना घ्यावयाच्या शिक्षकांच्या सभा; सत्र समाप्तीच्या वेळी घ्यावयाच्या विद्यार्थ्यांच्या सभा; सहा महिन्यांतून एकदा करावयाचे शिक्षक व शिक्षकेतर कर्मचाऱ्यांच्या कामाचे मूल्यमापन; शाळेतर्फे कंत्राटी पद्धतीने जी कामे करण्यास दिलेली आहेत त्या कंत्राटदारांच्या कामांचे मूल्यमापन करणे; शाळेचे सुरक्षा ऑडिट, परीक्षा, परीक्षांचे निकाल, स्टॉक टेकिंग, टाक्यांची सफाई, शासकीय कागदपत्रांची पूर्तता, इलेक्ट्रिकल, प्लंम्बिंग, सिव्हिल इत्यादी दुरुस्ती, डागडुजी करायची असल्यास त्याचे वेळापत्रक तयार करणे; ही कामे करून घेणे; शाळेच्या ऑफिसमधील सर्व फाइल्सचे चेकिंग, सर्व कागदपत्रे योग्य त्या फाईलमध्ये लावलेली आहेत हे तपासण्याचे व कागदपत्रे योग्य त्या फाईलमध्ये लावण्याचे नियोजन; फाईल्सची लेबले खराब झाली असतील तर ती नवीन लावणे, लेबलांवर पूर्वीप्रमाणे योग्य तो मजकूर लिहिणे आणि मगच फाईल्स जाग्यावर लावणे; शाळेच्या कार्यालयातील, वर्गातील खिडक्यांना पडदे लावले असल्यास धुण्यासाठी आणि इस्त्री करण्यासाठी देणे इत्यादी.

**त्रैमासिक नियोजन :** तीन महिन्यांतून एकदा करायची कामे त्रैमासिक नियोजनात समाविष्ट होतील. उदाहरणार्थ शाळा समितीची सभा; इन्कम टॅक्स, प्रॉव्हिडंट फंड इत्यादी रिटर्न्स फाइल करणे; शाळेची बाग असल्यास खत, कीटकनाशकांच्या फवारणीचे वेळापत्रक पाळले जात आहे यावर देखरेख करणे इत्यादी.

**मासिक नियोजन :** दरमहा करायच्या कामांचा अंतर्भाव मासिक नियोजनात केला जाईल. उदाहरणार्थ शाळेतर्फे करावयाच्या जनसंपर्काचे नियोजन व आधीच्या महिन्यात केलेल्या जनसंपर्काचा आढावा; टेलिफोन, कुरिअर, वीज, पाणी इत्यादी सेवांची बिले भरणे; चहा-कॉफी इत्यादी बाहेरील व्यक्तीकडून मागवले जात असेल तर त्याची बिले देणे; शाळेतच चहा-कॉफी इत्यादी तयार केले जात असेल तर त्यासाठी लागणाऱ्या वस्तूंची खरेदी करणे; उपस्थिती रजिस्टर पूर्ण करून त्यावर मुख्याध्यापकांनी सही करणे; विद्यार्थ्यांच्या उपस्थितीचे शिक्षकांनी तयार केलेले तक्ते मुख्याध्यापकांनी तपासणे; शिक्षक व कर्मचाऱ्यांचे वाढदिवस साजरे करणे; शिक्षक व कर्मचाऱ्यांचे पगार देणे; पालक-शिक्षक सभांचे नियोजन करणे; बँकेच्या स्टेटमेंट्सचे रिकन्सिलिएशन करणे; फी रजिस्टर अपडेट करणे; जमाखर्च पत्रक अद्ययावत करणे; मासिक कार्यपूर्तीचे शिक्षकांचे अहवाल घेणे; सर्व प्रकारचा डेटा (सांख्यिकीय माहिती) अद्ययावत करणे, दैनंदिन साफसफाईसाठी लागणाऱ्या साहित्याची खरेदी, दैनंदिन साफसफाई ठरवलेल्या वेळापत्रकाप्रमाणे होत आहे यावर अकस्मात पाहणी (सरप्राइज व्हिजिट) करणे; प्रथमोपचार पेटीतील औषधांची एक्स्पायरी डेट बघणे, एक्स्पायरी झालेल्या औषधांची मुख्याध्यापकांच्या परवानगीने विल्हेवाट लावणे; सर्व औषधांचा पुरेसा स्टॉक भरून ठेवणे; शाळेतील बॅटरी सेल्सवर चालणारी घड्याळे, टॉर्च, इतर साधने यांचे सेल्स तपासणे; सेल्स बदलण्याचे काम वेळापत्रकानुसार करण्याचे नियोजन करणे; शाळेच्या वर्तमानपत्रांची, टाकून देण्याचे कागद, मोडक्यातोडक्या वस्तू, भंगार यांची रद्दी मुख्याध्यापकांच्या पूर्वसंमतीने व शाळेच्या धोरणाप्रमाणे निर्लेखन करण्याचे नियोजन इत्यादी.

**दैनंदिन नियोजन :** नियोजनात शेवटी आज काय हा प्रश्न उरतोच. शिक्षक व शिक्षकेतर कर्मचाऱ्यांच्या कामाची परिणामकारकता वाढवण्यासाठी, कामाला गती देण्यासाठी आणि प्रत्येक काम निश्चित केलेल्या वेळी आणि आखून दिलेल्या पद्धतीप्रमाणे होते आहे हे बघण्यासाठी मुख्याध्यापकांना प्रशासकीय कामाचे दैनंदिन नियोजन करणेही जरुरीचे आहे. उदाहरणार्थ शिक्षकांची रजा, अनुपस्थिती असेल तर पर्यायी शिक्षकांची नेमणूक त्या वर्गावर करणे, आणीबाणीची परिस्थिती हाताळणे, रोज सर्व खर्चाचे व्हाऊचर्स तयार झालेत का हे बघणे व व्हाऊचर्सवर सही करणे, जमेच्या पावत्या तपासणे, पेटी कॅश चेक करणे, शिक्षकांच्या डायऱ्या तपासणे व सही करणे, रोज ई-मेल्स बघणे, मेल्सना स्वत: उत्तरे देणे अथवा काय उत्तरे द्यायची हे लिपिकांना सांगणे, शिस्तपालनाच्या समस्या उदभवल्यास हाताळणे इत्यादी.

वरीलप्रमाणे कालावधीच्या निकषाप्रमाणे केलेले प्रशासकीय कामाचे नियोजन बघता एक महत्त्वाची गोष्ट आपल्या लक्षात आली असेल. ती म्हणजे, **'कालावधीप्रमाणे केलेले प्रशासकीय कामाचे नियोजन म्हणजे वेळेचे नियोजन आहे.' 'प्रशासकीय कामाचे नियोजन म्हणजे ठराविक वेळेच्या चौकटीतला कामाचा आराखडा किंवा कृती कार्यक्रम आहे.'** यातील काही कामे वैयक्तिक करायची असतील किंवा सांघिकरित्या करायची असतील, पण प्रत्येक काम हे प्रशासकीय कामकाजाचा एक लहान भाग आहे. प्रशासकीय कामाचा दुवा आहे. त्यामुळे नियोजन करत असताना प्रशासकीय कामाचा जितका सूक्ष्म तपशील तयार करता येईल, तितके नियोजन यशस्वी होते.

## शालेय प्रशासनातील महत्त्वाचे विषय

### प्रशासनाच्या कामकाजाच्या नियोजनाचे प्रमुख विषय

शाळेचे प्रशासन बहुआयामी असते. त्यामुळे शालेय प्रशासनात प्रत्येक विषय समाविष्ट झालेला असतो. शालेय प्रशासनाच्या नियोजनाचे प्रामुख्याने दोन विभागांत वर्गीकरण केले जाते.

१. शैक्षणिक कामांचे नियोजन,     २. प्रशासकीय कामांचे नियोजन.

या प्रकरणात आपण प्रशासकीय कामांच्या नियोजनाची चर्चा करत आहोत. त्यामुळे खालील तक्त्यांमध्ये प्रशासकीय कामाशी निगडित विषय दर्शवलेले आहेत.

**तक्ता क्रमांक १**
**प्रशासकीय कामांचे वर्गीकरण**

- १ → शैक्षणिक, अध्यापन, मूल्यमापन
  - पूर्व माध्यमिक
    - सहशालेय → क्षेत्रभेट प्रकल्प, प्रदर्शन, सणसमारंभ, क्रीडादिन
    - बहि:शालेय → सहली, वार्षिक स्नेहसंमेलन, विशेष प्रसंग, विशेष दिन
  - प्राथमिक
  - माध्यमिक
- २ → वित्त, निधी संकलन, निधी वाटप, हिशेबलेखन, लेखापरीक्षण, शासकीय पूर्तता, दस्तावेजीकरण, अंदाजपत्रक, बँक
- ३ → विधी/कायदा, नोंदणी, संमतीपत्रे, परवाने, करार, वार्षिक देखभाल करार, कोर्ट केसेस
- ४ → सभा, शाला समिती, शिक्षक, शिक्षकेतर कर्मचारी, पालक, विद्यार्थी, हितचिंतक
- ५ → खरेदी, साठा, भांडार
- ६ → मनुष्यबळ व्यवस्थापन, कर्मचारी, विद्यार्थी, पालक, कंत्राटदार पुरवठादार, प्रशिक्षण
- ७ → साहाय्यक सेवा → प्रयोगशाळा ग्रंथालय, वाहतूक व्यवस्था, गणवेश, प्रथमोपचार पेटी, अग्निशामक यंत्रणा, क्रीडासाहित्य, परिसर विकास, संगणक कक्ष, दृकश्राव्य कक्ष, क्रीडांगण, बगिचा, सुरक्षा उपकरणे, कार्यालयीन स्टेशनरी, छपाई, स्वयंपाकघर (पोषण आहार)
- ८ → जनसंपर्क, प्रसिद्धी, माध्यम व्यवस्थापन

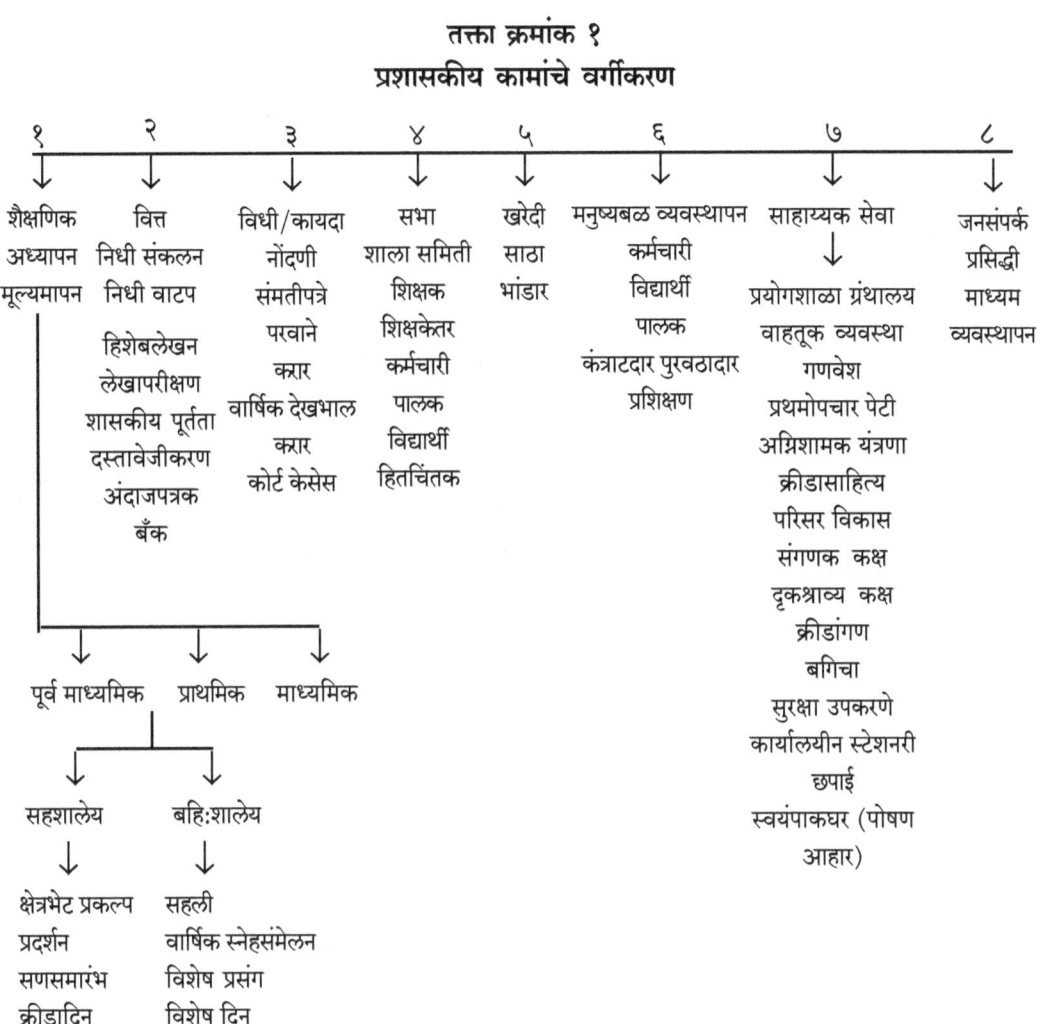

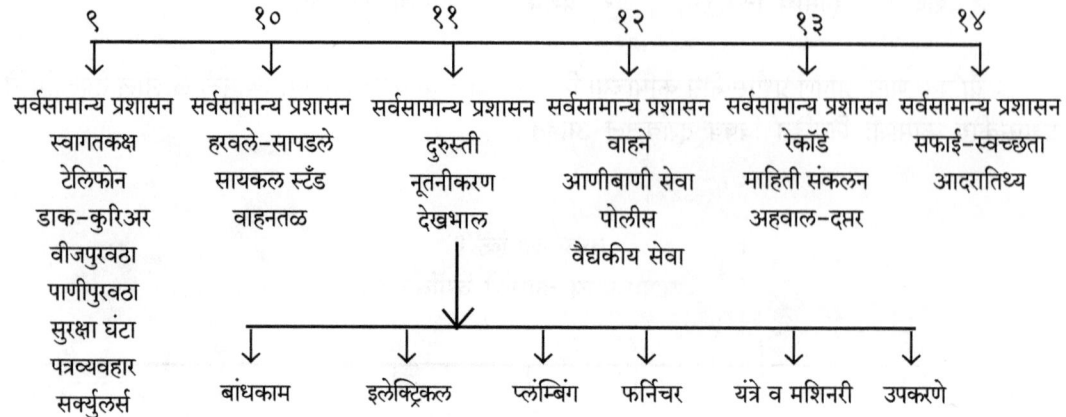

- ९ सर्वसामान्य प्रशासन
  - स्वागतकक्ष
  - टेलिफोन
  - डाक–कुरिअर
  - वीजपुरवठा
  - पाणीपुरवठा
  - सुरक्षा घंटा
  - पत्रव्यवहार
  - सर्क्युलर्स
- १० सर्वसामान्य प्रशासन
  - हरवले–सापडले
  - सायकल स्टँड
  - वाहनतळ
- ११ सर्वसामान्य प्रशासन
  - दुरुस्ती
  - नूतनीकरण
  - देखभाल
    - बांधकाम
    - इलेक्ट्रिकल
    - प्लंम्बिंग
    - फर्निचर
    - यंत्रे व मशिनरी
    - उपकरणे
- १२ सर्वसामान्य प्रशासन
  - वाहने
  - आणीबाणी सेवा
  - पोलीस
  - वैद्यकीय सेवा
- १३ सर्वसामान्य प्रशासन
  - रेकॉर्ड
  - माहिती संकलन
  - अहवाल–दप्तर
- १४ सर्वसामान्य प्रशासन
  - सफाई–स्वच्छता
  - आदरातिथ्य

**तक्ता क्रमांक २**

**प्रशासकीय कामकाजाचे विषयवार वर्गीकरण**

- वित्त व्यवस्थापन हिशेबलेखन
- कायदेशीर कागदपत्रांची पूर्तता
- मनुष्यबळ प्रशासन
- सर्वसामान्य प्रशासन
- खरेदी भांडार, स्टॉक
- सभा
- डेटा डॉक्युमेंटेशन
- दुरुस्ती देखभाल
- साहाय्यसेवा

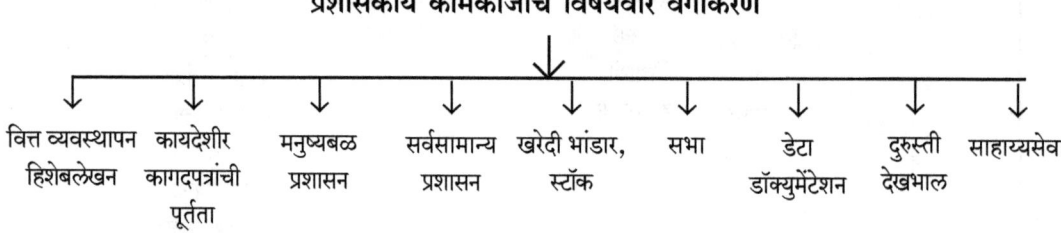

# ९. शाळेच्या माहिती संकलन कामांचे नियोजन – (डेटा आणि डॉक्युमेंटेशन)

### माहितीचे संकलन – डेटा आणि डॉक्युमेंटेशन

शाळा प्रशासनात मुख्याध्यापकांना विविध विषयांसाठी निर्णय घ्यावे लागतात. शासकीय विभागांना माहिती द्यावी लागते. धोरण ठरवावे लागते. परंतु, कोणताही निर्णय विशिष्ट माहितीच्या आधारावर घेतला जातो. त्यामध्ये सांख्यिकीय माहितीचाही समावेश असतो. कोणतीही माहिती टप्प्याटप्प्याने तयार करावी लागते. त्यासाठी मुख्याध्यापकांनी शाळेचे दप्तर, माहिती, सांख्यिकीय माहिती संकलित करण्यासाठी आणि वर्गीकरण करून माहिती जतन करण्यासाठी शाळेमध्ये 'डेटा, डॉक्युमेंटेशन समिती' स्थापन करावी.

मुख्याध्यापकांच्या नेतृत्वाखाली 'डेटा, डॉक्युमेंटेशन समिती' काम करेल. या समितीमध्ये दोन शिक्षक आणि एक कार्यालयीन कर्मचारी नियुक्त करावेत.

### १. माहितीच्या संकलन समितीचे उद्देश

१. शाळा व्यवस्थापन व प्रशासनासाठी कोणती माहिती आवश्यक आहे व ही माहिती कशी संकलित करायची याची पद्धत ठरवणे,

२. डेटा, डॉक्युमेंटेशन संकलित करण्यासाठी फॉर्म्स आणि फॉरमॅट्स तयार करणे,

३. शाळेतील कोणत्या शिक्षकांनी शैक्षणिक, सहशैक्षणिक व बहि:शालेय उपक्रमांची कोणती माहिती कोणत्या फॉरमॅटमध्ये द्यायची हे ठरवणे व त्या शिक्षकांना त्यांच्या संबंधित फॉर्म्स, फॉरमॅट्स समजावून सांगणे,

४. संबंधित माहिती डेटा आणि डॉक्युमेंटेशन समितीला कधी द्यायची ती तारीख, कालावधी, वेळ ठरवून देणे,

५. आलेल्या माहितीचे संकलन करणे,

६. माहितीचे ठराविक निकषांप्रमाणे वर्गीकरण करणे,

७. आवश्यकतेप्रमाणे माहिती देणे.

### २. माहिती संकलित करण्याचे विषय

शाळेच्या व्यवस्थापनासाठी आणि प्रशासकीय कार्यक्षमता वृद्धिंगत करण्यासाठी कोणती माहिती संकलित करावी हे शाळेच्या मुख्याध्यापकांनी ठरवावे. परंतु, सर्वसामान्यपणे शाळेसाठी पुढील माहिती आवश्यक आहे.

१. वित्त व्यवस्थापन व हिशेबलेखन, २. मनुष्यबळ विकास, व्यवस्थापन, ३. जनसंपर्क, प्रसिद्धी साहित्य, छपाई, ४. खरेदी, भांडार (स्टोअर्स), वस्तू वितरण, ५. सर्वसामान्य प्रशासन, ६. उपक्रम, प्रकल्प, समारंभ.

## ३. फॉर्म्स आणि फॉरमॅट्स

सांख्यिकीय माहिती संकलित करण्यासाठी पुढीलप्रमाणे फॉरमॅट्स तयार करावेत. शाळेच्या गरजांप्रमाणे या फॉरमॅट्समध्ये बदल करावेत.

### ३.१. वित्त व्यवस्थापन व हिशेबलेखन विभाग

**३.१.१ अंदाजपत्रक (नमुना तक्ता) :** प्रकरण क्रमांक ११ मध्ये तक्ता दिलेला आहे.

**३.१.२. निधी संकलनासाठी संभाव्य देणगीदार (नमुना तक्ता)**

| क्रमांक | देणगीदाराचे नाव व पत्ता | मोबाइल क्रमांक ई-मेल आयडी | व्यवसाय | वस्तुरूपाने/रोख रक्कम देणगी म्हणून मिळेल? | कोणी संपर्क साधायचा? |
|---|---|---|---|---|---|
| | | | | | |
| | | | | | |
| | | | | | |
| | | | | | |
| | | | | | |
| | | | | | |

**३.१.३ विषयवार मासिक खर्च तक्ता (नमुना तक्ता)**

| क्रमांक | खर्चाचा तपशील | खर्चाचे कारण / कोणत्या विभागासाठी खर्च करायचा आहे? | खर्चाची अंदाजे रक्कम | खर्च करणारी जबाबदार व्यक्ती |
|---|---|---|---|---|
| | | | | |
| | | | | |
| | | | | |
| | | | | |
| | | | | |
| | | | | |

३.१.४. **विषयवार त्रैमासिक खर्च तक्ता (नमुना तक्ता): अंदाजपत्रकात दिलेले विषय त्रैमासिक खर्चासाठी घ्यावेत.**

५. शिक्षकांचे पगारपत्रक (शासकीय नियमाप्रमाणे )

६. कर्मचाऱ्यांचे पगारपत्रक (शासकीय नियमाप्रमाणे)

७. भविष्यनिर्वाहनिधी पत्रक (शासकीय नियमाप्रमाणे)

८. टीडीएस पत्रक (शासकीय नियमाप्रमाणे)

९. कंत्राटदार आणि सेवा देणाऱ्या व्यक्ती आणि संस्थांच्या टीडीएसचे पत्रक (शासकीय नियमाप्रमाणे)

१०. (शिक्षक व कर्मचाऱ्यांना दिलेले) तत्काल कर्ज तक्ता (शासकीय नियमाप्रमाणे)

११. (वर्गवार) विद्यार्थी शुल्क जमा तक्ता (शासकीय नियमाप्रमाणे)

१२. शिष्यवृत्ती तक्ता (शासकीय नियमाप्रमाणे)

## ३.२ मनुष्यबळ विकास, व्यवस्थापन विभाग

### ३.२.१. 'कॉस्ट टू द कंपनी'– प्रत्येक कर्मचाऱ्यावर किती खर्च होतो त्याचा तक्ता (नमुना तक्ता)

शाळेचे नाव : ------------------------------------------------------

CTC OF EMPLOYEE - Year----------------------------------(Cost per Employee-Cost to Company) प्रति कर्मचारी शाळेला येणारा खर्च

| क्रमांक | कर्मचाऱ्याचे नाव | पद | वार्षिक पगार | बोनस | कर्मचारी भविष्य निर्वाह निधी | वैद्यकीय विमा | गणवेश/ ॲप्रन्स | दिवाळी भेट | चहा/ कॉफी | वाढदिवसाची भेट | वार्षिक सहल | वार्षिक स्नेहभोजन | प्रशिक्षण | इतर खर्च | एकूण खर्च |
|---|---|---|---|---|---|---|---|---|---|---|---|---|---|---|---|
| | | | | | | | | | | | | | | | |
| | | | | | | | | | | | | | | | |
| | | | | | | | | | | | | | | | |
| | | | | | | | | | | | | | | | |
| | | | | | | | | | | | | | | | |
| | | | | | | | | | | | | | | | |
| | | | | | | | | | | | | | | | |
| | | | | | | | | | | | | | | | |
| | | | | | | | | | | | | | | | |
| | | | | | | | | | | | | | | | |
| | | | | | | | | | | | | | | | |
| | एकूण खर्च | | | | | | | | | | | | | | |

मुख्याध्यापकांची सही

## ३.२.२. शिक्षक माहिती तक्ता (नमुना तक्ता)

| क्रमांक | शिक्षकाचे नाव व पत्ता | मोबाईल क्रमांक व ईमेल | पद | नियुक्ती दिनांक | शाळा रुजू दिनांक | जन्म तारीख | रक्त गट | धर्म | जात | मातृभाषा | शिक्षण | विशेष कौशल्य | अनुभव | ड्रायव्हिंग लायसेन्स क्रमांक | पॅन | आधार क्रमांक | प्रॉव्हिडंट फंड क्रमांक |
|---|---|---|---|---|---|---|---|---|---|---|---|---|---|---|---|---|---|
| | | | | | | | | | | | | | | | | | |
| | | | | | | | | | | | | | | | | | |
| | | | | | | | | | | | | | | | | | |
| | | | | | | | | | | | | | | | | | |
| | | | | | | | | | | | | | | | | | |
| | | | | | | | | | | | | | | | | | |
| | | | | | | | | | | | | | | | | | |
| | | | | | | | | | | | | | | | | | |
| | | | | | | | | | | | | | | | | | |
| | | | | | | | | | | | | | | | | | |

## ३.२.३. शिक्षकेतर कर्मचारी माहिती तक्ता (नमुना तक्ता)

| क्रमांक | कर्मचाऱ्याचे नाव व पत्ता | मोबाईल क्रमांक व ईमेल | पद | नियुक्ती दिनांक | शाळा रुजू दिनांक | जन्म तारीख | रक्त गट | धर्म | जात | मातृभाषा | शिक्षण | विशेष कौशल्य | अनुभव | ड्रायव्हिंग लायसेन्स क्रमांक | पॅन | आधार क्रमांक | प्रॉव्हिडंट फंड क्रमांक |
|---|---|---|---|---|---|---|---|---|---|---|---|---|---|---|---|---|---|
| | | | | | | | | | | | | | | | | | |
| | | | | | | | | | | | | | | | | | |
| | | | | | | | | | | | | | | | | | |
| | | | | | | | | | | | | | | | | | |
| | | | | | | | | | | | | | | | | | |
| | | | | | | | | | | | | | | | | | |
| | | | | | | | | | | | | | | | | | |
| | | | | | | | | | | | | | | | | | |

### ३.२.४. शिक्षकांच्या अपेक्षित क्षमता-कौशल्यांचा तक्ता (Skill Inventory) (नमुना तक्ता)

| क्रमांक | कौशल्य-क्षमता | गुण – शेरा |
|---|---|---|
| १ | आकलनक्षमता | |
| २ | निरीक्षण कौशल्य | |
| ३ | कल्पनाशक्ती | |
| ४ | स्मरणशक्ती | |
| ५ | संवेदनक्षमता | |
| ६ | सर्जनक्षमता | |
| ७ | प्रयोगशीलता | |
| ८ | सादरीकरणाची क्षमता | |
| ९ | विश्लेषण कौशल्ये | |
| १० | गणितीक्षमता | |
| ११ | वैज्ञानिक दृष्टिकोन | |
| १२ | संशोधनक्षमता | |
| १३ | भाषा प्रभुत्व व भाषा संपन्नता | |
| १४ | संगणकक्षमता | |
| १५ | संभाषण कौशल्य | |
| १६ | वक्तृत्वकला / भाषण कौशल्य | |
| १७ | लेखन कौशल्य | |
| १८ | अहवाल लिहिण्याचे कौशल्य | |
| १९ | समुपदेशन कौशल्य | |
| २० | समस्यापूर्ती करण्याचे कौशल्य | |
| २१ | अध्यापन कौशल्य | |
| २२ | विद्यार्थ्यांच्या आकलनक्षमतेप्रमाणे अध्यापनासाठी माध्यम निवडीचे कौशल्य | |
| २३ | मूल्यमापन करण्याची कौशल्ये | |
| २४ | वक्तशीरपणा व वेळेचे नियोजन करण्याची क्षमता | |

| | | |
|---|---|---|
| २५ | नियोजन कुशलता | |
| २६ | उद्दिष्टाभिमुखता / ध्येयाभिमुखता | |
| २७ | निर्णयक्षमता | |
| २८ | सिद्धीप्रेरित - प्रत्येक कामात यशस्वी | |
| २९ | निर्णयांची अंमलबजावणी करण्याची क्षमता – परिणामाभिमुखता | |
| ३० | पद्धतशीर शिस्तबद्ध काम | |
| ३१ | सांघिक काम करण्याची वृत्ती | |
| ३२ | सहकार्य/मदत करण्याची वृत्ती | |
| ३३ | इतरांचे नेतृत्व स्वीकारण्याची वृत्ती | |
| ३४ | नेतृत्वक्षमता | |
| ३५ | प्रतिकूल परिस्थितीत न डगमगता काम करण्याची क्षमता | |
| ३६ | भावनिक संतुलन | |
| ३७ | विश्वासार्हता | |
| ३८ | चारित्र्यसंपन्न | |
| ३९ | आदर्श कार्यसंस्कृती | |
| ४० | कार्यप्रवण | |

### ३.२.५. शिक्षकांच्या प्रशिक्षणाच्या गरजांचा तक्ता (Training Needs Identification)
**(नमुना तक्ता)**

| क्रमांक | शिक्षकाचे नाव | पद/हुद्दा | विभाग | विषय | आवश्यक वर्तन क्षमता | आवश्यक जीवन कौशल्य | कार्यकौशल्य / क्षमता | विषय प्रशिक्षण | संगणक शिक्षण |
|---|---|---|---|---|---|---|---|---|---|
| | | | | | | | | | |
| | | | | | | | | | |
| | | | | | | | | | |
| | | | | | | | | | |
| | | | | | | | | | |
| | | | | | | | | | |

### ३.२.६. शिक्षक प्रशिक्षण तक्ता (Attendance Chart of Teachers' Training) **(नमुना तक्ता)**

| क्रमांक | दिनांक | शिक्षकाचे नाव | प्रशिक्षणाची वेळ | प्रशिक्षणाचा विषय | उपस्थिती – सही |
|---|---|---|---|---|---|
| | | | | | |
| | | | | | |
| | | | | | |
| | | | | | |
| | | | | | |
| | | | | | |

### ३.२.७. शिक्षकांच्या उपलब्धींचा तक्ता (Chart of Achievements of Teachers) **(नमुना तक्ता)**

| क्रमांक | शिक्षकांचे नाव | उपलब्धीचा तपशील | उपलब्धी दिनांक | मानसन्मान देणाऱ्याचे नाव |
|---|---|---|---|---|
| | | | | |
| | | | | |
| | | | | |
| | | | | |
| | | | | |
| | | | | |

### ३.२.८. शिक्षकांच्या रजेचा तक्ता (नमुना तक्ता)

| रजेचा प्रकार | एकूण वार्षिक रजा | रजेचे कारण | एप्रिल | मे | जून | जुलै | ऑगस्ट | सप्टें. | ऑक्टों. | नोव्हें. | डिसें. | जाने. | फेब्रु. | मार्च | उर्वरित |
|---|---|---|---|---|---|---|---|---|---|---|---|---|---|---|---|
| | | | | | | | | | | | | | | | |
| | | | | | | | | | | | | | | | |
| | | | | | | | | | | | | | | | |
| | | | | | | | | | | | | | | | |
| | | | | | | | | | | | | | | | |
| | | | | | | | | | | | | | | | |

### ३.२.९. शिक्षकेतर कर्मचाऱ्यांच्या रजेचा तक्ता (नमुना तक्ता)

| रजेचा प्रकार | एकूण वार्षिक रजा | रजेचे कारण | एप्रिल | मे | जून | जुलै | ऑगस्ट | सप्टें. | ऑक्टों. | नोव्हें. | डिसें. | जाने. | फेब्रु. | मार्च | उर्वरित |
|---|---|---|---|---|---|---|---|---|---|---|---|---|---|---|---|
| | | | | | | | | | | | | | | | |
| | | | | | | | | | | | | | | | |
| | | | | | | | | | | | | | | | |
| | | | | | | | | | | | | | | | |
| | | | | | | | | | | | | | | | |
| | | | | | | | | | | | | | | | |

## ४. जनसंपर्क

### ४.१. शाळा ज्या संस्थेची आहे त्या संस्थेचे विश्वस्त व प्रमुख पदाधिकारी (नमुना तक्ता)

| क्रमांक | विश्वस्त / पदाधिकाऱ्यांचे नाव | पत्ता | मोबाइल क्रमांक | ई-मेल आयडी | व्यवसाय |
|---|---|---|---|---|---|
| | | | | | |
| | | | | | |
| | | | | | |
| | | | | | |
| | | | | | |

### ४.२. संस्थेचे व शाळेचे सल्लागार (नमुना तक्ता)

| क्रमांक | सल्लागाराचे नाव | पत्ता | मोबाइल क्रमांक | ई-मेल आयडी | व्यवसाय | सल्ला-मार्गदर्शनाचे क्षेत्र/विषय |
|---|---|---|---|---|---|---|
| | | | | | | |
| | | | | | | |
| | | | | | | |
| | | | | | | |
| | | | | | | |

### ४.३. माजी विद्यार्थी (नमुना तक्ता)

| क्रमांक | माजी विद्यार्थ्यांचे नाव | मोबाईल क्रमांक/ ई-मेल /दूरध्वनी | शाळा सोडल्याचे वर्ष | शिक्षण | नोकरी/ व्यवसाय | संपर्क यंत्रणा | शाळेला उपयुक्तता | शेरा |
|---|---|---|---|---|---|---|---|---|
| | | | | | | | | |
| | | | | | | | | |
| | | | | | | | | |
| | | | | | | | | |
| | | | | | | | | |

## ४.४. (निवडक) पालक (नमुना तक्ता)

| क्रमांक | माजी विद्यार्थ्याचे नाव | पालकांचे नाव व पत्ता | मोबाईल क्रमांक/ई-मेल दूरध्वनी | शिक्षण | नोकरी/ व्यवसाय | संपर्क यंत्रणा | शाळेला उपयुक्तता | शेरा |
|---|---|---|---|---|---|---|---|---|
| | | | | | | | | |
| | | | | | | | | |
| | | | | | | | | |
| | | | | | | | | |
| | | | | | | | | |

## ४.५. माजी शिक्षक (नमुना तक्ता)

| क्रमांक | माजी शिक्षकांचे नाव | निवृत्ती दिनांक | मोबाईल क्रमांक/ ई-मेल/ दूरध्वनी | शिक्षण | विशेष कौशल्य | विषय | शेरा |
|---|---|---|---|---|---|---|---|
| | | | | | | | |
| | | | | | | | |
| | | | | | | | |
| | | | | | | | |
| | | | | | | | |

## ४.६. माजी शिक्षकेतर कर्मचारी (नमुना तक्ता)

| क्रमांक | माजी कर्मचाऱ्याचे नाव | निवृत्ती दिनांक | मोबाईल क्रमांक/ इ-मेल/ दूरध्वनी | शिक्षण | विशेष कौशल्य | विषय | शेरा |
|---|---|---|---|---|---|---|---|
| | | | | | | | |
| | | | | | | | |
| | | | | | | | |
| | | | | | | | |
| | | | | | | | |

### ४.७. इतर शाळांचे मुख्याध्यापक, (नमुना तक्ता)

| क्रमांक | शाळेचे नाव | मुख्याध्यापकांचे नाव | मोबाईल क्रमांक/ ई-मेल/ दूरध्वनी | शिक्षण | विशेष कौशल्य | विषय | जन्म तारीख | शेरा |
|---|---|---|---|---|---|---|---|---|
| | | | | | | | | |
| | | | | | | | | |
| | | | | | | | | |
| | | | | | | | | |
| | | | | | | | | |

### ४.८. समान ध्येयाने काम करणाऱ्या शाळा (नमुना तक्ता)

| क्रमांक | शाळेचे नाव | मातृसंस्थेचे नांव | मुख्याध्यापकांचे नांव | मोबाईल क्रमांक/ ई-मेल/ दूरध्वनी | शाळेची विशेषता | शेरा |
|---|---|---|---|---|---|---|
| | | | | | | |
| | | | | | | |
| | | | | | | |
| | | | | | | |
| | | | | | | |

### ४.९. देणगीदार व हितचिंतक (नमुना तक्ता)

| क्रमांक | देणगीदार/ हितचिंतकांचे नाव व पत्ता | मोबाईल क्रमांक, ई-मेल आयडी दूरध्वनी | उद्योग व्यवसाय | कोणी संपर्क करायचा? |
|---|---|---|---|---|
| | | | | |
| | | | | |
| | | | | |
| | | | | |
| | | | | |

## ४.१०. शाळेच्या विविध कार्यक्रमांना निमंत्रित करावयाच्या व्यक्ती (नमुना तक्ता)

| कार्यक्रमाचे नाव | क्रमांक | निमंत्रितांचे नाव व पत्ता | मोबाईल क्रमांक / ई-मेल आयडी | संपर्क कोणी करायचा? |
|---|---|---|---|---|
| | | | | |
| | | | | |
| | | | | |
| | | | | |
| | | | | |

## ४.११. शाळेचे सहयोगी कंत्राटदार (नमुना तक्ता)

| क्रमांक | कंत्राटदारांचे नाव व पत्ता | एजन्सीचे नाव व पॅन | कंत्राटदारांचा मोबाईल क्रमांक व ई-मेल आयडी | कंत्राटदाराच्या कामाचा तपशील | कंत्राटाचा कालावधी | कंत्राट रक्कम | कंत्राट नूतनीकरण दिनांक |
|---|---|---|---|---|---|---|---|
| | | | | | | | |
| | | | | | | | |
| | | | | | | | |
| | | | | | | | |
| | | | | | | | |

## ४.१२. शाळेशी संलग्न शासकीय कार्यालये (नमुना तक्ता)

| क्रमांक | कार्यालयाचे नाव व पत्ता | संपर्क करावयाचा अधिकारी/ व्यक्ती | अधिकारी/ व्यक्तीचा मोबाईल क्रमांक/ ई-मेल आयडी | शाळेतर्फे संपर्क करणारी व्यक्ती |
|---|---|---|---|---|
| | | | | |
| | | | | |
| | | | | |
| | | | | |

४.१३. शाळेला विविध सेवा पुरवणारी सरकारी कार्यालये उदा. टेलिफोन, इलेक्ट्रिसिटी इ.
(नमुना तक्ता)

| क्रमांक | सेवा प्रकार | कार्यालयाचे नाव व पत्ता | संपर्क करावयाचा अधिकारी/ व्यक्ती | अधिकारी/ व्यक्तीचा मोबाईल क्रमांक/ ई-मेल आयडी | शाळेतर्फे संपर्क करणारी व्यक्ती |
|---|---|---|---|---|---|
| | | | | | |
| | | | | | |
| | | | | | |
| | | | | | |
| | | | | | |

४.१४. शाळेच्या कामाशी निगडित असलेल्या लायब्ररीज, संशोधन संस्था इ. (नमुना तक्ता)

| क्रमांक | संस्थेचा प्रकार | संस्थेचे नाव व पत्ता | संस्थेचा दूरध्वनी, मोबाईल क्रमांक, ई-मेल आयडी | संपर्क व्यक्तीचे नाव व हुद्दा | संपर्क व्यक्तीचा मोबाईल क्रमांक व ई-मेल आयडी | शाळेला उपयुक्तता |
|---|---|---|---|---|---|---|
| | | | | | | |
| | | | | | | |
| | | | | | | |
| | | | | | | |
| | | | | | | |

४.१५. गावातील प्रतिष्ठित व्यक्ती, वकील, डॉक्टर्स, प्राध्यापक, उद्योजक, प्रमुख व्यापारी
(नमुना तक्ता)

| क्रमांक | संपर्क व्यक्तीचे नाव व पत्ता | दूरध्वनी, मोबाईल क्रमांक, ई-मेल आयडी | संपर्क व्यक्तीचा उद्योग व्यवसाय | शाळेला उपयुक्तता |
|---|---|---|---|---|
| | | | | |
| | | | | |
| | | | | |
| | | | | |
| | | | | |

### ४.१६. बँका व पतसंस्था, वित्तीय संस्था (नमुना तक्ता)

| क्रमांक | बँक/वित्तसंस्था/ पतसंस्थेचे नाव व पत्ता | संस्थेतील संपर्क व्यक्तीचे नाव व हुद्दा | संस्थेचा दूध्वनी क्रमांक/ ई-मेलआयडी | संपर्क व्यक्तीचा दूरध्वनी क्रमांक/ मोबाईल क्रमांक/ ई-मेल आयडी |
|---|---|---|---|---|
| | | | | |
| | | | | |
| | | | | |
| | | | | |
| | | | | |

### ४.१७. धार्मिक संस्था उदा. श्रीमंत दगडूशेठ हलवाई ट्रस्ट, सिद्धीविनायक ट्रस्ट, श्री साईबाबा ट्रस्ट (नमुना तक्ता)

| क्रमांक | धार्मिक संस्थेचे नाव व पत्ता | संस्थेतील संपर्क व्यक्तीचे नाव व हुद्दा | संस्थेचा दूध्वनी क्रमांक/ ई-मेल आयडी | संपर्क व्यक्तीचा दूरध्वनी क्रमांक/ मोबाईल क्रमांक/ ई-मेल आयडी |
|---|---|---|---|---|
| | | | | |
| | | | | |
| | | | | |
| | | | | |
| | | | | |

### ४.१८. गावातील, जिल्ह्यातील प्रमुख वर्तमानपत्रांचे संपादक, वार्ताहर इत्यादी. (नमुना तक्ता)

| क्रमांक | वर्तमानपत्राचे नाव व कार्यालयाचा पत्ता | संपादकांचे नाव व मोबाईल क्रमांक | शैक्षणिक सदराचे नाव | शैक्षणिक सदर चालवणाऱ्या वार्ताहराचे नाव व पत्ता |
|---|---|---|---|---|
| | | | | |
| | | | | |
| | | | | |
| | | | | |
| | | | | |

### ४.१९. निवडक संस्थांचा वर्धापनदिन तक्ता (नमुना तक्ता)

| क्रमांक | संस्थेचे वर्गीकरण | संस्थेचे नाव व पत्ता | संस्थेचे ई-मेल आयडी | संस्थेचे वर्धापनदिन |
|---|---|---|---|---|
| | | | | |
| | | | | |
| | | | | |
| | | | | |
| | | | | |

### ४.२०. निवडक व्यक्तींचा जन्मदिन तक्ता (नमुना तक्ता)

| क्रमांक | व्यवसायानुसार व्यक्तींचे वर्गीकरण | व्यक्तीचे नाव व पत्ता ई-मेल आयडी | व्यक्तीचा मोबाईल क्रमांक | जन्मतारीख |
|---|---|---|---|---|
| | | | | |
| | | | | |
| | | | | |
| | | | | |
| | | | | |

## ५. सर्वसामान्य प्रशासन

### ५.१. टेलिफोन (दूरध्वनी) इनवर्ड - आऊटवर्ड रजिस्टर (नमुना तक्ता)

| क्रमांक | दिनांक | वेळ | फोन करणाऱ्याचे नाव | कोणाला फोन केला | फोन करणाऱ्याचा टेलिफोन क्रमांक | उद्देश | निरोप मिळाला |
|---|---|---|---|---|---|---|---|
| | | | | | | | |
| | | | | | | | |
| | | | | | | | |
| | | | | | | | |
| | | | | | | | |

## ५.२. व्हिजिटर्स इनवर्ड रजिस्टर (नमुना तक्ता)

| क्रमांक | दिनांक | वेळ | व्हिजिटरचे नाव | व्हिजिटरचा मोबाईल क्रमांक | कोणाला भेटायचे आहे | भेटीचा उद्देश | शेरा |
|---|---|---|---|---|---|---|---|
| | | | | | | | |
| | | | | | | | |
| | | | | | | | |
| | | | | | | | |
| | | | | | | | |

## ५.३. निरोप रजिस्टर (नमुना तक्ता)

| क्रमांक | दिनांक | निरोप दिल्याची वेळ | निरोप देणाऱ्याचे नाव | निरोप ज्याला द्यायचा त्याचे नाव | निरोप | निरोप मिळाल्याची वेळ |
|---|---|---|---|---|---|---|
| | | | | | | |
| | | | | | | |
| | | | | | | |
| | | | | | | |
| | | | | | | |

## ५.४. पोस्ट आणि कुरिअर इनवर्ड रजिस्टर – आवक रजिस्टर (नमुना तक्ता)

| क्रमांक | दिनांक | वेळ | कुरिअर कंपनीचे नाव | टपाल/कुरिअर ज्याच्या नावाने आले त्याचे नाव | टपाल/कुरिअर केलेल्या कागदपत्राचा विषय | टपाल/कुरिअर घेतलेल्या व्यक्तीचे नाव/सही |
|---|---|---|---|---|---|---|
| | | | | | | |
| | | | | | | |
| | | | | | | |
| | | | | | | |
| | | | | | | |

## ५.५. पोस्ट आणि कुरिअर आऊटवर्ड रजिस्टर – जावक रजिस्टर (नमुना तक्ता)

| क्रमांक | दिनांक | वेळ | कुरिअर कंपनीचे नाव | टपाल/कुरिअर ज्याला पाठवले त्याचे नाव | कुरिअर केलेल्या कागदपत्रांचा विषय | कुरिअर पाठवणाऱ्या व्यक्तीचे नाव/सही |
|---|---|---|---|---|---|---|
|  |  |  |  |  |  |  |
|  |  |  |  |  |  |  |
|  |  |  |  |  |  |  |
|  |  |  |  |  |  |  |
|  |  |  |  |  |  |  |

## ५.६. कर्मचारी हालचाल (स्टाफ मूव्हमेंट) रजिस्टर (नमुना तक्ता)

| क्रमांक | दिनांक | शाळेबाहेर जाण्याची वेळ | शाळेबाहेर जाणाऱ्या व्यक्तीचे नाव | परवानगी देणाऱ्या व्यक्तीचे नाव | बाहेर जाण्याचे कारण | परत येण्याची वेळ | परत आल्यावर करायची सही |
|---|---|---|---|---|---|---|---|
|  |  |  |  |  |  |  |  |
|  |  |  |  |  |  |  |  |
|  |  |  |  |  |  |  |  |
|  |  |  |  |  |  |  |  |
|  |  |  |  |  |  |  |  |

## ५.७. वस्तू व साधने (मटेरिअल) इनवर्ड – आऊटवर्ड रजिस्टर (नमुना तक्ता)

| दिनांक | वेळ | आलेल्या मटेरिअलचा तपशील | मटेरिअल आणणाऱ्याचे नाव | मटेरिअल आणण्याचा उद्देश | बाहेर नेलेल्या मटेरिअलचा तपशील | मटेरिअल नेणाऱ्याचे नाव | मटेरिअल नेण्याचा उद्देश | शेरा |
|---|---|---|---|---|---|---|---|---|
|  |  |  |  |  |  |  |  |  |
|  |  |  |  |  |  |  |  |  |
|  |  |  |  |  |  |  |  |  |
|  |  |  |  |  |  |  |  |  |
|  |  |  |  |  |  |  |  |  |

## ५.८. रेव्हेन्यू स्टँम्प्स रजिस्टर (नमुना तक्ता)

| क्रमांक | दिनांक | शाळेतील एकूण रेव्हेन्यू स्टँम्प्स | नवीन आणलेल्या स्टँम्प्सची संख्या | स्टँम्प्सची किंमत | स्टँम्प्स कोठून आणले | स्टँम्पचा वापर–कारण | वापरलेल्या स्टँम्पची संख्या | स्टँम्प देणाऱ्याची सही |
|---|---|---|---|---|---|---|---|---|
| | | | | | | | | |
| | | | | | | | | |
| | | | | | | | | |
| | | | | | | | | |
| | | | | | | | | |

## ५.९. शाळेच्या शिक्क्यांचे रजिस्टर (नमुना तक्ता)

| क्रमांक | शिक्कयाचे नाव | शिक्क्यांची संख्या | शिक्का कोठे ठेवला | शिक्का वापरण्याचा अधिकार |
|---|---|---|---|---|
| | | | | |
| | | | | |
| | | | | |
| | | | | |
| | | | | |

## ५.१०. सी डी रजिस्टर (नमुना तक्ता)

| क्रमांक | सी डी चे नाव | सी डींची संख्या | सी डीचा विषय | सी डी नेण्याची तारीख | सी डी नेणाऱ्या व्यक्तीचे नाव | सी डी परत देण्याची तारीख | सी डी स्क्रॅप केल्याची तारीख | सही |
|---|---|---|---|---|---|---|---|---|
| | | | | | | | | |
| | | | | | | | | |
| | | | | | | | | |
| | | | | | | | | |
| | | | | | | | | |

## ५.११ फायर एक्स्टिंग्विशर्स रजिस्टर (नमुना तक्ता)

| क्रमांक | फायर एक्स्टिंग्विशर्सची जागा (लोकेशन) | फायर एक्स्टिंग्विशरचा प्रकार | पुनर्भरण तारीख Refill Date | पुनर्भरण करणारी एजन्सी | पुनर्भरण शुल्क | पुनर्भरण करण्याची जबाबदारी |
|---|---|---|---|---|---|---|
| | | | | | | |
| | | | | | | |
| | | | | | | |
| | | | | | | |
| | | | | | | |

## ५.१२ इमर्जन्सी टेलिफोन क्रमांक यादी (नमुना तक्ता)

| क्रमांक | संस्था/ एजन्सीचे नाव | व्यक्तीचे नाव | टेलिफोन क्रमांक | मोबाईल क्रमांक |
|---|---|---|---|---|
| | | | | |
| | | | | |
| | | | | |
| | | | | |
| | | | | |

५.१३ सभांच्या सूचनापत्रांचे रजिस्टर

५.१४ सभांच्या उपस्थितीचे रजिस्टर

५.१५ सभांच्या इतिवृत्तांचे रजिस्टर

५.१६ साफसफाईच्या वस्तू व साधनांचे आवक-जावक रजिस्टर

# १० शालेय सभा, सभाचक्र आणि दप्तर (Record)

मुख्याध्यापकांना शालेय प्रशासनाचा भाग म्हणून विविध विषयांवर व विविध गटांबरोबर सभा (मिटिंग्ज) घ्याव्या लागतात. सभेमध्ये प्रभावी सहभाग होण्यासाठी मुख्याध्यापकांनी सभांची पूर्वतयारी करणे जरुरीचे असते. त्यासाठी या विभागात शालेय सभांच्या नियोजनावर भर देण्यात आलेला आहे.

**१. शालेय सभांचे कालावधीप्रमाणे वर्गीकरण**

**१.१ वार्षिक सभा**

मुख्याध्यापकांनी घ्यावयाच्या वार्षिक सभा पुढीलप्रमाणे आहेत. शाळेच्या कामकाजाप्रमाणे सभांमध्ये बदल / वाढ होऊ शकते.

१. शाळेचे अंदाजपत्रक तयार करण्यासाठी शिक्षक व शिक्षकेतर कर्मचाऱ्यांबरोबर घ्यावयाची सभा ,
२. अंदाजपत्रकाला शाळासमिती आणि संस्थेच्या नियामक मंडळाची मान्यता मिळाल्यावर अंदाजपत्रकीय तरतुदींविषयी माहिती देण्यासाठी शिक्षक व शिक्षकेतर कर्मचाऱ्यांबरोबर घ्यावयाची सभा ,
३. संस्थेची वार्षिक सर्वसाधारण सभा,
४. शैक्षणिक वर्ष सुरू झाल्यावर शाळेच्या शैक्षणिक कामाचे (अध्यापनाचे) वेळापत्रक तयार करण्यासाठी शिक्षकांबरोबर घ्यावयाची सभा ,
५. शाळेचा वार्षिक अहवाल तयार झाल्यावर शाळासमितीपुढे अहवाल ठेवण्याआधी शिक्षक व शिक्षकेतर कर्मचाऱ्यांची मुख्याध्यापकांबरोबर अहवाल वाचन व अहवाल निश्चितीची सभा ,
६. शाळेचे बॅलन्स शीट तयार झाल्यावर चार्टर्ड अकाउंटंटबरोबर घेण्यात येणारी सभा,
७. शाळा सुरू झाल्यावर विद्यार्थ्यांना एकत्रितरित्या संबोधित करण्यासाठी मुख्याध्यापकांनी घ्यावयाची सभा.

**१.२. सहामाही सभा**

१. शैक्षणिक सत्र सुरू होत असताना व सत्र संपत असताना शिक्षकांना संबोधित करून मार्गदर्शन करण्यासाठी घ्यावयाची सभा,
२. शिक्षकांचे सहामाही मूल्यमापन झाल्यावर त्यांच्याबरोबर त्यांच्या मूल्यमापनाच्या अहवालाची वैयक्तिकरित्या चर्चा करण्यासाठी घ्यावयाच्या सभा,
३. मुख्याध्यापकांनी व शाळेच्या वाहतूक कमिटीच्या शिक्षकांनी वाहतूक कंत्राटदारांबरोबर करावयाची सहामाही सभा,

४. शाळेच्या कोणत्याही इतर कामांसाठी कंत्राटदार नेमले असतील तर त्यांच्या कामाचे मूल्यमापन करण्यासाठी घ्यावयाची सभा,

५. शाळेत पोषण आहार असेल अथवा शाळेतर्फे विद्यार्थ्यांसाठी उपाहारगृह चालवले जात असेल तर मुख्याध्यापकांनी व शाळेच्या पोषण विभागाचे मुख्य असलेल्या शिक्षकांनी पोषण आहारासंबंधी करावयाची सहामाही सभा.

### १.३. त्रैमासिक सभा

१. शालासमितीची त्रैमासिक सभा,

२. मुख्याध्यापकांनी विद्यार्थ्यांबरोबर घ्यावयाची त्रैमासिक सभा

  १. पूर्व-प्राथमिक विभाग,

  २. प्राथमिक विभाग,

  ३. माध्यमिक विभाग.

३. मुख्याध्यापकांनी पालकांबरोबर घ्यावयाची त्रैमासिक सभा

  १. पूर्व-प्राथमिक विभाग,

  २. प्राथमिक विभाग,

  ३. माध्यमिक विभाग.

४. प्रत्येक विभागाच्या उपमुख्याध्यापकांनी विद्यार्थ्यांची विशिष्ट विषयावर घ्यावयाची त्रैमासिक सभा

५. वर्गशिक्षकांनी घ्यावयाची आपल्या वर्गातील विद्यार्थ्यांच्या पालकांची सभा,

६. मुख्याध्यापकांनी घ्यावयाची पालक संघाची त्रैमासिक सभा,

७. मुख्याध्यापकांनी घ्यावयाची सेफ्टी ऑडिट कमिटीची सभा.

### १.४. मासिक सभा

१. मुख्याध्यापकांनी महिना अखेरीस घ्यावयाची शिक्षक सभा,

२. मुख्याध्यापकांनी महिना अखेरीस शाळेच्या सर्व लिपिकांबरोबर चालू महिन्यात पूर्ण झालेली कामे आणि पुढील महिन्यात करावयाच्या कामांचे नियोजन करण्यासाठी घ्यावयाची सभा,

३. मुख्याध्यापकांनी शिक्षकेतर कर्मचाऱ्यांबरोबर घ्यावयची सभा,

४. मुख्याध्यापकांनी सर्व उपक्रमप्रमुख, सहशालेय व बहि:शालेय कार्यक्रमांच्या प्रमुखांबरोबर घ्यावयाची सभा

५. अंदाजपत्रकात मंजूर झालेल्या खर्चातील कोणत्या कामासाठी किती खर्च झाला याचा तौलनिक तक्ता तयार करण्यासाठी व त्यावर आधारित निर्णय घेण्यासाठी लेखा विभागाच्या लिपिकांबरोबर घ्यावयाची सभा

६. मुख्याध्यापकांनी शाळेच्या शिपाई, सुरक्षारक्षक, उपाहारगृह किंवा पोषण आहार शाळेतर्फे देत असतील तर त्या विभागात काम करणारे कर्मचारी व शाळेने जर कंत्राटी कामगार नेमले असतील, तर त्यांनी महिन्याभरात केलेल्या त्यांच्या कामांची माहिती घेण्यासाठी आणि पुढील महिन्यात त्यांनी करायच्या कामांबद्दल मार्गदर्शन करण्यासाठी घ्यावयाची सभा

### १.५. साप्ताहिक सभा

१. मुख्याध्यापक, सर्व विभागाचे उपमुख्याध्यापक, पर्यवेक्षक, समन्वयक यांची दर आठवड्याला निश्चित केलेल्या दिवशी सभा घ्यावी.
२. जनसंपर्क प्रस्थापित करण्यासाठी काही व्यक्तींना, इतर शाळांच्या मुख्याध्यापक, शिक्षकांना भेटण्यासाठी मुख्याध्यापकांनी ठरवलेल्या सभा,
३. इतर संस्थांना भेट देण्यासाठी मुख्याध्यापकांनी इतर संस्थांबरोबर ठरवलेली सभा,
४. मुख्याध्यापक काही पालकांना भेटणार असतील तर त्या सभा

### २. सभांचे नियोजन

सभांच्या नियोजनाचे एकूण तीन टप्पे पडतात.

१. सभापूर्व तयारी,
२. प्रत्यक्ष सभा,
३. सभेनंतर करायची कामे.

या तिन्ही टप्प्यांचा आपण विस्तृत विचार करू.

### २.१ सभापूर्व तयारी

१. सभेचा उद्देश,
२. सभेला कोणत्या व्यक्ती उपस्थित राहणे अपेक्षित आहेत,
३. सभा कधी म्हणजे कोणत्या वेळेला घ्यायची आहे,
४. सभेची तारीख आणि वार,
५. सभेचे ठिकाण,
६. सभेची बैठक व्यवस्था,
७. टेबलावर सभेसाठी आवश्यक कागदपत्रे, पिण्याचे पाणी इत्यादी,
८. सभेच्या चर्चेचे व निर्णयांचे इतिवृत्त लिहिण्यासाठी टिप्पणी घेण्यासाठी लिपिकाची नियुक्ती,
९. सभा सुरू असताना चहा/नाष्टा, भोजन इत्यादी काय द्यायचे आहे अथवा नाही याचा निर्णय,
१०. जर काही चहा/नाष्टा वगैरे द्यायचे असेल तर त्याची व्यवस्था करायला सांगणे व त्यासाठी जबाबदार शिक्षक/ लिपिक / शिपाई,
११. सभेसाठी सूचनापत्र आणि सभेची विषयपत्रिका तयार करणे व ज्या व्यक्ती सभेला अपेक्षित आहेत त्यांना सूचनापत्र व विषयपत्रिका देणे आणि त्यांना प्रत मिळाली म्हणून त्यांची कार्यालयीन प्रतीवर सही घेणे.

### २.२ सभेसाठी कागदपत्रांची पूर्वतयारी

१. सभेच्या विषयपत्रिकेमध्ये समाविष्ट केलेल्या सर्व विषयांची विस्तृत माहिती, सांख्यिकीय माहिती व चर्चेच्या अनुषंगाने इतर आवश्यक कागदपत्रे,
२. सभेच्या विषयपत्रिकेची प्रत टेबलावर ठेवणे,
३. उपस्थितांच्या सह्या घेण्यासाठी सभेचे उपस्थिती रजिस्टर,
४. आधीच्या सभांच्या इतिवृत्तांचे रजिस्टर,

५. आधीच्या सभांमध्ये घेतलेल्या निर्णयांची काय अंमलबजावणी केली, त्याची चर्चा करण्यासाठी झालेल्या कामांचा अहवाल,

६. ज्या विषयासाठी सभा घेण्यात येत आहे, त्या विषयासाठी झालेल्या एकूण खर्चाचा तक्ता,

**२.३ प्रत्यक्ष सभा**

१. सभेसाठी निमंत्रित सदस्यांनी सभेच्या वेळेआधी १० मिनिटे उपस्थित राहावे.

२. उपस्थिती रजिस्टरमध्ये उपस्थित सदस्यांनी सही करावी.

३. सभेसाठी अध्यक्ष निवडला जावा. जर शालासमितीची सभा असेल, तर शालासमितीचे अध्यक्षच सभेचे अध्यक्ष निवडले जातील. जर मुख्याध्यापक सभा घेणार असतील, तर त्या सभेचे अध्यक्ष मुख्याध्यापकच असतील.

४. सभेचा कोरम म्हणजे १/३ सदस्य संख्या झाली असेल तर सभा सुरू करता येते. परंतु आपण ज्या सभांचा विचार करत आहोत त्या सभांना सर्वच सदस्य उपस्थित राहतील, कारण सर्व सदस्य शाळेचे पदाधिकारी, शिक्षक तसेच शिक्षकेतर कर्मचारी आहेत.

५. अध्यक्षांनी सर्व सदस्यांचे स्वागत करून सभेला सुरुवात करावी.

६. विषयपत्रिकेप्रमाणे पहिल्या क्रमांकाचा विषय वाचावा. त्यावर चर्चा करून निर्णय घ्यावा. याप्रमाणे सर्व विषयांची चर्चा करावी आणि चर्चेच्या अनुषंगाने निर्णय घेण्यात यावेत.

७. जर कोणत्याही कामासाठी काही आर्थिक तरतूद करायची असेल, तर अंदाजपत्रकाच्या आधीन राहून रक्कम देण्यासाठी कार्यालयात संबंधित लिपिकांना सूचना द्याव्यात. जर अंदाजपत्रकात तरतूद नसेल, तर हा विषय शालासमितीच्या सभेत ठेवून मंजूर करून घेणे महत्त्वाचे आहे.

८. सभेत होणाऱ्या चर्चेची नोंद सभेला उपस्थित असलेल्या शिक्षकाने / कर्मचाऱ्याने करावी. यासाठी त्यांच्यापैकी कोणत्याही एका व्यक्तीवर मुख्याध्यापकांनी जबाबदारी निश्चित करावी. याप्रमाणे सभेचे इतिवृत्त नोंदले जावे.

९. इतिवृत्त आणि घेतलेले निर्णय सभेच्या अध्यक्षांनी वाचून दाखवावेत आणि सर्वांना निर्णयांची स्पष्ट कल्पना आलेली आहे याची खात्री करावी.

१०. सभेनंतर जर चहा, नाष्टा साांगितलेले असेल तर ते द्यावे.

११. सभा संपन्न झाल्याचे म्हणजे सभा संपल्याचे औपचारिकरित्या सांगावे.

**२.४ सभा झाल्यानंतर करायची कामे**

१. मुख्याध्यापकांनी इतिवृत्त वाचून सर्व मुद्दे योग्य असल्याचे सांगितले म्हणजे इतिवृत्त निश्चित करावे. त्यावर मुख्याध्यापकांची सही घ्यावी व इतिवृत्त रजिस्टर अद्ययावत करावे,

२. ज्या शिक्षक व कर्मचाऱ्यांवर निर्णयांची अंमलबजावणी करण्याची जबाबदारी सोपवलेली आहे त्यांना त्यांच्या कामाचा कृती आराखडा तयार करायला सांगून, कामाची चोख व वेळच्यावेळी अंमलबजावणी होते आहे यावर देखरेख करावी.

३. निर्णयाची अंमलबजावणी करत असताना जर काही आर्थिक तरतूद करायची असेल, तर त्याप्रमाणे रक्कम त्या कामांसाठी द्यावी. तसेच जर काही इतर साधनसामग्रीची आवश्यकता असेल, तर साधनसामग्री उपलब्ध करून द्यावी.

४. केलेल्या व पूर्ण झालेल्या कामांचा अहवाल मुख्याध्यापकांना द्यावा.

## ३. सभाचक्र

कोणत्याही कामाचे नियोजन म्हणजे वेळेचे नियोजन असते. सभाचक्र म्हणजे सभांचे कॅलेंडर. सभांचे मासिकवार वार्षिक नियोजन. सभाचक्र तयार करण्याचे प्रमुख हेतू खालीलप्रमाणे:

१. प्रत्येक सभा घेतली जावी. कोणतीही सभा घ्यायची राहिली असे होऊ नये.

२. एकाच वेळी दोन अथवा अधिक सभांचे आयोजन होऊ नये. कदाचित काही शिक्षक व कर्मचाऱ्यांनाही त्या सभांमध्ये सहभागी व्हायचे असेल. त्यांचा संपूर्ण सहभाग मिळण्यासाठी आणि सभेची कार्यवाही यशस्वी होण्यासाठी सभांचे वेळापत्रक तयार होणे जरुरीचे आहे.

३. मुख्याध्यापक, सर्व संबंधित शिक्षक आणि शिक्षकेतर कर्मचाऱ्यांना प्रत्येक सभेची तपशीलवार तयारी करण्यासाठी आवश्यक वेळ मिळावा.

४. सभा परिणामकारक आणि उपयुक्त व्हावी.

सभाचक्र असे म्हणले असले तरी सभा चक्राकार पद्धतीने न लिहिता तक्ता पद्धतीने लिहिल्या तरी उपयुक्त ठरेल.

# भाग ४ : शाळेच्या आर्थिक व्यवस्थापनाचे नियोजन

## ११ आर्थिक व्यवस्थापन : शाळेचे अंदाजपत्रक आणि उत्पन्नाचे स्रोत

आर्थिक व्यवस्थापनात अंदाजपत्रकाला अतिशय महत्त्व आहे. प्रत्येक मुख्याध्यापकाला आपल्या शाळेची आर्थिक स्थिती कशी आहे, शाळेच्या आर्थिक गरजा कोणत्या, त्यासाठी किती निधी आवश्यक आहे, शासनाच्या अनुदानाव्यतिरिक्त शाळेसाठी निधी संकलनाचे मार्ग कोणते आणि विनियोग केलेल्या निधीचे हिशेब कसे ठेवायचे याचा प्रामुख्याने विचार करावा लागतो. त्यामुळे या प्रकरणात आपण शाळेचे अंदाजपत्रक कसे तयार करायचे व उत्पन्नाचे स्रोत कोणते याचा विचार करणार आहोत.

शाळेच्या आर्थिक व्यवस्थापनाचे ठळकरित्या दोन भाग पडतात.

- शाळेचे अंदाजपत्रक आणि उत्पन्नाचे स्रोत,
- हिशेबलेखन, बॅलन्स शीट आणि कायदेशीर कागदपत्रांची पूर्तता.

यांपैकी पहिल्या भागाचा म्हणजे शाळेचे अंदाजपत्रक आणि उत्पन्नाचे स्रोत याचा विचार आपण या प्रकरणात करणार आहोत.

### १.१ अंदाजपत्रक म्हणजे काय?

अंदाजपत्रक म्हणजे शाळेच्या आर्थिक व्यवहारांचा लेखा-जोखा. शाळा पुढील आर्थिक वर्षात किती उत्पन्न मिळवणार व हे उत्पन्न कोणत्या स्रोतांमधून/ मार्गाने मिळवणार, तसेच किती खर्च करणार व कोणत्या कारणासाठी खर्च करणार हे शास्त्रशुद्धरित्या समजण्यासाठी अंदाजपत्रक तयार करणे जरुरीचे आहे.

अंदाजपत्रक म्हणजे पुढील आर्थिक वर्षासाठी अपेक्षित खर्च व अपेक्षित उत्पन्नाचा तक्ता.

जेव्हा अंदाजपत्रक तयार केले जाते, तेव्हा शाळेकडे येणारे उत्पन्न व होणारा खर्च याची तुलना केली जाते. त्यामुळे अंदाजपत्रकाचे पुढीलप्रमाणे प्रकार पडतात.

१. जेव्हा खर्चाच्या तुलनेत उत्पन्न जास्त असते, तेव्हा त्याला शिलकीचे अंदाजपत्रक म्हणतात.

उत्पन्न (Income) $>$ खर्च Expenses = शिल्लक Surplus

२. जेव्हा उत्पन्नाच्या तुलनेत खर्च जास्त असतो, तेव्हा त्याला तुटीचे अंदाजपत्रक म्हणतात.

खर्च Expenses $>$ उत्पन्न Income = तूट Deficit

अनेकदा शाळेचे अंदाजपत्रक तुटीचे असते व तूट भरून काढण्यासाठी शाळा मातृसंस्थेवर अवलंबून असते.

### १.२ अंदाजपत्रकाचा कालावधी

अंदाजपत्रक ठराविक काळासाठी तयार करायचे असते. अंदाजपत्रक नेहमी वार्षिक म्हणजे एक वर्षाच्या कालावधीसाठी तयार केलेले असते व हा कालावधी १ एप्रिल ते ३१ मार्च असा असतो. याला शाळेचे आर्थिक वर्ष असे म्हणतात.

शाळेचे अंदाजपत्रक डिसेंबर महिन्यात तयार होऊन अंदाजपत्रकास शाळा समितीची मंजूरी मिळणे आवश्यक आहे.

मातृसंस्थेतर्फे अनेक घटक शाळा, कॉलेजेस स्थापन केलेल्या असतात. या सर्व घटक संस्थांची अंदाजपत्रके तयार होऊन मातृसंस्थेचे अंदाजपत्रक धर्मादाय आयुक्तांना फेब्रुवारीच्या अखेरीस सादर करावे लागते. त्यामुळे शाळेचे अंदाजपत्रक डिसेंबर महिन्यात शाळासमितीची मंजूरी घेऊन संस्थेच्या कार्यालयात पाठवावे.

अंदाजपत्रक शासकीय कागदपत्रांच्या पूर्ततेमधील महत्त्वाचे डॉक्युमेंट आहे.

### १.३ अंदाजपत्रक तयार करण्याचे उद्देश

१. शाळेला आर्थिक शिस्त लागते.
२. शाळेच्या उद्देशाप्रमाणे आणि उद्देशांच्या अंमलबजावणीसाठी खर्च होतो आहे याची पडताळणी व खात्री करता येते.
३. सर्व आर्थिक व्यवहारांची अचूक नोंद होते.
४. शाळेच्या पदाधिकाऱ्यांचे, मुख्याध्यापकांचे आर्थिक उत्तरदायित्व प्रस्थापित होते.
५. शाळेच्या उपक्रमांची आर्थिक माहिती तपशीलवार तयार होते.
६. शाळेच्या प्रशासनावर किती खर्च होतो ते समजते.
७. साधनसामग्रीचा महत्तम वापर होतो आहे हे तपासता येते.
८. शाळेच्या कोणत्या उपक्रमांवर किती खर्च होतो व तो कोणत्या कारणांसाठी होतो हे समजते. त्यामुळे उपक्रमांवरील खर्चावर नियंत्रण ठेवता येते.
९. उपलब्ध रकमेच्या तुलनेत कोणत्या गरजांच्या पूर्ततेसाठी प्राधान्य द्यायचे व किती प्रमाणात प्राधान्य द्यायचे ते समजते.
१०. शाळेच्या उपक्रमांसाठी आवश्यक निधी उपलब्ध केलेला आहे का हे समजते.
११. शाळेच्या आर्थिक व्यवहारांची पारदर्शकता वाढते.
१२. आर्थिक गैरव्यवहार आणि घोटाळे होण्याचे प्रमाण कमी होते.
१३. शाळेच्या पदाधिकाऱ्यांचा, मुख्याध्यापकांचा आत्मविश्वास वाढतो.

### १.४ अंदाजपत्रक कोणी तयार करायचे?

शाळेचे अंदाजपत्रक तयार करणे हे कोणत्याही एका व्यक्तीचे काम किंवा जबाबदारी नाही. अंदाजपत्रक तयार करणे ही एक प्रक्रिया (प्रोसेस) आहे. या प्रक्रियेमध्ये शाळेच्या पदाधिकारी - मुख्याध्यापकांपासून शाळेच्या प्रशासनातील व उपक्रमामध्ये सहभागी झालेले शिक्षक व शिक्षकेतर कर्मचाऱ्यांपर्यंत सर्वांचा सहभाग

असणे जरुरीचे आहे. त्यामुळे सर्वांना प्रतिनिधित्व मिळते, सर्वांमध्ये सहभागाची जाणीव तयार होते, निधीची उपलब्धता आणि खर्चाची जाणीव होते. शाळेचे अंदाजपत्रक तयार करण्यात सर्वसाधारणपणे पुढील व्यक्तींनी प्रामुख्याने सहभागी होणे जरुरीचे आहे.

१. शाळासमिती,
२. मुख्याध्यापक,
३. शिक्षक,
४. विशेष उपक्रमांची जबाबदारी दिलेले शिक्षक,
५. शाळेच्या प्रशासन विभागांचे प्रमुख,
६. शाळेचे मार्गदर्शक सल्लागार.

## १.५ अंदाजपत्रक तयार करायला कधी सुरुवात करायची?

अंदाजपत्रक तयार करणे ही एक प्रक्रिया आहे. त्यामुळे त्याची प्रारंभ तारीख (स्टार्ट डेट/ पिरीयड) आणि अंतिम तारीख (एन्ड डेट) ठरवता येणार नाही. अंदाजपत्रकासाठी सांख्यिकीय माहिती म्हणजेच डेटा तयार करण्याची प्रक्रिया रोजच सुरू असते.

१. अंदाजपत्रक तयार करत असताना आधीच्या दोन वर्षांच्या अंदाजपत्रकांचा व बॅलन्सशीटमध्ये झालेल्या खर्चांचा विचार करावा,
२. पुढील आर्थिक वर्षात काही नवीन उपक्रम करण्याचे नियोजन झालेले असेल तर त्याचा खर्चही गृहीत धरावा. अंदाजपत्रक तयार करण्याआधीच हे नियोजन करणे आवश्यक आहे.
३. अंदाजित खर्च लिहित असताना किंमतीमध्ये होणारी वाढ व त्यामुळे खर्चात होणारी वाढ गृहीत धरावी.
४. संस्थेतर्फे/शाळेतर्फे ॲसेट्स खरेदी करण्यासाठी म्हणजे जागा खरेदी, इमारत बांधकाम, महत्त्वाची डागडुजी, मशिनरी – वाहने यांची खरेदी इत्यादी गोष्टींचाही आढावा घ्यावा.
५. संस्थेचे/शाळेचे उपक्रम वेगवेगळ्या ठिकाणी असतील तर प्रत्येक उपक्रमाचे वेगळे अंदाजपत्रक तयार करावे आणि मग एकत्रित अंदाजपत्रक तयार करावे.
६. अंदाजपत्रकामध्ये शाळेला कोणत्या स्रोतांमधून किंवा कोणत्या पद्धतीने उत्पन्न मिळणार आहे व किती उत्पन्न कोणत्या कालावधीत मिळणे अपेक्षित आहे याची माहितीही संकलित करावी.

परंतु तरीही नोव्हेंबर महिन्याच्या पहिल्या आठवड्यात अंदाजपत्रकासाठी आवश्यक सांख्यिकीय माहिती, (डेटा) संकलित करून विहित नमुन्यात, तक्त्यात डेटा भरायला सुरुवात करावी.

यामध्ये काही खर्च अनुदानित तसेच विनाअनुदानित असेल तर त्याचाही विचार करावा.

अंदाजपत्रक तयार करण्याच्या सूचना संबंधित शिक्षक व शिक्षकेतर कर्मचाऱ्यांना देण्यासाठी शाळेच्या मुख्याध्यापकांनी सूचनापत्र तयार करावे. सूचनापत्राचा फॉरमॅट पुढे दिलेला आहे. त्यामध्ये आवश्यकतेनुसार बदल करावेत.

## शाळेचे वार्षिक अंदाजपत्रक तयार करणेबाबत

दरवर्षीप्रमाणे शाळेचे वार्षिक अंदाजपत्रक तयार करण्याचे काम सुरू झालेले आहे. सर्व शिक्षक, उपक्रम प्रमुख, प्रयोगशाळा प्रमुख, ग्रंथपाल, क्रीडा विभागाचे प्रमुख, कार्यालयातील प्रशासकीय कर्मचारी व ज्यांच्याकडे विशेष जबाबदारी दिलेली आहे त्यांना सूचित करण्यात येते की, आपल्या विभागाचे वार्षिक अंदाजपत्रक मुख्याध्यापकांकडे दिनांक ------- पर्यंत कॉम्प्युटरवर एक्सेल शीटवर दिलेल्या फॉरमॅटमध्ये तयार करावे. अंदाजपत्रकाच्या तयारीसाठी दिनांक ---------- रोजी सकाळी/ दुपारी -------- वाजता --------- येथे आयोजिलेल्या सभेला (मिटिंगला) उपस्थित राहावे. मिटिंगला येताना आपल्या विभागाचे अंदाजपत्रक तयार करताना काही अडचण असेल तर त्याची टिप्पणी बरोबर घेऊन यावी.

सही

मुख्याध्यापक/ मुख्याध्यापिका

### अंदाजपत्रक – बजेट

| क्रमांक | खर्चाचा तपशील | चालू वर्षाचा अंदाजपत्रकातील मान्य खर्च | एकूण खर्च रक्कम | आवश्यकता (संख्या) | किंमत/ दर | पुढील वर्षाचा अंदाजित खर्च | अंदाजपत्रकातील वाढीव खर्चाची % |
|---|---|---|---|---|---|---|---|
| A | इमारत व भौतिक सुविधा | | | | | | |
| १ | भाडे, सेवाशुल्क/ देखभाल शुल्क | | | | | | |
| २ | मोठ्या दुरुस्त्या आणि नूतनीकरण | | | | | | |
| ३ | देखभाल, दुरुस्ती - बांधकाम | | | | | | |
| ४ | देखभाल, दुरुस्ती - रंगकाम | | | | | | |
| ५ | देखभाल, दुरुस्ती - नळकाम | | | | | | |
| ६ | देखभाल, दुरुस्ती - विद्युत | | | | | | |
| ७ | देखभाल, दुरुस्ती - सुतारकाम | | | | | | |
| B | फर्निचर | | | | | | |
| ८ | कार्यालयीन फर्निचर | | | | | | |
| ९ | वर्गातील फर्निचर | | | | | | |
| १० | प्रयोगशाळेतील फर्निचर | | | | | | |
| ११ | ग्रंथालयातील फर्निचर | | | | | | |
| १२ | इतर फर्निचर | | | | | | |

| क्रमांक | खर्चाचा तपशील | चालू वर्षाचा अंदाजपत्रकातील मान्य खर्च | एकूण खर्च रक्कम | आवश्यकता (संख्या) | किंमत/ दर | पुढील वर्षाचा अंदाजित खर्च | अंदाजपत्रकातील वाढीव खर्चाची % |
|---|---|---|---|---|---|---|---|
| C | यंत्रसामग्री/ उपकरणे/साधने | | | | | | |
| १३ | कार्यालये | | | | | | |
| १४ | व्यवसाय मार्गदर्शन आणि कौशल्य विकास प्रशिक्षण | | | | | | |
| १५ | प्रयोगशाळेतील उपकरणे, रसायने, प्रतिकृती इ. | | | | | | |
| १६ | विद्यार्थ्यांसाठी सुविधा | | | | | | |
| १७ | शिक्षकांसाठी सुविधा | | | | | | |
| १८ | शैक्षणिक साहित्य निर्मिती | | | | | | |
| १९ | बाग आणि खेळाची साधने | | | | | | |
| २० | वर्गातील खेळाची साधने (पूर्व प्राथमिक/प्राथमिक शाळा) | | | | | | |
| २१ | चित्रकला, हस्तकला | | | | | | |
| २२ | वाहने | | | | | | |
| २३ | शाळेला स्वयंपाकघर असल्यास) स्वयंपाकघरातील साधने, | | | | | | |
| D | शिक्षक व शिक्षकेतर कर्मचारी | | | | | | |
| २४ | वेतन – शिक्षक | | | | | | |
| २५ | वेतन– नवीन (नियुक्त्या करावयाचे) शिक्षक | | | | | | |
| २६ | कार्यालयीन कर्मचारी | | | | | | |
| २७ | नवीन नियुक्त करावयाचे कर्मचारी | | | | | | |
| २८ | कर्मचारी कल्याण योजना | | | | | | |
| २९ | शासकीय नियमांप्रमाणे देय भत्ते | | | | | | |
| ३० | गणवेश Uniform | | | | | | |
| ३१ | बोनस | | | | | | |
| ३२ | दिवाळी भेट | | | | | | |
| ३३ | बक्षिसे, प्रशंसापत्र, | | | | | | |
| ३४ | चहा–कॉफी | | | | | | |
| ३५ | कर्मचारी प्रशिक्षण | | | | | | |
| ३६ | शिक्षकांची शैक्षणिक सहल | | | | | | |
| ३७ | शैक्षणिक अधिवेशनांची वर्गणी | | | | | | |

| क्रमांक | खर्चाचा तपशील | चालू वर्षाचा अंदाजपत्रकातील मान्य खर्च | एकूण खर्च रक्कम | आवश्यकता (संख्या) | किंमत/दर | पुढील वर्षाचा अंदाजित खर्च | अंदाजपत्रकातील वाढीव खर्चाची % |
|---|---|---|---|---|---|---|---|
| E | विद्यार्थी | | | | | | |
| ३८ | गणवेश, बूट, स्वेटर्स, ओळखपत्रे | | | | | | |
| ३९ | वाहतूक व्यवस्था | | | | | | |
| ४० | पुस्तके | | | | | | |
| ४१ | वह्या | | | | | | |
| ४२ | दप्तर | | | | | | |
| ४३ | शैक्षणिक साहित्य | | | | | | |
| ४४ | पोषण आहार | | | | | | |
| F | विद्यार्थ्यांसाठी सुविधा आणि उपक्रम | | | | | | |
| ४५ | ग्रंथालय-पुस्तके, ग्रंथालय - मासिके, जर्नल्स, इ, | | | | | | |
| ४६ | ग्रंथालय - मासिके, जर्नल्स, इ, | | | | | | |
| ४७ | ग्रंथालय - पुस्तकांची देखभाल | | | | | | |
| ४८ | प्रकल्प | | | | | | |
| ४९ | क्षेत्रभेटी | | | | | | |
| ५० | चित्रकला व हस्तकला साहित्य | | | | | | |
| ५१ | सहली | | | | | | |
| ५२ | क्रीडादिन | | | | | | |
| ५३ | वार्षिक स्नेहसंमेलन | | | | | | |
| ५४ | विशेष दिन साजरे करणे | | | | | | |
| ५५ | सणसमारंभ साजरे करणे | | | | | | |
| ५६ | प्रदर्शनातील सहभाग | | | | | | |
| ५७ | स्पर्धांमधील सहभाग | | | | | | |
| ५८ | स्पर्धा परीक्षांमधील सहभाग | | | | | | |
| ५९ | संगणक कक्ष | | | | | | |
| ६० | भाषा कक्ष | | | | | | |
| ६१ | क्रीडासाहित्य | | | | | | |
| ६२ | विविध उपक्रमांसाठी वाहतूक व्यवस्था | | | | | | |
| G | शाळेचे कँटीन (कँटीन असल्यास) | | | | | | |
| ६४ | डाळी, धान्य, कडधान्य | | | | | | |
| ६५ | तेल, किराणा माल | | | | | | |

| क्रमांक | खर्चाचा तपशील | चालू वर्षाचा अंदाजपत्रकातील मान्य खर्च | एकूण खर्च रक्कम | आवश्यकता (संख्या) | किंमत/दर | पुढील वर्षाचा अंदाजित खर्च | अंदाजपत्रकातील वाढीव खर्चाची % |
|---|---|---|---|---|---|---|---|
| ६६ | दूध व दुग्धजन्य पदार्थ | | | | | | |
| ६७ | फळे व भाजीपाला | | | | | | |
| ६८ | गॅस सिलिंडर्स | | | | | | |
| ६९ | कंत्राटी कामगारांचे पगार | | | | | | |
| H | छपाई | | | | | | |
| ७० | कार्यालय | | | | | | |
| ७१ | प्रचार, प्रसिद्धी, जनसंपर्क | | | | | | |
| ७२ | विद्यार्थी | | | | | | |
| I | इतर खर्च | | | | | | |
| ७३ | ऑफिस स्टेशनरी | | | | | | |
| ७४ | फळे रंगवणे | | | | | | |
| ७५ | ग्रंथालयासाठी लागणारी स्टेशनरी | | | | | | |
| ७६ | औषधे – प्रथमोपचार पेटी | | | | | | |
| ७८ | सुरक्षा साधने – अग्निशामक उपकरणे | | | | | | |
| ७९ | साफसफाई साहित्य | | | | | | |
| ८० | सल्लागारांचे मानधन | | | | | | |
| ८१ | कंत्राटी कामगारांचा पगार/शुल्क | | | | | | |
| ८२ | जाहिराती | | | | | | |
| ८३ | लेखापरीक्षण शुल्क | | | | | | |
| ८४ | डिझेल, पेट्रोल, वाहतूक खर्च | | | | | | |
| ८५ | वीज बिल | | | | | | |
| ८६ | पाणीपट्टी | | | | | | |
| ८७ | घसारा – इमारत | | | | | | |
| ८८ | घसारा-यंत्रसामुग्री, अवजारे, उपकरणे | | | | | | |
| ८९ | घसारा –फर्निचर | | | | | | |
| ९० | बँकेचे (कर्जावरील) व्याज | | | | | | |
| ९१ | कामगारांचा पगार | | | | | | |
| ९२ | कायदेशीर कामांच्या पूर्ततेचा खर्च | | | | | | |
| ९३ | नोंदणी शुल्क, परवाने | | | | | | |
| ९४ | नोंदणी व परवान्यांचे नूतनीकरण | | | | | | |

| क्रमांक | खर्चाचा तपशील | चालू वर्षाचा अंदाजपत्रकातील मान्य खर्च | एकूण खर्च रक्कम | आवश्यकता (संख्या) | किंमत/ दर | पुढील वर्षाचा अंदाजित खर्च | अंदाजपत्रकातील वाढीव खर्चाची % |
|---|---|---|---|---|---|---|---|
| ९५ | दूरध्वनी बिल | | | | | | |
| ९६ | टपाल, पोस्ट, कुरिअर | | | | | | |
| ९७ | वीज बिल | | | | | | |
| ९८ | सर्वसाधारण विमा | | | | | | |
| ९९ | कर्मचाऱ्यांचा वैद्यकीय विमा | | | | | | |
| १०० | वर्तमानपत्रे, मासिके, नियतकालिकांचे बिल | | | | | | |
| १०१ | प्रोफेशनल टॅक्स | | | | | | |
| १०२ | प्रॉपर्टी टॅक्स | | | | | | |
| १०३ | कर्मचारी भविष्य निधीचे अंशदान | | | | | | |
| १०४ | सभांचा (मिटिंग्ज) खर्च | | | | | | |
| १०५ | निमंत्रण पत्रिका छपाई खर्च | | | | | | |
| १०६ | बागकाम साहित्य | | | | | | |
| १०७ | शाळेच्या इन्स्पेक्शनचा खर्च | | | | | | |
| १०८ | परीक्षा | | | | | | |
| १०९ | संगणक, सॉफ्टवेअर, हार्डवेअर, | | | | | | |
| ११० | आदरातिथ्याचा खर्च | | | | | | |
| १११ | इतर किरकोळ खर्च | | | | | | |
| **J** | **इतर प्रशासकीय खर्च** | | | | | | |
| ११२ | जनसंपर्क व्यवस्थापनाचा खर्च | | | | | | |
| ११३ | क्रीडा विभागाचा व स्पर्धांचा खर्च | | | | | | |
| ११४ | ग्रंथालय विभागाचा खर्च | | | | | | |
| ११५ | प्रयोगशाळेसाठी लागणारा खर्च | | | | | | |
| ११६ | चित्रकला/हस्तकला विभागाचा खर्च | | | | | | |
| | **एकूण खर्च** | | | | | | |

## १.६ शाळेच्या उत्पन्नाचे स्रोत

शाळा जर अनुदानित असेल तर शासकीय नियमांप्रमाणे शाळेच्या खर्चातील अनेक खर्चांना शासनाचे अनुदान मिळते. शाळा विनाअनुदानित तत्त्वांवर चालत असेल, तर प्रत्येक खर्चासाठी शाळेला निधी जमा करण्याची आवश्यकता भासते.

शाळेच्या मातृसंस्थेच्या निधी संकलनाच्या धोरणांवर काही शाळांची निधी संकलनाची पद्धत ठरते. काही मातृसंस्था स्वत:च निधी संकलित करतात व शाळांना देतात.

परंतु, जेव्हा मुख्याध्यापकांना निधी संकलनाची आवश्यकता भासेल, तेव्हा त्यांनी निधी संकलनाच्या कोणत्या मार्गांचा उपयोग करावा यासाठी खालील परिच्छेदांमध्ये निधी संकलनाच्या पद्धतींची चर्चा केलेली आहे.

१. शुल्क / फी,
२. वस्तुरूपाने मिळणाऱ्या देणग्या,
३. रक्कमरूपाने मिळणाऱ्या देणग्या,
४. स्मरणिका प्रकाशित करून जाहिरातीच्या मार्गाने मिळणाऱ्या देणग्या,
५. संस्थेचा एखादा विभाग खर्चासाठी दत्तक घेणारे देणगीदार/ प्रायोजक/ पालक,
६. शाळेचा कोणताही एखादा विशिष्ट खर्च दत्तक घेणारे देणगीदार/ प्रायोजक/ पालक,
७. शाळेतील विद्यार्थ्यांचा खर्च पुरस्कृत करणारे देणगीदार,
८. शाळेतील पारितोषिके पुरस्कृत करणारे देणगीदार,
९. सांस्कृतिक कार्यक्रमाचे नियोजन करून निधी संकलन करणे,
१०. शाळेच्या उद्दिष्टांशी समर्पक कार्यक्रमाचे नियोजन करून निधी संकलन करणे,
११. शाळेच्या विद्यार्थ्यांनी बनवलेल्या वस्तूंची विक्री करून निधी संकलन करणे,
१२. लहान रकमेची कूपन्स, विशिष्ट दिनाचे औचित्य साधून निधी संकलन,
१३. शाळेच्या सहकारी भांडाराचा नफा,
१४. शाळेचे सभागृह, क्रीडांगण भाड्याने दिले असेल तर त्यामधून मिळणारा नफा,
१५. शासकीय अनुदाने, पुरस्कार,
१६. कॉर्पोरेट्स, कंपन्या, बँका, दुकाने, इतर व्यावसायिक संस्थांकडून मिळणाऱ्या देणग्या व प्रायोजकत्व ज्यामुळे देणगीदारांना इन्कम टॅक्समध्ये सूट मिळू शकते. (80 G Registration),
१७. स्थानिक लोकप्रतिनिधी उदा. जिल्हा परिषद सदस्य, नगरसेवक, आमदार, खासदार, इत्यादी,
१८. विविध सामाजिक संस्था,
१९. कामगार संघटना, मजूर संघटना, वाहतूक संघटना, महिला मंडळे,
२०. रोटरी, लायन्स क्लब,
२१. बचत गट,
२२. श्रमदान,
२३. विद्यार्थी दत्तक योजना,
२४. विद्यार्थी साहाय्यता निधी,
२५. राष्ट्रीयीकृत बँका,
२६. विद्यार्थी ग्राहक सहकारी भांडार.

## १.७ निधी संकलन करण्यासाठी शाळेने काय पूर्वतयारी करायची?

१. कामाचे व शाळा विस्ताराचे पंचवार्षिक नियोजन,
२. मागील तीन वर्षांचे ऑडिट रिपोर्ट्स,
३. मागील तीन वर्षांचे फाईल केलेले इन्कम टॅक्स रिटर्न्स,
४. शाळेचे आकर्षक ब्रोशर,

५. कोणत्या कामासाठी काय मदत पाहिजे त्याचा तपशील, देणगीदारांना आवाहनपत्र व प्रत्यक्ष भेट
६. शाळा समितीच्या सदस्यांची व मातृसंस्थेच्या प्रमुख पदाधिकाऱ्यांची माहिती,
७. शाळेचा नोंदणीक्रमांक, पॅन, ८० जी, ३५ अ इत्यादी नोंदणीचा तपशील.

### १.७.१ शाळासमितीची मान्यता व ठराव

शाळेला कोणत्याही मार्गाने निधी संकलन करायचे असेल तर प्रथम शाळा समितीची मान्यता घ्यावी. शाळा समिती शाळेचे व्यवस्थापन व प्रशासनाबाबत शाळेला मार्गदर्शन करणारी व मान्यता देणारी तसेच शाळेच्या मातृसंस्थेबरोबर शाळेचा समन्वय साधणारी जबाबदार समिती आहे. त्यामुळे शाळा समितीच्या सभेत शाळा कोणत्या बाबींसाठी व कोणत्या मार्गाने निधी संकलित करण्याचे नियोजन करत आहे, हा विषय विषयपत्रिकेत समाविष्ट करून त्यावर चर्चा होणे महत्त्वाचे आहे. शाळा समितीमध्ये मान्यता मिळाल्यावर त्याची नोंद सभेच्या इतिवृत्तात होईल. यामुळे निधी संकलनास वैधता येईल.

### १.७.२ कामाचे व संस्था विस्ताराचे पंचवार्षिक नियोजन

आपल्या शाळेचा भविष्यात कसा विकास करावयाचा आहे याचे **'व्हिजन डॉक्युमेंट'** मुख्याध्यापकांनी शाळा समिती व शिक्षक–शिक्षकेतर कर्मचाऱ्यांच्या बरोबर चर्चा करून तयार करावे. शाळेला भौतिक सुविधा विकास, इमारत पुर्नबांधणी, नूतनीकरण, सुविधा विकास व विस्तार, विद्यार्थी कल्याणकारी योजना, शैक्षणिक साहित्य निर्मिती, संगणक व संगणक सॉफ्टवेअर अशा व तत्सम अशा कोणत्या बाबींचा विकास/विस्तार करायचा आहे याचा समावेश व्हिजन डॉक्युमेंटमध्ये होतो. या बाबी शाळेच्या उद्दिष्टांमध्ये असणे जरुरीचे आहे. याचा आपल्या विद्यार्थ्यांना कसा फायदा होणार आहे, विद्यार्थ्यांच्या कोणत्या गरजा भागणार आहेत, अध्यापनाचा दर्जा वाढण्यासाठी याचा काय उपयोग होणार आहे याचे लिखित प्रारूप मुख्याध्यापकांनी तयार करावे. त्यामुळे कोणत्या कामासाठी/ कारणासाठी किती रकमेची जरुरी आहे याचे लेखी नियोजन मुख्याध्यापकांना तयार करता येईल. यामुळे निधी संकलन करताना, देणगीदारांशी बोलताना स्पष्टता तयार होईल.

### १.७.३ शाळेचे आकर्षक ब्रोशर

निधी संकलनासाठी देणगीदारांना भेटायला जाताना आपल्या शाळेचे नेटके पण आकर्षक ब्रोशर जरुरीचे आहे. ब्रोशरमधून आपण आपल्या शाळेची प्रतिमा सादर करत असतो. मातृसंस्थेचे पदाधिकारी, शाळासमितीचे सदस्य, शाळेतील उपलब्ध सुविधा, शिक्षक, शाळेचा नोंदणी क्रमांक, शाळेचे उपक्रम, प्रत्यक्ष उपक्रमांचे फोटो, विद्यार्थ्यांची माहिती, पालकांचे अभिप्राय, विविध उपक्रमांचे फोटो, पुढेही त्यात कसे सातत्य राहील, निधीचा उपयोग करत असताना खर्चावर कसे नियंत्रण ठेवणार आहोत, निधीचा उपयोग करताना कोणते निकष लावणार आहोत असे आपल्या कामाचे व निधीच्या उपयोगाचे दर्जात्मक किंवा गुणात्मक निकष देणगीदारांसमोर मांडणे आवश्यक आहे. या सर्व माहितीने युक्त असलेले अद्ययावत ब्रोशर देणगीदारांना दिले, तर शाळेची साद्यंत माहिती देणगीदारांना मिळेल व त्याचा निराळा प्रभाव देणगीदारांवर तयार होईल. रंगीत, दोन/तीन/चार रंगातील ब्रोशर्स व माहितीपत्रकेही तयार केली जातात. विविध उपक्रमांची स्वतंत्र ब्रोशर्सही तयार करता येतात.

### १.७.४ देणगीदारांना आवाहनपत्र व प्रत्यक्ष भेट

देणगीदारांना भेटायला जाताना व्यवस्थित मसुदा तयार केलेले आवाहनपत्र बरोबर घेऊन जावे.

देणगी मागायला जाण्याआधी देणगीदार संस्थेची पूर्ण माहिती करून घेणे जरुरीचे आहे. देणगी देणाऱ्या

प्रत्येक संस्थेने आपण कोणत्या कारणासाठी देणगी द्यायची त्याचे सूत्र किंवा कारण (Cause) ठरवलेले असते. आपण ज्या कामासाठी देणगी मागणार आहोत ते कारण आणि देणगीदारांचे कारण मिळतेजुळते असेल, तर देणगी मिळण्याची शक्यता वाढते.

देणगीदारांना प्रत्यक्ष भेटताना आवाहनपत्रात दिल्याप्रमाणेच मुद्द्यांवर सुसंगत चर्चा करावी. काही वेळा काही तज्ज्ञ एजन्सीज किंवा व्यक्ती आवाहनपत्र तयार करून देतात. ते मुख्याध्यापकांनी किंवा शाळेच्या प्रतिनिधीने नीट वाचलेले नसते. त्यामुळे पत्र आणि प्रत्यक्ष चर्चा किंवा सादरीकरण यामध्ये फरक आढळतो व आपल्या हेतूविषयी शंका घेतली जाते. देणगीदारांनी विचारलेल्या सर्व प्रश्नांची खरी व समर्पक उत्तरे द्यावीत.

देणगीदारांच्या अटी: देणगी देणाऱ्या व्यक्ती, संस्था किंवा कंपन्या काही वेळा आपण दिलेला निधी कोणत्या कारणासाठी कसा वापरावा याबद्दल काही अटी घालतात. तसेच निधी कसा वापरला जात आहे याचे मूल्यमापन करण्यासाठी व मूल्यमापनाचा अहवाल देण्यासाठी काही तक्ते (फॉरमॅट) देतात. त्याची माहितीही निधी घेण्याआधीच करून घेणे जरुरीचे असते.

देणगीदार आपल्याकडे PAN, 80 G, 35 AC, Section 12, FCRA इत्यादी कोणती रजिस्ट्रेशन्स आहेत याची चौकशी करतात. कारण त्यांनी दिलेल्या देणग्यांवर त्यांना टॅक्समध्ये कन्सेशन मिळते.

## १.७.५ व्हिजिटिंग कार्ड

शाळेतर्फे ज्या व्यक्ती देणगीदारांना भेटायला जाणार आहेत, म्हणजे शाळेचे प्रतिनिधित्व करणार आहेत त्यांच्याजवळ शाळेचे व्हिजिटिंग कार्ड असणे जरुरीचे आहे. शक्यतो व्हिजिटिंग कार्ड शाळा प्रतिनिधीच्या नावाने छापलेले असावे. त्यामुळे चटकन ओळख प्रस्थापित होते. शाळा प्रतिनिधीची विश्वासार्हता वाढते.

## १.७.६ कोणाला भेटायचे त्याचे नियोजन

निधी संकलनासाठी कोणाला भेटायचे याचे पूर्वनियोजन करणे जरुरीचे आहे. त्यासाठी डेटा तयार करावा. संभाव्य देणगीदारांचे वर्गीकरण करावे. त्यामध्ये शाळेच्या कार्यक्षेत्रातील देणगीदारांचा डेटाही तयार करावा. प्रामुख्याने पुढीलप्रमाणे वर्गीकरण करावे.

१. फंडिंग एजन्सीज,
२. कंपन्या- सर्व प्रकारचे उद्योग व्यवसाय करणाऱ्या प्रायव्हेट लिमिटेड, प्रोप्रायटरी इत्यादी
३. बँका, सहकारी बँका, पतसंस्था, इतर वित्तीय संस्था,
४. दुकानदार,
५. व्यावसायिक- वकील, डॉक्टर्स, सीए, कन्सल्टंट्स, कोचिंग क्लासेस, हॉटेल मालक इत्यादी,
६. देवस्थाने व धार्मिक संस्था, गणपती उत्सव मंडळे, नवरात्रौत्सव मंडळे,

या व अशा संस्थांची स्वतंत्र यादी तयार करून त्यांच्या माहितीचे संकलन करावे. त्यासाठी पुढील फॉरमॅट वापरता येईल. या फॉरमॅटमध्ये आपल्या आवश्यकतेनुसार बदल करावेत.

**तक्ता क्रमांक १**

| क्रमांक | व्यक्ती/ संस्थेचे नाव व पत्ता | कोणत्या कारणासाठी काम करतात व देणगी देऊ इच्छितात | संपर्क व्यक्तीचे नाव | ई–मेल | दूरध्वनी/ मोबाईल | शेरा |
|---|---|---|---|---|---|---|
| | | | | | | |
| | | | | | | |
| | | | | | | |

एकदा यादी तयार झाली म्हणजे त्या व्यक्तींची किंवा कंपनीत / संस्थेत ज्यांना भेटायचे आहे त्यांची आधी फोन करून भेट ठरवून घ्यावी.

भेट झाल्यावर भेटीत ठरल्याप्रमाणे कामाचा फॉलोअप करावा.

### १.७.७ पावती पुस्तक व पावती देणे

शक्यतो चेकने रक्कम स्वीकारावी. शाळेसाठी शासनाने ठरवलेली नियमावली, शाळा समितीचे धोरण व मातृसंस्थेच्या धोरणाप्रमाणे मातृसंस्थेच्या/ शाळेच्या नावाने चेक घ्यावा. निधी मिळाल्यावर मातृसंस्थेच्या/ शाळेच्या छापील पावतीपुस्तकातून तत्काळ पावती द्यावी. पावती पुस्तक द्विपद्धतीचे असावे. पावतीपुस्तकात कार्बन घालून पावती तयार करावी. म्हणजे मातृसंस्थेकडे/ शाळेकडे पावतीची कॉपी रहाते. ऑडिटसाठी ते महत्त्वाचे आहे. पावतीवर मातृसंस्थेचे / शाळेचे नाव, पत्ता, नोंदणी क्रमांक, दिनांक, पावती क्रमांक छापलेले असावे. सलग क्रमांकाने पावती द्यावी. संस्थेला रक्कम (चेक/ डीडी) मातृसंस्थेच्या /शाळेच्या बँक खात्यात थेट भरायला सांगावी. शाळेच्या धोरणाप्रमाणे ठरवलेल्या मर्यादेपेक्षा रोखीने रक्कम घेता येत नाही.

### १.७.८ धन्यवादाचे पत्र

देणगी मिळाल्यानंतर धन्यवादाचे पत्र लिहावे.

### १.७.९ जनसंपर्क

जनसंपर्काचे धोरण म्हणून ज्यांनी आपल्याला देणगी दिली, त्यांना दर वर्षी आपल्या शाळेचा वार्षिक अहवाल पाठवावा. आपल्या यशस्वी झालेल्या प्रोजेक्ट्सची माहिती तसेच काही निवडक फोटोग्राफ्स तयार करून पाठवावेत. किंबहुना त्याचेही स्वतंत्र ब्रोशर तयार करावे. शाळेच्या समारंभांना देणगीदारांना बोलवावे. देणगीदार संस्थेतील व्यक्तींना/ अधिकाऱ्यांना आपल्या शाळेला भेट द्यायला बोलवावे. म्हणजे आपल्या कामाची त्यांना प्रत्यक्ष माहिती होईल.

काही वेळा देणगी मिळाली नाही तरीही त्या संस्थेबरोबर किंवा व्यक्तीबरोबर आपले संबंध चांगले ठेवावेत व वरीलप्रमाणे तयार केलेले ब्रोशर त्यांनाही पाठवावे. काही वेळा असे देणगीदार संबंधांमधील सातत्य लक्षात घेऊन आपल्याला बोलावतात व देणगी देतात.

# १२. हिशेबलेखन, आर्थिक व्यवहारांच्या नोंदी व शासकीय कागदपत्रांची पूर्तता

शाळेच्या आर्थिक व्यवस्थापनात आणि आर्थिक दस्तऐवजात शाळेच्या आर्थिक व्यवहारांचे दप्तर, हिशेबलेखन, लेखा परीक्षण, बॅलन्स शीट आणि कायदेशीर कागदपत्रांची पूर्तता या महत्त्वाच्या विषयांची जबाबदारी शाळेच्या मुख्याध्यापकांवर असते. परंतु, अनेक मुख्याध्यापकांना हिशेबलेखन व हिशेबलेखनाच्या तपशिलांबाबत माहिती नसते व ते कार्यालयातील लेखा लिपिकावर (रोखपाल असाही शब्द वापरला जातो) पूर्णपणे अवलंबून रहातात.

मुख्याध्यापक स्वत: जरी आर्थिक व्यवहारांच्या नोंदी ठेवण्यात पारंगत झाले नाहीत, तरी लेखा लिपिकाच्या कामावर देखरेख ठेवणे, आर्थिक नोंदी व दप्तर अचूकपणे ठेवणे व आर्थिक व्यवहारांवर नियंत्रण ठेवणे यांसाठी मुख्याध्यापकांना आर्थिक व्यवहारांच्या नोंदी, हिशेबलेखन व शाळेचे आर्थिक व्यवहारांचे दप्तर (रेकॉर्ड) यांबाबत माहिती व जागरूकता निर्माण होणे जरुरीचे आहे.

मुख्याध्यापक शाळा समितीचे पदसिद्ध सचिव असतात. शाळा समिती शाळेच्या सर्व आर्थिक व्यवहारांसाठी शासनाला जबाबदार असते. या दृष्टीनेही मुख्याध्यापकांना आर्थिक व्यवहारांच्या नोंदी व दप्तर कसे ठेवायचे याची माहिती असणे जरुरीचे आहे.

या प्रकरणात शाळेच्या आर्थिक व्यवहारांच्या नोंदी, हिशेबलेखनाचे तपशील व शाळेचे आर्थिक दप्तर याची चर्चा करण्यात आलेली आहे.

## १. आर्थिक व्यवहारांच्या नोंदी

आर्थिक व्यवहाराच्या नोंदी ठेवतांना नोंदीचा पुरावा म्हणून काही मूळ कागदपत्रांची आवश्यकता असते. 'मूळ' म्हणजे जेथून कोणत्याही आर्थिक व्यवहाराचा (ट्रॅन्झॅक्शन) प्रारंभ होतो. **आर्थिक व्यवहार मुख्यत्वेकरून दोन प्रकारचे असतात – 'जमा' आणि 'खर्च.'** या दोन्ही व्यवहारांना म्हणजेच जमा रक्कम व खर्च रक्कम यासाठी **'जमा पावती'** व **'खर्च पावती'** या मूळ कागदपत्रांची आवश्यकता असते.

### १.१ जमा पावती पुस्तक

जमा रकमेसाठी जमा पावती तयार केली जाते. त्यासाठी शाळेचे पावती पुस्तक (रिसिट बुक)वापरले जाते. जमा पावती म्हणजे काय ते आता आपण बघू.

रोख रक्कम अथवा चेकने शाळेला मिळालेल्या रकमेची पावती रक्कम देणाऱ्याला द्यावी लागते. पावती देण्यासाठी शाळा पावतीपुस्तके छापत असते. पावतीपुस्तकातील पावत्या अनुक्रमाने म्हणजे Serial Numbers प्रमाणे छापलेल्या असतात. उदा. १,२,३,४,५,६,७,८,९,१० असे क्रमांक असतात. दरवर्षी एप्रिल महिन्यात नवीन पुस्तक सुरू करायचे असते. व पावती क्रमांकाची नवीन क्रमवारी सुरू होते. यात एक मूळ प्रत व एक कार्यालयीन प्रत (कार्बन कॉपी) अशा दोन पावत्या असतात. मूळ प्रत व कार्यालयीन प्रत यांचे रंग वेगळे असतात. उदा. मूळ प्रत जर पांढरी असेल, तर कार्यालयीन प्रत गुलाबी असते. मूळ प्रत ज्याने रक्कम दिली त्याला दिली जाते व कार्यालयीन प्रत शाळेच्या कार्यालयात राहते. हिशेबलेखनासाठी व हिशेब तपासणीसाठी या प्रतीचा उपयोग केला जातो.

शाळेमध्ये दोन प्रकारची जमा पावतीपुस्तके असतात. त्यांपैकी एक पुस्तक विद्यार्थ्यांच्या फीची पावती देण्यासाठी वापरले जाते. प्रत्येक वर्गासाठी ही पावतीपुस्तके तयार केली जातात. याला **वर्गवार फी पावती पुस्तक** असे संबोधले जाते. प्रत्येक वर्गाच्या वर्गशिक्षकाकडे एक पावतीपुस्तक दिले जाते. त्यामुळे आलेल्या फीचा हिशेब वर्गवार ठेवणे सोपे जाते.

फीव्यतिरिक्त जी रक्कम शाळेत जमा होते, त्यासाठी **कार्यालयीन पावतीपुस्तक** वापरले जाते. हे पुस्तकही मूळ पावती व कार्यालयीन पावती अशा स्वरूपातच छापलेले असते. यामध्ये दाखला, प्रवेश, शालान्त परीक्षा फॉर्म फी अशा विविध जमा रकमांच्या पावत्या दिल्या जातात.

याव्यतिरिक्त जर कोणी शाळेला देणगी दिली, तर त्याची पावती देण्यासाठी मातृसंस्थेने संस्थेचे पावतीपुस्तकही शाळेत ठेवलेले असते, पण ते संस्थेच्या नावावर छापलेले असते. शाळेच्या नावावर छापलेले नसते. देणगी रकमेचा हिशेब शाळेच्या हिशेबात येत नाही.

**२. खर्च पावती / व्हाऊचर**

कोणत्याही कारणासाठी खर्च केलेल्या रकमेची **'खर्च पावती म्हणजेच व्हाऊचर' तयार केले जाते.** शाळा व्यवस्थापनाच्या दृष्टीने खर्च पावतीचे दोन प्रकार होतात.

२.१. **बाह्य खर्च पावती:** शाळेने कोणत्याही स्वरूपाची खरेदी केली, तर ज्या दुकानातून अथवा व्यक्तीकडून खरेदी केली, त्या दुकानातून किंवा व्यक्तीकडून शाळेला पावती मिळते. याला कॅश मेमो असेही म्हणले जाते. याला बाह्य खर्च पावती असे म्हणले जाते. उदा. गणवेश, शालेय साहित्य, ऑफिस स्टेशनरी, पुस्तके, खेळाची साधने, क्रीडासाहित्य, पेट्रोल/डिझेल इत्यादी.

२.२. **अंतर्गत खर्च पावती:** परंतु, काही खर्चांसाठी बाह्य पावती मिळत नाही. उदा. रिक्षाभाडे, पोस्टेज, मजुरी इत्यादी. या खर्चांसाठीही पावती तयार करणे जरुरीचे आहे. शाळेतर्फे अशा खर्चासाठी विशिष्ट नमुन्यात पावती तयार केली जाते. या नमुन्यात शाळा पावतीपुस्तके छापून घेते. या पावत्यांना 'अंतर्गत खर्च पावती' असे म्हणले जाते. रु. ५००/- पेक्षा अधिक खर्च झाला असेल, तर खर्च पावतीवर एक रुपयाचा रेव्हेन्यू स्टँप लावून सही करावी.

२.३ **खर्च पावत्यांवरील तपशील :** खर्च पावतीवर पुढील मजकूर घातलेला आहे याची खात्री खर्च करणाऱ्या व्यक्तीने करून घ्यायची असते. कोणताही अर्धवट किंवा चुकीचा मजकूर लेखा परीक्षणात ग्राह्य धरला जात नाही व त्या खर्चास मंजूरी मिळत नाही. यासाठी मुख्याध्यापकांनी सतर्क असणे जरुरीचे आहे. खर्च पावतीवर म्हणजेच व्हाऊचरवर मुख्याध्यापकांची सही असते. तेव्हा मुख्याध्यापकांनी खर्च पावतीवरील सर्व मजकूर तपासावा व मगच सही करावी. प्रथम जरी वेळ लागला, तरी नंतर

मजकुरावर नजर बसली की खर्च पावती तपासणे सोपे जाते.

## २.४ खर्च पावतीवरील मजकूर

१. दिनांक,
२. खर्च पावती क्रमांक,
३. पैसे घेणाऱ्या दुकानाचे/संस्थेचे/व्यक्तीचे नाव, पत्ता व दूरध्वनी /भ्रमणध्वनी (मोबाईल) क्रमांक,
४. पैसे ज्या कारणासाठी घेतले त्या खर्चाचा तपशील,
५. रक्कम – आकड्यांत व अक्षरांत,
६. पैसे घेणाऱ्या व्यक्तीची सही,
७. शाळेतर्फे पैसे देण्यास व खर्च करण्यास शाळा समितीने मान्यता दिलेल्या अधिकृत सक्षम व्यक्तीची सही,
८. पैसे दिल्यावर पावतीवर 'रक्कम दिली' किंवा 'Paid' असा शिक्का मारावा.
९. खर्च पावतीच्या मागील बाजूस योग्य शेरा.

खर्च पावत्यांवरही क्रमांक घातलेला असतो. हे क्रमांकही क्रमवार म्हणजे १,२,३,४,५,६,७,८,९,१० अशा क्रमाने घातलेले असतात. व या क्रमानेच पावत्या फाईलमध्ये लावून ठेवाव्यात. शक्यतो तिमाहीसाठी एक फाईल तयार करावी. म्हणजे वर्षासाठी चार फाईल्स होतील. यासाठी शक्यतो बॉक्स फाईल घ्यावी.

## ३. रोजकिर्द – जनरल लेजर

रोज किती रक्कम जमा झाली व किती रक्कम खर्च झाली याची नोंद लेखालिपिकाने ठेवायची असते. आजकाल अनेक शाळांमध्ये कॉम्प्युटरवर जमा व खर्च रकमेचा तपशील टॅलीमध्ये ठेवला जातो. तरीही हस्ते नोंद करणे जरुरीचे आहे व त्यासाठी लेखालिपिकाने रोजकिर्द ठेवणे आवश्यक आहे. हस्ते म्हणजे स्वत:च्या हाताने लेखी नोंद रोजकिर्दीमध्ये करणे. रोजकिर्द म्हणजे जनरल लेजर. ज्या तारखेला ज्या क्रमाने रक्कम जमा अथवा खर्च होते, त्या क्रमाने रोजकिर्दीमध्ये जमा-खर्चाच्या नोंदी केल्या जातात. जमा रकमेची नोंद जमा पावत्यांच्या आधारे केली जाते व खर्चाची नोंद खर्च पावत्यांच्या आधारे केली जाते. त्यामुळे रोजकिर्दीसाठी मूळ पुरावा म्हणून पावतीपुस्तके व खर्चपावत्या ग्राह्य धरल्या जातात.

रोजकिर्दीमध्ये रोख जमा व बँकेत थेट जमा केलेल्या रकमा लिहिल्या जातात. त्याचप्रमाणे रोख खर्च व चेकने दिलेली रक्कम यांचीही नोंद रोजकिर्दीत होते. मुख्याध्यापकांनी रोजकिर्द व पावतीपुस्तके तसेच खर्चपावत्या तपासाव्यात. त्यामुळे सर्व लेखी व्यवहार अचूक होत आहेत याची खात्री केली जाईल.

## ४. खतावणी – स्पेशल लेजर – सेकंडरी बुक

रोजकिर्दीत लिहिलेल्या रकमांची नोंद परत विशेष किर्दीत केली जाते. याला विषयवार किर्द किंवा खतावणी (स्पेशल लेजर) असे म्हणले जाते. आलेल्या रकमा आणि खर्च केलेल्या रकमांची वर्गवारी असते. उदा. खर्चाचे वर्गीकरण करत असताना वेतन, प्रवास, भाडे, छपाई, शालेय उपक्रम, ऑफिस स्टेशनरी, यंत्रसामग्री, क्रीडासाहित्य, ग्रंथालयातील पुस्तके असे खर्चाच्या प्रकाराप्रमाणे खर्चाच्या खात्यांचे प्रकार असतात. रोजकिर्दीतून म्हणजे जनरल लेजरमधून ज्या खात्यांसाठी खर्च झाला, त्या खात्याच्या खतावणीत रकमा लिहिल्या जातात. याला रकमा ओढून घेणे असा शब्दही लेखालिपिकांमध्ये रूढ आहे. प्रत्येक खात्यासाठी स्वतंत्र खतावणी ठेवली जाते.

## ५. जमाखर्चाची पत्रके

प्रत्येक आर्थिक वर्षाच्या शेवटी शाळेला आर्थिक व्यवहारांची खालील प्रमाणे पत्रके तयार करावी लागतात.

१. तेरीज पत्रक - Trial Balance
२. आयव्यय लेखा पत्रक - Income and Expenditure Account Statement,
३. ताळेबंद पत्रक - Balance Sheet,
४. नफा-तोटा पत्रक - Profit and Loss Account

### ५.१ तेरीज पत्रकाचे उद्देश - Trial Balance

१. ठराविक कालावधीत जमा व खर्चाच्या रकमा अचूक लिहिल्या आहेत व हिशेब बरोबर आहे हे तपासणे,
२. प्रत्येक आर्थिक व्यवहाराच्या जमा व खर्च पावत्या व लिहिलेल्या हिशेबाच्या रकमा जुळत आहेत किंवा नाही हे तपासणे,
३. अंदाजपत्रकाप्रमाणे रकमा खर्च झाल्या आहेत ते तपासणे,
४. आर्थिक वर्षाच्या शेवटी आय-व्यय लेखापत्र आणि ताळेबंद तयार करण्यासाठी सर्व कागदपत्रे बरोबर ठेवलेली आहेत व आर्थिक नोंदी केल्या आहेत याची खात्री करून घेणे.
५. आर्थिक व्यवहारात पारदर्शकता आणणे.
६. तेरीज पत्रकातील नोंदी केवळ विशिष्ट आर्थिक वर्षाच्या कालावधीसाठी असतात.

### ५.२ आयव्यय लेखा पत्रकाचे उद्देश - Income and Expenditure Account Statement

१. आर्थिक वर्षात कोणत्याही ठराविक कालावधीत शाळेत किती रक्कम जमा झाली आणि किती खर्च झाली हे समजण्यासाठी आय-व्यय पत्रक तयार केले जाते.
२. शाळेच्या आर्थिक स्थितीचा नेमका अंदाज येतो.
३. शाळेला आर्थिक व्यवहारात फायदा झाला असेल तर तो कोणत्या कारणामुळे हे तपासता येते. म्हणजे अंदाजित उत्पन्नापेक्षा अधिक उत्पन्न मिळाले की, अंदाजित खर्चापैकी कोणता खर्च झाला नाही किंवा कमी झाला यासाठी आर्थिक व्यवहार तपासता येतात.
४. त्याचप्रमाणे जर तूट आली असेल, तर अंदाजित खर्चापेक्षा अधिक खर्च झाला की, अंदाजित उत्पन्नापैकी काही उत्पन्न मिळाले नाही किंवा कमी मिळाले याचीही तपासणी करता येते.
५. अधिक उत्पन्न मिळवण्यासाठी नियोजनबद्ध प्रयत्न करता येतात. त्याचप्रमाणे खर्च कमी करण्यासाठी अनावश्यक खर्च टाळता येतात.
६. आय-व्यय लेखा पत्रकातील नोंदी केवळ विशिष्ट आर्थिक वर्षाच्या कालावधीसाठी असतात.

### ५.३ ताळेबंद पत्रकाचे उद्देश - Balance Sheet

१. शाळेची मालमत्ता व येणी (Assets) यांची माहिती चटकन एका ठिकाणी मिळू शकते.
२. शाळेचा निधी व शाळेची देणी (Liabilities) यांची माहिती एका ठिकाणी मिळू शकते.
३. ताळेबंद पत्रकातील नोंदी शाळा स्थापनेपासूनच्या असतात. केवळ एका आर्थिक वर्षासाठी नसतात.

दर वर्षी शाळेवर किती भांडवली उत्पन्न मिळाले व भांडवलात वाढ झाली; तसेच किती भांडवली खर्च झाला, कोणत्या मालमत्तेचे घसाऱ्यामुळे किती मूल्य कमी झाले, काही मालमत्ता निर्लेखित केली गेली का या सर्व गोष्टींचे तपशील ताळेबंद पत्रकात असतात. त्यामुळे शाळेची आर्थिक स्थिती नेमकेपणाने समजण्यास मदत होते. शाळेची आर्थिक उन्नत्ती होते आहे, का शाळा डबघाईला आलेली आहे हे समजण्यास मदत होते.

## ५.४ नफा–तोटा पत्रकाचे उद्देश – Profit and Loss Account Statement

नफा-तोटा पत्रक या नावातच या पत्रकाचा उद्देश सामावलेला आहे. ठराविक आर्थिक वर्षाच्या कालावधीत शाळेला एकूण फायदा झाला अथवा तोटा झाला हे या पत्रकावरून समजते. यावरून शाळेचे आयकर भरणापत्रक (Income tax Returns) तयार केले जाते.

मुख्याध्यापकांना स्वत:ला प्रत्यक्ष जमा-खर्चाच्या नोंदी ठेवून वरीलप्रमाणे सर्व पत्रके तयार करायची नाहीत. किंबहुना ते त्यांचे कामही नाही. त्यासाठी या विषयात तज्ज्ञ असलेले, पारंगत असलेले व याविषयीचे सर्व कायदे, नियम माहीत असलेले लेखालिपिक (अकाउंटंट) नियुक्त केलेले असतात. याशिवाय मातृसंस्थेच्या कार्यालयातील प्रमुख लेखालिपिकही शाळेला मदत व मार्गदर्शन करत असतात. शाळेसाठी चार्टर्ड अकाउंटंटचीही नियुक्ती केलेली असते. परंतु, शाळेच्या आर्थिक व्यवहारांवर देखरेख करणे, सर्व व्यवहारांमध्ये पारदर्शकता ठेवणे, कोणतेही कायदे न मोडणे व सर्व कायदेशीर कागदपत्रांची पूर्तता करणे यासाठी वरील माहिती मुख्याध्यापकांना उपयुक्त ठरेल.

## भाग ५ : शाळेच्या मनुष्यबळ व्यवस्थापनाचे नियोजन

# १३ शाळेचे मनुष्यबळ व्यवस्थापन, प्रशासन आणि विकास

कोणतीही संस्था यशस्वी होण्यामध्ये त्या संस्थेत काम करणाऱ्या व्यक्तींचा सिंहाचा वाटा असतो. संस्थेची कार्यसंस्कृती, कर्मचाऱ्यांची सकारात्मक मानसिकता, संघबांधणी, गतिशीलता, कृतिशीलता, त्यांच्या प्रेरणा आणि लाभार्थ्यांना अधिकाधिक उपयुक्त होईल असे काम; या सगळ्यांचा परिणाम संस्था लोकप्रिय होण्यात, संस्थेची भरभराट होण्यात आणि संस्थेच्या कार्याचा विकास होण्यात होतो.

शाळेचे महत्त्व इतर संस्थांपेक्षा अधिकच वेगळे आहे. कारण शाळेचे लाभार्थी आहेत विद्यार्थी. विद्यार्थ्यांना आपण आपल्या देशाचे भावी नागरिक म्हणून महत्त्व देतो. त्यामुळे विद्यार्थ्यांच्या बौद्धिक विकासाबरोबरच त्यांच्या मानसिक, भावनिक, सामाजिक विकासातही शाळेचे म्हणजेच शाळेच्या व्यवस्थापनाचे, शिक्षक आणि प्रशासकीय कामे करणाऱ्या शिक्षकेतर कर्मचाऱ्यांचे योगदान (काँट्रिब्युशन) मोठे आहे.

शाळेच्या मनुष्यबळ व्यवस्थापन, प्रशासन आणि विकासाच्या धोरणाचा थेट परिणाम शिक्षक व शिक्षकेतर कर्मचाऱ्यांच्या कामाचा दर्जा सातत्याने उत्कृष्ट राखण्यात होतो. यासाठी या प्रकरणात आपण शाळेच्या मनुष्यबळ व्यवस्थापन, प्रशासन आणि विकासाच्या धोरणाच्या प्रमुख घटकांचा विचार करणार आहोत.

### १. व्यवस्थापन आणि प्रशासन यातील फरक

अनेकदा व्यवस्थापन आणि प्रशासन हे दोन्ही शब्द पर्यायी शब्द म्हणून वापरले जातात. पण या दोन निरनिराळ्या संकल्पना आहेत.

**व्यवस्थापनामध्ये मनुष्यबळविषयक धोरण व पद्धती ठरवल्या जातात तर प्रशासनात ठरवलेल्या पद्धतींप्रमाणे कामाची अंमलबजावणी केली जाते.**

### २. मनुष्यबळ व्यवस्थापनात खालील बाबींचा अंतर्भाव होतो.

१. मनुष्यबळविषयक धोरण (पॉलिसी) ठरवणे,
२. शाळेचा ऑर्गनायझेशन चार्ट तयार करणे,
३. शाळेतील विविध विभाग व विभागांची भूमिका, कामे व विभागांच्या जबाबदाऱ्या निश्चित करणे,
४. प्रत्येक विभागातील पदांवरील व्यक्तींच्या पदनिहाय कामे व जबाबदाऱ्या, रिपोर्टिंग ॲथॉरिटी- कामाचा पूर्तता अहवाल कोणाला द्यायचा हे निश्चित करणे, (जॉब डिस्क्रिप्शन तयार करणे),
५. शाळेच्या मनुष्यबळाच्या गरजा शोधणे म्हणजे विविध पदांवर काम करणारे किती कर्मचारी आवश्यक आहेत हे निश्चित करणे व त्याबद्दल सांख्यिकीय माहिती एकत्र करणे,

६. प्रत्येक पदासाठी शैक्षणिक अर्हता, वर्तनकौशल्ये आणि कार्यकौशल्ये तसेच अनुभव यांबद्दल लेखी धोरण तयार करणे,
७. रिक्त पदे भरण्यासाठी शाळासमिती, नियामक मंडळ व शासनाकडून घ्यावयाची मान्यता,
८. निवड व नियुक्तीची प्रक्रिया, नियुक्तीची पद्धत, नियुक्तीपत्र, कर्मचाऱ्याचे संमतीपत्र,
९. नियुक्ती पत्राबरोबर द्यावयाचे सेवेच्या अटी, शर्तीचे धोरणपत्र,
१०. नियुक्ती पत्राबरोबर द्यावयाचे 'वर्तनविषयक मार्गदर्शन सूत्रांचे धोरण'पत्र,
११. नियुक्त उमेदवाराला संस्थेची व शाळेची माहिती व ओळख करून देण्याची पद्धत (Introduction),
१२. प्रत्येक पदावरील व्यक्तीच्या कामाच्या मूल्यमापनाचे निकष आणि मूल्यमापनाच्या पद्धती,
१३. पगाराची / मानधनाची रचना, पगार देण्याची पद्धत व त्यासंबंधी ठेवायची रजिस्टर्स,
१४. शिक्षक व शिक्षकेतर कर्मचाऱ्यांसाठी संस्थेतर्फे व शाळेतर्फे देण्यात येणाऱ्या कर्मचारी कल्याण योजना,
१५. रजा व सुट्ट्या यांचे धोरण,
१६. शिक्षक व शिक्षकेतर कर्मचाऱ्यांचे पदोन्नतीचे धोरण,
१७. शिक्षक व शिक्षकेतर कर्मचाऱ्यांचे बडतर्फी, राजीनामा यांबद्दलचे धोरण,
१८. शिक्षक व शिक्षकेतर कर्मचाऱ्यांना उत्कृष्ट कामासाठी प्रशंसापत्र, बक्षिस यांबद्दलचे धोरण,
१९. पदनिहाय उत्कृष्ट कामाचे व वर्तनाचे निकष,
२०. कामाच्या /वर्तनाच्या मूल्यमापनाची पद्धत,
२१. शिक्षक व शिक्षकेतर कर्मचाऱ्यांसाठी शासकीय योजना उदा. प्रॉव्हिडंट फंड, ग्रॅच्युइटी, प्रोफेशनल टॅक्स, मेडिकल इन्शुरन्स इत्यादी,
२२. गणवेश, ओळखपत्र (आयडेन्टिटी कार्ड),
२३. प्रशिक्षण,
२४. रोस्टर,
२५. सभा,
२६. माहिती व माहितीचे संकलन
२७. मनुष्यबळ विकास आणि व्यवस्थापन विभागाचे अंदाजपत्रक,
२८. मनुष्यबळ विकास आणि व्यवस्थापन विभागाच्या फाइल्स आणि रजिस्टर्स,
२९. शिक्षक व शिक्षकेतर कर्मचारी यांचेबद्दल शासकीय पत्रव्यवहार.

### ३. मनुष्यबळ विकास विभागाचे प्रशासन

शाळा व्यवस्थापनातर्फे मनुष्यबळ व्यवस्थापनाबद्दल धोरणे आखली जातात. या धोरणांची अंमलबजावणी करणे व त्यासंबंधी प्रत्येक विभागाचे दप्तर (रेकॉर्ड), नोंदवह्या (रजिस्टर्स), फाइल्स तयार करणे व त्याचे जतन करणे हे काम मनुष्यबळ प्रशासनामध्ये येते. यामध्ये प्रामुख्याने पुढील घटकांचा समावेश होतो.

१. शाळेचे वेळापत्रक तयार करणे, सर्व शिक्षकांना त्यांच्या कार्यभाराप्रमाणे (वर्कलोड) तासिका दिल्या आहेत याची खात्री करणे,
२. शिक्षकेतर कर्मचाऱ्यांना त्यांची कामे व जबाबदाऱ्या नियुक्त करून देणे,
३. शिक्षक व शिक्षकेतर कर्मचाऱ्यांच्या नियुक्त्या, शैक्षणिक अर्हता, पदोन्नत्ती, कार्यकाल इत्यादींबद्दल आवश्यकतेप्रमाणे शासकीय मान्यता आणणे, त्याबद्दल पत्रव्यवहार करणे,

४. शिक्षकांच्या रजांबद्दल रेकॉर्ड ठेवणे,
५. शिक्षकांच्या प्रशिक्षणाच्या गरजांचा तक्ता तयार करणे, शिक्षकांना प्रशिक्षणाला पाठवणे, प्रशिक्षणाचे रेकॉर्ड ठेवणे,
६. शिक्षकांच्या बदल्यांबाबत आवश्यकतेप्रमाणे कार्यवाही करणे,
७. शिक्षक व शिक्षकेतर कर्मचाऱ्यांचे उपस्थितीचे रेकॉर्ड बायोमेट्रिक पद्धतीप्रमाणे ठेवणे, दरमहा उपस्थिती रजिस्टर तयार करणे,
८. शिक्षकांना शाळेतर्फे दिलेल्या वस्तू, साहित्य, ओळखपत्र, गणवेश, ॲप्रन्स, पुस्तके व इतर शैक्षणिक साहित्य यांची नोंद शिक्षक साधनसामग्री इश्यू रजिस्टरमध्ये ठेवणे,
९. शिक्षकांच्या कामाच्या स्वयं-मूल्यमापनाबद्दल सर्क्युलर/नोटीस काढणे, स्वयं-मूल्यमापनाचे फॉर्मस देणे, मुख्याध्यापकांना/ शाळासमितीला फॉर्मस एकत्र करून देणे,
१०. शिक्षक व शिक्षकेतर कर्मचाऱ्यांसाठी संस्थेतर्फे व शाळेतर्फे देण्यात येणाऱ्या कर्मचारी कल्याण योजनांची अंमलबजावणी करणे,
११. शिक्षक, शिक्षकेतर कर्मचारी यांची पदोन्नत्ती, बडतर्फी, राजीनामा स्वीकृती, वर्तनसमस्यांबद्दल ताकीदपत्र (मेमो),
१२. रोस्टर ठेवणे, वेळोवेळी अपडेट (अद्ययावत) करणे,
१३. शिक्षक, शिक्षकेतर कर्मचाऱ्यांना कर्ज, तत्काळ उचल इत्यादी रकमा दिल्या असतील तर त्यांचे रेकॉर्ड ठेवणे, कागदपत्रांची पूर्तता करणे, कर्जवसुली करणे,
१४. शिक्षक व शिक्षकेतर कर्मचाऱ्यांना पगार देणे, पगाराचे रेकॉर्ड तयार करणे, पगारपत्रकावर त्यांच्या सह्या घेणे यासाठी अकाउंटंटना मदत करणे, पगारातून त्यांचा इन्कम टॅक्स (आयकर) कापून घेतला आहे याची खात्री करणे, त्यांचे इन्कम टॅक्स रिटर्न्स फाइल केले आहेत याची खात्री करणे,
१५. शिक्षक व शिक्षकेतर कर्मचाऱ्यांसाठी शासकीय योजना उदा. प्रॉव्हिडंट फंड, ग्रॅच्युइटी, प्रोफेशनल टॅक्स, मेडिकल इन्शुरन्स इत्यादी,
१६. शिक्षक, शिक्षकेतर कर्मचाऱ्यांबद्दल काही कोर्ट केसेस सुरू असतील तर त्याबद्दल आवश्यक ती माहिती संबंधित पदाधिकारी, अधिकारी यांना देणे,
१७. शाळेच्या रजा व सुट्ट्यांच्या सर्क्युलर्स/ नोटिसेस काढणे, शिक्षकांच्या सह्या घेणे,
१८. शिक्षक व शिक्षकेतर कर्मचाऱ्यांच्या फाइल्स तयार करणे, अपडेट करणे,
१९. शिक्षक व शिक्षकेतर कर्मचाऱ्यांच्याबद्दल आवश्यक तो डेटा तयार करणे, अपडेट करणे.
२०. शाळासमिती, मुख्याध्यापक, शिक्षक, शिक्षकेतर कर्मचाऱ्यांच्या सभांचे रेकॉर्ड तयार करणे,
२१. मनुष्यबळ विभागाचे अंदाजपत्रक तयार करणे,
२२. शिक्षक, शिक्षकेतर कर्मचाऱ्यांच्या विशेष उपलब्धीबद्दल उचित प्रसिद्धी देणे.

# भाग ६ : शाळेच्या जनसंपर्क व्यवस्थापनाचे नियोजन

## १४ प्रचार, प्रसिद्धी आणि जनसंपर्क व्यवस्थापन

जाहिरात, प्रसिद्धी आणि प्रचाराच्या युगात जनसंपर्क व्यवस्थापन हा मुख्याध्यापकांसाठी महत्त्वाचा तसेच संवेदनशील भाग आहे. शाळेची प्रतिमा जनमानसात प्रस्थापित करण्यासाठी व स्पर्धात्मक वातावरणात अग्रेसर राहण्यासाठी उत्कृष्ट जनसंपर्क हे शाळेचे प्रमुख बलस्थान होणे जरुरीचे आहे. त्यामुळे आपल्या शाळेचे जनसंपर्क धोरण ठरवणे व त्याची काटेकोर अंमलबजावणी करणे हे मुख्याध्यापकांचे महत्त्वाचे काम आहे.

**जनसंपर्काची उद्दिष्टे : जनसंपर्क कशासाठी**

१. शाळेची प्रतिमानिर्मिती करणे,
२. शाळेच्या कामाची माहिती सर्वदूर, अधिकाधिक लोकांपर्यंत पोहोचवणे; शाळेच्या कामाला प्रसिद्धी मिळवून देणे,
३. शाळेचे 'गुडविल' तयार करणे,
४. शाळेच्या उपक्रमांना मोठा प्रतिसाद मिळवणे,
५. शाळेच्या उपक्रमांना समाजातील विविध क्षेत्रांतून व स्तरांतून पाठिंबा मिळवणे,
६. जनसंपर्क व प्रसिद्धीमुळे शाळेच्या शिक्षकांना आणि कर्मचाऱ्यांना प्रेरणा मिळवून देणे,
७. शाळा जे काम करते आहे, त्या कामात ज्यांना सहभागी व्हायचे आहे त्यांच्याबरोबर थेट संवाद साधून त्यांच्यापर्यंत शाळेची माहिती पोहोचवणे,
८. देणगीदारांपर्यंत शाळेची माहिती पोहोचवणे, त्यांच्या मनात शाळेची सकारात्मक प्रतिमा तयार करून शाळेला देणग्या मिळवणे,
९. समविचारी शाळांपर्यत, तसेच शाळा जे काम करते आहे तसेच काम करणाऱ्या इतर शाळांपर्यंत आपले काम पोहोचवणे,
१०. लोकमान्यतेप्रमाणेच सरकार दरबारीही शाळेचे काम पोहोचवून राजमान्यता मिळवणे,
११. शाळेशी निगडित शासकीय कार्यालयांमध्ये शाळेची प्रतिमा उज्ज्वल करणे,
१२. शाळा ज्या विचारांनी प्रेरित होऊन काम करते आहे त्या विचारांचा प्रसार करणे,
१३. शाळेच्या कामकाजाचे डॉक्युमेंटेशन आणि फायलिंग करणे,
१४. शाळेच्या ॲडमिशन्समध्ये चांगले विद्यार्थी शाळेकडे आकृष्ट होतील यासाठी प्रयत्न करणे,
१५. स्वत:चीच उद्दिष्टे विविध उपक्रमांमधून साध्य होत आहेत याचे मूल्यमापन करणे.

**जनसंपर्क प्रस्थापित करण्यासाठी महत्वाचे गट : जनसंपर्क कोणाबरोबर विकसित करायचा?**

जनसंपर्क करणे हे शाळेचे सांघिक काम आहे. जनसंपर्क विकसित करण्यामध्ये मुख्याध्यापकांबरोबरच सर्व शिक्षक, लिपिक, विद्यार्थी व पालकही आपले योगदान देतात. म्हणूनच कोणाबरोबर संपर्क प्रस्थापित करायचा आहे, कोणाला काय माहिती द्यायची आहे किंवा कोणत्या व्यक्तीकडून आपल्याला कोणती मदत हवी आहे यांमध्ये स्पष्टता येण्यासाठी मुख्याध्यापकांनी शाळेतील शिक्षक व लिपिकांबरोबर जनसंपर्क करायच्या व्यक्ती व संस्थांचे वर्गीकरण करून गट तयार करणे जरुरीचे आहे. शक्यतो पुढीलप्रमाणे गट तयार होतील. शाळेच्या वातावरणाप्रमाणे या गटांमध्ये बदल होऊ शकतो. म्हणजे गटनिहाय व्यक्ती व संस्थांच्या याद्या तयार करता येतील. याप्रमाणे मुख्याध्यापकांच्या नेतृत्वाखाली जनसंपर्क विभाग कार्यरत राहील. एका लिपिकाला व एका शिक्षकाला हे काम एकत्रितरित्या करायला सांगावे.

**जनसंपर्कासाठी गट**

४. शाळा ज्या संस्थेची आहे त्या संस्थेचे विश्वस्त व प्रमुख पदाधिकारी, संस्थेचे सल्लागार,
५. आजी व माजी विद्यार्थी,
६. पालक,
७. आजी व माजी शिक्षक,
८. आजी व माजी शिक्षकेतर कर्मचारी,
९. समान ध्येयाने काम करणाऱ्या शाळा,
१०. देणगीदार व हितचिंतक,
११. शाळेच्या विविध कार्यक्रमांना निमंत्रित करावयाच्या व्यक्ती,
१२. शाळेचे सहयोगी कंत्राटदार,
१३. शाळेशी संलग्न शासकीय कार्यालये,
१४. शाळेला विविध सेवा पुरवणारी सरकारी कार्यालये उदा. टेलिफोन, इलेक्ट्रिसिटी इत्यादी,
१५. शाळेच्या कामाशी निगडित असलेल्या लायब्ररीज, संशोधन संस्था इत्यादी,
१६. गावातील प्रतिष्ठित व्यक्ती, वकील, डॉक्टर्स, प्राध्यापक, इतर शाळांचे मुख्याध्यापक, उद्योजक, विविध सल्लागार, प्रमुख व्यापारी, बँका व पतसंस्था इत्यादी,
१७. गावातील, जिल्ह्यातील प्रमुख वर्तमानपत्रांचे संपादक, वार्ताहर इत्यादी.

हा डेटा कॉम्प्युटरवर एक्सेल शीटवर तयार करावा. त्यासाठी जनसंपर्क या नावाने फोल्डर तयार करावे व प्रत्येक गटासाठी एक एक्सेल शीट तयार करावे. त्यामध्ये व्यक्ती व संस्थांच्या माहितीचे चार्ट्स / तक्ते पुढीलप्रमाणे तयार करावेत.

यासाठी आवश्यक सर्व तक्ते प्रकरण क्रमांक ९, माहितीचे संकलनमध्ये दिलेले आहेत.

**तक्ता क्रमांक १**

शाळेचे नाव : ----------------------------------------------

जनसंपर्क माहिती तक्ता: गटाचे नाव: ------------------------------------

| क्रमांक | व्यक्तीचे/ संस्थेचे नाव व पत्ता | दूरध्वनी क्रमांक | मोबाईल क्रमांक | ई-मेल | व्यक्तीचा व्यवसाय / संस्थेचे कार्यक्षेत्र | कोणती मदत मिळू शकेल? |
|---|---|---|---|---|---|---|
| | | | | | | |
| | | | | | | |
| | | | | | | |
| | | | | | | |
| | | | | | | |

प्रत्येक गटातील व्यक्ती व संस्थांची माहिती याप्रमाणे संकलित करावी. दर सहा महिन्यांनी ही माहिती अपडेट म्हणजे नूतनीकृत करावी.

**थेट जनसंपर्क विकसित करण्याच्या पारंपरिक पद्धती**

१. आपल्या संस्थेला प्रत्यक्ष भेट देण्यासाठी निमंत्रण देणे,
२. इतर संस्थांना पूर्वनियोजन करून प्रत्यक्ष भेट देणे,
३. सभा, चर्चासत्रे उदा. पालक सभा, विद्यार्थी सभा,
४. प्रशिक्षण कार्यक्रम,
५. अभ्यासदौरे,
६. फोन करणे,
७. वाढदिवसांच्या शुभेच्छा,
८. वर्धापन दिनाच्या शुभेच्छा,
९. विशिष्ट सणांच्या शुभेच्छा उदा. दिवाळी, दसरा, नूतन वर्षारंभ इत्यादी,
१०. उपक्रमांचे उद्घाटन समारंभ,
११. कौतुक समारंभ,
१२. श्रद्धांजली सभा,
१३. प्रासंगिक सभा- मासिक, त्रैमासिक, वार्षिक इत्यादी,
१४. विशिष्ट उपक्रमांचे दरवर्षी जाणीवपूर्वक नियोजन उदा. तीळगूळ समारंभ, दसऱ्यानिमित्त मिरवणूक, दिवाळी पहाट, खेळाच्या स्पर्धांचे नियोजन, प्रदर्शन,
१५. विशिष्ट दिनांचे औचित्य साधून प्रबोधनात्मक कार्यक्रम उदा. वक्तृत्त्व स्पर्धा, पुस्तक दिंडी, सेमिनार, कॉन्फरन्स, वसंत व्याख्यानमाला इत्यादी.

**जनसंपर्क प्रस्थापित करण्यासाठी छापील साहित्य**

१. पत्रे पाठवणे,
२. शाळेचे व्हिजन व मिशन स्टेटमेंट प्रमुख ठिकाणी प्रदर्शित करणे,
३. शाळेची माहिती देणारी ब्रोशर्स, विशिष्ट उपक्रमांची माहिती देणारी ब्रोशर्स,
४. विशिष्ट घटना, उपक्रमांची माहिती देणारी पत्रके,
५. शाळेचा वार्षिक अहवाल तयार करून निवडक व्यक्तींना वार्षिक अहवाल पाठवणे,
६. शाळेच्या वैशिष्ट्यपूर्ण कामावर आधारित पुस्तिका प्रकाशित करणे,
७. स्मरणिका प्रकाशित करणे,
८. शाळेच्या उपक्रमांना वर्तमानपत्रांमध्ये प्रसिद्धी देणे,
९. शाळेच्या शिक्षकांनी विशिष्ट विषयांवर लेख लिहिणे,
१०. बॅनर्स, पोस्टर्स लावणे,
११. कार्य अहवाल प्रसिद्ध करणे.
१२. शाळेतर्फे पालकांसाठी वार्तापत्र प्रकाशित करणे,
१३. वर्तमानपत्रात शैक्षणिक सदरात लेख लिहिणे.

**जनसंपर्क प्रस्थापित करण्यासाठी सोशल मिडियाचा (माध्यमांचा) उपयोग**

१. शाळेचा व स्वत:चा ई-मेल अकाउंट तयार करणे व ई-मेलवरून संपर्कव्यवस्था,
२. शाळेची वेबसाइट तयार करणे व अपडेट करणे व वेबसाइटवरून संस्थेची माहिती प्रसारित करणे,
३. शाळेचे फेसबुक पेज तयार करणे व अपडेट करणे,
४. शाळेचा किंवा स्वत:चा ब्लॉग तयार करणे,
५. व्हॉट्सअप सारख्या सुविधांचा उपयोग करणे,
६. व्हिडिओ कॉन्फरन्सिंगची सुविधा असणे.

**जनसंपर्क प्रस्थापित करण्यासाठी इलेक्ट्रॉनिक मिडियाचा उपयोग**

१. फोन करणे,
२. मोबाईलवरून संपर्क साधणे, मोबाईलवरून एसएमएस पाठवणे, ब्लॉक एसएमएस करणे,
३. रेडिओ तसेच इतर एफएम चॅनेल्सवर मुख्याध्यापक म्हणून स्वत: तसेच शिक्षकांच्या मुलाखतींचे नियोजन करणे, व्याख्यानांचे नियोजन करणे.

**जनसंपर्क प्रस्थापित करत असताना घ्यावयाची काळजी**

**काय करावे**

१. जनसंपर्क व्यवस्थापन हा व्यवस्थापन शास्त्राचा महत्त्वाचा घटक आहे. त्यामुळे जनसंपर्क साधत असताना अत्यंत व्यावसायिकरित्या (प्रोफेशनली) काम करणे जरुरीचे आहे. त्यामुळे आपल्या शाळेची वैचारिक चौकट व कार्यसंस्कृतीची ओळख इतरांना होते,
२. बोलण्यातून व लिहिण्यातून चुकीचा संदेश जाणार नाही याची खात्री करावी,
३. सकारात्मक दृष्टिकोन, सकारात्मक विचार व सकारात्मक भाषा वापरावी. आपण आपली व आपल्या

संस्थेची सकारात्मक प्रतिमा तयार करत आहोत,

४. भाषाशैली विकसित करावी.
५. बोलताना तसेच लिहिताना शिष्टाचारांचे (मॅनर्स व एटिकेट्स) पालन करावे,
६. मुद्देसूद बोलणे व मुद्देसूद लिखाण करावे. कोणतेही पाल्हाळ लावू नये,
७. लिखित साहित्यात प्रूफ रिडिंग करणे महत्त्वाचे आहे. 'ध' चा 'मा' झाला तर अनर्थ ओढवतो,
८. प्रत्येक गोष्ट वेळेत व वेळच्यावेळी करावी. जनसंपर्कामध्येही वक्तशीरपणा जरुरीचा आहे,
९. जनसंपर्क संघबांधणीसाठी (टीम बिल्डिंग) आणि संघटन बांधणीसाठी (ऑरगनायझेशन बिल्डिंग) महत्त्वाचा आहे. त्यामुळे शाळेला जास्तीतजास्त व्यक्ती व संस्था कशा जोडता येतील या ध्येयाने जनसंपर्क विकसित करायचा आहे. जनसंपर्कामध्ये नेहमी बेरीज व गुणाकारच असतो. वजाबाकी व भागाकार नसतो.
१०. कोणतेही विधान करण्यापूर्वी, माहिती देण्याआधी त्याचे प्रारूप तयार करावे. विषय संवेदनशील असेल तर संस्थेच्या पदाधिकाऱ्यांना दाखवावे. त्यांची संमती घ्यावी. आवश्यक असेल तेथे प्रारूपावर त्यांची सही घ्यावी, कारण प्रसृत होणारी प्रत्येक माहिती संस्थेची अधिकृत माहिती असते,
११. शक्यतो जनसंपर्क कोणी करायचा हे ठरवावे, म्हणजे जनसंपर्क व्यवस्थापनावर नियंत्रण राहते.

**काय करू नये**

१. कोणतीही चुकीची, अवास्तव, अतिरंजित, आक्षेपार्ह माहिती देऊ नये,
२. विवादित विषयांवर कारण नसताना, आपला कोणताही संबंध नसताना मतप्रदर्शन करू नये,
३. कोणावरही व्यक्तिगत टीका करू नये,
४. आक्रमक व इतरांना अपमानित वाटेल, इतरांच्या भावना दुखावतील असे बोलू नये, लिहू नये,
५. जनसंपर्क हा संघबांधणीसाठी आणि संघटन बांधणीसाठी आहे. त्यामुळे वैयक्तिक हेवेदावे, मत्सर, राग-लोभ, टीका या गोष्टींना थारा देऊ नये,
६. बोलताना व लिहिताना द्व्यर्थी भाषा अजिबात वापरू नये.

**जनसंपर्काचे धोरण**

१. जनसंपर्कासाठी संपूर्ण वर्षभरात करायच्या कामांचे, उपक्रमांचे 'ॲक्टिव्हिटी कॅलेंडर' तयार करणे,
२. जनसंपर्कासाठी वार्षिक अंदाजपत्रक तयार करणे,
३. जनसंपर्काचा भाग म्हणून विविध संस्था आणि व्यक्तींना भेटी देण्यासाठीचे कॅलेंडर तयार करणे, त्या भेटींचा उद्देश लिहून काढणे. त्याप्रमाणे भेट देताना संस्था आणि व्यक्तींना शाळेची काय माहिती द्यायची आहे, कोणते कागदपत्र तयार करायचे आहेत, फोटो आल्बम वगैरे दाखवायचे आहेत का याचा विचार करून सर्व साहित्याची जुळणी करणे व भेटीवेळी सर्व साहित्य घेऊन जाणे,
४. गावातील प्रमुख उत्सवांमध्ये शाळेने कोणत्या पद्धतीने सहभागी व्हायचे याचे धोरण आखणे, तेथे काही कार्यक्रमांचे आयोजन करणे,
५. जनसंपर्कासाठी व शाळेच्या विविध उपक्रमांच्या प्रसिद्धीसाठी प्रसिद्धी माध्यमांचा उपयोग व सहभाग कशा पद्धतीने करून घ्यायचा याचा विचार करून माध्यमाविषयी धोरण ठरवणे, माध्यमांबरोबर संबंध प्रस्थापित करणे,

६. जनसंपर्कासाठी योजलेला प्रत्येक उपक्रम पूर्ण झाल्यावर जमा-खर्चाचा हिशेब तयार करणे, अकाउंट्स विभागाला उपक्रम पूर्ण झाल्यापासून १५ दिवसांत हिशेब सादर करणे,

७. जनसंपर्कासाठी आयोजिलेला प्रत्येक उपक्रम पूर्ण झाल्यावर त्या उपक्रमाचा 'ॲक्टिव्हिटी रिपोर्ट' तयार करणे,

८. शाळेच्या धोरणाप्रमाणे इतर संस्थांच्या वर्धापन दिनांची यादी तयार करून त्यांना शुभेच्छापत्रे पाठवणे,

९. कोणाच्या वाढदिवसाला शाळेतल्या कोणत्या व्यक्तीने प्रत्यक्ष जाऊन शुभेच्छापत्र द्यायचे, भेटवस्तू द्यायची, पुष्पगुच्छ द्यायचा याचीही स्वतंत्र यादी कॉम्प्युटरवर तयार करावी,

१०. शाळेतर्फे दिवाळी, नूतन वर्षारंभदिन व इतर प्रमुख सणांच्या शुभेच्छा पाठवण्यासाठी वरीलप्रमाणेच स्वतंत्र यादी तयार करावी,

११. ज्यांना ई-ग्रिटिंग्ज पाठवायची आहेत त्यांची यादीही स्वतंत्र तयार करावी,

१२. शाळेला देणगी देऊ शकतील अशा व्यक्तींची नावे, पत्ते, फोन क्रमांक इत्यादींची यादी तयार करावी,

१३. जनसंपर्कासाठी वापरावयाची ब्रोशर्स, माहितीपत्रके इत्यादी साहित्याचा पुरेसा स्टॉक उपलब्ध आहे याची खात्री करणे, आवश्यकतेप्रमाणे छपाई करून घेणे, स्टॉक मेन्टेन करणे,

१४. जनसंपर्कासाठी आवश्यक शाळेच्या विविध उपक्रमांच्या फोटोंचे वर्षनिहाय आल्बम्स तयार करणे,

१५. जनसंपर्काशी संबंधित ज्या ई-मेल्स येतील त्यांची उत्तरे पाठवणे,

१६. महत्त्वाच्या सार्वजनिक कार्यक्रमांमध्ये शाळेचे प्रतिनिधित्व करणे.

# भाग ७ : शाळेच्या साफसफाईचे नियोजन (हाउसकिपिंग)

## १५. साफसफाई, स्वच्छता व्यवस्थापन (हाउसकिपिंग) धोरण व कार्यपद्धती, प्रथमोपचार पेटी

साफसफाई, स्वच्छता यांमुळे शाळेची प्रतिमानिर्मिती होते. '**प्रत्येक वस्तू जागच्याजागी आणि प्रत्येक वस्तूची निश्चित ठरलेली जागा**' हे हाउसकिपिंग म्हणजे साफसफाई व स्वच्छता विभागाचे ध्येय आहे. त्यामुळे शाळेच्या क्रीडांगण आणि मैदानापासून सुरुवात करून, शाळेतील प्रत्येक खोली व कोपरा किती स्वच्छ, आकर्षक व सुरक्षित आहे हे पाहणे महत्त्वाचे आहे.

**साफसफाई, स्वच्छता व्यवस्थापनाचा उद्देश**

१. शाळेची प्रतिमानिर्मिती करणे,
२. शाळा सजवणे व आकर्षक ठेवणे,
३. विशेषत: विद्यार्थी तसेच शाळेत येणाऱ्या प्रत्येक व्यक्तीची सुरक्षा राखणे, कोठेही घातपात, अपघात होऊ नये याची दक्षता घेणे,
४. अध्यापन-अध्ययन प्रक्रिया अधिक सकारात्मक आणि आनंददायी वातावरणात पार पडेल याची निश्चिती करणे,
५. शाळेची शिस्त व कार्यसंस्कृतीचे सादरीकरण साफसफाई व स्वच्छतेच्या माध्यमातून करणे.

ही उद्दिष्टे साध्य करण्यासाठी मुख्याध्यापकांनी लिपिक व शिपायांच्या सहाय्याने शाळेचे 'साफसफाई व स्वच्छतेचे धोरण' ठरवावे. विशेषत: शिपायांनाही सहभागी करून घेतले तर ते आपले काम अधिक मनापासून करतील.

साफसफाई करत असताना कालावधीप्रमाणे कामांची विभागणी करावी. त्यामुळे कोणती कामे कधी करायची याची स्पष्टता येते व कामाचे दडपण येत नाही. कामाचे कालावधी पुढीलप्रमाणे ठरवता येतील व कामांचे वर्गीकरण करता येईल.

१. दैनंदिन कामे,
२. दर दोन दिवसांनी करायची कामे,
३. आठवड्यातून एकदा करायची कामे,
४. महिन्यातून एकदा करायची कामे,
५. त्रैमासिक कामे,

६. सहा महिन्यांतून एकदा करायची कामे,

७. वर्षातून एकदा करायची कामे.

शाळेत करायचे प्रत्येक काम या वर्गीकरणात समाविष्ट होईल याची खात्री करावी. कामांचा नमुना तक्ता खाली दिला आहे.

**साफसफाई स्वच्छतेचा कामांचा नमुना तक्ता**

| क्रमांक | कामाच्या जबाबदाऱ्यांचा तपशील |
|---|---|
| | **दैनंदिन कामे:** |
| **अ)** | **शाळेच्या बाह्य परिसराची सफाई** |
| १ | शाळेच्या इमारतीमधील व्हरांडे, कॅरिडॉर्स, जिने, पॅसेजेस, स्टेज व खुली सभागृहे झाडणे, |
| २ | शाळेच्या बाह्य परिसरात जर कोणतेही बोर्ड, कपाटे, नोटीस बोर्ड असतील तर त्यांची सफाई करणे, त्यांवरील धूळ पुसणे, |
| ३ | शाळेच्या बाह्य परिसरात जर ट्यूबलाइट्स, दिवे लावलेले असतील तर त्यांच्यावरील जळमटे, धूळ झटकणे, |
| ४ | शाळेच्या इमारतीच्याबाहेर कोणताही कचरा पडलेला असेल तर उचलणे, परिसर स्वच्छ व आकर्षक ठेवणे, |
| ५ | सफाईसाठी सर्व शिपायांना जागा वाटून द्याव्यात म्हणजे सफाईची जबाबदारी निश्चित केली जाते, |
| ६ | सर्व मैदान/ग्राऊंडवर धूळ उडू नये म्हणून पाण्याच्या उपलब्धतेनुसार पाणी मारावे. |
| **ब)** | **शाळेच्या इमारतीची अंतर्गत सफाई** |
| ७ | रोज सर्व वर्गखोल्या, प्रयोगशाळा, ग्रंथालय, शिक्षक कक्ष (स्टाफ रूम्स), पोषण आहार भांडार गृह, भांडार (स्टोअर रूम), मुख्याध्यापक कक्ष, पर्यवेक्षक कक्ष, कार्यालये झाडणे. कचरा भरणे व कचऱ्याच्या डब्यांमध्ये टाकणे, कोठेही धूळ, कचरा राहू नये यासाठी प्रयत्न करणे. सर्व शिपायांना जागा वाटून द्याव्यात म्हणजे सफाईची जबाबदारी निश्चित केली जाते, |
| ८ | रोज सर्व बाके फर्निचर, कपाटे, खुर्च्या कोरड्या फडक्याने, डस्टरने पुसून घ्याव्यात, यासाठीही वर्ग वाटून द्यावेत म्हणजे जबाबदारी निश्चित होईल, |
| ९ | कार्यालये, मुख्याध्यापक कक्ष, शिक्षक कक्षातील सर्व वस्तू जागच्याजागी ठेवाव्यात, |
| १० | कार्यालये, वर्गखोल्यांच्या खिडक्या रोज सकाळी शाळा सुरू होते वेळी उघडणे आणि शाळा संपल्यावर वर्गात विद्यार्थी नाहीत हे बघून खिडक्या व दारे बंद करणे, दारांना कुलुपे लावणे, |
| ११ | वर्गात विद्यार्थ्यांच्या वह्या, पुस्तके, डबे, कंपास पेट्या, छत्र्या वा इतर कोणत्याही वस्तू विसरल्या असतील तर कार्यालयातील 'हरवले- सापडले' टेबलावर नेऊन ठेवणे. खडूने इयत्ता व तुकडी लिहून ठेवणे, |

| क्रमांक | कामाच्या जबाबदाऱ्यांचा तपशील |
|---|---|
| १२ | रोज दोन वेळा सर्व स्वच्छतागृहे (टॉयलेट्स), बाथरूम्स, बेसिन्स धुवावीत. फिनेल टाकावे. किती वाजता टॉयलेट्स स्वच्छ करायची आहेत त्याचे वेळापत्रक तयार करावे व हे काम कोणाला दिले आहे त्याचे नावही लिहावे. अकस्मात तपासणी करावी म्हणजे ठरलेल्या वेळी टॉयलेट्स स्वच्छ झाली का याची खात्री करता येते, |
| १३ | मुख्याध्यापक कक्ष, शिक्षक कक्ष, कार्यालयातील बाथरूममध्ये बेसिन असेल तर रोज बेसिनजवळील नॅपकिन्स बदलावेत. वापरलेले नॅपकिन्स धुऊन वाळत ठेवावेत, |
| १४ | केर काढण्यासाठी तसेच फरश्या पुसण्यासाठी वापरलेले झाडू, फडकी येणाऱ्या-जाणाऱ्याला दिसतील अशा पद्धतीने ठेवू नयेत. त्यासाठी वेगळी जागा करावी. जागच्याजागी सर्व वस्तू ठेवाव्यात, |
| १५ | कार्यालयात वापरण्यात येणारे पिण्याच्या पाण्याचे ग्लास, भांडी, तांबे, कपबशा, चहा बनवण्याची भांडी, इत्यादी घासावेत. स्वच्छ पाणी भरून ठेवावे, |
| १६ | पिण्याच्या पाण्याचे पिंप, माठ, बाटल्या भरून ठेवाव्यात, |
| १७ | डस्टबिन्समधील कचरा गोळा करावा. ओला व सुका कचरा वेगळा करावा. शाळेने कचरा घेऊन जाण्यासाठी जी व्यवस्था केलेली आहे त्यांना कचरा द्यावा, |
| १८ | बागेतील सर्व झाडांना पाणी घालावे, |
| १९ | पालापाचोळा एकत्र करून एका खड्ड्यात एकत्र करावा, |
| २० | सर्व मैदान/ग्राऊंड झाडून घ्यावे. धूळ उडू नये म्हणून पाणी मारावे, |
| २१ | कार्यालयात देवाच्या मूर्ती, फोटोफ्रेम्स असतील तर पूजा केल्यावर तेथील काढलेली वाळकी फुले, हार काढावेत. शाळेत कोणताही कार्यक्रम झाला व फोटो/ मूर्तींना हार घातला असेल, तर शाळा बंद करताना काढावा, |
| २२ | ड्यूटी लावून दिल्याप्रमाणे घंटा देणे, |
| २३ | प्रार्थनेच्या वेळी माइक सिस्टिम वापरत असतील तर माइक सिस्टिम सुरू करून ठेवणे, |
| २४ | कार्यालयात लिपिकांच्या सूचनेप्रमाणे फायलिंग करणे, |
| २५ | झेरॉक्स काढणे, |
| २६ | बाजारातून वस्तू आणायला सांगितल्या तर आणणे, त्याचे बिल आणणे, ताबडतोब लिपिकांना बिल देणे, अकाउंट पूर्ण करणे, |
| २७ | मुख्याध्यापक/शिक्षक/शिक्षकेतर कर्मचाऱ्यांसाठी चहा करणे/चहा घेऊन येणे, |
| २८ | शाळेत कोणतीही मिटिंग असेल, कार्यक्रम असेल तर मुख्याध्यापक/मुख्य लिपिक सांगतील त्याप्रमाणे कामे करणे, |
| २९ | इतर शाळांमध्ये पत्रे, कागदपत्रे पोहोचवण्याचे काम विश्वासाने करणे, |

| क्रमांक | कामाच्या जबाबदाऱ्यांचा तपशील |
|---|---|
| ३० | सर्वसाधारण देखभाल या सदरात शाळेतील बल्ब, ट्यूब गेली तर किंवा विद्युत कनेक्शनमध्ये काही बिघाड किंवा अडचण आली असेल तर कार्यालयात ठेवलेल्या दुरुस्ती सूचना वहीमध्ये नोंद करावी. तसेच तोंडीही सांगावे. त्याप्रमाणे इलेक्ट्रिकल/प्लंबिंग देखभालीचे काम केले जाईल. लिपिकांच्या सूचनेप्रमाणे बल्ब/ट्यूब बदलावी. रजिस्टरमध्ये नोंद करावी. |
| **क)** | **दर दोन दिवसांनी करायची कामे** |
| ३१ | दर दोन दिवसांनी सर्व वर्गखोल्या, प्रयोगशाळा, ग्रंथालय, शिक्षक कक्ष (स्टाफ रूम्स), पोषण आहार भांडार गृह, भांडार (स्टोअर रूम), मुख्याध्यापक कक्ष, पर्यवेक्षक कक्ष, कार्यालयांच्या फरश्या फिनेलच्या पाण्याने पुसणे. बादलीतील पाणी खराब झाले तर बदलणे. त्याच मातकट खराब पाण्याने फरश्या पुसू नयेत. फरशा पुसण्यासाठी मॉपर वापरावा. सर्व शिपायांना जागा वाटून द्याव्यात. |
| ३२ | पिण्याच्या पाण्याच्या टाक्या, वॉटर प्युरिफायर्स, सांडपाण्याच्या टाक्या येथे कोठेही पाणी वाहत असेल, शेवाळे साठत असेल तर त्या जागा ब्रशने घासून घ्याव्यात. |
| **ड)** | **आठवड्यातून एकदा करायची कामे** |
| ३३ | सर्व पिंपे, बादल्या घासणे, |
| ३४ | फोटोफ्रेम्स, तक्ते, चार्ट्स पुसणे, |
| ३५ | शाळेच्या नावाचे सर्व बोर्ड्स स्वच्छ पुसावेत. जळमटे काढून टाकावीत, |
| ३६ | दर १५ दिवसांनी एकदा जिन्याचे कठडे झाडणे, पुसणे, स्वच्छ करणे, |
| ३७ | शाळेला गच्ची असेल तर गच्ची झाडणे, |
| ३८ | शाळेचे बंदिस्त सभागृह झाडणे, पुसणे, वस्तू जागच्याजागी लावणे, कोणत्याही समारंभासाठी पताका, कागदी/कापडी बॅनर्स, भित्तीपत्रके, भित्तीफलक लावले असतील तर काढणे व संबंधित शिक्षकांना देणे. |
| **इ)** | **महिन्यातून एकदा करायची कामे** |
| ३९ | प्रत्येक महिन्याच्या शेवटच्या दिवशी संध्याकाळी कार्यालयातील व वर्गांमधील सर्व कॅलेंडर्सचे पान उलटून नवीन सुरू होणाऱ्या महिन्याचे पान आणून ठेवावे, |
| ४० | सर्व इमारतीमधील जाळ्या, जळमटे काढणे, |
| ४१ | ट्यूबलाइट्स, दिवे, पंखे पुसून घेणे, |
| ४२ | खिडक्यांच्या काचा, गज, ग्रिल्स, दारे पुसणे, |
| ४३ | लूरे पुसणे, |
| ४४ | जर काही मोडके, तुटके, फुटके सामान असेल तर स्क्रॅप म्हणून बाजूला काढणे. त्या सामानाची यादी तयार करावी आणि लिपिकांना द्यावी. |

| क्रमांक | कामाच्या जबाबदाऱ्यांचा तपशील |
|---|---|
| ४५ | आर्टिफिशियल प्लान्टस, फुले ठेवलेली असतील तर साबणाच्या पाण्याने धुणे, |
| ४६ | जी घड्याळे सेलवर चालतात त्यांचे सेल आवश्यकतेप्रमाणे बदलणे, |
| ४७ | सर्व डोअर मॅट्स (पायपुसणी) धुवावीत. नवीन डोअर मॅट्स टाकावेत, |
| ४८ | फर्स्ट एड बॉक्समधील औषधे शाळेचे मुख्य लिपिक यांना चेक करण्याची आठवण करून देणे, फर्स्ट एड बॉक्समधील एक्स्पायर झालेली औषधे लिपिकांनी काढून टाकणे व आवश्यकतेप्रमाणे नवीन औषधे ठेवणे, |
| ४९ | मुख्य लिपिकांच्या मान्यतेने रद्दी घालणे, सर्व स्क्रॅप एकत्र करून ठेवणे, |
| ५० | साफसफाई कामासाठी आवश्यक सामानाची यादी तयार करणे, लिपिकांना देणे. |
| **ई)** | **तीन महिन्यांतून करायची कामे** |
| ५१ | जेथे पडदे लावलेले असतील तेथील पडदे धुणे, इस्त्री करून लावणे, |
| ५२ | इलेक्ट्रिकल, प्लंबिंग कनेक्शन्स चेक करणे, आवश्यकतेप्रमाणे दुरुस्तीच्या कामांची यादी तयार करणे, त्याचे बजेट तयार करणे आणि बजेट मंजूर झाल्यावर कामाची पूर्तता करणे, कामाच्या पूर्ततेचा रिपोर्ट तयार करणे, |
| ५३ | एअर कंडिशनिंगचे सव्हिसिंग करून घेणे, |
| ५४ | विशेषत: एअर कंडिशनर्स, खिडक्यांच्या पडद्यांमागील जागा, वॉटर कूलरच्या मागील जागा अशा जागा हेराव्यात. अशा ठिकाणी डास, झुरळे होण्याचे प्रमाण मोठे आहे. तेथे विशेष स्वच्छता राखावी, |
| ५५ | किचनमध्ये, झुरळे, पाली, उंदिर, घुशी, डास, माश्यांचा प्रादुर्भाव होऊ नये म्हणून दर तीन महिन्यांनी सर्व किचनच्या कानाकोपऱ्यांपासून सर्व जागेची स्वच्छता करणे, किटकनाशक पेस्ट लावणे. |
| **उ)** | **सहा महिन्यांनी करायची कामे** |
| ५६ | पाण्याच्या टाक्या साफ करून घेणे, |
| ५७ | संपूर्ण शाळेला पेस्ट कन्ट्रोल करून घेणे. |
| **ऊ)** | **वर्षातून एकदा करण्याची कामे:** |
| ५८ | छताचा बाहेरील भाग झाडून घेणे. पत्रे लावलेले असतील तर छतावर पावसाळ्याआधी प्लॅस्टीक टाकणे, |
| ५९ | उन्हाळ्यात झाडांच्या बुंध्यांना काव (लाल रंग) लावून रंगवावे, |
| ६० | वर्ग खोल्यांना जेथे ग्रीनमेश लावलेले आहे ते बदलणे. |
| **ए)** | **इतर कामे व जबाबदाऱ्या** |
| ६१ | बोर्डाच्या परीक्षा, स्पर्धा परीक्षा, शाळांच्या परीक्षा अशा कोणत्याही परीक्षांच्या वेळी मुख्याध्यापक देतील ती सर्व कामे व जबाबदाऱ्या घेणे, |

| क्रमांक | कामाच्या जबाबदाऱ्यांचा तपशील |
|---|---|
| ६२ | शाळेतील विशेष कार्यक्रम, स्नेहसंमेलन, क्रीडा स्पर्धा, उपक्रमांच्या वेळी मुख्याध्यापक, पर्यवेक्षक व शिक्षक देतील त्या जबाबदाऱ्या घेणे व पूर्ण करणे, |
| ६३ | आवश्यकतेप्रमाणे मिटिंग्जना उपस्थित राहावे, |
| ६४ | दर सहा महिन्यांनी आपल्या कामाचे स्वयंमूल्यमापन करावे. अथवा मुख्य लिपिक तुमच्या कामाचे मूल्यमापन करतील त्यांना साहाय्य करावे, |
| ६५ | व्यवस्थापन, मुख्याध्यापक, मुख्य लिपिक देतील त्या सर्व जबाबदाऱ्या घेणे. |

**साफसफाई, स्वच्छतेसाठी लागणाऱ्या वस्तूंची यादी**

| क्रमांक | वस्तूचे नांव | आवश्यक संख्या | किंमत | एकूण खर्च |
|---|---|---|---|---|
| १ | काडी झाडू (खराटा) | | | |
| २ | फूलझाडू/केरसुण्या | | | |
| ३ | छते झाडण्यासाठी उंच काठीचा झाडू | | | |
| ४ | पोछा/ फरश्या पुसण्याची फडकी | | | |
| ५ | फर्निचर पुसण्यासाठी डस्टर्स | | | |
| ६ | केर भरण्याचे पत्र्याचे/प्लॅस्टीकचे सुपडे | | | |
| ७ | डस्टबिन्स (कार्यालयात ठेवण्यासाठी) | | | |
| ८ | डस्टबिन्स (मैदानात व पॅसेजेसमध्ये ठेवण्यासाठी) | | | |
| ९ | डस्टबिन्स (वर्गात ठेवण्यासाठी) | | | |
| १० | डस्टबिन्स( स्वच्छतागृहांमध्ये ठेवण्यासाठी) | | | |
| ११ | फिनेल | | | |
| १२ | पायपुसणी | | | |
| १३ | बादल्या | | | |
| १४ | टमरेल/ तांबे | | | |
| १५ | हात धुण्याचा साबण/ हॅण्डवॉश (मुख्याध्यापक कक्ष/शिक्षक कक्ष व कर्मचारी कक्षात बेसिनवर ठेवण्यासाठी) | | | |
| १६ | डांबराच्या गोळ्या | | | |

| क्रमांक | वस्तूचे नांव | आवश्यक संख्या | किंमत | एकूण खर्च |
|---|---|---|---|---|
| १७ | ओडोनिल / स्वच्छतागृहांमधील दुर्गंधी जाण्यासाठी वापरायच्या गोळ्या | | | |
| १८ | कपडे धुण्याचे साबण/ साबण पावडर | | | |
| १९ | स्वच्छतागृहे धुण्यासाठी साबण पावडर/ हार्पिक | | | |
| २० | कासवछाप मच्छर अगरबत्ती किंवा तत्सम अगरबत्ती | | | |
| २१ | झुरळे मारण्यासाठी औषधे किंवा फवारे | | | |
| २२ | उंदिर / घुशी असल्यास पकडण्यासाठी सापळे व औषधे | | | |
| | एकूण | | | |

**स्वच्छतागृहांची साफसफाई करण्याचे वेळापत्रक**

स्वच्छतागृहांची साफसफाई ठराविक वेळेला होणे जरुरीचे आहे. त्यासाठी वेळापत्रकाप्रमाणे साफसफाई करणाऱ्या साफसफाई कर्मचाऱ्यांनी पुढील वेळापत्रकाप्रमाणे स्वच्छतागृहांची साफसफाई करणे जरुरीचे आहे.

| क्रमांक | कामाचा तपशील | वेळ | जबाबदार व्यक्ती |
|---|---|---|---|
| | | | |
| | | | |
| | | | |
| | | | |
| | | | |
| | | | |
| | | | |
| | | | |

**प्रथमोपचार पेटी**

शाळेत विद्यार्थ्यांना तसेच शिक्षक व इतर कर्मचाऱ्यांना कोणत्याही लहान स्वरूपाची दुखापत झाली अथवा तब्येत बिघडली तर ताबडतोब देण्यासाठी काही ठराविक औषधे प्रथमोपचार पेटीमध्ये ठेवलेली असतात.

शाळेतील कार्यालय व क्रीडांगणाजवळ प्रथमोपचार पेटी ठेवलेली असावी. प्रथमोपचार पेटीवर लाल

अक्षरांत प्रथमोपचार पेटी असे लिहिलेले असावे. प्रथमोपचार पेटीमध्ये औषधे आहेत का, कोणती औषधे संपली आहेत हे बघण्याची जबाबदारी शाळेत क्रीडा शिक्षक असतील तर त्यांचेवर अथवा एका शिक्षकांवर सोपवावी. प्रथमोपचार पेटीत ठेवण्याच्या औषधांची यादी खाली दिलेली आहे. यामध्ये स्थळकाळाप्रमाणे बदल होऊ शकतो. त्याचप्रमाणे आपल्या शाळेशी संबंधित डॉक्टरांकडून ही यादी तपासून घ्यावी व त्यांच्या सल्ल्यानुसार औषधे ठेवावीत.

**फर्स्ट एड बॉक्समध्ये ठेवायच्या औषधांची यादी**

१. कॉटन,
२. गॉज,
३. सॅव्हलॉन,
४. हँड सॅनिटायजर,
५. कैलास जीवन,
६. मूव्ह,
७. क्रोसिन टॅब्लेट्स,
८. विको नारायणी क्रीम,
९. सोफ्रामायसिन,
१०. राजबिंदू (पोटदुखीवर आयुर्वेदिक औषध),
११. क्रोसिन लिक्विड,
१२. क्रोसिन/ कॅलपॉल/ कॉम्बिफ्लॅम,
१३. बँडएड,
१४. वॉटरप्रूफ बँडेज,
१५. जेलुसिल टॅब्लेट,
१६. आयोडेक्स,
१७. अमृतांजन,
१८. झण्डु बाम,
१९. इअर बड्स,
२०. कॉम्बिफ्लॅम,
२१. डिस्प्रिन,
२२. नेबासेल्फ,
२३. लायसिल,
२४. सॉल्हॅक्स,
२५. त्रिभुवनकीर्ती,
२६. सॅनिटरी नॅपकिन्स.

शिक्षक कक्ष अथवा कार्यालयात एक लहान कॉट ठेवावी म्हणजे आजारी विद्यार्थ्याला त्याचे पालक येईपर्यंत तेथे झोपवून ठेवता येईल. तसेच आपत्कालीन प्रसंगी कॉटचा वापर स्ट्रेचर म्हणूनही करता येईल.

# भाग ८ : शाळेचा परिसर विकास

## १६ शाळेचा परिसर विकास – शाळेची इमारत व इतर सोयीसुविधा

शाळा व्यवस्थापनात शाळेचा परिसर विकास अत्यंत महत्त्वाचा मानला जातो. शाळेची इमारत, शाळेचा बाह्य परिसर तसेच शाळेच्या इमारतीची मांडणी व उपलब्ध सोयीसुविधा शाळेची प्रतिमानिर्मिती करतात. त्यामुळे मुख्याध्यापकांच्या प्रशासकीय जबाबदाऱ्यांमध्ये शाळेच्या परिसराचे नियोजन हा महत्त्वाचा विषय आहे.

### १. शाळेच्या परिसर विकासाची उद्दिष्टे

१. शाळेच्या परिसराची उपयुक्तता वाढवणे,
२. शाळेच्या परिसराची आकर्षकता वाढवणे,
३. शाळेच्या परिसराची सुरक्षितता वाढवणे,
४. परिसर विकासातून शाळेची प्रतिमा करणे, शाळेचा 'युएसपी' तयार करणे.
५. परिसर विकासाशी संबंधित शासकीय कायदे, अटी, शर्तींचे पालन करणे.

प्रथम या उद्दिष्टांची तपशिलात माहिती करून घेऊ.

### १.१. शाळेच्या परिसराची उपयुक्तता वाढवणे

बाजारपेठ व्यवस्थापनाच्या निकषांनुसार विद्यार्थी हा शाळेतर्फे देण्यात येणाऱ्या सर्व सोयी-सुविधांचा प्रत्यक्ष लाभ घेणारा लाभार्थी आहे. ग्राहक आहे. शाळेचा परिसर विद्यार्थी पूरक व प्रवण असणे, विद्यार्थ्याला परिसराबद्दल चटकन आपलेपणा, जिव्हाळा वाटणे महत्त्वाचे आहे. परिसरातील प्रत्येक सोयी-सुविधांची माहिती विद्यार्थ्याला सोप्या पद्धतीने मिळणे जरुरीचे आहे. त्यामध्ये कोणतीही क्लिष्टता नको. त्यामुळे परिसराच्या मांडणीचे नियोजन करत असताना परिसराची उपयुक्तता वाढवण्यावर भर दिला पाहिजे.

### १.२. शाळेच्या परिसराची आकर्षकता

उपयुक्ततेप्रमाणे शाळेचा परिसर आकर्षक असणेही महत्त्वाचे आहे. परिसराच्या आकर्षक मांडणीमुळे शाळेची प्रतिमानिर्मिती होते. आर्षकतेमध्ये नुसता भपका किंवा अवास्तव खर्च करून परिसराचे सुशोभिकरण करणे अध्याहृत नसून; सोयीसुविधांची रचना व मांडणी, स्वच्छता व टापटीप, सूचना फलक, विद्यार्थ्यांना सहज सुलभतेने परिसरात फिरता येणे जरुरीचे आहे.

## १.३. शाळेची सुरक्षितता वाढवणे

विद्यार्थी शाळेत आल्यावर त्याची सुरक्षितता ही शाळेची म्हणजेच पर्यायाने मुख्याध्यापक, शिक्षक व शिक्षकेतर कर्मचाऱ्यांची जबाबदारी आहे. सध्या सर्वत्र असुरक्षित, अस्वस्थ वातावरण तयार होत आहे. विद्यार्थ्यांची मानसिकता बदलत आहे. पालकांच्या शाळेकडून अपेक्षा वाढत आहेत. सरकारतर्फे ग्राहक सुरक्षिततेबद्दल नवीन कायदे व नवीन तरतुदी येत आहेत. अशा वेळी बाह्य घटकांपासून तसेच परिसरातील सोयीसुविधांच्या अकार्यक्षम व्यवस्थापनामुळे विद्यार्थ्यांना कोणत्याही स्वरूपाच्या अडचणी येऊ नयेत, असुविधा होऊ नयेत म्हणून सुरक्षित वातावरण तयार करणे जरुरीचे आहे.

## २. शाळेचा बाह्य परिसर

### २.१. शाळेच्या प्रवेशद्वाराबाहेरील वातावरण व व्यवस्था

शाळेच्या बाहेरील वातावरण विद्यार्थ्यांसाठी व शिक्षणासाठी पोषक व सुरक्षित असणे आवश्यक आहे. त्यामुळे शाळेच्या कुंपणाबाहेरचे / कम्पाऊंडबाहेरचे वातावरण याचा शाळेच्या परिसर विकासात विचार होणे जरुरीचे आहे. त्यामध्ये शाळेच्या व्यवस्थापनाने पुढील खबरदारी घ्यावी.

१. शाळेच्या बाहेर कोणत्याही स्वरूपाची घाण, कचऱ्याचे ढीग, अस्वच्छ व घाणेरडे वास येणारी मुतारी, (स्वच्छतागृहे) शौचालये असू नयेत.

२. शाळेच्या बाह्य परिसरात फेरीवाले, हातगाड्यांवर खाद्यपदार्थ विकणारे, स्वस्त वस्तू विकणारे फेरीवाले नसावेत. असे विक्रेते विद्यार्थ्यांना आमिषे दाखवतात. अस्वच्छ, घाणेरड्या पद्धतीने तयार केलेले पदार्थ खाऊन विद्यार्थ्यांचे आरोग्य धोक्यात येते. अनेकदा अशा वस्तू व पदार्थांमधून नशा येणारे पदार्थ, ड्रग्ज विकणारेही आढळलेले आहेत. त्यामुळे फेरीवाले व टपऱ्यांवर पोलिसांकरवी कारवाई करणे तसेच विद्यार्थ्यांना योग्य त्या सूचना देऊन व शाळेच्या सुरक्षा रक्षकांना सांगून विद्यार्थी अशा फेरीवाल्यांच्या जाळ्यात सापडणार नाहीत याची खबरदारी घ्यावी.

३. शाळेच्या बाह्य परिसरात कॅरम, जुगाराचे अड्डे अथवा तत्सम विद्यार्थ्यांना अहितकारक गोष्टी नाहीत याची काळजी घ्यावी.

४. शाळेच्या बाह्य परिसरात मोठ्या प्रमाणात रहदारी, वाहतूक असेल तर शाळेत येता-जाताना तसेच मधल्या सुट्टीत विद्यार्थ्यांच्या सुरक्षिततेची काळजी घेणे जरुरीचे आहे. शाळेच्या शिक्षकांना विशेष जबाबदारी देऊन त्यांना शाळा सुरू होताना व शाळा सुटल्यावर वाहतूक नियंत्रणाची जबाबदारी द्यावी. तसेच मधल्या सुट्टीमध्ये विद्यार्थी गेटच्या बाहेर जाणार नाहीत याची काळजी घ्यावी.

### २.२. शाळेचे कुंपण/ फेन्सिंग /कम्पाऊंड

शाळेचा परिसर बंदिस्त असावा. त्यामुळे शाळेला कुंपण असणे जरुरीचे आहे. कुंपण कोणत्याही प्रकारचे म्हणजे भिंत बांधलेले, तारेचे, बांबूचे, पत्र्यांचे असे कोणत्याही स्वरूपाचे असले; तरी तुटके, मोडके, फाटलेले असे नसावे. विद्यार्थ्यांची सुरक्षितता महत्त्वाची आहे. विशेषत: खेळताना विद्यार्थी कुंपणाजवळ जातात, काही वेळा कुंपणावर पडतात. त्यामुळे अपघात होण्याचा धोका असतो. त्याची काळजी घ्यावी. चांगल्या कुंपणामुळे शाळेच्या आकर्षकतेमध्ये वाढ होते. फुलांच्या वेली, शोभेच्या पानांच्या वेली सोडल्या तर आकर्षकता आणि सुरक्षितताही वाढेल.

## २.३. शाळेचे प्रवेशद्वार

सर्वसामान्यपणे शाळेला दोन प्रवेशद्वारे असणे जरुरीचे आहे. त्यांपैकी एक मुख्य प्रवेशद्वार असावे व आपत्कालीन प्रसंगी वापरण्यासाठी दुसरे प्रवेशद्वार असावे.

शाळेचे प्रवेशद्वार ऐसपैस, मोठे असावे. मोठा ट्रक, पाण्याचा टँकर, आग विझवण्याचा बंब, ॲम्ब्युलन्स, जड सामानाची ने-आण सहज होईल याप्रमाणे प्रशस्त प्रवेशद्वार ठेवावे. तसेच शाळा सुरू होताना व सुटल्यावर विद्यार्थी व पालकांची धक्काबुक्की, चेंगराचेंगरी होणार नाही याचीही काळजी घेता येते.

प्रवेशद्वार आकर्षक रंगवलेले असावे. खिळे वर आलेले आहेत; पत्रा फाटलेला आहे; लोखंडी गज, सळया तुटलेल्या आहेत; गंजलेल्या आहेत अशा परिस्थितीत प्रवेशद्वार असेल, तर शाळेच्या प्रतिमेवर त्याचा परिणाम होतो.

शाळेच्या प्रवेशद्वारामुळे शाळेच्या गुणवत्तेची कल्पना येते. शाळेच्या प्रवेशद्वारावर पुढील गोष्टी असणे जरुरीचे आहे.

१. शाळेच्या नावाचा फलक (बोर्ड): फलकावर ज्या शैक्षणिक संस्थेची शाळा आहे त्या संस्थेचे नाव, शाळेचे नाव, शाळेचे स्थापना वर्ष, शाळेचे ब्रीदवाक्य आणि बोधचिन्ह यांचा समावेश असावा.

२. फलकावर मजकूर लिहिताना शुद्ध भाषा आणि अचूक व्याकरण याची खबरदारी घ्यावी. बोर्ड जर इंग्रजीत असेल, तर स्पेलिंग बरोबर असावे. दर वर्षी बोर्ड रंगवून घ्यावा. रस्त्यावरील रहदारीचे प्रमाण लक्षात घेऊन प्रत्येक आठवड्याला ठराविक दिवशी बोर्ड स्वच्छ करून घ्यावा. त्यावर पडलेली धूळ, जळमटे, काढावी. बोर्डाला काही प्रसंगानिमित्त फुलांचा हार घातलेला असेल तर घातलेला फुलांचा हार दुसऱ्या दिवशी काढावा.

३. शाळेच्या नावाचा फलक व प्रवेशद्वार आकर्षक रंगाने रंगवलेले असावे.

४. शाळेच्या नावाच्या फलकावर रात्रीही उजेड पडेल व फलक दिसेल अशी प्रकाशयोजना केलेली असावी.

५. शाळा सुरू असताना प्रवेशद्वार बंद ठेवता येण्याची सोय असावी.

६. शक्यतो एक सुरक्षारक्षक प्रवेशद्वारावर तैनात केलेला असावा. सुरक्षारक्षक नसेल तर एका शिपायाची नेमणूक प्रवेशद्वारावर केलेली असावी.

७. विद्यार्थी व शाळेचे कर्मचारी यांच्याव्यतिरिक्त कोणालाही शाळेत प्रवेश देण्याआधी त्याची चौकशी होणे जरुरीचे आहे व 'अभ्यागत रजिस्टर' (Visitor's Book) मध्ये त्यांची नोंद करणे जरुरीचे आहे.

८. प्रवेशद्वाराबाहेर आतमध्ये आकर्षक पद्धतीने बाग केलेली असावी.

## २.४. शाळेची बाग

१. शाळेची बाग, बागेतील झाडे या विद्यार्थ्यांच्या कायम स्मरणात राहणाऱ्या आठवणी असतात. शाळेच्या परिसरात बागेची आखणी केलेली असावी. शहरातील विद्यार्थ्यांना झाडांची, पाना-फुलांची, वनस्पतींची माहिती नसते. त्यामुळे फळांची, फुलांची झाडे विद्यार्थ्यांच्या जाण्यायेण्याच्या वाटेत व खेळण्यात अडथळा येणार नाहीत अशा पद्धतीने लावलेली असावीत. झाडांच्या बुंध्याभोवती आळे करून त्यामध्येही सिझनल फुलझाडे लावावीत.

२. फर्न्स, फुलझाडे, कमी उंचीची सजावटीची झाडे यांच्या कुंड्या तयार कराव्यात. त्यांची मांडणी आकर्षक पद्धतीने करावी.

३. शाळेच्या इमारतीमध्ये कुंड्या टांगण्याची सोय असेल तर लहान कुंड्या सजावटीसाठी टांगू शकतो. तसेच शाळेच्या परिसरात मोठी वाढलेली झाडे असली तर त्यालाही अशा कुंड्या टांगू शकतो.
४. परिसराच्या एखाद्या कोपऱ्यात कमळे, पाण्यात वाढणाऱ्या आकर्षक वनस्पतींसाठी लहान तळे तयार करावे. त्याच्याभोवती कठडा करावा म्हणजे मुले तळ्याच्या पाण्यात उतरणार नाहीत.
५. जलसंपदा नेहमीच प्रसन्न वातावरण तयार करते. त्यामुळे शाळेच्या परिसरात कारंजे, कृत्रिमरित्या तयार केलेला धबधबा यांमुळेही आकर्षकतेमध्ये वाढ होईल.
६. परिसरात अथवा शाळेच्या इमारतीमध्ये काचेचे मत्स्यालय (फिश टँक) ठेवले तर त्याचेही विद्यार्थ्यांना खूप आकर्षण असते.
७. शाळेचा परिसर सदैव स्वच्छ, झाडलेला, कचरामुक्त असावा. ठिकठिकाणी डस्टबिन्स ठेवलेली असावीत. कचरा डस्टबिन्समध्येच टाकावा याचे शिक्षण मूल्यशिक्षणामध्ये/ संस्कारशिक्षणामध्ये विद्यार्थ्यांना द्यावे.
८. परिसरात व्हर्मिकल्चर प्रोजेक्ट म्हणजे गांडूळ खतांचा प्रकल्प करावा. तेच खत झाडांना घालता येते.

## २.५. क्रीडांगण – शाळेचे मैदान (ग्राऊंड)

विद्यार्थ्यांसाठी शाळेमध्ये मैदानी खेळांसाठी (आऊटडोअर गेम्ससाठी) मैदान असावे. प्रत्येक विद्यार्थ्याने खेळांमध्ये भाग घ्यावा यासाठी शिक्षक प्रयत्नशील असतात. मैदानी खेळांमध्ये पुढील खेळांचा समावेश केला जातो.

१. लपाछपी,
२. खो-खो,
३. कबड्डी,
४. लंगडी
५. रिंग,
६. बास्केटबॉल,
७. व्हॉलीबॉल,
८. क्रिकेट.

पीटीचा तासही शाळेच्या मैदानावर घेतला जातो.

बैठे खेळ व टेबल टेनिससारखे इतरही खेळ इनडोअर गेम्स म्हणून मान्यताप्राप्त झालेले आहेत. यांमध्ये कॅरम, पत्ते, बुद्धीबळ या खेळांचा तसेच योगासनांचाही समावेश होतो.

**शाळेतील प्रत्येक विद्यार्थ्याला कोणत्यातरी एका खेळात प्रावीण्य मिळवण्यासाठी शिक्षकांनी प्रोत्साहन देणे जरुरीचे आहे.** प्रत्येक विद्यार्थ्याची क्रीडानिपुणता हे आता शासकीय धोरणही झालेले आहे

शहरी भागात अनेकदा शाळांना प्रशस्त मैदाने नसतात. अशा शाळांनी सार्वजनिक उद्याने, सार्वजनिक मैदाने, जर इतर शाळांकडे मैदान असेल तर त्या शाळा असे कोणत्याही मैदानाबरोबर प्रासंगिक करार करून आठवड्यातले काही तास आपल्या विद्यार्थ्यांना मैदान उपलब्ध करून देण्याचा प्रयत्न करावा.

शाळेचे मैदान किंवा क्रीडांगण हा शाळेसाठी महत्त्वाचा विषय आहे. यासंदर्भात पुढील घटकांचा विचार करणे महत्त्वाचे आहे.

१. शाळेचे सुस्पष्ट क्रीडाधोरण तयार करावे.
२. शाळेच्या मैदानाची लांबी, रुंदी याबद्दल केंद्रीय शिक्षण मंडळाने काही मार्गदर्शक तत्त्वे सांगितलेली

आहेत. त्याप्रमाणे १६० विद्यार्थ्यांसाठी १ आर, ३२० विद्यार्थ्यांसाठी २ आर व ४८० विद्यार्थ्यांसाठी ३ आर असे क्रीडांगणाचे क्षेत्रफळ असावे.

३. क्रीडांगणात दलदल, घसरडे, पाणी साठून राहण्याच्या जागा, कचराकुंड्या, खोदकाम, दगड-धोंडे, इतर अडगळ असे विद्यार्थ्यांना अपायकारक काहीही असू नये.

४. क्रीडांगणात प्रेक्षकांना बसण्यासाठी जागा सुनिश्चित केलेली असावी. तिथे कायमस्वरूपी शेड बांधलेली असावी.

५. खेळांसाठी कायमस्वरूपी मैदान आखलेले असावे.

६. क्रीडांगणालगत विद्यार्थी-विद्यार्थिनींसाठी स्वतंत्र स्वच्छतागृहे असावीत.

७. क्रीडांगणालगत पिण्याच्या पाण्याची सोय असावी.

८. क्रीडांगणालगत विद्यार्थ्यांच्या सायकली ठेवण्यासाठी सायकल स्टँण्ड असावा.

९. क्रीडांगणालगत खेळ-साहित्य ठेवण्यासाठी क्रीडांगणाची क्रीडासाहित्याची खोली (स्टोअर रूम) असावी.

१०. विद्यार्थ्यांना योगासने, ॐकार, प्राणायम शिकवण्याची सोयही शाळेने करावी.

पूर्व-प्राथमिक, प्राथमिक आणि माध्यमिक शाळांमधील विद्यार्थ्यांच्या वयोगटानुसार खेळांच्या गरजा वेगवेगळ्या असतात. त्यांचे खेळप्रकारही वेगवेगळे असतात. त्यानुसार त्यांच्यासाठी क्रीडांगणावर सुविधा उपलब्ध करून द्याव्यात.

क्रीडा विभागासाठी स्वतंत्र भांडारगृह म्हणजे स्टोअर रूम असावी. त्यामुळे क्रीडा विभागाचे सर्व साहित्य एका ठिकाणी ठेवणे शक्य होते.

### २.६. मैदानामध्ये किंवा शाळेच्या बागेतील खेळाची साधने (प्ले इक्विपमेंट्स)

शाळेच्या परिसरात विद्यार्थ्यांसाठी खेळाची साधने असावीत. यामध्ये पारंपरिक झोपाळे, घसरगुंड्या, सी-सॉ, पझल्स, सँड पिट्स ही साधने असतात व असावीत. यामध्ये काही सोपे साहसी खेळ असावेत. या सर्व खेळांच्या साधनांची रंगरंगोटी, दुरुस्ती राखणे जरुरीचे आहे.

### २.७. सेन्सरी गार्डन

विशेषत: विशेष गरजा असलेल्या विद्यार्थ्यांसाठी (स्पेशल चिल्ड्रेन) सेन्सरी गार्डन तयार करावे. यासाठी खूप खर्च येणार नाही, पण भरपूर कल्पनाशक्तीचा उपयोग करून तऱ्हेतऱ्हेचे खेळ तयार करता येतील. यामध्ये ध्वनी, स्पर्श, दृक-श्राव्य अशा विविध माध्यमांतून विशेष गरजा असलेल्या विद्यार्थ्यांसाठी खेळ विकसित करता येतात.

## ३. शाळेच्या इमारतीच्या आतील परिसराची रचना

शाळेच्या इमारतीच्या आतील परिसराची मांडणी करताना तेथे चालणाऱ्या कामांचा, उपक्रमांचा (Functions and Activities) विचार करणे जरुरीचे आहे. त्यामध्ये प्रामुख्याने पुढील बाबींचा विचार करावा.

### ३.१. शाळेचे कार्यालय (ऑफिस)

शाळेचे कार्यालय हे शाळेचे मध्यवर्ती महत्त्वाचे ठिकाण आहे. येणारे सर्व पालक व अभ्यागत किंवा पाहुणे प्रथम कार्यालयात येतात. शाळेची प्रत्यक्ष-अप्रत्यक्ष माहिती शाळेचे कार्यालय देत असते. त्यामुळे

शाळेचे कार्यालय नेहमी सुसज्ज असणे जरुरीचे आहे. कार्यालयाच्या दारावर ठळक दिसेल असा **'कार्यालय'** असा फलक/बोर्ड लावलेला असावा. त्याचप्रमाणे कार्यालय प्रमुखाचे नाव, कार्यालयात पालकांनी भेटण्याची वेळ, कार्यालयात कुणाला कोणत्या कारणासाठी भेटायचे याबद्दल मार्गदर्शक फलक लावलेले असावेत.

सर्वांना दिसेल असे घड्याळ लावलेले असावे.

### ३.२. स्वागतकक्ष–रिसेप्शन काऊंटर

१. शाळेला वेगळा स्वागतकक्ष नसला तरी शाळेच्या कार्यालयात स्वागतकक्षाचे काम करणारी व्यक्ती नेमणे व त्याच व्यक्तीकडे प्रथम सर्व पालक अथवा अभ्यागतांनी जाणे महत्त्वाचे आहे. त्यामुळे ज्या व्यक्तीला स्वागतकक्षाचे काम दिलेले असेल तेथे **'रिसेप्शनिस्ट' असा फलक/ बोर्ड लावणे जरुरीचे आहे.** यालाच 'चौकशी' कक्ष असेही म्हणता येईल.

२. अभ्यागतांची नोंदणी करण्यासाठी **'अभ्यागत नोंदवही' म्हणजेच 'व्हिजिटर्स इनवर्ड रजिस्टर'** स्वागतकक्षाच्या टेबलावर ठेवलेले असावे. आलेल्या सर्व अभ्यागतांची नोंद या नोंदवहीत करणे जरुरीचे आहे. **'अभ्यागत नोंदवही'**चा नमुना **तक्ता क्रमांक १** मध्ये दिलेला आहे.

३. स्वागतकक्षाच्या टेबलावरच शक्यतो शाळेच्या कार्यालयाचा टेलिफोन असावा. जेथे कार्यालयाचा फोन असेल तेथे **आलेल्या फोन्सची नोंद करण्यासाठी 'टेलिफोन नोंदवही' म्हणजेच 'टेलिफोन इनवर्ड रजिस्टर'** ठेवावे. येणाऱ्या प्रत्येक फोनची नोंद **'टेलिफोन नोंदवही'**मध्ये होणे जरुरीचे आहे. निरोप देवाणघेवाण सुरळीत होण्यासाठी या नोंदवहीची आवश्यकता आहे. **'टेलिफोन नोंदवही'**चा नमुना **तक्ता क्रमांक २** मध्ये दिलेला आहे.

### ३.३. 'हालचाल नोंदवही' म्हणजेच 'स्टाफ मूव्हमेंट रजिस्टर'

शाळेच्या कार्यालयात स्वागतकक्षामध्ये हालचाल नोंदवही म्हणजेच स्टाफ मूव्हमेंट रजिस्टर ठेवलेले असावे. शाळेच्या कामासाठी काही वेळा शिक्षकांना तसेच कार्यालयात काम करणाऱ्या कर्मचाऱ्यांना शाळेबाहेर जावे लागते. त्यांनी आपल्या वरिष्ठांची परवानगी घेतलेली असते. परंतु कोणती व्यक्ती कोठे व कधी गेली आहे व होती याची लिखित नोंद शाळेच्या दप्तरी असणे जरुरीचे आहे. त्यासाठी शाळेतील सर्व शिक्षक व शिक्षकेतर कर्मचाऱ्यांनी शाळेबाहेर जाताना हालचाल नोंदवहीमध्ये नोंद करणे बंधनकारक आहे. हालचाल नोंदवहीचा नमुना **तक्ता क्रमांक ३** मध्ये दिलेला आहे.

### ३.४. 'साधनसामग्री हालचाल नोंदवही' म्हणजेच 'मटेरियल इनवर्ड–आऊटवर्ड'रजिस्टर

शाळेच्या कार्यालयात स्वागतकक्षामध्ये **'साधनसामुग्री हालचाल नोंदवही' म्हणजेच** आवक–जावक रजिस्टर/**'मटेरियल इनवर्ड–आऊटवर्ड रजिस्टर'** ठेवलेले असावे. शाळेसाठी विविध कामांसाठी बाहेरून साधनसामग्री आणली जाते. त्याची प्रथम नोंद या **साधनसामग्री हालचाल नोंदवहीमध्ये** होईल. त्यानंतर स्टॉक रजिस्टरमध्ये नोंद केली जाईल. जर कायमस्वरूपी साधनसामग्री असेल, तर स्थावर/अॅसेट स्टॉक रजिस्टरमध्ये स्टोअर्सतर्फे नोंद केली जाईल. जर साधनसामग्री नाशवंत स्वरूपाची असेल, तर दैनंदिन वापराच्या साधनसामग्री नोंदवहीमध्ये नोंद केली जाईल. परंतु दैनंदिन वापराच्या साधनसामग्रीची प्रथम नोंद 'साधनसामग्री हालचाल नोंदवहीमध्ये' होणे जरुरीचे व बंधनकारक आहे. शाळेच्या बाहेर नेण्याच्या सामग्रीची नोंदही याच पद्धतीने 'साधनसामग्री हालचाल नोंदवहीमध्ये' केली जाईल. साधनसामग्री हालचाल नोंदवहीचा नमुना **तक्ता क्रमांक ४** मध्ये दिलेला आहे.

**३.५. कर्मचारी उपस्थिती नोंदवही – 'स्टाफ अटेन्डंन्स रजिस्टर'** शाळेच्या कार्यालयात स्वागतकक्षामध्ये कर्मचारी उपस्थिती नोंदवही ठेवलेली असावी. बायोमेट्रिक पद्धत असली तरीही 'कर्मचारी उपस्थिती नोंदवही' ठेवावी. त्यामुळे कर्मचाऱ्यांच्या उपस्थितीबद्दल कोणतीही संदिग्धता रहाणार नाही. तसेच बायोमेट्रिक मशिनचा उपस्थिती अहवाल व स्वहस्ते लिहिलेली उपस्थिती याची पडताळणी / क्रॉस चेक करणेही सोपे होते. कर्मचारी उपस्थिती नोंदवहीचा नमुना **तक्ता क्रमांक ५** मध्ये दिलेला आहे.

**३.६. अत्यावश्यक दूरध्वनी क्रमांक नोंदवही**

आणीबाणीच्या प्रसंगी अथवा आपत्कालीन प्रसंगी अत्यावश्यक दूरध्वनी क्रमांक नोंदवही स्वागत कक्षात उपलब्ध असणे आवश्यक आहे. जरी दूरध्वनी क्रमांक असा शब्द वापरला असला, तरी त्यामध्ये आवश्यक तेथे भ्रमणध्वनी क्रमांक (मोबाईल क्रमांक) लिहावा. यामध्ये पोलीस स्टेशन, फायर ब्रिगेड, डॉक्टर्स, हॉस्पिटल्स, बँक, ॲम्ब्युलन्स, सर्व्हिस एजन्सीज अशा सर्व अत्यावश्यक सेवांच्या संस्था/ त्यांची कार्यालये व तेथील पदाधिकाऱ्यांची/ संपर्क व्यक्तींची नावे व भ्रमणध्वनी / दूरध्वनी क्रमांक लिहिलेले असावेत.

**३.७. शाळा समिती सदस्य, मुख्याध्यापक, शिक्षक व शिक्षकेतर कर्मचारी यांच्या नावांची व मोबाईल क्रमांकांची यादी**

शाळेच्या संदर्भातील महत्त्वाच्या व्यक्तींच्या संपर्कासाठी स्वागतकक्षामध्ये त्यांचे पत्ते, दूरध्वनी, भ्रमणध्वनी, ई–मेल इत्यादी माहितीची यादी असणे आवश्यक आहे.

**३.८. शाळेच्या कार्यालयातील फलक – बोर्ड्स**

शाळेच्या कार्यालयात पुढीलप्रमाणे फलक असणे जरुरीचे आहे.

१. शाळासमितीच्या सदस्यांच्या नावाचा फलक,
२. मुख्याध्यापक व शिक्षकांचा पदनिहाय फलक,
३. शिक्षकेतर कर्मचाऱ्यांचा पदनिहाय फलक
४. शाळेतील विशेष उपक्रमांचे फोटो प्रदर्शित करण्यासाठी सॉफ्ट बोर्ड,
५. शाळेसंबंधी सर्व सूचनापत्रे प्रदर्शित करण्यासाठी सॉफ्ट बोर्ड,
६. पालकांना विशेष सूचना देण्यासाठी विशेष स्वतंत्र फलक,
७. विद्यार्थ्यांचे ज्ञान व माहिती वाढण्यासाठी मुक्त लेखन करण्यासाठी 'एकलव्य' फलक.

शाळेच्या संपूर्ण कार्यालयात स्वच्छता, टापटीप, नीटनेटकेपणा असणे आवश्यक आहे.

**३.९. कार्यालयाची रचना**

शाळेच्या कार्यालयाचे निरनिराळे उपयोग केले जातात. त्याप्रमाणे कार्यालयाची रचना तयार करणे जरुरीचे आहे.

शाळेच्या कार्यालयात प्रामुख्याने पुढील बाबींसाठी जागा ठेवणे जरुरीचे आहे.

१. लिपिकांची बैठकव्यवस्था: लिपिकांसाठी टेबल, खुर्ची, स्वतंत्र संगणक, (आवश्यकतेप्रमाणे जास्त लिपिक)
२. हिशेबनीसांची बैठकव्यवस्था: हिशेबनीसांसाठी टेबल, खुर्ची, टॅली पॅकेजसह स्वतंत्र संगणक,
३. उपमुख्याध्यापक/पर्यवेक्षक यांची बैठकव्यवस्था: उपमुख्याध्यापक/पर्यवेक्षकांच्या संख्येप्रमाणे त्यांचेसाठी

स्वतंत्र बैठकव्यवस्था असणे जरुरीचे आहे. त्यांचेसाठीही टेबल, खुर्ची, संगणक, प्रत्येकाला स्वतंत्र कपाट, त्यांना भेटायला येणाऱ्या पालक, विद्यार्थी, अन्य अभ्यागतांना बसण्यासाठी प्रत्येक टेबलाच्यापुढे दोन खुर्च्या अशी रचना असावी,

४. सर्व संगणकांसाठी एक प्रिंटर,
५. सर्व दप्तर (रेकॉर्ड) ठेवण्यासाठी आवश्यकतेप्रमाणे कुलुपाची सोय असलेली कपाटे, तसेच गोदरेजच्या कपाटांची सोय, तिजोरी, काही ओपन रॅक्स,
६. शिपाई बसण्यासाठी स्टूल/खुर्ची,
७. झेरॉक्स मशिन,
८. बायोमेट्रीक मशिन
९. किल्ल्या अडकवण्यासाठी फलक- शाळेच्या किल्ल्या अडकवण्यासाठी स्वतंत्र बोर्डाची रचना करावी. शाळेचे की रजिस्टर असावे.
१०. नोटीस बोर्ड्स, डिस्प्ले बोर्ड्स, कॅलेंडर इत्यादी.

## ३.१०. शाळेतील जिने

शाळा जर बहुमजली असली, तर शाळेला जिने असणे अपरिहार्य आहे. विद्यार्थ्यांची सुरक्षितता आणि उपयुक्तता या दोन्ही गोष्टींचा विचार करून शाळेच्या जिन्यांची रचना करावी. त्यासाठी पुढील घटकांचा विचार करावा.

१. जिने चिंचोळे असू नयेत तर रुंद असावेत. कारण विद्यार्थ्यांची धक्काबुक्की, येणाऱ्या-जाणाऱ्या विद्यार्थ्यांची गर्दी यामुळे अपघात होण्याची शक्यता गृहीत धरावी.
२. जिन्यांच्या पायऱ्या शक्यतो ६ इंच उंचीच्या असाव्यात. विद्यार्थ्यांना जिना चढणे-उतरणे सोपे झाले पाहिजे.
३. जिन्याला कठडा असणे जरुरीचे आहे.
४. जिन्यात भरपूर प्रकाशव्यवस्था असावी.
५. जिन्यात कोणत्याही स्वरूपाची अडगळ नसावी.

# १७. शाळेचा परिसर विकास – मुख्याध्यापक कक्ष

मुख्याध्यापक शाळेचे नेतृत्व करतात. विद्यार्थी, पालकांपासून समाजातील कोणतीही व्यक्ती मुख्याध्यापकांना भेटायला येते तेव्हा मुख्याध्यापकांच्या कक्षाचा ठसा त्यांच्या मनावर उमटतो. मुख्याध्यापक कक्षाच्या मांडणीत व सादरीकरणात पुढील घटक महत्त्वाचे आहेत.

१. मुख्याध्यापकांची कार्यसंस्कृती,
२. मुख्याध्यापकांची नेतृत्व शैली,
३. मुख्याध्यापकांची अभिरुची,
४. मुख्याध्यापकांचे संस्कार,
५. मुख्याध्यापकांचे व्यक्तिमत्त्व.

मुख्याध्यापकांचा कक्ष शाळेच्या प्रतिमानिर्मितीमधील महत्त्वाचा घटक आहे. म्हणूनच मुख्याध्यापकांच्या कक्षाची सजावट व मांडणी करत असताना वरील गोष्टींवर कटाक्षाने लक्ष ठेवावे.

## मुख्याध्यापकांच्या कक्षासाठी अनिवार्य गोष्टी

### १. कक्षाची रचना

१. कक्षातून शाळेत घडणाऱ्या प्रत्येक गोष्टीवर मुख्याध्यापकांना लक्ष ठेवता यावे म्हणून शक्यतो मुख्याध्यापकांचा कक्ष शाळेच्या मध्यवर्ती ठिकाणी असावा,
२. मुख्याध्यापकांच्या कक्षात जाताना वाटेत कोठेही अडगळ, पसारा, कागदपत्रांची गाठोडी, फाईल्सचे गठ्ठे अशा गोष्टी नसाव्यात,
३. कक्षामध्ये भरपूर प्रकाश असावा. नैसर्गिक प्रकाशव्यवस्था अपुरी पडत असेल तर एलइडीने प्रकाशव्यवस्था करावी,
४. कक्षामध्ये हवा खेळती असावी. वायुवीजन होण्यासाठी खिडक्या असाव्यात. सिलिंग फॅनची व्यवस्था असावी,
५. प्रखर सूर्यप्रकाश येत असेल तर खिडक्यांना मंद रंगसंगती असलेले पडदे लावावेत.
६. पिण्याच्या पाण्याची व्यवस्था असावी.

### २. कक्षातील फर्निचर

१. मुख्याध्यापकांसाठी प्रशस्त टेबल,

२. एक्झिक्युटिव्ह चेअर,
३. अभ्यागतांना, पालकांना, शिक्षकांना बसण्यासाठी मुख्याध्यापकांच्या टेबलासमोर खुर्च्या,
४. टेबलावर कॉम्प्युटर/ लॅपटॉप,
५. टेबलावर मुख्याध्यापकांच्या नावाची पाटी/ नेमप्लेट,
६. आवक व जावक कागदपत्रे ठेवण्यासाठी दोन स्वतंत्र ट्रेज. आवक कागदपत्रे आणि जावक कागदपत्रे असे ट्रेवर लिहिलेले असावे,
७. टेलिफोन, इंटरकॉम एक्स्टेंशन,
८. कार्यालय स्टेशनरी उदा. टाचण्या, स्टेपलर, स्टेपलर पिन्स इत्यादी,
९. आवश्यकतेप्रमाणे रबर स्टँम्प्स आणि स्टँम्प पॅड,
१०. भिंतीवर प्रोटोकॉलप्रमाणे फोटोफ्रेम्स.

**३. महाराष्ट्र शासनाच्या ३१–३–१९७० च्या शासकीय आदेशानुसार पुढील फोटोफ्रेम्स लावावेत.**

१. राष्ट्रपती - आजी व माजी,
२. महात्मा गांधी,
३. छत्रपती शिवाजी महाराज,
४. दादाभाई नौरोजी,
५. लोकमान्य टिळक,
६. सरदार वल्लभभाई पटेल,
७. पंडित जवाहरलाल नेहरू,
८. डॉ. बाबासाहेब आंबेडकर,
९. लालबहादूर शास्त्री.

याव्यतिरिक्त माजी पंतप्रधानांचेही फोटो लावले जातात.

**४. शाळेच्या माजी मुख्याध्यापकांचे फोटोही त्यांच्या कार्यकालावधीप्रमाणे लावण्याची काही शिक्षण संस्थांची पद्धत आहे.**

शाळेच्या मातृसंस्थेच्या संस्थापकांचे फोटो,
संस्थेचे किंवा शाळेचे बोधचिन्ह (लोगो),

१. त्या शाळेच्या सर्व माजी मुख्याध्यापकांची नावे व त्यांचे कालावधी दर्शवणारा बोर्ड,
२. भिंतीवरील घड्याळ,
३. मोठ्या आकाराचे कालनिर्णय/ कालनिर्णयसारखे कॅलेंडर,
४. कॉलबेल,
५. ओपन रॅक,
६. पुस्तकांसाठी कपाट
७. गोदरेज टाइप कपाट,
८. शाळेला मिळालेल्या महत्वाच्या ट्रॉफिज,
९. डिस्प्ले बोर्ड,
१०. डस्ट बिन.

मुख्याध्यापक कक्षात शाळेचे व्हिजन व मिशन स्टेटमेंट म्हणजे शाळेचे ब्रीदवाक्य व ध्येयवाक्य लिहिलेला बोर्ड असावा.

मुख्याध्यापक कक्षात ८ ते १० व्यक्तींची सभा (मिटिंग) घ्यायची व्यवस्था केलेली असावी.

## ५. मुख्याध्यापकांच्या कक्षात खालीलप्रमाणे तक्ते असावेत.

१. शाळेतील शिक्षकांचा पदनिहाय / विषयनिहाय तक्ता,
२. शाळेतील शिक्षकेतर कर्मचाऱ्यांचा पदनिहाय / जबाबदारीनिहाय तक्ता,
३. शाळेतील विद्यार्थी संख्या, मुलामुलींचे प्रमाण, शाळेतील एकूण विशेष गरजा असलेले विद्यार्थी ही माहिती दर्शवणारा तक्ता,
४. संपूर्ण शाळेचे सर्व वर्गांचे एकत्रित वेळापत्रक, जेणेकरून मुख्याध्यापकांना कोणत्या वर्गात काय चालले आहे याची माहिती मिळेल,
५. सभाचक्र,
६. वार्षिक नियोजन तक्ता,
७. शाळेच्या प्रमुख देणगीदारांच्या नावांचा फलक मुख्याध्यापक कक्षात किंवा शाळेच्या कार्यालयाबाहेर लावावा,
८. शाळा ज्या गावात आहे व शाळेतील विद्यार्थी ज्या आजूबूजूच्या गावांतून येतात ते दर्शवणारा तक्ता.

# १८ शाळेचा परिसर विकास – शिक्षकांचा विश्रांती कक्ष – कॉमन रूम

सर्व शिक्षकांसाठी एक स्वतंत्र विश्रांतीकक्ष/ कॉमन रूम असणे जरुरीचे आहे. यामध्येही पुढीलप्रमाणे सुविधा असाव्यात.

१. शिक्षक संख्येप्रमाणे प्रशस्त टेबल मध्यभागी ठेवलेले असावे,
२. शिक्षक संख्येप्रमाणे खुर्च्या,
३. प्रत्येक शिक्षकासाठी लॉकरची सोय,
४. विद्यार्थ्यांच्या वह्या, प्रोजेक्ट बुक्स, पेपर्स ठेवण्यासाठी शिक्षक संख्येप्रमाणे ओपन रॅक्स,
५. डस्टर्स, चॉक्स ठेवण्यासाठी फळीची सोय,
६. डिस्प्ले बोर्ड : टाईम टेबल डिस्प्ले करण्यासाठी,
७. नोटीस बोर्ड,
८. मोठ्या आकड्यांचे कालनिर्णय कॅलेंडर,
९. संपूर्ण शाळेचे सर्व वर्गांचे एकत्रित वेळापत्रक,
१०. भिंतीवर मोठे घड्याळ
११. सभाचक्र तक्ता,
१२. वार्षिक नियोजन तक्ता,
१३. पिण्याच्या पाण्याची सोय,
१४. ठराविक वेळी चहा / कॉफी मिळण्याची सोय,
१५. डस्ट बिन्स,
१६. भूगोलाचे नकाशे ठेवण्यासाठी स्वतंत्र स्टँण्ड,
१७. वर्तमानपत्रे,
१८. महिला व पुरुष शिक्षकांसाठी स्वतंत्र टॉयलेटची सोय, यामध्ये प्रामुख्याने कमोडची सोय असावी,
१९. बेसिन व आरसा.
२०. खिडक्यांना मंद रंगांचे पडदे,
२१. विद्यार्थी- पालक भेटण्यास आले तर त्यांच्याशी चर्चा करता यावी यासाठी लहान व स्वतंत्र बैठक व्यवस्था.

# १९ शाळेचा परिसर विकास – शाळेतील इतर सोयीसुविधा

**१. प्रयोगशाळा**

प्रयोगशाळा विद्यार्थ्यांच्या ज्ञानलालसेला खतपाणी घालणारी जागा आहे. निरीक्षण, आकलन, कल्पनाक्षमता, प्रयोगशीलता, कार्यकारण भाव प्रत्यक्षपणे समजावून घेणे यासाठी विद्यार्थीजीवनात प्रयोगशाळा मोठे योगदान देत असतात.

**प्रयोगशाळेची उद्दिष्टे**

१. विद्यार्थ्यांना स्वतःच्या हस्ते कृती करण्यास देणे; ज्यायोगे त्यांच्यामध्ये कुतूहल, जिज्ञासा, निरीक्षणक्षमता, आकलनक्षमता व वैज्ञानिक दृष्टिकोन विकसित होईल,
२. प्रयोग केल्यामुळे विद्यार्थ्यांचे सैद्धांन्तिक ज्ञान विकसित होईल,
३. विज्ञान विषयांची प्रात्यक्षिक परीक्षा घेतली जाते. परीक्षेची तयारी शाळेतच करून घेता येते,
४. विद्यार्थ्यांमध्ये कृतिशीलता वाढेल.

पूर्वी प्रयोगशाळा म्हटले की भौतिकशास्त्र, रसायनशास्त्र, जीवशास्त्र, वनस्पतीशास्त्र आणि प्राणिशास्त्र या विषयांच्या प्रयोगशाळांचा प्रामुख्याने अंतर्भाव केला जायचा. आता त्यामध्ये भूगोल, भाषा, संगणक या विषयांचाही समावेश केला जातो.

**विज्ञान प्रयोगशाळांची रचना करत असताना पुढील घटक महत्त्वाचे आहेत.**

१. शाळेमध्ये विषयवार प्रयोगशाळा तयार कराव्यात.
२. पूर्व-प्राथमिक, प्राथमिक आणि माध्यमिक तिन्ही विभागांसाठी प्रयोगशाळा तयार कराव्यात.
३. पूर्व-प्राथमिक आणि प्राथमिक शाळेतील विद्यार्थ्यांना त्यांचे कुतूहल, जिज्ञासा, प्रयोगशीलता, आकलनक्षमता, निरीक्षणक्षमता विकसित करणे जरुरीचे आहे. त्यामुळे सर्व वयोगटांसाठी प्रयोगशाळा विकसित करत असताना शाळेने विद्यार्थ्यांच्या त्या वयोगटातील गरजा विचारात घेणे जरुरीचे आहे.
४. शक्यतो प्रयोगशाळा तळमजल्यावर ठेवाव्यात.
५. प्रत्येक प्रयोगशाळेसाठी व प्रत्येक विद्यार्थी गटासाठी स्वतंत्र वर्गखोल्या असाव्यात.
६. प्रयोगशाळेत विद्यार्थ्यांना मोकळेपणाने हालचाल करता येईल यासाठी प्रयोगशाळा प्रशस्त असावी.
७. प्रयोगशाळेच्या वर्गाबाहेर प्रयोगशाळेच्या नावाचा फलक लावावा.
८. प्रयोगशाळेत पाणीपुरवठा, वॉशबेसिन असणे जरुरीचे आहे.

९. प्रयोगशाळेत भरपूर प्रकाश व वायुवीजन होण्यासाठी मोठ्या खिडक्या असणे जरुरीचे आहे.
१०. प्रयोगशाळेत तयार होणारे विविध प्रकारचे वायू ताबडतोब वर्गाबाहेर जाण्यासाठी एक्झॉस्ट फॅन्सची सोय असावी.
११. प्रयोगशाळेतील फर्निचर म्हणजे प्रयोगांचे साहित्य, उपकरणे, रसायने, प्रतिकृती (मॉडेल्स) इत्यादी ठेवण्यासाठी टेबल्स असावीत.
१२. शिक्षकांसाठी स्वतंत्र टेबल व खुर्ची असावी.
१३. विद्यार्थ्यांना बसण्यासाठी प्रयोगशाळेसाठीच तयार केलेली स्टूल्स विद्यार्थी संख्येच्या प्रमाणात असावीत.
१४. शास्त्रीय माहितीवर आधारित तक्ते, शास्त्रज्ञांचे फोटो, त्यांनी केलेल्या प्रयोगांच्या माहितीचे तक्ते लावलेले असावेत.
१५. नोबेल पारितोषिक मिळवलेल्या शास्त्रज्ञांचा व कोणत्या विषयासाठी हे पारितोषिक मिळाले याचा उल्लेख केलेला बोर्ड असावा.
१६. फळा व फळ्यावर लिहिण्यासाठी लेखनसाहित्य,
१७. डिस्प्ले बोर्ड्स,
१८. विद्यार्थ्यांच्या नोंदवह्या ठेवण्यासाठी कपाटे,
१९. एलसीडी प्रोजेक्टर्स व स्क्रीन,
२०. आवश्यक त्या संख्येने फायर एक्स्टिंग्विशर्स बसवावेत.
२१. प्रयोगशाळेत प्रथमोपचार पेटी (फर्स्ट एड बॉक्स)ठेवलेली असावी.
२२. मॉडेल्स,
२३. इतर स्टेशनरी.

**प्रयोग करताना विद्यार्थ्यांची सुरक्षितता, प्रयोगशाळेतील स्वच्छता, वायुवीजन (व्हेंटिलेशन), विद्युत जोडणीची सुरक्षितता या गोष्टीही तितक्याच महत्त्वाच्या आहेत.**

विद्यार्थ्यांचे विज्ञानविषयक सामान्यज्ञान वाढण्यासाठी शाळेचे 'विज्ञान वार्तापत्र' विद्यार्थ्यांच्यामार्फत विज्ञान शिक्षकांच्या मार्गदर्शनाने चालवता येईल.

प्रयोगशाळेत प्रयोगशाळेसाठी आवश्यक वस्तूंचा साठा करून ठेवण्यासाठी स्वतंत्र स्टोअर्स रूम असावी.

### २. भाषा प्रयोगशाळा

भाषा प्रयोगशाळा ही संकल्पना अगदी अलीकडेच भारतात आली. कोणतीही भाषा शिकताना चार टप्प्यांचा विचार करणे जरुरीचे आहे.

१. ऐकणे,
२, बोलणे,
३. वाचन,
४. लिखाण

या चार टप्प्यांपैकी भाषा विकसनात प्रथम दोन टप्पे महत्त्वाचे आहेत. यासाठी शुद्ध व स्वच्छ उच्चार कानावर पडणे जरुरीचे आहे. म्हणून भाषा प्रयोगशाळेत :

१. ध्वनिक्षेपक
२. ध्वनिग्राहक,

३. ध्वनिवर्धक,

४. ध्वनिमुद्रक

या चार गोष्टींशी संबंधित यंत्रसामग्री उपलब्ध असणे जरुरीचे आहे.

भाषा प्रयोगशाळा शक्यतो वातानुकूलित असावी. त्यामुळे बाहेरच्या कोणत्याही आवाजाचा परिणाम विद्यार्थ्यांच्या आकलनावर होणार नाही. तसेच भाषा प्रयोगशाळेतील यंत्रसामग्री धुळीमुळे खराब होणार नाही.

त्रिभाषा सूत्रानुसार माध्यमिक शाळेत विद्यार्थ्याला कमीतकमी तीन भाषा शिकणे आवश्यक आहे. सर्वसमावेशक शिक्षण प्रणालीनुसार शाळेतील कर्णबधिर विद्यार्थ्यांच्या भाषा विकसनासाठीही भाषा प्रयोगशाळा अत्यंत महत्त्वाची आहे.

भाषा प्रयोगशाळेत संगणक, एलसीडी प्रोजेक्टर आणि स्क्रीन असणेही जरुरीचे आहे.

## ३. वर्गवाणी

शाळेच्या प्रत्येक वर्गात, मुख्याध्यापक कक्ष, कार्यालय, शिक्षक कक्ष, ग्रंथालय तसेच इमारतीतील सर्व महत्त्वाच्या ठिकाणी वर्गवाणीची सोय महत्त्वाची आहे.

प्रार्थना, मुख्याध्यापकांनी विद्यार्थ्यांना देण्याच्या सूचना, घोषणा यासाठी प्रामुख्याने वर्गवाणीचा उपयोग केला जातो.

## ४. ग्रंथालय

शाळेचे समृद्ध ग्रंथालय हा शाळेचा मापदंड असतो. ग्रंथालयाचा उपयोग विद्यार्थ्यांसाठी अभ्यासिका म्हणूनही होतो. विद्यार्थ्यांना सुट्टीच्या दिवशी व दिवाळी व उन्हाळी सुट्टीमध्येही ग्रंथालयाचा वापर करण्याची सोय उपलब्ध करून द्यावी. त्यामुळे सर्व सोयींनी युक्त शाळेचे ग्रंथालय हा शाळेच्या परिसर विकासातील महत्त्वाचा टप्पा आहे.

**ग्रंथालयाची मांडणी करत असताना पुढील घटक महत्त्वाचे आहेत.**

१. ग्रंथालयाच्या दारावर 'ग्रंथालय' असा फलक असावा.

२. ग्रंथालयाच्या प्रवेशदाराजवळ ग्रंथालयाचा शिपाई कायम नेमलेला असावा म्हणजे विद्यार्थी ग्रंथालयात जाताना व बाहेर येताना शिपाई विद्यार्थ्यांची तपासणी करेल. ग्रंथालयातून कोणतेही पुस्तक, मासिक अथवा इतर गोष्टी अनधिकृतपणे आत-बाहेर केल्या जात नाहीत याची काळजी शिपाई घेतील.

३. विद्यार्थ्यांची दप्तरे ग्रंथालयाबाहेर ठेवली जावीत. आवश्यकतेप्रमाणे एखादी वही व लेखनसाहित्य विद्यार्थ्यांनी ग्रंथालयात घेऊन जाण्यास परवानगी द्यावी. म्हणजे ग्रंथालयातील पुस्तके व इतर वस्तूंची अनधिकृत हाताळणी होण्यास निर्बंध बसेल.

४. ग्रंथालयाची वेळ दर्शवणारा फलक ग्रंथालयाच्या दाराशी लावलेला असावा.

५. ग्रंथालयात स्वतंत्र पार्टीशन घालून ग्रंथालय व अभ्यासिका अशा दोन वेगळ्या सुविधा उपलब्ध कराव्यात.

६. ग्रंथालयात कोणत्याही प्रकारचा आवाज, गडबड, गोंधळ करू नये; तसेच कोणतेही खाद्यपदार्थ नेऊ नयेत इत्यादी आवश्यक सूचनांचा फलक असावा.

७. ग्रंथालयाच्या दारासमोर पायपुसणे घातलेले असावे.

८. पिण्याच्या पाण्याची व्यवस्था ग्रंथालयाबाहेरच केलेली असावी.

९. ग्रंथालयाचे ब्रीदवाक्य (मिशन स्टेटमेंट) शाळेने तयार करावे आणि ग्रंथालयाच्या प्रथमदर्शनी भागात ग्रंथालयाच्या ब्रीदवाक्याचा फलक लावलेला असावा.

१०. ग्रंथालयाची जागा ऐसपैस मोठी असावी. सर्वसाधारणपणे ग्रंथालय, वाचनालय तसेच अभ्यासिका यांचे क्षेत्र कमीतकमी ५०० चौरस फूट किंवा एकूण विद्यार्थी संख्येच्या २५० टक्के यांपैकी जे जास्त असेल तेवढे असावे.

११. ग्रंथालयात भरपूर प्रकाश असणे महत्त्वाचे आहे. जर नैसर्गिकरित्या येणारा प्रकाश कमी असेल, तर दिवे लावण्याची व्यवस्था करून प्रकाशव्यवस्था करावी.

१२. ग्रंथालयात हवा खेळती राहणे महत्त्वाचे आहे. कारण दमट, कुबट वातावरणात पुस्तकांना वाळवी लागते. तसेच विद्यार्थ्यांना प्रसन्न वातावरणात ग्रंथालयाचा उपयोग करता यावा.

१३. ग्रंथालयाची रचना दर्शवणारा तक्ता ग्रंथालयाच्या प्रथमदर्शनी लावावा.

१४. ग्रंथालयाच्या भिंतींवर प्रसिद्ध साहित्यिकांचे एकसारख्या आकाराचे फोटो लावावेत.

१५. सर्वांना दिसेल असे घड्याळ लावावे. घड्याळ जर सेलवर चालणारे असेल तर ठराविक दिवसांनी सेल बदलावा.

१६. ग्रंथालयात कालनिर्णयचे कार्यालयीन वापराचे मोठे कॅलेंडर लावावे.

१७. ग्रंथालयात पुस्तकांच्या वर्गपेट्या, इयत्तावार अभ्यासक्रमाव्यतिरिक्त विद्यार्थ्यांनी कोणती पुस्तके वाचावीत याची यादी असावी.

१८. ग्रंथालयात विद्यार्थ्यांना द्यायच्या सूचनांसाठी सूचना फलक (नोटीस बोर्ड) असावा.

१९. ग्रंथालयात सॉफ्ट बोर्ड असावा.

२०. ग्रंथालयातील पुस्तकांची मांडणी करण्यासाठी म्हणजेच पुस्तके ठेवण्यासाठी ग्रंथालयासाठी बनवलेली कपाटे घ्यावीत. कपाटांना क्रमांक द्यावेत.

२१. ग्रंथालयात विषयांशी निगडित जर्नल्स, मासिके घ्यावीत. विद्यार्थ्यांना सहज वाचता येतील अशा पद्धतीने सर्व जर्नल्स व मासिके टेबलावर ठेवलेली असावीत.

२२. ग्रंथपालांसाठी तसेच ग्रंथालयीन लिपिकांसाठी टेबल, खुर्ची, संगणक असणे आवश्यक आहे.

२३. विद्यार्थ्यांसाठी प्रशस्त टेबल अथवा चार विद्यार्थी बसू शकतील अशी लहान टेबले व विद्यार्थी संख्येप्रमाणे खुर्च्या असाव्यात.

२४. ग्रंथालयात विद्यार्थ्यांना पुस्तके देण्याघेण्यासाठी स्वतंत्र काऊंटर असावे.

२५. विद्यार्थ्यांच्या वापरासाठीही संगणक ठेवावेत.

२६. ग्रंथालयात झेरॉक्स मशिनची सोयही उपलब्ध करून द्यावी.

२७. ग्रंथालयात नवीन आलेल्या पुस्तकांचे प्रदर्शन करण्यासाठी स्वतंत्र टेबल असावे.

२८. शाळेत विविध उपक्रम, सण समारंभ साजरे होत असतात. त्या वेळी आवश्यक असणाऱ्या फोटोफ्रेम्स ग्रंथालयात ठेवलेल्या असाव्यात. या फोटोफ्रेम्सची आवक-जावक नोंदवही ग्रंथालयात ठेवलेली असावी.

२९. ग्रंथालयात शैक्षणिक उपयोगाच्या सीडी, रेकॉर्डप्लेअर, रेकॉर्डिंग मशिन, इत्यादी गोष्टी असाव्यात.

३०. ग्रंथालयात फायर एक्स्टिंग्विशर्स बसवावेत.

३१. ग्रंथालयाच्या पुस्तकांना, विशेषत: जुन्या पुस्तकांना वाळवी लागण्याचे प्रमाण मोठे असते. त्यामुळे ठराविक कालावधीने ग्रंथालयाचे पेस्ट कन्ट्रोल करावे.

३२. ग्रंथालयाच्या दैनिक स्वच्छतेवरही ग्रंथपालांनी लक्ष ठेवावे.

भारतात आजही लहान गावांमध्ये सार्वजनिक ग्रंथालये नाहीत. त्यामुळे शाळांची ग्रंथालये काही विशेष नियम घालून सर्वसामान्य जनतेला खुली करता येतील. महत्त्वाचा उपक्रम म्हणून ग्रंथपालांनी वर्तमानपत्रात येणाऱ्या विविध विषयांवरील माहितीच्या बातम्या कापून चिकटवून ठेवून विषयवार कात्रणवह्या तयार कराव्यात.

**५. शाळेचे सभागृह**

शाळेला सभागृह असणे आवश्यक आहे. विद्यार्थ्यांच्या एकत्रीकरणापासून / असेंम्ब्लीपासून विविध कार्यक्रमांचे नियोजन करण्यासाठी सभागृहाची जरुरी आहे.

**सभागृहाच्या रचनेमध्ये पुढील घटक महत्त्वाचे आहेत.**

१. विद्यार्थी संख्येच्या प्रमाणात सभागृह ऐसपैस मोठे असावे.
२. सभागृहाची रचना ध्वनीशास्त्राप्रमाणे केलेली असावी.
३. सभागृहाची विभागणी व्यासपीठ (स्टेज) आणि प्रेक्षागृह (प्रेक्षकवर्गास बसण्याची जागा) अशी केलेली असावी. दोन्हीमध्ये किमान १० फुटांचे अंतर असावे.
४. व्यासपीठ प्रेक्षागृहापेक्षा ३-४ फूट उंचीवर असावे. तसेच व्यासपीठावर चढण्यासाठी रँम्प व पायऱ्या अशी दुहेरी व्यवस्था असावी.
५. व्यासपीठावर गालिचा, सतरंजी किंवा मॅटिन घातलेले असावे.
६. व्यासपीठावर पोडियमची सोय असावी.
७. सजावटीसाठी शोभेच्या झाडांच्या अथवा खऱ्या झाडांच्या कुंड्या ठेवण्याची सोय असावी.
८. व्यासपीठाच्या मागील बाजूस बॅनर लावण्याची सोय असावी.
९. कार्यक्रमाची सुरुवात दीप प्रज्वलनाने करायची असेल तर मोठी समई, समई ठेवण्यासाठी टेबल यांची व्यवस्था असावी.
१०. फोटोची पूजा करायची असेल तर फोटो व्यवस्थित ठेवता येईल असा कायमस्वरूपी स्टँण्ड असावा.
११. व्यासपीठाला पडदा लावण्याची सोय असावी.
१२. सभागृहाला लागून दोन खोल्या असाव्यात. त्यांपैकी एक खोली पाहुण्यांना बसण्यासाठी असावी व दुसरी खोली विद्यार्थ्यांना मेकअप करणे व तत्सम गोष्टींसाठी ठेवावी.
१३. सभागृहाला लागूनच व फक्त सभागृहाच्या वापरासाठी दोन स्वच्छतागृहे असावीत.
१४. सभागृहात रेकॉर्डिंग, माईकची व्यवस्था, प्रकाशयोजना, फोटोग्राफर व व्हिडिओ शूटिंगसाठी व्यवस्था, पिण्याच्या पाण्याची व्यवस्था असावी.
१५. सभागृहात फायर एक्स्टिंग्विशर्स बसवलेले असावेत.
१६. सभागृहाला कमीतकमी दोन प्रवेशद्वारे असावीत. त्यामुळे गर्दीच्यावेळी तसेच आपत्कालीन प्रसंगी गर्दीचे नियोजन करता येते.
१७. सभागृहाला वैशिष्ट्यपूर्ण नाव द्यावे. सभागृहाच्या मुख्य प्रवेशद्वारावर सभागृहाच्या नावाचा बोर्ड असावा.
१८. सभागृहाबाहेर पायपुसणे घालावे म्हणजे सभागृहात धूळ, कचरा जाणार नाही.
१९. सभागृहात जमिनीवर मॅटिंग घालावे. म्हणजे खुर्च्यांचा आवाज होणार नाही.

२०. सभागृहात ठराविक कालावधीने पेस्ट कन्ट्रोल करून घ्यावे.
२१. काही वेळा शाळेचे सभागृह खाजगी समारंभांना वापरण्यासाठी दिले जाते. असे कार्यक्रम झाल्यावर सभागृहाची स्वच्छता ठेवणे जरुरीचे आहे.
२२. खाजगी कामासाठी सभागृह द्यायचे असेल तर सभागृह वापराची नियमावली मुख्याध्यापकांनी तयार करावी.

## ६. पिण्याच्या पाण्याच्या व स्वच्छतागृहांसाठी पाण्याच्या टाक्या

शाळेच्या परिसर विकासातील महत्त्वाचा घटक म्हणजे पाण्याची साठवण करण्यासाठी पाण्याच्या टाक्यांची सोय करणे. पाण्याच्या टाक्यांची सोय करत असताना पुढील घटक विचारात घेणे जरुरीचे आहे.

१. विद्यार्थी -शिक्षक संख्या व त्याप्रमाणात पाण्याची आवश्यकता,
२. स्वच्छतागृहांची संख्या आणि त्यांचा सरासरी वापर व त्याप्रमाणात पाण्याची आवश्यकता,
३. शाळेमधील प्रयोगशाळांसाठी लागणाऱ्या पाण्याची आवश्यकता,
४. जर शाळेत पोषण आहार तयार करत असतील किंवा शाळेचे स्वत:चे उपाहारगृह असेल, तर उपाहारगृहाची पाण्याची आवश्यकता,
५. बागेसाठी लागणारे पाणी,
६. आपत्कालीन प्रसंगी वापरावयास लागणारे पाणी

या सर्व कारणांसाठी किती पाणी लागणार आहे हे सर्वसाधारणपणे निश्चित करावे.

शाळा ज्या गावात किंवा शहराच्या ज्या विभागात येते, तेथे पाणीपुरवठ्याचे धोरण व पाण्याची उपलब्धता कशी आहे याचाही विचार करणे जरुरीचे आहे.

अखंड व भरपूर पाणीपुरवठा होण्यासाठी पुढील घटकांचा विचार करावा.

१. पाण्याच्या टाक्या पक्क्या बांधकामातल्या असाव्यात,
२. ठराविक कालावधीनंतर पाण्याच्या टाक्यांची आतून सफाई, स्वच्छता करून घेणे,
३. पाण्याच्या टाक्यांवर झाकणे लावणे व सदैव बंद ठेवणे,
४. पाण्याच्या टाक्यांमध्ये कोणी व्यक्ती उतरणार नाही किंवा कोणतीही विघातक गोष्ट टाकणार नाही यासाठी पाण्याच्या टाक्यांची सुरक्षितता,
५. टाक्यांचे प्लंबिंग योग्य प्रकारे केलेले आहे व कोठेही लिकेज नाही,
६. टाक्या फुटलेल्या नाहीत व टाक्यांमधील पाणी जमिनीत जाऊन पाणी दूषित होत नाही.
७. सांडपाण्याचा नळ / ड्रेनेज पाईप व पाण्याचा नळ कोठेही एकत्र लिक होत नाहीत.
८. पिण्याच्या पाण्याला ॲक्वा वा इतर कंपन्यांचा वॉटर प्युरीफायर (पाणी शुद्धीकरण यंत्र) लावून घ्यावे म्हणजे दूषित पाण्यामुळे होणारे रोग होणार नाहीत.
९. स्वच्छतागृहांसाठी पाण्याची वेगळी टाकी असावी.

## ७. स्वच्छतागृहे

विद्यार्थ्यांच्या आरोग्यासाठी सार्वजनिक स्वच्छता अत्यंत महत्वाची आहे. स्वच्छ भारत अभियानाअंतर्गत घरोघरी व सार्वजनिक ठिकाणी स्वच्छतागृहे बांधण्यावर भर देण्यात आलेला आहे. त्यामध्ये प्रत्येक शाळेत विद्यार्थ्यांना देण्यात येणाऱ्या सुविधांमध्ये स्वच्छतागृहांबद्दल आग्रही जागरूकता दर्शवण्यात आलेली आहे.

शाळा व्यवस्थापनाने स्वच्छतागृहे बांधताना पुढील घटकांचा विचार करावा.

१. विद्यार्थी, विद्यार्थिनींसाठी स्वतंत्र व एकमेकांपासून दूर स्वच्छतागृहे असावीत.
२. मुख्याध्यापकांसाठी त्यांच्या कक्षातच स्वच्छतागृहाची सोय करावी.
३. शिक्षिकांसाठीही स्वतंत्र स्वच्छतागृहे असावीत. शिक्षकांची स्वच्छतागृहे शिक्षक विश्रांती कक्षातच असावीत.
४. लिपिकांसाठीही स्वतंत्र स्वच्छतागृह असावे.
५. शिक्षक, कर्मचारी व व्हिजिटर्ससाठी इंग्लिश पद्धतीचे स्वतंत्र स्वच्छतागृह असावे
६. स्वच्छतागृहे बांधताना विद्यार्थ्यांच्या संख्येप्रमाणे व विशेष विद्यार्थ्यांच्या गरजा लक्षात घेऊन स्वच्छतागृहांची रचना करावी.
७. विशेष विद्यार्थ्यांसाठी स्वतंत्र स्वच्छतागृह असावे. त्यांच्यासाठी स्वच्छतागृह बांधताना पायऱ्या न करता रॅम्प बांधावा. रॅम्पला कठडा असावा.
८. स्वच्छतागृहांच्या स्वच्छतेचे नियोजन हा साफसफाई-स्वच्छता विभागाच्या जबाबदाऱ्यांमधील महत्त्वाचा भाग आहे.
९. स्वच्छतागृहात पाण्याची उपलब्धता असावी. विशेषत: ग्रामीण भागात पाण्याचा तुटवडा असतो. तेथे पाण्याच्या टाक्या व फ्लश करण्यासाठी पाणी उपलब्ध होणार नाही. त्यामुळे स्वच्छतागृहाबाहेर नळ असलेली पाण्याची टाकी ठेवावी व स्वच्छतागृहात पाणी नेण्यासाठी छोटी बादली किंवा मोठे टमरेल ठेवावे. या टाकीच्या झाकणाला कुलूप लावून बंद ठेवावे म्हणजे विद्यार्थी टाकीमध्ये बादली अथवा टमरेल बुडवणार नाहीत.
१०. स्वच्छतागृहाची सफाई करण्यासाठी सफाई कर्मचाऱ्यांना फिनेल, जंतुनाशके उपलब्धत करून द्यावीत.
११. स्वच्छतागृहात हात धुण्यासाठी बेसिन असावे.
१२. मासिक पाळीच्या वेळी विद्यार्थिनींनी सॅनिटरी नॅपकिन्स स्वच्छतागृहात टाकू नयेत व स्वच्छतागृह तुंबू नये यासाठी स्वच्छतागृहात झाकण असलेला डबा ठेवावा. आजकाल सॅनिटरी नॅपकिन्स व्हेंडिंग मशिन मिळते. विद्यार्थिनींसाठी शाळांनी हे मशिन घेणे उपयुक्त ठरेल.
१३. सर्व वयोगटातील विद्यार्थ्यांना आपले स्वच्छतागृह स्वच्छ ठेवण्याबद्दल दर वर्षी 'टॉयलेट ट्रेनिंग' करणे महत्त्वाचे आहे. स्वच्छता फक्त सफाई कामगारांनी ठेवण्याची गोष्ट नाही तर विद्यार्थ्यांच्या मानसिकतेत स्वच्छता रुजणे महत्त्वाचे आहे.

## ८. कचरा व्यवस्थापन

कचऱ्याचे वर्गीकरण प्रामुख्याने दोन प्रकारांत केले जाते.
- ओला कचरा,
- सुका कचरा किंवा घन कचरा

**८.१. ओला कचरा :** शाळेमध्ये ओल्या कचऱ्याचे दोन प्रकार सहसा आढळतात. त्यामध्ये अन्न आणि झाडांचा पालापाचोळा, झाडे-वेली कापल्यावर तयार होणारा कचरा यांचाही समावेश होतो.

शाळेला जर स्वत:चे उपाहारगृह असेल तर ओला कचरा मोठ्या प्रमाणावर तयार होऊ शकतो. परंतु विद्यार्थ्यांच्या डब्यांमधले सांडलेले, उरलेले अन्न विद्यार्थी फेकून देतात. हे अन्न ओला कचरा म्हणून जिरवणे महत्त्वाचे आहे.

त्याचप्रमाणे शाळेच्या बागेत ओला कचरा मोठ्या प्रमाणावर तयार होतो. यामध्ये झाडांच्या फांद्या, गळून पडलेली पाने-फुले या कचऱ्याचा समावेश होतो.

ओला कचरा जिरवण्यासाठी शाळेत गांडूळखत प्रकल्प (व्हर्मिकल्चर प्रोजेक्ट) तयार करता येईल. शास्त्रशुद्धरितीने पिट्स तयार करून त्यामध्ये तज्ज्ञांकडून व्हर्मिकल्चर टाकून घेतले व त्यामध्ये रोज जमा झालेला ओला कचरा टाकला म्हणजे ओल्या कचऱ्याची विल्हेवाट योग्यप्रकारे लागेल. या कचऱ्यावर रोज पाणी फवारणे जरुरीचे असते. साधारणपणे एक वर्षाच्या कालावधीत उत्कृष्ट दर्जाचे गांडूळखत तयार होते. हे खत शाळेच्या बागेसाठी वापरता येते.

**८.२. सुका कचरा :** शाळेत तयार होणारा सुका कचरा म्हणजे प्रामुख्याने फाडून टाकलेले कागद. हे कागद रद्दी म्हणून घालता येतात.

महत्त्वाचे कागदपत्र फाडून टाकून कचरावेचकांना देता येतात. किंवा हस्तकलेच्या तासाला विद्यार्थ्यांना पेपरपल्प तयार करायला सांगून पल्पच्या वस्तू तयार करायला शिकवता येईल.

परंतु, कोणत्याही परिस्थितीत कचरा जाळणे योग्य नाही.

# भाग ९ : खरेदी, भांडार व भांडार व्यवस्थापन

## २० खरेदी, भांडार व भांडार व्यवस्थापन

**खरेदी, भांडार व भांडार व्यवस्थापनाचे ध्येय**

''शाळेच्या प्रशासनासाठी व अध्यापन-अध्ययन प्रक्रियेसाठी प्रत्यक्ष व अप्रत्यक्ष लागणारी सर्व साधनसामग्री चोखंदळपणे उत्कृष्ट दर्जाची व वाजवी किंमतीत खरेदी करून शाळा प्रशासनाला वेळच्यावेळी पुरविणे व शाळेच्या प्रत्येक कामाचा दर्जा उत्कृष्ट ठेवण्यास मदत करणे.''

शाळेचे खरेदी संदर्भातले धोरण तयार करत असताना वरील ध्येय लक्षात घेऊन मुख्याध्यापकांनी खरेदी, भांडार व भांडार व्यवस्थापनासाठी पुढील मार्गदर्शक उद्दिष्टे ठरवावीत.

**मार्गदर्शक उद्दिष्टे**

१. शासकीय नियमांच्या व मातृसंस्थेच्या धोरणाच्या निकषांप्रमाणेच खरेदी करावी,
२. खरेदीसाठी शालासमितीची मंजूरी घ्यावी.
३. आणीबाणीच्या प्रसंगांचा अपवाद करता बहुतेक सर्व खरेदीची तरतूद अंदाजपत्रकात केलेली असावी.
४. आवश्यक तेथे कोटेशन्स घेऊन वाजवी दरात खरेदी करावी. प्रत्येक खरेदी करताना पूर्ण पारदर्शी व्यवहार असावा.
५. प्रत्येक खरेदीची बिले, पावत्या इत्यादी महत्त्वाची कागदपत्रे ताबडतोब लेखालिपिकांकडे जमा करावीत.
६. शक्यतो रक्कम चेकने द्यावी.

**खरेदीचे धोरण**

१. शाळेला ज्या वस्तूंची खरेदी करावी लागते म्हणजेच ज्या वस्तूंचा उल्लेख अंदाजपत्रकात केलेला असतो अशा वर्षभर लागणाऱ्या सर्व वस्तूंची यादी विभागवार किंवा उपक्रमनिहाय करावी.
२. शाळेला लागणाऱ्या सर्व वस्तूंचे वर्गीकरण पुढीलप्रमाणे करावे.

१. यंत्रसामग्री - जनरेटर्स, इनव्हर्टर्स, झेरॉक्स मशिन, बायोमेट्रीक मशिन, वॉटर प्युरिफायर्स, वॉटर कूलर्स, एअरकंडिशनर्स, सीसीटीव्ही कॅमेरा, फायर एक्स्टिंग्विशर्स इत्यादी,
२. कॉम्प्युटर्स, प्रिंटर्स, स्कॅनर्स, लॅपटॉप, एलसीडी प्रोजेक्टर्स इत्यादी,
३. फर्निचर- टेबले, कपाटे, खुर्च्या, बाके, स्टूल्स, फळे, इत्यादी,
४. इलेक्ट्रिकल मटेरियल- फिक्चर्स,

५. प्लंम्बिंग मटेरियल,
६. पोषण आहारासाठी स्वयंपाकघरातील साठवणूक व अन्न शिजवणे, वाढणे इत्यादींसाठी लागणारी भांडी व साधने,
७. ग्रंथालयातील पुस्तके व फर्निचर,
८. क्रीडासाहित्य,
९. चित्रकला व हस्तकलेचे साहित्य व साधने,
१०. प्रयोगशाळेसाठी लागणारे साहित्य व साधनसामग्री,
११. बागकामाचे साहित्य,
१२. ऑफिस स्टेशनरी,
१३. साफसफाई व स्वच्छतेसाठी लागणारे साहित्य,
१४. आदरातिथ्यासाठी लागणारे साहित्य- ट्रे, कपबशा, चमचे, प्लेट्स, ग्लासेस इत्यादी,
१५. जनसंपर्क आणि प्रसिद्धीसाठी लागणारे साहित्य,
१६. सुरक्षाविषयक साहित्य,
१७. औषधे,
१८. ऑफिस इक्विपमेंट्स,
१९. वाहने,
२०. पेट्रोल/डिझेल,
२१. विद्यार्थ्यांच्या उपक्रमांसाठी लागणारे साहित्य,
२२. परीक्षांसाठी लागणारे साहित्य.

शाळेला वस्तू पुरवणारे प्रमुख दुकानदार किंवा कंपन्यांची नावे व पत्ते यांची यादी मुख्याध्यापकांनी तयार करावी. त्यासाठी खालील नमुन्यात तक्ता तयार करावा. ही माहिती कॉम्प्युटरवर एक्सेल शीटमध्ये ठेवावी.

### दुकानदार व एजन्सीच्या माहितीचा तक्ता

| क्रमांक | दुकानदार/ एजन्सीचे नाव व पत्ता | संपर्क व्यक्ती | मोबाईल क्रमांक | ई-मेल | पुरवठा करत असलेल्या वस्तूचे नाव |
|---|---|---|---|---|---|
|  |  |  |  |  |  |
|  |  |  |  |  |  |
|  |  |  |  |  |  |
|  |  |  |  |  |  |
|  |  |  |  |  |  |

१. लागणाऱ्या साहित्याची खरेदी करण्यासाठी दुकानदारांकडून कोटेशन्स घ्यावीत. ज्या वस्तूंची कोटेशन्स मिळत नाहीत अशा वस्तूंसाठी दरपत्रके घ्यावीत.

२. दुकानदार/ एजन्सीची निवड करत असताना वस्तूचा दर्जा, किंमत, टिकाऊपणा इत्यादी सर्व चौकशी करावी.
३. शाळासमितीसमोर सर्व कोटेशन्स व दरपत्रके ठेवावीत. चर्चा करून मंजूर करून घ्यावीत.
४. अंदाजपत्रकात तरतूद केलेली आहे याची खात्री करावी.
५. खरेदी केलेले सर्व वस्तू व साहित्य ठरवलेल्या दर्जाचेच आले आहे व त्याची संख्याही बरोबर आहे याची खात्री करावी. वस्तूचा दर्जा चेक करण्याची जबाबदारी एका लिपिकावर अथवा शिक्षकावर सोपवावी.
६. आलेले सर्व साहित्य, साधनसामग्री व वस्तूंची नोंद भांडारप्रमुख **आवक नोंदवही ('मटेरियल इनवर्ड रजिस्टर')** मध्ये करतील.
७. आवश्यकतेप्रमाणे वस्तू घेण्यासाठी मागणीपत्र ('मटेरियल रेक्विझिशन स्लिप') भरावी.

**खरेदी व भांडार**

खरेदी व भांडार हे दोन्ही शब्द परस्परपूरक आहेत किंबहुना एकाच कामाच्या दोन बाजू आहेत.

**भांडार म्हणजे काय?**

''शाळेच्या व्यवस्थापन व प्रशासनासाठी लागणाऱ्या सर्व साधनसामग्रीचा साठा (स्टॉक) ठेवणे, साठ्याची नोंदणी रजिस्टर्स (स्टॉक रेकॉर्ड) तयार करणे, आवश्यकतेप्रमाणे वस्तू वितरित करणे, साठ्या संबंधी सर्व सांख्यिकीय माहिती व कागदपत्रे (डेटा व डॉक्युमेंटेशन) तयार करण्याची व जतन करण्याची जागा म्हणजे भांडार.''

**भांडाराची उद्दिष्टे**

१. शाळेच्या भांडारात ठेवलेल्या मालमत्तेचे संरक्षण,
२. भांडारामधील सर्व वस्तू व साधनसामग्रीचे शास्त्रशुद्ध व्यवस्थापन व मांडणी,
३. साठ्याची मागणी झाल्यास करायचा पुरवठा यामध्ये सुसूत्रता राखणे,
४. भांडारामध्ये जमा झालेल्या सर्व साधनसामग्रीचा/ वस्तूंचा/ साहित्याचा साठा संभाळणे,
५. आलेल्या साहित्याचा दर्जा तपासणे, साहित्याचा दर्जा राखणे,
६. आवश्यकतेप्रमाणे साहित्य व साधनसामग्री वितरित (इश्यू) करणे,
७. कधीही शाळेतील कोणत्याही विभागाला कोणत्याही साहित्याची, साधनसामग्रीची कमतरता भासणार नाही व कामात विलंब होणार नाही याची दक्षता घेणे,
८. भांडारासंबंधी आणि साहित्य व साधनसामग्रीच्या साठ्यासंबंधी सर्व कागदपत्रे व दप्तर तयार करणे, अपडेट करणे.

**भांडार विभागाच्या कामाची क्रमवारी**

१. आलेल्या/खरेदी केलेल्या सर्व साधनसामग्रीची व साहित्याची नोंद कार्यालयातील मटेरियल इनवर्ड रजिस्टरमध्ये करणे,
२. साधनसामग्रीची व साहित्याची नोंद भांडारामध्ये करणे,
३. आलेली साधनसामग्री व साहित्य त्याचे चलनाप्रमाणे मोजणे व बरोबर आहे याची खात्री करणे,
४. साधनसामग्री व साहित्याचा दर्जा तपासणे,

५. साधनसामग्री व साहित्याची नोंद भांडारातील आवक रजिस्टरमध्ये करणे,
६. साधनसामग्री व साहित्य निश्चित केलेल्या जागी लावणे,
७. साधनसामग्री व साहित्य मागणी पत्राप्रमाणे (रेक्विझिशन स्लिप) वितरित करणे
८. निश्चित केलेल्या कालावधीप्रमाणे साठा मोजणे व तपासणे (स्टॉक टेकिंग) करणे.

**'आवक साहित्य नोंदवही' ('मटेरियल इनवर्ड रजिस्टर') नमुना**

| क्रमांक | दिनांक | मालाचे वर्णन | पुरवठादाराचे नाव | चलन/ पावती क्रमांक | मालाची संख्या | मालाचा दर्जा | भांडारप्रमुखाची सही |
|---|---|---|---|---|---|---|---|
| | | | | | | | |
| | | | | | | | |
| | | | | | | | |
| | | | | | | | |
| | | | | | | | |
| | | | | | | | |

**साधनसामग्री/ साहित्याच्या मागणीपत्राचा (मटेरियल रेक्विझिशन स्लिप) नमुना**

**शाळेचे नाव ----------------------------------------**

**मागणीपत्र क्रमांक :** **दिनांक :**

| क्रमांक | साहित्य/ साधनसामग्रीचा तपशील | मागणी संख्या | शेरा |
|---|---|---|---|
| | | | |
| | | | |
| | | | |
| | | | |
| | | | |
| | | | |
| | | | |
| | | | |
| | | | |

मागणी करणाऱ्याचे नाव व सही ----------------------------------------------

साहित्य वाटप करणाऱ्याचे नाव सही ----------------------------------------------

किती साहित्य व साधनसामग्री आली, किती वितरित किंवा वाटप झाली आणि उर्वरित साठा किती राहिला

साधनसामग्री/ साहित्याची आवक जावक नोंदवही (रजिस्टर)

| क्रमांक | दिनांक | मालाचा एकूण साठा | माल आल्याचा दिनांक | मालाचे वर्णन | पुरवठादाराचे नाव | चलन क्रमांक | संख्या | मागणी दिनांक | मागणी करणाऱ्याचे नांव | मागणी संख्या | मागणीपत्र क्रमांक | देणाऱ्याची सही | घेणाऱ्याची सही |
|---|---|---|---|---|---|---|---|---|---|---|---|---|---|
|  |  |  |  |  |  |  |  |  |  |  |  |  |  |
|  |  |  |  |  |  |  |  |  |  |  |  |  |  |
|  |  |  |  |  |  |  |  |  |  |  |  |  |  |
|  |  |  |  |  |  |  |  |  |  |  |  |  |  |
|  |  |  |  |  |  |  |  |  |  |  |  |  |  |
|  |  |  |  |  |  |  |  |  |  |  |  |  |  |

अनुदानित शाळांमध्ये अनुदानातून घेतलेल्या वस्तूंचा स्क्रॅप (निर्लेखन) काढण्याची पद्धत:

काही कालावधीनंतर शाळेने विकत घेतलेल्या वस्तू मोडतात, जीर्ण होतात, तुटतात, फुटतात. ज्या शाळांना अनुदान मिळते व अनुदानाच्या रक्कमेतून वस्तू विकत घेतलेल्या असतात अशा वस्तू जर मोडल्या, फुटल्या, जीर्ण झाल्या व त्यांचा वापर करणे शक्य नसले; तर त्या वस्तू भंगारात काढाव्या लागतात. याला आपण स्क्रॅप असेही म्हणतो. शासकीय नियमांप्रमाणे भंगार काढण्याची म्हणजे वस्तू भंगारात काढण्याची व डेड स्टॉक रजिस्टरमधून निर्लेखित करण्याची पद्धत ठरलेली आहे. अनुदानप्राप्त शाळांच्या मुख्याध्यापकांना ही पद्धत माहीत असणे आवश्यक आहे.

**वस्तू भंगारात काढण्याची पद्धत**

१. डेड स्टॉक रजिस्टरमध्ये भंगारात काढायच्या वस्तूंची खालील तक्त्यात दिल्याप्रमाणे नोंद करावी.

नमुना तक्ता

| क्रमांक | दिनांक | वस्तूचे वर्णन | वस्तूची संख्या | वस्तूचे मूल्य | शेरा |
|---|---|---|---|---|---|
|  |  |  |  |  |  |
|  |  |  |  |  |  |
|  |  |  |  |  |  |
|  |  |  |  |  |  |
|  |  |  |  |  |  |
|  |  |  |  |  |  |
| एकूण |  |  |  |  |  |

२. शाळासमितीच्या सभेमध्ये भंगारात काढायच्या वस्तूंचा तक्ता व तपशील मुख्याध्यापकांनी सादर करावेत. त्यावर चर्चा होऊन शाळासमिती भंगार काढण्यासाठी मान्यता देईल. शाळासमितीच्या मान्यतेचा ठराव तयार करून शाळेच्या लेटरहेडवर ठराव टाइप करावा.

३. शाळेचे कव्हरिंग लेटर, शाळासमितीच्या ठरावाची प्रत आणि भंगारात काढायच्या वस्तूंचा तक्ता व तपशील एकत्र जोडून शिक्षण अधिकारी, जिल्हा परिषद यांचेकडे द्यावा. आपल्या कार्यालयीन प्रतीवर त्यांची सही, शिक्का घ्यावा.

४. जिल्हा परिषदेचे प्रतिनिधी शाळेला भेट देऊन भंगाराची तपासणी करतील. भंगाराचा लिलाव करून भंगार विकण्यासाठी शाळेला मंजूरीचे पत्र देतील.

५. भंगार विकल्यानंतर आलेली रक्कम सरकारी खात्यात भरायची असते. त्यामुळे कोणत्या बँकेत, कोणत्या खाते क्रमांकावर ही रक्कम भरायची याचे निर्देश मंजूरीपत्रात दिलेले असतात.

६. त्याप्रमाणे भंगार विकल्यानंतर आलेली रक्कम मान्यतापत्रात दिल्याप्रमाणे बँकेत जमा करावी. याप्रमाणे भंगार विकता येते व निर्लेखन करता येते.

# २१ वार्षिक देखभाल करार (ॲन्युअल मेन्टेनन्स कॉन्ट्रॅक्ट)

प्रशासनातील काही कामे शाळेच्या कर्मचाऱ्यांकडून करून न घेता बाहेरील व्यक्ती अथवा संस्थांना करार पद्धतीने करायला दिली जातात. उदा. वाहतूक व्यवस्था पुरवणे, शाळेच्या विद्यार्थ्यांसाठी सायकल पार्किंग स्टॅण्ड पुरवणे, शाळेतील संगणकांची देखभाल व दुरुस्ती, पाण्याच्या टाक्यांची सफाई इत्यादी. शाळेच्या मुख्याध्यापकांना या व्यक्ती अथवा संस्थांबरोबर वार्षिक देखभाल करार किंवा वार्षिक सेवा करार करावे लागतात. या करारांमध्ये खालील बाबींची स्पष्टता येणे महत्त्वाचे आहे.

१. करार करायच्या व्यक्तीचे किंवा एजन्सीचे नाव व पत्ता, (यापुढे एजन्सी असा शब्द वापरला जाईल),
२. कराराचा कालावधी,
३. कराराप्रमाणे संबंधित एजन्सीने शाळेला कोणत्या सेवा द्यायच्या आहेत त्या सेवांचा तपशील,
४. शाळेला द्यायच्या सेवांचा कालावधी,
५. एजन्सीला शाळेने सेवेसाठी द्यायचे शुल्क, यामध्ये सेवाकराचा अंतर्भाव केला आहे याचा उल्लेख,
६. शुल्क रकमेवर आयकर कापण्याबाबत,
७. शुल्क देण्याचा कालावधी, पद्धत,
८. एजन्सीची माहिती पुढीलप्रमाणे :
    ८.१ एजन्सीचा नोंदणी क्रमांक,
    ८.२ एजन्सीच्या मालकांचा अथवा शाळेबरोबर ज्यांचा संबंध येणार आहे त्या व्यक्तीचे नाव, पत्ता, संपर्क क्रमांक इत्यादी,
    ८.३ एजन्सीचा पॅन,
    ८.४ एजन्सी देणाऱ्या सेवेसाठी स्वत:ची यंत्रसामुग्री, माल, कामगार वापरणार असेल तर त्याबद्दल माहिती,
    ८.५ एजन्सीच्या बँक खात्याचा तपशील,
९. कराराच्या अटी पूर्ण झाल्या नाहीत तर एजन्सीवर करण्याची कारवाई,
१०. कराराचे नूतनीकरण करण्याबाबत,
११. एजन्सीच्या कामाचे मूल्यमापन करण्याबाबत.
१२. शाळेतर्फे व एजन्सीतर्फे करारावर कोण स्वाक्षरी करणार?

# भाग १० : शाळेच्या भौतिक सुविधा

##  २२. शाळेच्या भौतिक सुविधा – दुरुस्ती व देखभाल (मेन्टेनन्स)

शाळेच्या प्रशासकीय व्यवस्थापनामध्ये शाळेचा परिसर व इमारतींची डागडुजी, दुरुस्ती व देखभाल हा विषय अत्यंत महत्त्वाचा आहे. शाळेच्या मालमत्तेची निगराणी व संरक्षण ही मुख्याध्यापकांची प्रमुख जबाबदारी आहे. त्यामुळे डागडुजी, दुरुस्ती व देखभाल यासंबंधी विशेष चर्चा या प्रकरणात केलेली आहे.

**१. डागडुजी, दुरुस्ती व देखभाल या विषयाचे महत्त्व पुढील कारणांसाठी आहे.**

   १. शाळेचा परिसर, इमारतींची व विद्यार्थ्यांची सुरक्षितता,
   २. शाळेच्या मालकीच्या सर्व मालमत्तेच्या टिकाऊपणामध्ये वाढ (Durability),
   ३. उपयुक्तता टिकवणे व वाढवणे,
   ४. स्वच्छता,
   ५. आकर्षकता वाढवणे,
   ६. शाळेची प्रतिमानिर्मिती करणे.

**२. डागडुजी, दुरुस्ती व देखभाल समिती**

शाळेच्या मालमत्तेची व भौतिक सुविधांची डागडुजी, दुरुस्ती व देखभाल करणे हे कोणत्याही एका व्यक्तीचे काम नाही. यासाठी मुख्याध्यापकांच्या अध्यक्षतेखाली एक समिती मुख्याध्यापकांनी नेमावी.

   १. मुख्याध्यापक,
   २. पर्यवेक्षक/ वरिष्ठ शिक्षक,
   ३. कार्यालयातील लिपिक

**३. डागडुजी, दुरुस्ती व देखभाल कोणी करायची?**

   १. डागडुजी, दुरुस्ती व देखभाल समितीच्या बैठकीमध्ये डागडुजी, दुरुस्ती व देखभालीच्या गरजांची चर्चा करून डागडुजी, दुरुस्ती व देखभालीचा प्राधान्यक्रम ठरवला जाईल.
   २. त्याप्रमाणे डागडुजी, दुरुस्ती व देखभालीचे वेळापत्रक तयार केले जाईल.
   ३. वेळापत्रकाप्रमाणे डागडुजी, दुरुस्ती व देखभाल समिती काम करून घेईल. त्यासाठी अंदाजपत्रक तयार

करणे, खर्चाला मंजूरी घेणे, खर्च करणे व दर्जेदार व टिकाऊ काम करून घेण्याची जबाबदारी समितीवर असेल.

४. डागडुजी, दुरुस्ती व देखभालीसाठी आवश्यकतेप्रमाणे बाह्य एजन्सींची मदत घेतली जाईल.

## ४. डागडुजी, दुरुस्ती व देखभालीची कामे

शाळेच्या रचनेप्रमाणे व स्थळकाळाप्रमाणे जरी डागडुजी, दुरुस्ती व देखभालीच्या कामांमध्ये बदल झाला; तरी सर्वसाधारणपणे डागडुजी, दुरुस्ती व देखभालीच्या कामांमध्ये खालील बाबींची समावेश होतो.

१. इमारतीची रंगरंगोटी,
२. इमारतीची दुरुस्ती,
३. लोखंडी ग्रिल्स, गेट इत्यादी फॅब्रिकेशनचे काम, दुरुस्ती,
४. कौले शाकारणे,
५. गळती रोखण्याआधी पावसाळ्याआधी कौलांवर निळ्या रंगाचे प्लॅस्टीक/ताडपत्री घालणे,
६. पत्रे घातलेले असले तर पत्र्यांमधून पावसाळ्यात पाण्याची गळती होणार नाही याची व्यवस्था करणे,
७. प्लंम्बिंग चेक करणे व आवश्यकतेप्रमाणे दुरुस्ती,
८. बेसिन्स, टॉयलेट्सची दुरुस्ती, नवीन काम करून घेणे,
९. ड्रेनेज चेंबर्स आणि पाइपलाइन्स चेक करणे, सफाई करणे,
१०. इलेक्ट्रिकल कनेक्शन्स चेक करणे व आवश्यकतेप्रमाणे दुरुस्ती करणे,
११. बल्ब, ट्यूबलाईट्स बदलणे,
१२. फर्निचरची दुरुस्ती, पॉलिश इत्यादी,
१३. खिडक्यांच्या काचा फुटल्या तर त्या बसवून घेणे,
१४. खिडक्यांच्या काचांची लांबी गेली असल्यास त्याची दुरुस्ती करून घेणे,
१५. आवश्यकतेप्रमाणे कम्पाऊंडला ग्रीन मेश बसवून घेणे,
१६. फळे रंगवून घेणे,
१७. झाडांचे बुंधे रंगवून घेणे,
१८. शाळेचे बोर्ड्स रंगवून घेणे,
१९. पेस्ट कन्ट्रोल करून घेणे इत्यादी.

## ५. डागडुजी, दुरुस्ती व देखभालीचे अंदाजपत्रक

डागडुजी, दुरुस्ती व देखभालीसाठी येणारा खर्च गृहीत धरता दैनंदिन खर्चातून/ पेटी कॅशमधून डागडुजी, दुरुस्ती व देखभालीचा खर्च करता येणार नाही. त्यामुळे डागडुजी, दुरुस्ती व देखभालीसाठी निराळे अंदाजपत्रक तयार करावे. त्याचा नमुना खालीलप्रमाणे दिलेला आहे.

**डागडुजी, दुरुस्ती व देखभालीचे अंदाजपत्रक**

| क्रमांक | वस्तूचा/मालाचा तपशील | संख्या/क्वांन्टिटी | दर | एकूण खर्च | सप्लायरचे नाव |
|---|---|---|---|---|---|
| | | | | | |
| | | | | | |
| | | | | | |
| | | | | | |
| | | | | | |

**दुरुस्ती, डागडुजीसाठी कोटेशन/ दरपत्रक घेणे**

१. काही वेळा दुरुस्ती व डागडुजीचे काम मोठ्या प्रमाणावर करायचे असते व खर्चही मोठा असतो. बाहेरील एजन्सीला काम द्यावे लागते. या वेळी एकूण प्रशासनात पारदर्शीपणा असावा म्हणून संबंधित कामासाठी तीन कोटेशन्स घ्यावीत.

२. शालासमितीपुढे करायची कामे व त्यासाठी आलेली कोटेशन्स विचारासाठी व मंजूरीसाठी ठेवावीत.

३. शालासमितीने मंजूरी दिल्यावर एजन्सीची नेमणूक करावी.

४. शाळेच्या मर्यादेबाहेर खर्च असेल तर मातृसंस्थेकडून खर्चाला मंजूरी घ्यावी. निधीची व्यवस्था झाल्यावर काम सुरू करावे.

**डागडुजी, दुरुस्ती व देखभाल समितीचा अहवाल**

कोणतीही दुरुस्ती, डागडुजी करून घेतली की 'काम पूर्ततेचा अहवाल' तयार करावा. त्यामध्ये झालेल्या कामाचा तपशील द्यावा तसेच त्यासाठी झालेल्या खर्चाचा तपशीलही जोडावा. या अहवालावर मुख्याध्यापकांनी सही करावी म्हणजे ते अधिकृत कागदपत्र तयार झाले.

# २३ शाळेचे सुरक्षाविषयक धोरण, विद्यार्थी सुरक्षा

शाळेतील विद्यार्थ्यांची सुरक्षा हा शालेय व्यवस्थापनाचा महत्त्वाचा व संवेदनशील विषय आहे. या प्रकरणात शाळेचे विद्यार्थी, शिक्षक व शिक्षकेतर कर्मचारी यांच्या सुरक्षेविषयी चर्चा केलेली आहे. या चर्चेप्रमाणे मुख्याध्यापक आपल्या शाळेचे सुरक्षाविषयक धोरण तयार करू शकतील.

१. शाळेच्या इमारतीची रचना, उंची, दारांची उंची व रुंदी बांधकामविषयक शासकीय नियमांप्रमाणे केलेली आहे.
२. विद्यार्थ्यांना शाळेत येणे व शाळेच्या बाहेर जाण्यासाठी शाळेला दोन प्रवेशद्वारे आहेत.
३. शाळा बहुमजली असेल तर विद्यार्थ्यांना खालच्या मजल्यावर येण्या-जाण्यासाठी इमारतीमध्ये दोन जिने आहेत. विद्यार्थी व विद्यार्थिनींनी सर्वसामान्य परिस्थितीत कोणत्या जिन्याने जायचे त्याच्या सूचना वर्गात दिलेल्या आहेत. विद्यार्थी व विद्यार्थिनींसाठी वेगवेगळ्या जिन्यांचा वापर करायचा आहे म्हणजे धक्काबुक्की, शारीरिक लगट, चेष्टामस्करी अशा गोष्टी टाळल्या जातील.
४. आपत्कालीन परिस्थितीत कोणत्या वर्गातील विद्यार्थी व विद्यार्थिनींनी कोणत्या जिन्याने जायचे त्याच्या सूचना वर्गांमध्ये दिलेल्या आहेत. ठराविक प्रकारे शाळेची घंटा वाजली तसेच वर्गवाणीवरून सूचना आली की वर्गांमधून विद्यार्थी-विद्यार्थिनींनी त्यांना ठरवून दिलेल्या जिन्यांनी बाहेर पडायचे आहे.
५. सर्वसामान्य परिस्थितीत तसेच आपत्कालीन परिस्थितीतही विद्यार्थी-विद्यार्थिनी जिन्याने चढ-उतर करत असताना शिक्षक व शिपाई यांनी जिन्यात उभे राहून देखरेख करायची आहे.
६. शारीरिक समस्या असलेल्या विशेष विद्यार्थ्यांसाठी रॅम्पची सोय केलेली आहे.
७. पूर्वप्राथमिक व प्राथमिक वर्गातील विद्यार्थी-विद्यार्थिनींना शक्यतो तळमजल्यावरील वर्गात बसवले जाते.
८. आपत्कालीन परिस्थितीत विशेषत: आग लावल्यावर ताबडतोब पाणी उपलब्ध व्हावे म्हणून प्रत्येक मजल्यावर पाण्याचे नळ व मोठे पाइप यांची रचना केलेली आहे.
९. आग विझवण्यासाठी शाळेचे कार्यालय, मुख्याध्यापक कक्ष, दप्तर व इतर महत्त्वाची कागदपत्रे ठेवलेली असतात ती रेकॉर्ड रूम, संगणक कक्ष, ग्रंथालय, प्रयोगशाळा अशा सर्व ठिकाणी फायर एक्स्टिंग्विशर्स आवश्यक संख्येने बसवलेले आहेत. फायर एक्स्टिंग्विशर्स कसे वापरायचे याचे प्रशिक्षण शिक्षक व शिक्षकेतर कर्मचाऱ्यांना दर वर्षी दिले जाते. प्रत्येक फायर एक्स्टिंग्विशरवर सिलिंडरची एक्स्पायरी डेट लिहिलेली आहे, त्याप्रमाणे सिलिंडर रिफिल करून घेतले जातात.

१०. इमारतीमध्ये हवा खेळती राहण्यासाठी मोठ्या खिडक्या ठेवण्यात आलेल्या आहेत.
११. खिडक्यांच्या काचा तुटलेल्या, फुटलेल्या नाहीत याची तपासणी दरमहा केली जाते.
१२. इमारतीच्या वरील मजल्यावरील व्हरांड्यांना सुरक्षेचा उपाय म्हणून जाळ्या लावलेल्या आहेत. कठड्यावरून खाली वाकून बघू नये म्हणून जागोजागी सूचना फलक लावलेले आहेत.
१३. सर्व मजल्यांवर विद्यार्थ्यांना दिव्यांची बटणे, स्विचेस हाताळता येऊ नयेत म्हणून खबरदारीची उपाययोजना म्हणून संरक्षक जाळ्या लावलेल्या आहेत.
१४. यंत्रसामग्रीला व वीजेवर वापरायच्या सर्व गोष्टींसाठी अर्दिंग केलेले आहे. २ फेज/ ३ फेज जोडणी करण्यात आलेली आहे.
१५. ऑथराइज्ड लायसेंन्स्ड इलेक्ट्रिशियनकडून इलेक्ट्रिकल कनेक्शन्स दरमहा तपासली जातात.
१६. शाळेच्या लिपिक व वरिष्ठ शिक्षकांकडून इमारतीचे बांधकाम, पाणी गळती इत्यादीसाठी तपासणी केली जाते. त्याप्रमाणे आवश्यक असेल तर देखभाल, दुरुस्ती केली जाते.
१७. सर्व विद्यार्थ्यांना सुरक्षाविषयक प्रशिक्षण दिले जाते.
१८. शाळेच्या इमारतीमध्ये सुरक्षेविषयी तक्ते व चित्रे लावण्यात आलेली आहेत.
१९. शिक्षक व शिक्षकेतर कर्मचाऱ्यांना प्रथमोपचाराचे (फर्स्ट एडचे) प्रशिक्षण दिले जाते. शाळेत आवश्यक त्या ठिकाणी प्रथमोपचार पेट्या ठेवलेल्या आहेत.
२०. मुख्याध्यापक कक्षात अग्निशमन कार्यालय, ॲम्ब्युलन्स, हॉस्पिटल्स, डॉक्टर्स, पोलीस स्टेशन, वीजमंडळाचे दूरध्वनी क्रमांक लावून ठेवलेले आहेत.
२१. शाळेच्या कम्पाउंडच्या बाहेर पडल्यावर वाहतुकीचा रस्ता आहे. त्यासाठी शाळा भरताना व शाळा सुटल्यावर शिक्षक रस्त्याच्या कडेला उभे राहतात व विद्यार्थ्यांना रस्ता ओलांडताना मदत करतात.
२२. विद्यार्थ्यांना शालेय उपक्रमांसाठी शाळेबाहेर नेताना त्यांच्या पालकांची लेखी परवानगी घेतली जाते. शाळेबाहेर विद्यार्थ्यांनी कसे वर्तन करावे याच्या सूचना विद्यार्थ्यांना दिल्या जातात.
२३. प्रत्यक्ष पालक स्वत: विद्यार्थी-विद्यार्थिनीला घेण्यासाठी आले, तरच शाळेच्या वेळेआधी त्यांना पालकांबरोबर जाण्याची परवानगी दिली जाते. यासाठी पालकांनी शाळेत स्वत:च्या हस्ताक्षरात अर्ज द्यावा लागतो. कोणत्याही अनोळखी व्यक्तीबरोबर व नातेवाईकांबरोबर विद्यार्थी-विद्यार्थिनीस शाळेबाहेर सोडले जात नाही.
२४. विद्यार्थी-विद्यार्थिनीस शाळेचा गणवेश घालणे व ओळखपत्र लावणे बंधनकारक केलेले आहे.
२५. क्रीडांगणावर विद्यार्थी-विद्यार्थिनी खेळत असताना क्रीडाशिक्षक, वर्गशिक्षक व शिपाई विद्यार्थ्यांवर देखरेख करतात.
२६. शाळेची स्वत:ची/ भाडेकरारावर घेतलेली वाहतूक व्यवस्था आहे. वाहतूक करणाऱ्या चालकांना तसेच कंत्राटदारांना शासकीय नियमावलीचे पालन करणे बंधनकारक आहे.
२७. शाळेच्या पोषण आहार केंद्रात/ शाळेच्या उपाहारगृहात तयार केलेल्या अन्नपदार्थांची शिक्षक प्रथम चव घेऊन बघतात. त्याचप्रमाणे उपाहारगृहात पाळायच्या सुरक्षेचे व स्वच्छतेचे नियम पाळणे बंधनकारक आहे.
२८. शाळा सुरू असताना शाळेत ठराविक ठिकाणापर्यंतच वाहन आणता येते.

२९. शाळेच्या परिसरात असलेल्या झाडांवर विद्यार्थी चढतात. पडून इजा होऊ नये म्हणून आवश्यक सूचना विद्यार्थ्यांना दिल्या जातात. मधल्या सुट्टीत शिपाई विद्यार्थ्यांच्या वर्तनावर लक्ष ठेवतात.

३०. शाळेच्या परिसरात लावलेल्या होर्डिंगच्या खांबांवर विद्यार्थी चढू नयेत म्हणून त्याभोवती संरक्षक जाळी बसवण्यात आलेली आहे.

३१. प्रयोगशाळेत प्रयोग करताना अपघात होऊ नये म्हणून आवश्यक त्या सूचना विद्यार्थ्यांना दिल्या जातात. तसेच ठळक अक्षरात सूचनाफलक लावलेले आहेत.

३२. शाळेत कोठेही अंधाऱ्या जागा नाहीत. सर्वत्र दिवे लावलेले आहेत. तसेच एकान्त असलेल्या जागाही नाहीत.

३३. शाळेत सीसीटीव्ही लावलेले आहेत.

# २४ शाळेचे सेफ्टी ऑडिट – शाळेच्या सुरक्षिततेची तपासणी

ऑडिट म्हटले म्हणजे हिशेबलेखन, उत्पन्नाचे स्रोत, आर्थिक व्यवस्थापन, बॅलन्स शीट, कर व्यवस्थापन हे सगळे हिशेब लेखनाशी आणि आर्थिक व्यवस्थापनाशी संबंधित विषय डोळ्यांसमोर उभे राहतात. परंतु आर्थिक व्यवस्थापनाइतकाच शाळेतील विद्यार्थ्यांची सुरक्षितता हा शाळेच्या प्रशासनासाठी अत्यंत महत्त्वाचा आणि संवेदनशील विषय आहे. शैक्षणिक संस्थांना ग्राहक संरक्षण कायदा, माहितीचा अधिकार हे कायदे लागू झाले आहेत. अशा व अन्य कायद्यांमुळे विद्यार्थ्यांची सुरक्षितता, त्यांना दिल्या जाणाऱ्या विविध सोयीसुविधांच्या सुरक्षिततेबद्दल शाळा प्रशासनास आणि प्रशासनाचे प्रमुख म्हणून मुख्याध्यापकांना अधिक सतर्क राहणे आवश्यक आहे.

शाळेत असताना विद्यार्थ्यांची सुरक्षितता हा विषय म्हणूनच ऐरणीवर आलेला आहे.

विद्यार्थ्यांच्या सुक्षिततेबाबत जर कोणतीही बेपर्वाई, दुर्लक्ष, निष्क्रियता आढळली; तर अशा मुख्याध्यापकांना, शिक्षकांना, शाळेच्या प्रशासकीय कर्मचाऱ्यांना, कायदेशीर कारवाईस तोंड द्यावे लागते.

त्यामुळे दरवर्षी ठराविक निकषांच्या आधारे शाळेच्या मुख्याध्यापकांनी शाळेच्या विविध सोयी-सुविधांची सुरक्षा तपासणी म्हणजेच शाळेचे सेफ्टी ऑडिट करणे व त्याचे दप्तर (रेकॉर्ड) ठेवणे जरुरीचे आहे.

**१. सेफ्टी ऑडिट करण्यामागील प्रमुख उद्देश पुढीलप्रमाणे आहेत.**

१. विद्यार्थी, शिक्षक आणि कर्मचाऱ्यांसाठी सुरक्षित वातावरण तयार करणे,

२. शाळेत कोणत्याही प्रकारचा घातपात, अपघात होऊ नये यांसाठी शाळेतील सर्व गोष्टींची कोणत्याही स्वरूपाची मोडतोड, फूटतूट झालेली असल्यास किंवा कोणतीही गोष्ट कालबाह्य झालेली असल्यास त्याची तपासणी करणे,

३. मोडीत किंवा भंगारात काढायच्या गोष्टींची यादी तयार करणे, त्याची किंमत निश्चित करणे आणि शालासमिती सदस्य अथवा मुख्याध्यापकांच्या संमतीने त्याची योग्य पद्धतीने विल्हेवाट लावणे,

४. दुरुस्ती, देखभालीच्या गरजा निश्चित करून त्यासाठी योजना आखणे,

५. दुरुस्ती-देखभालीचे अंदाजपत्रक तयार करणे,

६. ऑडिटमध्ये नोंदवलेल्या त्रुटी दूर करण्यासाठी साधनसामग्री आणि मनुष्यबळाची आखणी करून योग्य कारवाई करणे,

७. शिक्षक तसेच शिक्षकेतर कर्मचारी यांच्या विद्यार्थ्यांबरोबर असलेल्या वर्तनातून कोणत्याही स्वरूपाचे अडथळे, अडचणी, गैरसमज तयार होऊ नयेत याची काळजी घेणे,

८. शाळेत सर्वांसाठी सुरक्षित, आनंददायी आणि विश्वासार्ह वातावरण तयार करणे

## २. सेफ्टी ऑडिटची अंमलबजावणी

शाळेची सुरक्षितता उत्कृष्ट आणि दर्जात्मक असावी यासाठी पुढीलप्रमाणे सेफ्टी ऑडिट केले जाईल.

१. मुख्याध्यापक, शाळेतील दोन शिक्षक आणि शाळेचा शिपाई अशी एक सेफ्टी ऑडिट कमिटी नियुक्त करावी.

२. प्रत्येक महिन्याच्या पहिल्या आठवड्यात सुरक्षिततेच्या निकषांच्या आधारे शाळेची तपासणी करावी.

३. तपासणीचा अहवाल सेफ्टी ऑडिट रजिस्टरमध्ये लिहावा. किंवा कॉम्प्युटरवर तयार करावा. त्याची प्रत काढून सेफ्टी ऑडिट रजिस्टरमध्ये ठेवावी. ऑडिट रिपोर्टवर सेफ्टी ऑडिट कमिटीच्या सदस्यांनी तारीख घालून सह्या कराव्यात.

४. तपासणी अहवालात ज्या दुरुस्त्या, देखभाल करायचे निर्देशित केलेले असेल, सुरक्षिततेबद्दल ज्या त्रुटी दिसल्या असतील त्याबद्दल मुख्याध्यापकांनी निर्णय घेऊन आवश्यकतेप्रमाणे निर्णयाची अंमलबजावणी करावी.

५. आवश्यकतेप्रमाणे दुरुस्ती, देखभाल करावी.

६. विद्यार्थ्यांना कोणत्याही प्रकारे शारीरिक इजा होणार नाही, शाळेच्या परिसरात कोणताही घातपात, अपघात होणार नाही याची संपूर्ण काळजी घेण्यात यावी.

७. सुरक्षिततेसाठी विद्यार्थ्यांनाही आवश्यक त्या सूचना दिल्या जाव्यात. विद्यार्थी आणि पालकांना जागरूक करावे.

८. सुरक्षा ऑडिटमधील नोंदवलेल्या त्रुटींची पूर्तता झाल्याचा 'कम्प्लायन्स रिपोर्ट' कॉम्प्युटरवर तयार करावा अथवा सेफ्टी ऑडिट रजिस्टरमध्ये नोंदवावा. कम्प्लायन्स रिपोर्टवर सेफ्टी ऑडिट कमिटीच्या सदस्यांनी तारीख घालून सह्या कराव्यात.

## ३. सुरक्षिततेची तपासणी आणि निकष

### ३.१ शाळेची इमारत आणि परिसर

१. विद्यार्थी शाळेत येत-जात असताना विद्यार्थ्यांची काळजी घेतली जावी. शाळेच्या मुख्य दरवाजातून विद्यार्थी आत-बाहेर करत असताना गर्दी, गोंधळ व अपघाताचे वातावरण तयार होत नाही याची काळजी घेणे,

२. विद्यार्थ्यांची घर ते शाळा ने-आण करणाऱ्या वाहन चालकांना सुरक्षिततेच्या दृष्टिकोनातून सूचना देणे,

३. विद्यार्थी शाळेच्या परिसरात चेंगराचेंगरी, ढकलाढकली, पडझड, मारामारी, झाडांवर चढणे करणार नाहीत याची सूचना विद्यार्थ्यांना द्यावी.

४. शाळेच्या परिसरात कोणतेही अवजड सामान, बाके, फर्निचर, पसारा, अडगळ ठेवू नयेत. येण्या-जाण्यासाठी परिसर मोकळा/खुला ठेवला जावा.

५. शाळेत सरकवता/ हलवता येण्याजोगी पार्टिशन्स असल्यास ती कोणाच्याही अंगावर पडणार नाहीत याची काळजी घ्यावी.

६. शाळेच्या परिसरात कोठेही अंधार, अंधूक उजेड नाही हे रोज बघितले जावे.

७. शाळेतील सर्व वर्ग-खोल्या, परिसरातील फरश्या तुटलेल्या, फुटलेल्या नाहीत, जमिनीपासून अलग होऊन

वर आलेल्या नाहीत हे बघितले जावे. असल्यास ताबडतोब त्याची दुरुस्ती करावी. फरशा वरखाली झाल्यास अडखळून पडण्याचा, इजा होण्याचा धोका आहे,

८. वर्गातील पंख्यांना विद्यार्थ्यांना हाताळता येणार नाही याची काळजी घ्यावी. विद्यार्थी पंख्यांना लटकतात, पंख्यांची पाती वाकवतात तर विशेष घटनांमध्ये शाळेच्या पंख्याना लटकून आत्महत्या केल्याचे प्रकारही घडलेले आहेत या दृष्टीने काळजी घ्यावी.

९. शाळेच्या खिडक्यांना गज, ग्रिल लावलेले असल्यास आणि वाकल्यास विद्यार्थी त्यामधून खाली पडून अपघात होणार नाही याची काळजी घ्यावी. जर खिडक्यांना गज, ग्रिल नसतील तर खिडक्यांना जाळी लावावी. खिडक्यांची जमिनीपासून उंची अशी असावी जेणेकरून विद्यार्थ्यांना खिडकीत चढता येणार नाही.

१०. खिडक्यांच्या काचा/तावदाने तुटलेली, फुटलेली आहेत का ते बघावे. असल्यास त्याची ताबडतोब दुरुस्ती करावी.

११. शाळेच्या इमारतीला व्यक्ती आत-बाहेर करण्यासाठी आणि सामानाची ने-आण करण्यासाठी दोनपेक्षा जास्त दारे असावीत.

१२. शाळेतील वर्गखोल्यांचे व्हेंटिलेशन/वायुवीजन होण्यासाठी खिडक्या असाव्यात त्यामुळे नैसर्गिक हवा व प्रकाश मिळतो. हवा खेळती राहते.

१३. शाळेची बाके, खुर्च्या, टेबले व इतर फर्निचर तुटके, गंजके नाही, खिळे-मोळे वर आलेले नाहीत याची खात्री करून घ्यावी.

१४. शाळेच्या परिसराला फेन्सिंग केलेले असल्यास फेन्सिंग तुटलेले नाही याची खात्री करावी तसेच विद्यार्थी फेन्सिंगमधून आतबाहेर करणार नाहीत याची खात्री करावी. शाळा सुरू असताना शाळेचे गेट बंद ठेवावे.

१५. शाळेमध्ये विशेष गरजा असलेल्या (Differently Challanged students) विद्यार्थ्यांसाठी रॅम्प्स (पायरीऐवजी उतार असलेला रस्ता) आहे याची खात्री करावा. आवश्यकतेप्रमाणे विद्यार्थ्यांची व्हील चेअर नेण्याच्या दृष्टीने हे उतार महत्त्वाचे आहेत.

१६. केवळ वर्गखोल्यांसाठीच नाही तर स्वच्छतागृहांमध्येही असे उतार केलेले आहेत याची खात्री करावी.

### ३.२ इलेक्ट्रिकल कनेक्शन आणि उपकरणे

१. शाळेतील सर्व इलेक्ट्रिकल कनेक्शन्स, वायरिंग, स्विचेस, बटन्स, होल्डर्स चेक करावेत. कोठेही तुटलेल्या आणि धोकादायक वायर्स, तुटलेली कनेक्शन्स, तुटलेले स्विचेस नाहीत याची खात्री करून घ्यावी.

२. शाळेच्या इमारतींमध्ये, वर्गांमध्ये वापरल्या जाणाऱ्या सर्व इलेक्ट्रिकल इक्विपमेंट्स, ॲक्सेसरिजना योग्य प्रकारे अरदिंग (Earthing) केलेले आहे याची इलेक्ट्रिशियनकडून खात्री करून घ्यावी.

३. मेन्टेनन्स शेड्युलप्रमाणे शाळेतील सर्व मशिन्स, इक्विपमेंट्स, ॲक्सेसरिजचा मेन्टेनन्स, दुरुस्ती, देखभाल करावी.

४. कोणतीही मशिन्स व इक्विपमेंट्स शिक्षकांच्या परवानगीशिवाय व शिक्षक उपस्थित नसताना विद्यार्थी वापरू शकणार नाहीत याची सूचना विद्यार्थ्यांना व शिक्षकांना द्यावी. तसे बोर्ड्स लावावेत.

५. सर्व इलेक्ट्रिकल मीटर्स विद्यार्थ्यांना सहज हाताळता येणार नाहीत याची खबरदारी घ्यावी.

### ३.३ वॉटर टँक्स – पाण्याच्या टाक्या

१. सर्व अंडरग्राउंड आणि ओव्हरहेड पाण्याच्या टाक्यांना झाकणे आहेत आणि टाक्या नेहमी झाकलेल्या असतील म्हणजे उघड्या राहणार नाहीत याची काळजी घ्यावी.

२. सर्व अंडरग्राउंड आणि ओव्हरहेड पाण्याच्या टाक्यांची झाकणे विद्यार्थ्यांना सहज उघडता येणार नाहीत याची काळजी घ्यावी.

३. पाण्याच्या सर्व टाक्या ठराविक कालावधीनंतर प्रशिक्षित एजन्सीकडून किंवा स्टाफकडून स्वच्छ केल्या जातील. कोणत्याही कारणाने पाणी प्रदूषित होणार नाही याची काळजी घ्यावी.

### ३.४ प्लम्बिंग कनेक्शन्स

सर्व प्लंम्बिंग कनेक्शन्स, पाईप्स, नळ, बेसिन्स, वॉशरूम्स, इत्यादी चेक करावेत. कोठेही गंजलेले, तुटलेले, फुटलेले कनेक्शन्स नाहीत याची काळजी व खबरदारी घ्यावी. आवश्यकतेप्रमाणे ताबडतोब दुरूस्ती करावी.

### ३.५ ड्रेनेजची – सांडपाण्याची व्यवस्था

१. सर्व ड्रेनेजची कनेक्शन्स, ड्रेनेज पाइप्स, ड्रेनेज चेम्बर्स झाकलेले असतील. कोठेही उघड्यावर सांडपाणी वाहणार नाही याची काळजी घ्यावी.

२. ड्रेनेज चेंबर्सची ठराविक कालावधीनंतर सफाई केली जाईल. ड्रेनेज चेंबर्समधून पाणी तुंबून बाहेर वाहणार नाही याची काळजी घ्यावी.

३. ड्रेनेजमधील सांडपाणी साचून तसेच परिसरात कोठेही पाणी साचून डास, माशा होणार नाहीत याची काळजी घ्यावी.

४. कोठेही पाणी साचून जमीन घसरडी होणार नाही याची काळजी घ्यावी.

### ३.६ कचरा व्यवस्थापन

१. शाळेच्या परिसरात जेथे कचरा पडू शकतो/ कचरा टाकावा लागेल/ कचरा होईल अशा ठिकाणी डस्टबिन्स ठेवावीत.

२. कचरा डस्टबिन्समध्ये टाकण्याची सवय विद्यार्थ्यांमध्ये रुजण्यासाठी त्यांना प्रशिक्षित करावे.

३. ओला व सुका कचरा वेगळा साठवला जावा. रोज ओला व सुका कचरा कचरागाडीमध्ये अथवा योग्य ठिकाणी टाकला जावा.

**४. कचरामुक्त शाळा** ही संकल्पना शाळेत शिक्षक, कर्मचारी व विद्यार्थी यांनी अंमलात आणावी.

५. विद्यार्थ्यांना कचरा व्यवस्थापनाचे प्रशिक्षण दिले जावे.

६. ओला कचरा जिरवण्यासाठी शाळेत गांडूळ खत (व्हर्मिकल्चर प्रोजेक्ट) सुरू करावे.

७. सुका कचरा शाळेत कोठेही उघड्यावर जाळू नये. त्यामुळे आग लागण्याचा धोका आहे.

### ३.७ अग्निप्रतिबंधक उपाययोजना

१. शाळेमध्ये, शाळेच्या स्टोअर्समध्ये, कार्यालयात, सभागृहात व जेथे महत्त्वाची कागदपत्रे ठेवलेली असतील अशा ठिकाणी आवश्यकतेप्रमाणे फायर एक्स्टिंग्विशर्स बसवावेत.

२. फायर एक्स्टिंग्विशर्सवर लिहिलेल्या एक्स्पायरी डेटप्रमाणे सिलिंडर्स रिफिल करून घ्यावेत. त्याची जबाबदारी सेफ्टी ऑडिट कमिटीकडे द्यावी.
३. शाळेमध्ये विविध ठिकाणी पाण्याची कनेक्शन्स असतात. त्यामुळे आपत्तीच्या वेळी पाण्याचा उपयोग करणेही सहज शक्य असते. विशेष महत्त्वाच्या ठिकाणी आपत्कालीन प्रसंगी पाण्याची फवारणी करण्यासाठी आवश्यकतेप्रमाणे पाण्याच्या नळांचे कनेक्शन घ्यावे.
४. अग्निशमन यंत्रणेचा भाग म्हणून शाळेत वाळूच्या बादल्या भरून ठेवलेल्या असाव्यात.
५. शाळेतील शिक्षक व कर्मचाऱ्यांना अग्निप्रतिबंधक उपाययोजनांचे प्रशिक्षण दिले जावे.
६. आपत्कालीन प्रसंगी विद्यार्थ्यांना वर्गांच्या बाहेर कसे काढणार व विद्यार्थ्यांनी कोठे एकत्रित जमावे, सायरन कसा वाजणार याबद्दल सेफ्टी ऑडिट कमिटीच्या माध्यमातून शाळेने धोरण ठरवावे. त्याची माहिती सर्व विद्यार्थ्यांना द्यावी. तसेच विद्यार्थ्यांचे मॉक ड्रिल वर्षातून दोन वेळा करून घ्यावे.
७. विशेष गरजा असलेल्या विद्यार्थ्यांना कदाचित सायरन समजणार नाही किंवा ऐकायला येणार नाही त्यासाठी विशिष्ट प्रकारे वेगळ्या रंगाच्या दिव्याची रचना करावी व हा दिवा सगळ्यांना दिसेल याची खात्री करावी.

### ३.८ फर्स्ट एड बॉक्स

१. शाळेमध्ये फर्स्ट एड बॉक्स ठेवावा. सर्व शिक्षक व कर्मचाऱ्यांना फर्स्ट एड बॉक्स कोठे ठेवलेला आहे व त्यामध्ये कोणती औषधे ठेवलेली आहेत याची माहिती द्यावी.
२. फर्स्ट एड बॉक्समध्ये ठेवलेल्या औषधांची एक्स्पायरी डेट सेफ्टी ऑडिट कमिटी चेक करेल. त्याप्रमाणे आवश्यकतेप्रमाणे जुनी एक्स्पायरी झालेली औषधे काढून टाकून नवीन औषधे ठेवली जावीत.
३. शिक्षक व कर्मचाऱ्यांना फर्स्ट एडचे ट्रेनिंग दिले जावे.
४. कोणत्याही कारणाने विद्यार्थ्याला बरे वाटत नसेल, त्याला विश्रांतीची जरुरी असेल तर त्याला झोपवण्यासाठी स्वतंत्र खोली असावी. तेथे बिछान्याची सोय असावी. ही खोली व बिछाना शाळेच्या कार्यालयाजवळ, मुख्याध्यापक कक्षाजवळ असावा. म्हणजे त्याचा गैरवापर होणार नाही.
५. शाळेच्या कार्यालयात डॉक्टर्स व हॉस्पिटल्सच्या इमर्जन्सी क्रमांकाची यादी ठेवावी.

### ३.९ होर्डिंग्ज

शाळेच्या कम्पाउंडमध्ये कोणतीही होर्डिंग्ज लावलेली असली तर विद्यार्थी त्यावर चढू शकणार नाहीत याची खबरदारी घ्यावी.

### ३.१० जनरेटर सेट/डी जी सेट

शाळेच्या कम्पाउंडमध्ये शाळेचा जनरेटर सेट/डी जी सेट ठेवलेला असेल तर त्याच्याभोवती तारेचे फेन्सिंग करावे; जेणेकरून विद्यार्थी, इतर व्यक्ती, प्रसंगी जनावरे आत जाऊ शकणार नाहीत. तसेच जनरेटर सेट/डी जी सेटभोवती गवत साठू देऊ नये.

### ३.११ प्रयोगशाळा

१. शाळेच्या प्रयोगशाळेत विविध उपकरणे, रसायने असतात. त्यांची हाताळणीही विद्यार्थ्यांना सहजी करता येणार नाही याची काळजी मुख्याध्यापक, शिक्षक आणि प्रयोगशाळेतील मदतनीसांनी घ्यावी.

२. ज्वलनशील रसायने त्यांवर रसायनांच्या नावाचे लेबल लावून वेगळ्या कुलूपबंद कपाटात ठेवावी.
३. प्रयोगशाळेत वापरण्याच्या वस्तू, रसायने इत्यादींचे इश्यू रजिस्टर ठेवावे. म्हणजे कोणत्या वर्गाने कोणता माल वापरला, किती माल शिल्लक राहिला हे समजेल.

## ३.१२ विद्यार्थ्यांना देण्यात येणारे उपक्रम

सहशालेय व बहि:शालेय उपक्रमांतर्गत तसेच व्होकेशनल ट्रेनिंगमध्ये विद्यार्थ्यांना प्रोजेक्ट्स करायला दिली जातात. यामध्ये विद्यार्थ्यांना निरनिराळी साधने वापरावी लागतात. ही साधने धारदार, टोकदार, गंजकी, वजनदार नाहीत याची काळजी व खबरदारी घेतली जावी. विद्यार्थी प्रोजेक्ट्सवर काम करत असताना शिक्षक व मदतनीस कर्मचाऱ्यांनी देखरेख करावी. विद्यार्थ्यांना कोणतीही इजा होणार नाही याची काळजी घ्यावी.

### ३.१२.१ क्षेत्रभेटी

१. विद्यार्थ्यांना क्षेत्रभेटीसाठी शाळेच्याबाहेर नेले जाते. त्या वेळी पालकांचे संमतीपत्र भरून घ्यावे. कोठे व कधी क्षेत्रभेटीला जाणार आहे याची नोंद त्यामध्ये असावी.
२. बस किंवा रिक्षाने जायचे असेल तर विर्द्यार्थ्यांबरोबर शिक्षक, शाळेचे कर्मचारी अथवा आवश्यकतेप्रमाणे पालकांनाही घेऊन जावे. विद्यार्थ्यांची सुरक्षा महत्त्वाची आहे.
३. बस किंवा रिक्षात चढताना विद्यार्थ्यांची गर्दी, गडबड, धक्काबुक्की, मारामारी होणार नाही याची काळजी घ्यावी.
४. शाळेबाहेर जाताना प्रत्येक विद्यार्थ्याने शाळेने दिलेले ओळखपत्र (आयडेंटिटी कार्ड) बरोबर घेतलेले आहे याची खात्री करावी.
५. विद्यार्थ्यांना बाहेरील खाणे द्यायचे असेल तर ते स्वच्छ व आरोग्यपूर्ण वातावरणात तयार केलेले आहे याची खात्री करावी.
६. विद्यार्थी स्वच्छ पाणी पीत आहेत याची खात्री करावी.
७. कोणत्याही कारणाने विषबाधेसारख्या गोष्टी होणार नाहीत याची खात्री करावी.
८. बाहेर गेल्यावर विद्यार्थी स्वच्छतागृहाकडे जातात. त्या वेळीही त्यांना एकटे जाऊ देऊ नये.

### ३.१२.२ सहल

शाळेतील प्रत्येक वर्गाची सहल वर्षातून एकदा काढली जाते. त्या वेळीही वरीलप्रमाणे खबरदारी घेतली जावी.

## ३.१३ सेफ्टी ऑडिट चेक पॉईंट्स

शाळेचे सेफ्टी ऑडिट करताना पुढील चेक पॉईंट्सवर ऑडिट रिपोर्ट तयार करता येईल. हे चेक पॉईंट्स सेफ्टी ऑडिटची मार्गदर्शक सूत्रे आहेत.

१. शाळेच्या गेटला वंगण (ग्रिसिंग) केलेले आहे, त्याचा आवाज होत नाही.
२. शाळेचे गेट सुरक्षित आहे.
३. शाळेच्या इमारतीकडे, वर्गांकडे जाणारा रस्ता सुरक्षित आहे. फरश्या तुटलेल्या नाहीत. खड्डे पडलेले नाहीत. वाटेत कोणतेही जड सामान, वस्तू, पसारा, अडथळे नाहीत.
४. खिडक्यांचे गज, ग्रिल्स वाकलेले, तुटलेले नाहीत.

५. खिडक्यांची दारे बिजागरीतून निसटलेली नाहीत.
६. खिडक्यांच्या दारांच्या काचा फुटलेल्या नाहीत.
७. इमारतीची दारे बिजागरीतून सुटलेली नाहीत.
८. दारे व खिडक्यांना तसेच वर्गातील फर्निचरला इजा करतील असे खिळे, मोळे, पत्र्याचे अँगल्स नाहीत.
९. शाळेच्या परिसरात गटारे नाहीत. सांडपाणी तुंबून रहात नाही. डास, माशा, चिलटे होत नाहीत.
१०. शाळेच्या परिसरात ड्रेनेज सिस्टिम चांगल्या दर्जाची आहे. त्याची स्वच्छता व देखभाल (मेन्टेनन्स) ठराविक कालावधीने केली जाते.
११. विद्यार्थ्यांसाठी स्वच्छतागृहाची सुविधा आहे. विशेष गरजा असलेल्या विद्यार्थ्यांची वेगळी स्वच्छतागृहे आहेत.
१२. विशेष गरजा असलेल्या विद्यार्थ्यांना शाळेत येण्यासाठी आवश्यकतेप्रमाणे रॅम्प्स केलेले आहेत.
१३. स्वच्छतागृहांची साफसफाई रोज कमीतकमी दोन वेळा केली जाते. जंतुनाशकांचा उपयोग केला जातो. स्वच्छतागृहांसाठी पाण्याची सुविधा आहे. त्यामुळे स्वच्छतागृहे नेहमी स्वच्छ राहतात.
१४. स्वच्छतागृहांमधील फरश्या तुटलेल्या नाहीत याची खात्री केली.
१५. शाळेच्या परिसरात विविध ठिकाणी पाणीपुरवठा करण्यासाठी नळ आहेत. प्लंम्बिंग कनेक्शन्स चेक केली. पाणी लिकेज होत नाही.
१६. स्वच्छतागृहांमधील प्लंम्बिंग कनेक्शन्स चेक केली, ओ. के. आहेत.
१७. पिण्याच्या पाण्याच्या टाक्यांवर झाकणे घातलेली आहेत. टाक्या उघड्या नाहीत.
१८. विद्यार्थ्यांना खेळण्यासाठी घसरगुंडी, झोपाळे इत्यादी साधने आहेत. ती सुस्थितीत आहेत. मोडलेली, तुटलेली नाहीत. विद्यार्थ्यांना कोणताही अपाय, अपघात होणार नाही याची खात्री केलेली आहे.
१९. शाळेच्या परिसरात तसेच प्रि-प्रायमरी व प्रायमरी विभागांमध्ये मदतनीसांची नेमणूक केलेली आहे. त्यांची विद्यार्थ्यांवर देखरेख असते. विद्यार्थी झाडांवर, भिंतींवर चढत नाहीत याची काळजी घेतली जाते. त्यांना इजा होणार नाही याची काळजी घेतली जाते.
२०. शाळेच्या इमारतीवरील गच्चीत/ छतावर विद्यार्थी चढू शकणार नाहीत याची खात्री केलेली आहे.
२१. शाळेचा परिसर सोडून विद्यार्थी कोठेही बाहेर जाणार नाही याची काळजी घेतली जाते.
२२. शाळेच्या इमारतीमधील आणि परिसरातील सर्व इलेक्ट्रिकलची कनेक्शन्स चेक केली. ओ. के. आहेत.
२३. फायर एक्स्टिंग्विशर्स बसवलेले आहेत. शिक्षकांना व कार्यालयातील स्टाफला अग्निशमन यंत्रणेचा उपयोग कसा करायचा याचे प्रशिक्षण दिलेले आहे.
२४. आप्तकालीन प्रसंगात कोणती काळजी घ्यायची याचे प्रशिक्षण शिक्षकांना दिलेले आहे.
२५. शाळेच्या कम्पाउंडमध्ये असलेल्या होर्डिंगच्या लोखंडी खांबांवर विद्यार्थी चढणार नाहीत याची खबरदारी घेतली आहे.
२६. शाळेच्या कम्पाउंडमध्ये असलेला शाळेचा जनरेटर सेट/डी. जी. सेट विद्यार्थी हाताळू शकणार नाहीत याची खात्री केलेली आहे. जनरेटर सेट/डी. जी. सेटला तारेचे फेन्सिंग केलेले आहे.
२७. प्रयोगशाळेत वापरण्याच्या वस्तू, रसायने इत्यादींचे इश्यू रजिस्टर ठेवलेले आहे. घातक रसायने व ज्वालाग्राही पदार्थ विद्यार्थ्यांना हाताळता येणार नाहीत याची खात्री केलेली आहे.

२८. क्षेत्रभेटी व सहलींसाठी विद्यार्थी शाळेबाहेर जाताना विद्यार्थ्यांच्या संख्येच्या प्रमाणात शिक्षक व मदतनीस शाळेतर्फे पाठवले जातात.
२९. कोणतीही बाहेरची व्यक्ती शाळेत येत असताना शाळेच्या मेनगेटवर त्याची चौकशी केली जाते. त्याचे शाळेत कोणाकडे काम आहे याची खात्री केली जाते. गेटपास देऊनच त्या व्यक्तीला शाळेत सोडले जाते. व्यक्तीच्या नावाची नोंद 'अभ्यागत वही'त ( व्हिजिटर्स रजिस्टर) केली जाते.
३०. पालकांनाही शाळेच्या ठराविक वेळात थेट शाळेत सोडले जात नाही. पालकांच्या शाळेत येण्याच्या वेळा ठरलेल्या आहेत.
३१. आवश्यकतेप्रमाणे विद्यार्थ्यांचे दप्तर अचानकपणे शिक्षक तपासतात. त्यामुळे विद्यार्थी कोणतीही घातक वस्तू शाळेत आणत नाहीत याची खात्री केली जाते.
३२. विद्यार्थ्यांकडे असलेले मोबाईल्स शाळेच्या वेळेत वर्गशिक्षकांकडे ठेवलेले असतात. विद्यार्थी मोबाईलचा वापर कोणत्या कारणासाठी करतो आहे हे अचानक तपासण्याची पद्धत शाळेत लावलेली आहे.
३३. विद्यांर्थ्याना जादा तास (एक्स्ट्रॉ लेक्चर), खेळाची किंवा सांस्कृतिक कार्यक्रमांची तालीम (प्रॅक्टीस) करण्यासाठी शाळा सुटल्यावर थांबायचे असेल तर त्याची माहिती पालकांना आगाऊ दिली जाते. अशा वेळी विद्यार्थ्यांना पालकांनी घरी घेऊन जावे असेही सूचित केलेले असते.
३४. रात्रीच्य वेळी शाळेच्या परिसरात भरपूर उजेड राहील याची सोय केलेली आहे. त्यामुळे रात्रीच्या वेळी शाळेच्या परिसराचा उपयोग कोणत्याही अनुचित व अनैतिक कारणासाठी होणार नाही याची काळजी घेतलेली आहे.
३५. मुख्याध्यापक ठराविक वेळेला तसेच कधी अचानक संपूर्ण शाळेचा राऊंड घेतात.
३६. विद्यार्थ्यांना शिस्तीबद्दलचे प्रबोधन दर सहामाहीत एकदा मुख्याध्यापक स्वत: करतात.
३७. विद्यार्थ्यांना शिस्तीबद्दलचे प्रबोधन दर सहामाहीत एकदा वर्गशिक्षक स्वत: करतात.
३८. पालक सभेमध्येही विद्यार्थी सुरक्षितता या विषयावर पालकांचे प्रबोधन केले जाते.
३९. शाळेमध्ये सुरक्षिततेच्या नियमांचा बोर्ड सर्वांना दिसेल अशा पद्धतीने लावलेला आहे.
४०. शाळेचे सुरक्षितताविषयक धोरण न पाळणाऱ्या विद्यार्थ्यांना प्रतिकात्मक दंड केला जातो.

## ३.१४ सेफ्टी ऑडिट करण्याची पद्धत

१. सेफ्टी ऑडिट कमिटी स्थापन करावी. मुख्याध्यापक या कमिटीचे अध्यक्ष असावेत.
२. शाळेचे सेफ्टी ऑडिटचे धोरण ठरवावे. धोरण पत्रावर सेफ्टी ऑडिट कमिटीच्या सदस्यांनी सही करावी.
३. सेफ्टी ऑडिट धोरणामध्ये सेफ्टी ऑडिटचे निकष ठरवावेत.
४. सेफ्टी ऑडिटचा कालावधी ठरवावा.
५. ठरवलेल्या कालावधीप्रमाणे व ठरवलेल्या निकषांप्रमाणे शाळेचे सेफ्टी ऑडिट करावे.
६. सेफ्टी ऑडिटमध्ये जे त्रुटी दर्शवणारे मुद्दे येतील, ते 'सेफ्टी ऑडिट रजिस्टर'मध्ये लिहावेत. त्यावर सेफ्टी ऑडिट कमिटीच्या सदस्यांनी सही करावी
७. आवश्यकतेप्रमाणे त्रुटी दूर करून 'त्रुटी पूर्तता अहवाल' म्हणजेच 'कम्प्लायन्स रिपोर्ट' तयार करावा. तो रजिस्टरमध्ये लिहावा. त्यावर सेफ्टी ऑडिट कमिटीच्या सदस्यांनी सही करावी
८. विद्यार्थ्यांचे सुरक्षाविषयक प्रबोधन करावे.
९. पालकांचे सुरक्षाविषयक प्रबोधन करावे.

# भाग ११ : सहशैक्षणिक उपक्रम

## २५ क्षेत्रभेट

विद्यार्थ्यांचा सर्वांगीण विकास हे शैक्षणिक प्रक्रियेचे प्रमुख उद्दिष्ट आहे. अभ्यासक्रमात अंतर्भूत केलेल्या विषयांचे प्रत्येक विद्यार्थ्याला आकलन होण्यासाठी सहशैक्षणिक (Co-Curricular) आणि बहि:शालेय (Extra-Curricular) उपक्रमांचे नियोजन केलेले असते. विद्यार्थी फक्त परीक्षाभिमुख न होता त्याचे व्यक्तिमत्त्व विकसित व्हावे, त्याला सामान्यज्ञान प्राप्त व्हावे, त्याच्या क्षमता वाढाव्यात, तो एक सुजाण नागरिक व्हावा यासाठी शाळेतर्फे सहशालेय उपक्रमांचे आयोजन केले जाते. काही विद्यार्थ्यांना वर्गात एखादी गोष्ट शिकवली तर समजते, पण काही विद्यार्थ्यांना प्रत्यक्ष अनुभवातून किंवा त्या गोष्टीची अनुभूती घेतल्यामुळे, ती गोष्ट बघितल्यावर चटकन समजू शकते. त्यामुळे सहशालेय उपक्रमांचे आयोजन करणे शाळेच्या मुख्याध्यापकांना व शिक्षकांना जरुरीचे ठरते. प्रत्येक विद्यार्थ्यापर्यंत सहशालेय उपक्रमांची उपयुक्तता पोहोचावी व विद्यार्थ्यांना लाभ मिळावा या दृष्टीने मुख्याध्यापक व शिक्षकांची कल्पकता, सृजनक्षमता, नावीन्यपूर्णता तसेच प्रयोगशीलता यांच्या मिलाफातून विविध क्षेत्रभेटींचे आयोजन केले जावे.

सर्वसाधारणपणे शाळा प्रत्येक सहामाहीत प्रत्येक वर्गाच्या दोन क्षेत्रभेटी म्हणजे संपूर्ण वर्षात चार क्षेत्रभेटी आयोजित करतात. शाळेने किती क्षेत्रभेटी आयोजित कराव्यात यावर शासनाचे कोणतेही बंधन नाही.

शाळेच्या वार्षिक शैक्षणिक नियोजनात विद्यार्थ्यांच्या क्षेत्रभेटीचेही नियोजन समाविष्ट असणे जरुरीचे ठरते.

### १. क्षेत्रभेट म्हणजे सहल नाही

क्षेत्रभेट आणि सहल या दोन्हीमधला फरक मुख्याध्यापक व शिक्षकांनी समजावून घेतला पाहिजे. अनेक शाळांमध्ये क्षेत्रभेट म्हणून सहल उरकली जाते. किंवा क्षेत्रभेटीचे रूपांतर सहलीत केले जाते. परंतु, या दोन्ही वेगळ्या गोष्टी आहेत. सहल व क्षेत्रभेटीची उद्दिष्टे वेगवेगळी आहेत.

### २. सहलीची प्रमुख उद्दिष्टे

१. विद्यार्थ्यांना बाहेरील जगाची ओळख व्हावी; त्यांना सांस्कृतिक, ऐतिहासिक, भौगोलिक, सामाजिक महत्त्वाची ठिकाणे बघता यावीत व त्यांचे ज्ञान समृद्ध व्हावे,
२. विद्यार्थ्यांमध्ये चौकसबुद्धी, निरीक्षणक्षमता व कुतूहल वाढावे.
३. त्यांना सामूहिक वर्तणुकीचे आणि शिस्तीचे आकलन व्हावे.
४. सहलीतून आनंद मिळावा. दंगा, आरडाओरडा, मस्ती या भावना सकारात्मक वृत्तीने व्यक्त करण्याची आणि खेळाडूप्रवृत्तीने स्वीकारण्याची सवय लागावी.

५. विद्यार्थ्यांमध्ये संघभावना विकसित करणे. (Developing Team Spirit)
६. मनोरंजन (Entertainment)
७. स्वावलंबन (Independence)
८. सहलीच्या माध्यमातून विद्यार्थ्यांना त्यांची गुण-कौशल्ये, कला-क्रीडेमधील त्यांचे कौशल्य व्यक्त करता येईल. त्यामुळे स्वप्रतिमा विकसित होण्यास मदत होईल. (Self Image development)

### ३. क्षेत्रभेटीची उद्दिष्टे

१. शाळेच्या अभ्यासक्रमाला पूरक माहिती मिळवणे,
२. शाळेत शिकलेल्या विविध गोष्टी, संकल्पना यांची स्पष्टता विद्यार्थ्यांमध्ये विकसित करणे,
३. कोणतीही गोष्ट प्रत्यक्ष बघितल्यामुळे शाळेत शिकवलेल्या गोष्टींचे विद्यार्थ्यांना चांगले आकलन होईल व त्या गोष्टी त्यांच्या दीर्घ स्मरणात रहातील.
४. विद्यार्थ्यांमध्ये चौकसबुद्धी, निरीक्षणक्षमता व कुतूहल वाढेल.
५. विद्यार्थ्यांना सामूहिक वर्तणुकीचे आणि शिस्तीचे आकलन व्हावे.
६. विविध गोष्टींच्या ज्ञान व माहितीमध्ये वाढ होईल.
७. विद्यार्थ्यांमध्ये संघभावना विकसित होईल.
८. सार्वजनिक ठिकाणी कसे वागावे त्याचे प्रशिक्षण मिळेल.

### ४. क्षेत्रभेटीसाठी विद्यार्थ्यांचे गट

विद्यार्थ्यांच्या वयोगटानुसार बौद्धिक क्षमतांच्या आधारे त्यांचे वर्गीकरण प्रामुख्याने पुढीलप्रमाणे केले जाते.

१. पूर्व बाल्यावस्था – पूर्वप्राथमिक वर्ग आणि पहिली व दुसरी इयत्तेत शिकणारे विद्यार्थी,
२. बाल्यावस्था – तिसरी ते पाचवी इयत्तेत शिकणारे विद्यार्थी
३. उत्तर बाल्यावस्था – सहावी ते आठवी इयत्तेत शिकणारे विद्यार्थी,
४. पूर्व किशोर अवस्था – नववी ते दहावी इयत्तेत शिकणारे विद्यार्थी

### ५. क्षेत्रभेटीची ठिकाणे

वरील परिच्छेदात वर्णन केल्याप्रमाणे क्षेत्रभेटीसाठी विद्यार्थ्यांची चार गटांत विभागणी केल्यावर त्यांची क्षेत्रभेटीची ठिकाणे निवडावीत. कोठे भेट द्यायची याचे नियोजन झाल्यावर क्षेत्रभेटीचे उर्वरित नियोजन करणे सुलभ होते.

### ५.१ पूर्वप्राथमिक वर्ग आणि पहिली व दुसरी इयत्तेत शिकणारे विद्यार्थी

१. बगिचा,
२. वस्तुसंग्रहालय,
३. प्राणिसंग्रहालय,
४. मत्स्यालय,
५. विज्ञान प्रदर्शने
६. विषयांवर आधारित प्रदर्शने: बाहुल्या, किल्ले, पुस्तके, चित्रे इत्यादींची प्रदर्शने,
७. लहान-मोठ्या वस्तू तयार करणारे कारागीर: चर्मकार, कुंभार, शिंपी, बुरूड, फळविक्रेता,

८. रेल्वे स्टेशन,
९. बसस्टँड,
१०. शेती आणि शेतकरी,
११. नदीकिनारा व घाट,
१२. विविध क्रीडाप्रकारांसाठी लागणारे क्रीडासाहित्य इत्यादी.

## स्थळ निवडताना करायचा विचार

१. विद्यार्थ्यांची अनुभवकक्षा, Exposure,
२. विद्यार्थ्यांची अवधान क्षमता, Concentration and Attention span,
३. विद्यार्थ्यांची शारीरिक क्षमता, Physical capacity,
४. विद्यार्थ्यांची सुरक्षितता, Safety,
५. शाळेपासूनचे अंतर, Distance from the school
१. या वयोगटातील विद्यार्थ्यांची क्षेत्रभेट शाळेच्या वेळेतच पूर्ण करावी,
२. तीन ते चार तासांच्या कालावधीतच क्षेत्रभेट पूर्ण करावी. मुलांची अवधानकक्षा मर्यादित असते याचा विचार शिक्षकांनी करावा.
३. संकल्पनेचे व माहितीचे दृढीकरण होण्यासाठी क्षेत्रभेट झाल्यावर विद्यार्थ्यांना शाळेत आणावे,
४. विद्यार्थ्यांना क्षेत्रभेटीवर आधारित चित्र काढायला सांगणे,
५. विद्यार्थ्यांना शिक्षिकेने प्रश्न विचारावेत. उदा. आपण कोठे गेलो होतो, आपण काय बघितले,
६. भेट दिलेल्या ठिकाणाचे चित्ररूप अनुभवकथन शिक्षिकेने तयार करून ठेवावे. क्षेत्रभेटीनंतर विद्यार्थ्यांना हे चित्र दाखवून किंवा त्या ठिकाणी काढलेले फोटो दाखवून विद्यार्थ्यांना प्रश्न विचारावेत. म्हणजे जे बघितले ते किती लक्षात राहिले हे समजू शकेल.

## ५.२ तिसरी ते पाचवी इयत्तेत शिकणारे विद्यार्थी

सर्वसाधारणपणे अभ्यासक्रमात पाठांमध्ये काही ठिकाणांचा उल्लेख आलेला असतो. अशा ठिकाणांपैकी कोणते ठिकाण दाखवणे सोयीचे आहे याचा विचार क्षेत्रभेटीचे नियोजन करताना करावा. या वयोगटासाठी क्षेत्रभेट ठरवताना पुढील विचार महत्त्वाचा आहे.

## स्थळ निवडताना करायचा विचार

१. विद्यार्थ्यांना आजूबाजूला घडणाऱ्या गोष्टींबद्दल जिज्ञासा असते.
२. विद्यार्थ्यांना काय, कधी, कसे, कोण, केव्हा, कुठे अशा पद्धतीचे प्रश्न पडतात व त्याची उत्तरे शोधण्याचा ते सतत प्रयत्न करतात. या वयात माहिती मिळवण्याची उत्सुकता वाढलेली असते.
३. संस्कार होण्याचे वय असल्यामुळे योग्य पद्धतीने दिलेली माहिती व्यक्तिमत्त्वाच्या घडणीत मौल्यवान ठरू शकते.
१. कारखाना,
२. बेकरी,
३. डेअरी,
४. भाजी मंडई.

५. किराणा दुकान,
६. प्रार्थनास्थळे,
७. पोलीस स्टेशन,
८. हॉटेल,
९. ट्रॅफीक सिग्नल्स व ट्रॅफिक नियंत्रण,
१०. बँक
११. पोस्ट ऑफिस,
१२. वीटभट्टी,
१३. कुक्कुटपालन केंद्र,
१४. शेळी-मेंढी पालन केंद्र,
१५. गाई-म्हशींचे गोठे, पांजरपोळ,
१६. मत्स्यालय,
१७. इमारत बांधकामाची जागा,
१८. छापखाना,
१९. गॅरेज – किंवा इतर कोणतेही दुरुस्ती केंद्र,
२०. फायर ब्रिगेड स्टेशन – अग्निशामक केंद्र,
२१. विमानतळ,
२२. मेट्रो,
२३. बस स्टँण्ड,
२४. रेल्वे स्टेशन,
२५. मॉल,
२६. मत्स्यालय,
२७. आयुर्वेदिक झाडांची शेती,
२८. आयुर्वेदिक उत्पादने करणारे कारखाने,
२९. संशोधन संस्था,
३०. मूर्ती बनवण्याचे कारखाने.

क्षेत्रभेट झाल्यावर दृढीकरणासाठी विद्यार्थ्यांकडून पुढील उपक्रम शिक्षकांनी वर्गात करून घ्यावेत.

१. चित्र काढा.
२. ज्या ठिकाणी भेट दिली तेथे काम करणाऱ्या व्यक्तींना काय म्हणतात ते सांगा. बघितलेल्या वस्तूंची नावे लिहा.
३. या वस्तू आणखी कोठे दिसतात/वापरतात ते लिहा.
४. दहा ओळीत निबंध लिहा.
५. या ठिकाणांचे आपल्या आयुष्यातील महत्त्व सांगा.

### ५.३ सहावी ते आठवी इयत्तेत शिकणारे विद्यार्थी

#### स्थळ निवडताना करायचा विचार

या वयात हळूहळू विद्यार्थ्यांच्या सामाजिक जाणिवा विकसित व्हायला सुरुवात होते. समाज, समाजाची रचना, नातेसंबंध, समाजातील विविध संस्थांची कामे याबद्दल विद्यार्थ्यांना सकारात्मकरित्या माहिती व मार्गदर्शन मिळणे आवश्यक असते. त्यांची मूल्ये व श्रद्धा जोपासण्यासाठी अप्रत्यक्षरित्या त्यांच्यावर संस्कार करणेही जरुरीचे असते. काही गोष्टी प्रत्यक्ष बघितल्यावर चांगले-वाईट, योग्य-अयोग्य याची जाणही विद्यार्थ्यांमध्ये विकसित होते. अनेक कुटुंबांमध्ये पालक असे संस्कार करण्यात किंवा मुलांना या अनुभवविश्वाची माहिती करून देण्यात अनभिज्ञ असतात. काही वेळा वेळेच्या अभावीही मुलांना आवर्जून अशा किाणी नेले जात नाही. त्यामुळे क्षेत्रभेटीसाठी ठिकाण ठरवताना अभ्यासक्रमाला पूरक ठिकाण तर निवडणे जरुरीचे आहेच, त्याचबरोबर विद्यार्थ्यांच्या सामाजिक जाणिवा समृद्ध करणेही आवश्यक आहे. या वयोगटासाठी पुढील ठिकाणांचा विचार करणे सयुक्तिक ठरेल.

१. प्लॅनेटोरियम – तारांगण,
२. म्युझियम – वस्तुसंग्रहालय,
३. वृद्धाश्रम,
४. अनाथाश्रम,
५. ऐतिहासिक महत्त्वाची ठिकाणे,
६. दवाखाना,
७. चिकित्सालय,
८. रिमांड होम – बालसुधारगृह,
९. स्थानिक प्रशासकीय संस्था, उदा. ग्रामपंचायत, नगरपालिका इत्यादी,
१०. न्यायालय,
११. स्टेडियम,
१२. ग्रंथालय,
१३. जल शुद्धीकरण व सांडपाणी प्रक्रिया केंद्र,
१४. आकाशवाणी केंद्र,
१५. दूरदर्शन केंद्र,
१६. वर्तमानपत्राचा छापखाना,
१७. कारागृह,
१८. घनकचरा प्रक्रिया केंद्र,
१९. व्यसनमुक्ती केंद्र.

क्षेत्रभेट झाल्यावर बघितलेल्या ठिकाणांबद्दल कोणत्या जाणिवा विकसित झाल्या, काय माहिती संकलित केली व त्याचा स्वत:च्या आयुष्यात कोणता उपयोग करून घेणार याचे विद्यार्थ्यांनी सादरीकरण करावे. सादरीकरणासाठी पुढीलप्रमाणे पद्धती वापरता येतील.

१. ठराविक संकल्पनेवर वादविवाद,
२. रोल प्ले,

३. निबंध,
४. घोषवाक्य तयार करणे,
५. चित्र काढणे,
६. गटचर्चा,
७. घटना शब्दबद्ध करा,
८. भित्तिपत्रक तयार करा,
९. भित्तिचित्र तयार करा,
१०. संबंधित विषयांवरील पुस्तके वाचा.

## ५.४ नववी-दहावी इयत्तेत शिकणारे विद्यार्थी

### स्थळ निवडताना करायचा विचार

या वयोगटात विद्यार्थ्यांनी अधिक मुद्देसूद व अभ्यासपूर्ण माहिती संकलित करावी, विश्लेषणात्मक कौशल्ये (Analytical skills) विकसित करावित असे अपेक्षित आहे. त्यासाठी क्षेत्रभेट करत असताना विद्यार्थ्यांचा विकसित झालेला बौद्धिक स्तर लक्षात घेणे जरुरीचे आहे. त्यासाठी क्षेत्रभेटीचे नियोजन पुढीलप्रमाणे करणे सयुक्तिक ठरेल.

१. गावाचा नकाशा आणि गावाची हद्द प्रत्यक्ष बघणे,
२. गावातली महत्त्वाची स्थळे/ ठिकाणे,
३. गावातला प्रमुख व्यापार आणि प्रमुख उत्पादन,
४. हवामानाबद्दल नोंदी ठेवणे,
५. गावासाठी उपलब्ध पाण्याचे स्रोत,
६. गावाची लोकसंख्या, लोकसंख्येची रचना,
७. विविध व्यवसाय, उद्योग, नोकरी करणाऱ्या व्यक्तींना भेटणे व त्यांच्या मुलाखती घेणे,
८. बचतगटांचे प्रत्यक्ष कार्य,
९. महिलांनी चालवलेले उद्योग-व्यवसाय बघणे,
१०. गावातील प्रमुख उत्सव, उत्सव साजरा करण्याच्या पद्धती, त्यामध्ये अपेक्षित बदल.

क्षेत्रभेटीवर आधारित उपक्रम शाळेत विद्यार्थ्यांनी साजरा करणे. यामध्ये उपक्रमाची रचना, नियोजन व प्रत्यक्ष अंमलबजावणी या सर्व गोष्टी विद्यार्थ्यांनी कराव्या आणि उपक्रम झाल्यावर त्याचा सचित्र अहवालही विद्यार्थ्यांनी तयार करावा.

क्षेत्रभेटीमध्ये जे बघितले त्याचा तपशील विद्यार्थ्यांच्या मनात साठवला गेला पाहिजे. तपशील त्यांना कधीही आठवला पाहिजे. याच्यासाठी पुढीलप्रमाणे उपक्रम किंवा अभ्यास विद्यार्थ्यांना देता येईल

१. निबंधलेखन,
२. चित्र काढणे,
३. घोषवाक्य तयार करणे,
४. प्रत्यक्ष ते वातावरण तयार करा व भूमिका साकारा,
५. समस्यापूर्ती करा,
६. कोणतीही गोष्ट करण्याच्या पर्यायी पद्धती शोधा व पर्याय सांगा,

७. चित्रीकरण करा,
८. भित्तिचित्र तयार करा,
९. भित्तिपत्र तयार करा,
१०. वर्तमानपत्रात देण्यासाठी बातमी तयार करा.

**सहावी ते दहावी या इयत्तांमधील विद्यार्थ्यांसाठी एका दिवसाची क्षेत्रभेट ते एक रात्र मुक्कामाची क्षेत्रभेट अशा कालावधीत बसतील असे ठिकाण त्या वेळच्या परीस्थितीवर अवलंबून ठरविले जावे.**

**क्षेत्रभेटीसाठी पालकांकडून संमतीपत्र**

शैक्षणिक उपक्रमाचा भाग म्हणून जरी विद्यार्थ्यांना शाळेच्या बाहेर न्यायचे झाले, तरी त्याची माहिती पालकांना असणे जरुरीचे आहे. क्षेत्रभेटीच्या आयोजनात 'आपल्या मुलाला/ मुलीला (पाल्याला)क्षेत्रभेटीला नेण्यास पालकांची परवानगी घेणे हे अत्यंत बंधनकारक आहे.'

१. क्षेत्रभेटीच्याआधी पंधरा दिवस नियोजित नमुन्यामध्ये पालकांची लेखी परवानगी संबंधित वर्गशिक्षकांनी घ्यावी.
२. वर्गातील सर्व विद्यार्थ्यांच्या पालकांची परवानगी आलेली आहे याचा तक्ता (चार्ट) वर्गशिक्षकांनी तयार करावा. या तक्त्यावर स्वत: सही करावी आणि मग हा तक्ता मुख्याध्यापकांना दाखवावा. तक्त्यावर मुख्याध्यापकांची सही घ्यावी.
३. जर पालकांची लेखी परवानगी मिळाली नाही, तर त्या विद्यार्थ्याला क्षेत्रभेटीला नेऊ नये.
४. त्यासाठी सर्व पालकांना क्षेत्रभेट सूचनापत्र पाठवावे व त्याबरोबर क्षेत्रभेट-संमतीपत्राचा फॉर्म पाठवावा.
५. विद्यार्थ्यांनी कोणत्या वस्तू बरोबर आणायच्या आहेत व कोणत्या गोष्टी अजिबात बरोबर आणायच्या नाहीत याचा उल्लेखही क्षेत्रभेट सूचना पत्रात करावा.
६. क्षेत्रभेटीसाठी कसे जायचे आहे, बसने जायचे असेल तर शाळेतून बस किती वाजता सुटणार आणि किती वाजता परत येणार याच्या वेळा क्षेत्रभेट सूचना पत्रात लिहाव्यात.
७. पालकांकडून आलेली क्षेत्रभेट संमतीपत्रे एका फाईलमध्ये लावून ठेवावीत. क्षेत्रभेटीला जाताना ही फाईल बरोबर ठेवावी.

## नमुना १

## क्षेत्रभेटीसाठी पालकांचे संमतीपत्र

शाळेचे नांव -------------------------------------------

इयत्ता ------------- तुकडी --------- दिनांक -------------

सप्रेम नमस्कार,

------वार, दिनांक ------------ रोजी इयत्ता ------, तुकडी ------ ची क्षेत्रभेट शाळेतर्फे ------------------------------ ठिकाणी नेण्याचे ठरवलेले आहे. चालत/ रिक्षाने / बसने सकाळी/दुपारी ----- वाजता शाळेतून सर्व विद्यार्थी क्षेत्रभेटीला जातील आणि सकाळी/ दुपारी/ संध्याकाळी ------- वाजता क्षेत्रभेट संपवून विद्यार्थी शाळेत परत येतील. विद्यार्थ्यांबरोबर एकूण ----- शिक्षक व ----- मदतनीस आहेत.

क्षेत्रभेट हा शैक्षणिक उपक्रमाचा भाग आहे. परंतु, आपल्या पाल्यास क्षेत्रभेटीसाठी नेण्यासाठी आपली परवानगी आवश्यक आहे. तरी या पत्रावर सही करून आपली संमती लेखी कळवावी.

आपली/आपला

वर्गशिक्षक/ वर्गशिक्षिका ---------------------------------------

माझा मुलगा/मुलगी ------------------------------ याला/ हिला क्षेत्रभेटीसाठी नेण्यास माझी परवानगी आहे.

नाव:------------------------- सही ------------ दिनांक------

**महत्त्वाचे :** हे नमुना पत्र कॉम्प्युटरवर टाईप करून ठेवावे. आवश्यकता असेल त्याप्रमाणे व़र्गशिक्षक गाळलेल्या जागेत आवश्यक ती माहिती भरतील. म्हणजे दर वेळी पत्र नव्याने टाईप करण्याची जरुरी नाही.

### वर्गशिक्षकांनी तयार करायचा तक्ता

वर्गातील सर्व विद्यार्थ्यांच्या पालकांची परवानगी आलेली आहे याचा तक्ता (चार्ट) वर्गशिक्षकांनी खालील नमुन्यात तयार करावा. तक्त्याखाली स्वत: सही करावी आणि मग हा तक्ता मुख्याध्यापकांना दाखवावा. तक्त्यावर मुख्याध्यापकांची सही घ्यावी.

## नमुना २

### क्षेत्रभेटीला पालकांचे संमतीपत्र मिळालेल्या विद्यार्थ्यांचा तक्ता

इयत्ता --------------- तुकडी ------------

| पटक्रमांक | विद्यार्थ्याचे नाव | संमतीपत्र मिळाले |
|---|---|---|
| | | |
| | | |
| | | |
| | | |
| | | |
| | | |
| | | |
| | | |
| | | |
| | | |

वर्गातील एकूण विद्यार्थी संख्या: ------ संमती मिळालेली विद्यार्थी संख्या: ----

वर्गशिक्षकाचे नाव: ----------------------- सही -----------

**६. क्षेत्रभेटीच्या ठिकाणाची माहिती**

संबंधित वर्गाच्या वर्गशिक्षकांनी क्षेत्रभेटीच्या ठिकाणाची पुढील माहिती संकलित करावी. त्यामुळे क्षेत्रभेट नियोजनबद्ध होईल. तसेच ऐन वेळची धावपळ टाळता येईल.

१. क्षेत्रभेट नेण्यासाठी नियोजित ठिकाणाच्या अधिकाऱ्यांची लेखी परवानगी आवश्यक आहे का? असल्यास कोणाची परवानगी किती दिवस आधी घेणे जरुरीचे आहे?
२. क्षेत्रभेटीचे ठिकाण उघडण्याची आणि बंद होण्याची वेळ,
३. क्षेत्रभेटीच्या ठिकाणाचा साप्ताहिक सुट्टीचा दिवस,
४. प्रवेश शुल्क,
५. गाडी पार्किंगची व्यवस्था आणि पार्किंगचे शुल्क,
६. क्षेत्रभेटीच्या ठिकाणी पिण्याच्या पाण्याची सुविधा आहे का?
७. क्षेत्रभेटीच्या ठिकाणी टॉयलेट्सची सुविधा कशी आहे?

८. क्षेत्रभेटीच्या ठिकाणी जेवणाच्या वेळी विद्यार्थी थांबणार असतील तर बसण्यासाठी, जेवण्यासाठी शेड/ हॉल इत्यादी स्वतंत्र सोय आहे का?
९. शाळेपासून क्षेत्रभेटीच्या ठिकाणाचे अंतर,
१०. पर्यटकांची गर्दी,
११. एका वेळी किती विद्यार्थी येऊ शकतात,
१२. मोबाईलला रेंज आहे का? कोणत्या कंपनीला रेंज मिळते?
१३. टेलिफोन, इमर्जन्सीमध्ये डॉक्टरची उपलब्धता, ॲम्ब्युलन्सची उपलब्धता आहे का?

**७. क्षेत्रभेटीसाठी वाहनव्यवस्था**

जेव्हा क्षेत्रभेटीसाठी बसने/ रिक्षाने जायचे असेल, तेव्हा वर्गशिक्षकांनी वाहनव्यवस्थेसाठी पुढीलप्रमाणे नियोजन करावे.

१. विद्यार्थ्यांच्या संख्येनुसार किती आसनी बस करायची ते ठरवणे,
२. एस. टी. महामंडळाचीच बस करावी. डेपो मॅनेजर यांचेबरोबर पत्र व्यवहार करून बस बुक करणे, त्यासाठी आवश्यक डिपॉझिट देणे,
३. बसची कंडिशन कशी आहे हे आधी जाऊन बघणे,
४. क्षेत्रभेटीच्या ठिकाणापर्यंत बस जाऊ शकते का? नसल्यास कोणती पर्यायी वाहनव्यवस्था करावी लागेल याची माहिती घेणे,
५. शाळेपासून क्षेत्रभेटीच्या ठिकाणी जाण्याचा रस्ता कोणता आहे व रस्त्याची स्थिती कशी आहे याची माहिती घेणे,
६. रस्त्यावर टोल भरावा लागतो का व असल्यास किती टोल भरायचा याची चौकशी करणे,
७. क्षेत्रभेटीच्या ठिकाणी इतर पर्यटकांची किती गर्दी असते? प्रेक्षणीय स्थळे बघण्यासाठी रांग लावावी लागते का? त्यामध्ये साधारणपणे विद्यार्थ्यांचा किती वेळ जाईल?

ही माहिती मिळाल्यामुळे क्षेत्रभेटीचे नियोजन अधिक चांगले होईल.

**८. क्षेत्रभेटीसाठी खाण्याची व पिण्याच्या पाण्याची व औषधांची व्यवस्था**

क्षेत्रभेटीला जात असताना खाण्याची व पिण्याच्या पाण्याची व औषधांची व्यवस्था हा अतिशय संवेदनशील विषय आहे. त्यामुळे क्षेत्रभेट नियोजनाचा हा महत्त्वाचा भाग आहे.

१. क्षेत्रभेट काळात एकूण किती वेळा चहा/कॉफी/दूध, नाश्ता आणि जेवणे करावी लागणार त्याची संख्या लिहिणे,
२. नाश्ता व जेवणातील पदार्थांची रचना (मेन्यू ठरवणे), पदार्थ बरोबर घेणे,
३. बरोबर घेण्याच्या भांड्यांची यादी,
४. नॅपकीन्स, टिश्यू पेपर्स, पेपर डिश, चमचे इत्यादींची यादी,
५. क्षेत्रभेटीदरम्यान पिण्याच्या पाण्याची व्यवस्था म्हणून प्रत्येक विद्यार्थ्याला घरून पिण्याच्या पाण्याची बाटली आणायला सांगावे,
६. शिक्षकांनी बरोबर क्रोसिन, कॉम्बिफ्लॅम, आयोडिन, बॅण्डेड, ॲवोमिन अशी व या प्रकारची औषधे बरोबर ठेवावीत.

### ९. क्षेत्रभेटीसंदर्भात मुख्याध्यापकांची भूमिका आणि जबाबदारी

१. शैक्षणिक वर्षाच्या प्रारंभी सर्व वर्गशिक्षकांची मिटिंग घेणे.
२. सर्व वर्गशिक्षकांना शाळेचे क्षेत्रभेटीसंदर्भातले धोरण समजावून सांगणे. (वरील परिच्छेदात केलेली चर्चा शाळेचे धोरण तयार करण्यास उपयुक्त ठरेल.)
३. प्रत्येक वर्गशिक्षकाला त्यांच्या वर्गाचे क्षेत्रभेटीचे नियोजन तयार करण्यास सांगणे.
४. प्रत्येक वर्गशिक्षकाचे सादरीकरण त्यांनी मिटिंगनंतर आठ दिवसांत मुख्याध्यापकांना द्यायचे आहे.
५. मुख्याध्यापकांनी सर्व सादरीकरणे वाचावीत आणि त्यात काही बदल अपेक्षित असेल तर बदल करून वर्गशिक्षकांचे लेखी सादरीकरण मंजूर करावे. मंजूरीची सही सादरीकरणावर करावी.
६. सर्व वर्गशिक्षकांच्या सादरीकरणावरून शाळेचा क्षेत्रभेटीचा मध्यवर्ती तक्ता (सेंट्रल चार्ट किंवा मास्टर प्लॅन) तयार करावा.
७. क्षेत्रभेटीचा मध्यवर्ती तक्ता मुख्याध्यापक कक्षात डिस्प्ले/ प्रदर्शित करावा. त्यामुळे क्षेत्रभेटीचे नियंत्रण व देखरेख परिणामकारकरित्या करता येईल.
८. प्रत्येक क्षेत्रभेट झाल्यावर वर्गशिक्षकांकडून क्षेत्रभेटीचा सविस्तर अहवाल मुख्याध्यापकांनी घ्यावा.

क्षेत्रभेट झाल्यावर विद्यार्थ्यांना क्षेत्रभेटीबद्दल एकमेकांशी खूप बोलू द्यावे. त्यामुळे तेथे कायकाय बघितले याबद्दल विचारांची, अनुभवांची आणि भावनांची देवाणघेवाण होईल. विद्यार्थ्यांचे अनुभवविश्व समृद्ध होईल. त्यांच्या कल्पनांचे दृढीकरण होईल. क्षेत्रभेटीवर आधारित प्रकल्प विद्यार्थ्यांना देता येतील.

# २६ सहल

शाळेची सहल हा प्रत्येक मुलाच्या शाळेच्या सुखद आठवणींतला एक महत्त्वाचा कप्पा असतो. वर्गातील मुलांबरोबर केलेली धमाल, खरेदी केलेल्या लहान लहान वस्तू, लहान वयात बघितलेली आणि कदाचित परत कधीच न बघता आलेली सहलीची ठिकाणे, शिक्षक-शिक्षिकांच्या केलेल्या नकला आणि असे बरेच काही इंद्रधनुषी स्वप्न बनून मनात हळुवार साठवून ठेवलेले असते.

परंतु, विद्यार्थ्यांना जे इंद्रधनुष्य वाटते ते मुख्याध्यापक आणि शिक्षकांना मात्र शिवधनुष्य वाटते. कारण एका वेळी ६०-७० किंवा दोन-तीन वर्ग एकत्र केले तर शेकड्यांत जाणारी विद्यार्थी संख्या, त्यांचे लहानपणातले सळसळते चैतन्य, बडबड, दंगा, काही वेळा स्वत:सुद्धा न बघितलेली गावे, प्रवास, बदलते हवामान, अचानक येणाऱ्या अडचणी, सहलीचे वेळापत्रक पाळण्यासाठी विद्यार्थ्यांकडून शिस्तबद्ध वर्तणुकीची अपेक्षा अशा अनेक जबाबदाऱ्या पार पाडत विद्यार्थ्यांना सुखरूप परत आणायचे म्हणजे शिवधनुष्य उचलणेच आहे.

शाळेच्या सहशालेय उपक्रमातील सहल हा एक महत्त्वाचा उपक्रम आहे. दर वर्षी शाळेच्या कामाचे, सहशालेय व शालाबाह्य/ बहि:शालेय उपक्रमांचे नियोजन करायचे म्हणजे सहल हा विषय अनिवार्य आहे. बालवाडीपासून दहावी इयत्तेपर्यंत प्रत्येक वर्गाची सहल नेली जाते. मुख्याध्यापक, शिक्षक सहलींकडे शैक्षणिक वर्षातील एक महत्त्वाची घटना किंवा उपक्रम म्हणून बघत असतात. त्यामुळे शाळेच्या उपक्रमांच्या वार्षिक नियोजनात प्रत्येक वर्गाची सहल हा उपक्रमही अंतर्भूत करावा.

### 'सहल समिती' स्थापन करा

**मुख्याध्यापकांच्या व्यवस्थापकीय कौशल्यातील प्रमुख कौशल्य म्हणजे कामे व जबाबदाऱ्या शिक्षक व शिक्षकेतर कर्मचाऱ्यांवर सोपवून त्यांच्याकडून दर्जेदार काम करवून घेणे. (Delegation of work and responsibilities).** प्रत्येक सहलीचे नियोजन तपशीलवार व अचूक होण्यासाठी मुख्याध्यापकांनी सहल समिती स्थापन करावी. या समितीची रचना खालीलप्रमाणे करावी.

**१. मुख्याध्यापक – सहल समितीचे अध्यक्ष**

**समितीचे सदस्य**

- पूर्वप्राथमिक वर्गाचे दोन शिक्षक प्रतिनिधी, (शाळेत पूर्वप्राथमिक वर्ग असल्यास),
- प्राथमिक वर्गाचे दोन शिक्षक प्रतिनिधी, (शाळेत प्राथमिक वर्ग असल्यास),
- माध्यमिक वर्गाचे चार शिक्षक प्रतिनिधी, (शाळेत माध्यमिक वर्ग असल्यास),

- शिक्षकेतर कर्मचाऱ्यांपैकी एक लिपिक व एक शिपाई.

शाळेमध्ये मुली असल्यास प्रत्येक समितीमध्ये शिक्षिका असणे जरुरीचे आहे. संपूर्ण शाळेच्या सहलींच्या नियोजनाची जबाबदारी सहल समितीकडे असेल.

२. सहलींचे नियोजन

२.१ विभागवार वर्ग व विद्यार्थी संख्या यांचा तक्ता तयार करा.

विभाग म्हणजे पूर्वप्राथमिक, प्राथमिक व माध्यमिक विभाग. प्रत्येक विभागात किती वर्ग आहेत त्याप्रमाणे विभागवार व वर्गवार किती विद्यार्थी संख्या आहे त्याचा तक्ता तयार करा. म्हणजे एकूण किती विद्यार्थ्यांना सहलीला न्यायचे आहे हा आकडा निश्चित होईल. त्यामध्ये मुलगे व मुली यांचा आकडाही लिहावा. मुलींची संख्या जास्त असल्यास सहलीच्या नियोजनात शिक्षिकांची व स्त्री मदतनिसांची संख्या वाढवावी लागेल. हा तक्ता कॉम्प्युटरवर एक्सेल शीटवर तयार करावा. म्हणजे दर वर्षी तक्ता अद्ययावत केला म्हणजे काम पूर्ण होईल.

### नमुना १

### विभागवार वर्ग व विद्यार्थी संख्या तक्ता

| विभाग | वर्ग | मुलगे | मुली | एकूण विद्यार्थी संख्या |
|---|---|---|---|---|
| पूर्व प्राथमिक | | | | |
| | | | | |
| | | | | |
| प्राथमिक | | | | |
| | | | | |
| | | | | |
| | | | | |
| | | | | |
| माध्यमिक | | | | |
| | | | | |
| | | | | |
| | | | | |
| | | | | |
| एकूण संख्या | | | | |

## २.२ विभागवार सहलीची उद्दिष्टे लिहावीत

कोणत्याही वर्गाची सहल न्यायची असली तरी सहलीच्या नियोजनाची सुरुवात सहलीची उद्दिष्टे ठरवण्यापासून करावी. पूर्वप्राथमिक, प्राथमिक आणि माध्यमिक वर्गातील विद्यार्थ्यांच्या वयोगटाप्रमाणे सहलीची उद्दिष्टे वेगवेगळी करावीत. म्हणजे नियोजन अधिक अचूक करता येईल.

**पूर्वप्राथमिक विभाग – सहलीची उद्दिष्टे**

१. मनोरंजन,

२. कुतूहल, जिज्ञासा, चौकस वृत्ती जोपासणे,

३. एकत्रीकरण आणि सार्वजनिक वर्तनाचे अप्रत्यक्ष शिक्षण,

**प्राथमिक विभाग – सहलीची उद्दिष्टे**

१. विद्यार्थ्यांना बाहेरील जगाची ओळख व्हावी, त्यांना सांस्कृतिक, ऐतिहासिक, भौगोलिक, सामाजिक महत्त्वाची ठिकाणे बघता यावीत व त्यांचे ज्ञान समृद्ध व्हावे,

२. विद्यार्थ्यांमध्ये चौकसबुद्धी, निरीक्षणक्षमता व कुतूहल जोपासणे,

३. भाषाविकास,

४. विद्यार्थ्यांना सामूहिक वर्तणुकीचे आणि शिस्तीचे आकलन व्हावे,

५. सहलीतून आनंद मिळावा. दंगा, आरडाओरडा, मस्ती या भावना सकारात्मक वृत्तीने व्यक्त करण्याची आणि खेळाडूप्रवृत्तीने स्वीकारण्याची सवय लागावी,

६. विद्यार्थ्यांमध्ये संघभावना विकसित करणे,

७. मनोरंजन,

८. स्वावलंबन.

**माध्यमिक विभाग – सहलीची उद्दिष्टे**

१. शालेय अभ्यासक्रमातील किंवा अभ्यासक्रमाशी निगडित विषय, स्थळे व तेथे घडलेल्या घटना प्रत्यक्ष बघणे व त्याबद्दलचे आकलन वाढवणे,

२. निरीक्षण, आकलन, संवेदन, विश्लेषण, पृथक्करण, माहितीचे संकलन, कार्यकारणभाव समजावून घेणे, माहितीचे सादरीकरण व सादरीकरणाच्या माध्यमांची ओळख व उपयोग याची माहिती होणे, शिकणे व कोणत्याही गोष्टीकडे बघण्याचा शास्त्रीय दृष्टिकोन विकसित होणे,

३. वैयक्तिक कौशल्ये व कला जोपासणे, उदा. चित्रकला, पेंटिंग, पोर्ट्रेट काढणे, फोटोग्राफी, पाने, फुले, दगड, शंख-शिंपले, माती इत्यादीचे नमुने गोळा करणे इत्यादी,

४. निसर्ग, पर्यावरण, परिसरातील शेती, उद्योग-व्यवसाय, लोक कला, संस्कृती यांबद्दल अभ्यासू दृष्टिकोन विकसित करणे,

५. विद्यार्थ्यांना सामूहिक वर्तणुकीचे आणि शिस्तीचे आकलन व्हावे व त्यांच्या सांघिक प्रवृत्तीचा विकास व्हावा,

६. निर्णयक्षमता, सकारात्मकता व नेतृत्वगुणांचा विकास व्हावा,

७. सहलीतून आनंद मिळावा. दंगा, आरडाओरडा, मस्ती या भावना सकारात्मक वृत्तीने व्यक्त करण्याची आणि खेळाडूप्रवृत्तीने स्वीकारण्याची सवय लागावी,

८. मनोरंजन,
९. स्वावलंबन व जबाबदारीचे भान यावे.

याप्रमाणे आपली शाळा, विद्यार्थी यांचा विचार करून या उद्दिष्टांमध्ये वेळोवेळी मुख्याध्यापक व सहल समिती सदस्य भर घालू शकतील.

### २.३ सहलीसाठी विद्यार्थ्यांचे गट

सहल नियोजनाचा पुढचा टप्पा म्हणजे विद्यार्थ्यांचे वयोगटानुसार गट तयार करणे. सहलीच्या उद्दिष्टांनुसार आणि विद्यार्थ्यांच्या वयोगटानुसार त्यांची सहल कोठे न्यायची ती सहलीची ठिकाणे निश्चित करता येतील. विद्यार्थ्यांच्या वयोगटानुसार त्यांचे वर्गीकरण प्रामुख्याने पुढीलप्रमाणे चार गटांत केले जावे.

- पूर्वप्राथमिक वर्ग आणि पहिली व दुसरी इयत्तेत शिकणारे विद्यार्थी,
- तिसरी ते पाचवी इयत्तेत शिकणारे विद्यार्थी,
- सहावी ते आठवी इयत्तेत शिकणारे विद्यार्थी,
- नववी आणि दहावी इयत्तेत शिकणारे विद्यार्थी.

सहलीसाठी विद्यार्थ्यांचे वरीलप्रमाणे चार गटांत वर्गीकरण करण्याचा कार्यकारणभाव प्रथम आपण समजावून घेऊ.

**२.३.१** पहिल्या गटात पूर्वप्राथमिक वर्ग आणि पहिली व दुसरी इयत्तेत शिकणारे विद्यार्थी आपण समाविष्ट केलेले आहेत. पूर्वप्राथमिक म्हणजे बालवाडी शिशु गट व मोठा गट. यालाच इंग्रजीमध्ये आपण ज्युनियर के. जी. आणि सिनियर के. जी. असे म्हणतो. तसेच या गटात आपण पहिली व दुसरीच्या विद्यार्थ्यांनाही समाविष्ट केलेले आहे. या वयोगटात साधारणपणे सहा ते सात वर्षांपर्यंतचे विद्यार्थी येतात. या गटाची बांधणी करत असताना पुढील बाबी विचारात घेतलेल्या आहेत.

१. या वयोगटातील विद्यार्थ्यांच्या चालणे, चढणे, उतरणे, फिरणे, एका जागी फार वेळ बसणे या शारीरिक क्षमता पूर्णपणे विकसित झालेल्या नसतात. या विद्यार्थ्यांचा उल्लेख 'कोवळ्या वयातील मुले' असा केला जातो.

२. या वयोगटातील विद्यार्थ्यांची अवधानकक्षा कमी असते. चटकन त्यांचे लक्ष इतरत्र वळते. हे विद्यार्थी फार काळ लक्ष केंद्रित करू शकत नाहीत.

३. लहान वयामुळे शरीराला कष्ट होतील अशा गोष्टी, हालचाली फार वेळ करू शकत नाहीत. विद्यार्थी लवकर दमतात.

४. भूक, तहान, नैसर्गिक गरजा म्हणजे शू, शी यांवर विशेष नियंत्रण नसते. वारंवार या गोष्टींसाठी वेळ देणे जरुरीचे असते.

५. या मुलांची सुरक्षितता ही मोठी जबाबदारी आहे.

या गोष्टी लक्षात घेऊन सहलीची ठिकाणे निवडावी लागतात.

**२.३.२** दुसऱ्या गटात तिसरी ते पाचवी इयत्तेत शिकणाऱ्या विद्यार्थ्यांचा समावेश केलेला आहे. या विद्यार्थ्यांचा वयोगट साधारणपणे सात-आठ ते दहा-अकरा वर्षांचा असतो. शरीराने व उंचीने जरी मोठी झाली, तरी इतर बाबतीत हे विद्यार्थी लहानच असतात. या गटाची बांधणी करत असताना पुढील बाबी विचारात घेतलेल्या आहेत.

१. विद्यार्थ्यांच्या शारीरिक क्षमता पूर्णपणे विकसित झालेल्या नाहीत.

२. त्यांना एकत्रित सहलीसाठी नेणे, त्यांच्यावर देखरेख करणे, त्यांची सुरक्षितता यासाठी विद्यार्थी शिक्षक व मदतनीसांवर अवलंबून असतात. मुलांची सुरक्षितता ही मोठी जबाबदारी आहे.

३. मुले चटकन कोणत्याही प्रलोभनांना बळी पडण्याच्या मानसिकतेत असतात.

४. समवयस्क गटाच्या मानसिकतेचे दडपण असते (पिअर ग्रुप प्रेशर). त्यामुळे त्यांच्या वर्तनसमस्या तयार होऊ शकतात.

५. सहलीची उद्दिष्टे साध्य करणे आणि विद्यार्थ्यांमध्ये शिस्त या दोन्हीचा मेळ शिक्षकांना साधायचा असतो.

२.३.३ तिसऱ्या गटात सहावी ते आठवी इयत्तेत शिकणारे विद्यार्थी समाविष्ट केलेले आहेत. या वयोगटातील विद्यार्थी साधारणपणे दहा-अकरा ते तेरा-चौदा वर्षांचे असतात.

१. विद्यार्थ्यांच्या जाणिवा विकसित व्हायला सुरुवात झालेली असते. त्यामुळे विशेषत: एक रात्र मुक्कामी सहल असेल तर विद्यार्थी व विद्यार्थिनींची एकत्रित सहल काढताना विद्यार्थिनींची वेगळी सोय करणे जरुरीचे आहे. तसेच दिवसाही विद्यार्थिनींबरोबर शिक्षिका असणे जरुरीचे आहे.

२. विद्यार्थी व विद्यार्थिनींच्या संख्येच्या प्रमाणात शिक्षक व शिक्षकांची संख्या असणे अनिवार्य आहे. मुले चटकन कोणत्याही प्रलोभनांना बळी पडण्याच्या मानसिकतेत असतात.

३. समवयस्क गटाच्या मानसिकतेचे दडपण असते (पिअर ग्रुप प्रेशर). त्यामुळे त्यांच्या वर्तनसमस्या तयार होऊ शकतात.

४. काही विद्यार्थी आपले नेतृत्व सिद्ध करण्यासाठी चुकीच्या मार्गांचा वापर करतात. त्यामुळे गैरवर्तन व शिस्तीचे प्रश्न उद्भवतात.

५. विद्यार्थ्यांना सहलीची उद्दिष्टे समजावून सांगणे जरुरीचे असते.

६. सकारात्मक खेळांमधून विद्यार्थ्यांच्या उर्जेची अभिव्यक्ती करण्यावर शिक्षकांनी भर द्यावा.

२.३.४ चौथ्या गटात नववी आणि दहावीच्या विद्यार्थ्यांचा समावेश केलेला आहे. या गटातील विद्यार्थ्यांचे वय साधारणपणे चौदा ते सोळापर्यंत असते. ही गटबांधणी करत असताना विशेषत: पुढील विचार केलेला आहे.

१. वयात आलेले विद्यार्थी,

२. खूप चैतन्य आणि ऊर्जा असलेले विद्यार्थी,

३. कलेच्या, गुणांच्या, कौशल्यांच्या व व्यक्तिमत्त्वाच्या अभिव्यक्तीसाठी धडपडणारे विद्यार्थी,

४. शाळेतील शेवटची वर्षे म्हणून प्रत्येक गोष्टीत, उपक्रमात आनंद घेण्याची वृत्ती,

५. प्रलोभनांना बळी पडण्याची मानसिकता.

### २.३.४ सहलीचा कालावधी

सहल कोणत्या महिन्यात न्यायची यावर तसे कोणतेही बंधन नाही. परंतु, शैक्षणिक वर्ष साधारणपणे जूनच्या पहिल्या आठवड्यात सुरू होते. त्यानंतर शाळेतील प्रवेश, पावसाळा, चाचणी परीक्षा किंवा मूल्यांकन, गणपती-गौरींनंतर लगेचच येणारे नवरात्र, दसरा व दिपावलीचे सण, शाळेला दिपावलीची सुट्टी असे होत शाळेची दुसरी सहामाही ऑक्टोबरचा शेवटचा आठवडा किंवा नोव्हेंबरचा पहिला आठवडा या कालावधीत सुरू होते.

साहजिक सहल आयोजित करण्यास नोव्हेंबरचा शेवटचा आठवडा ते डिसेंबर महिना हा कालावधी येतो. या कालावधीत हवा थंड असते. त्यामुळे अनुकूल वातावरण असते. पावसाळा नुकताच संपलेला असल्यामुळे निसर्ग-सौंदर्य बहरलेले असते.

### २.३.५. सहल कोठे न्यायची?

सहल कोठे न्यायची यावर कोणतेही बंधन नाही. आपण वरील परिच्छेदात विद्यार्थ्यांचे गट तयार केले आहेत आणि या गटांच्या मर्यादा व घ्यावयाची काळजीही समजावून घेतलेली आहे. या गोष्टी लक्षात घेऊनच सहल कोठे न्यायची ठरवणे आवश्यक आहे.

**महत्त्वाचे पण लक्षात ठेवण्याजोगे**

मला आठवते, मी चौथीत असताना आमची सहल म्हैसूर - बंगलोरला गेली होती. म्हैसूरच्या दसऱ्याचा समारंभ, मिरवणूक बघणे हा मुख्य उद्देश होता. मिरजला रात्री रेल्वेत बसायचे. लांबचा प्रवास. ८०-९० विद्यार्थी. आता पुसटसे आठवते ते सोन्याच्या दागिन्यांनी आणि झुलींनी मढवलेल्या हत्तींची मिरवणूक, चिक्कार गर्दीत पराकाष्ठेने धरलेले एकमेकांचे हात, म्हैसूरचे वृंदावन गार्डन, तिथे फुलांनी बहरलेली बाग, रंगीबेरंगी रोषणाई आणि इंद्रधनुषी कारंजी. पण सगळ्यात आश्चर्य वाटते इतक्या लहान मुलांना इतक्या लांब, गर्दीत कसे नेले असेल. केवढी जोखीम, केवढी काळजी आणि पालकांचा शाळेवर आणि शिक्षकांवर विश्वास. ८ दिवसांत मुलांशी कोणताही संपर्क नाही.

***

दुसरी घटना आहे एका शाळेची सहल आणि ओळखीचे पालक. आठ दिवसांची सहल बांधवगडला. मैत्रिणीबरोबर रेल्वे स्टेशनवर मीही तिच्या आठवीत असलेल्या मुलीला सहलीला सोडायला गेले होते. मैत्रिणीने तिला मोबाईल दिला होता. भरपूर पैसे खाण्या-पिण्यासाठी दिले होते. सारख्या सूचना- ''बिसलेलरीचेच पाणी पी. रेल्वेत बाहेरचे काही खाऊ नको. घरचे पराठेच खा. तुझे तूच खा. इतरांना वाटू नको. तुला पुरले पाहिजेत. बोगीच्या दारात जाऊन उभी राहू नको. सारखी ग्रूपमध्येच रहा. दर दोन तासांनी मला फोन कर.'' आणि अशा सारख्या सूचना दिल्यावर परत ''खूप मजा कर.'' हेही वाक्य. सगळाच विरोधाभास.

***

एका शाळेच्या मुख्याध्यापिका सांगत होत्या - ''दर वर्षी आम्ही आमच्या सगळ्या वर्गांची सहल सिंहगडलाच नेतो. उगाच कटकट आणि जोखीम नको. आता सिंहगड सगळ्यांना माहीत झालाय. डोळे बांधून फिरायचे म्हणले तरी फिरतील.''

शेवटी प्रश्न पडतो, सहल कुणाची विद्यार्थ्यांची, पालकांची की शिक्षकांची?

**सहलींचे वर्गीकरण**

सहलींचे पुढीलप्रमाणे अनेक प्रकार आहेत.

१. शैक्षणिक सहल किंवा अभ्यास सहल,
२. वर्षासहल, (पावसाळ्यात काढली जाणारी सहल),
३. सायकल सहल,
४. पायी चालत सहल,

५. हेरिटेज वॉक/ पुरातन ठिकाणांना भेट,
६. डोंगर सहल,
७. जंगल सफारी (जंगलातून भटकणे आणि माहिती गोळा करण्यासाठी काढली जाणारी सहल),
८. कृषी सहल,
९. औद्योगिक सहल,
१०. पर्यावरण सहल,
११. आकाश दर्शन सहल,
१२. चांदण्यातील सहल,
१३. ऐतिहासिक स्थळांची सहल,
१४. तीर्थक्षेत्रांची सहल इत्यादी.

वेगवेगळ्या वयोगटांतील विद्यार्थ्यांना जुलै महिन्यापासून म्हणजे शाळा सुरू झाल्यापासून ते फेब्रुवारी महिन्यापर्यंत सहलींना नेता येईल. एक किंवा दोन महिन्यात सर्व वर्गांच्या सहली नेण्याचा शिक्षकांवर भार पडणार नाही.

**मुख्याध्यापकांनी सहलीचे नियोजन करत असताना गटांप्रमाणे सहलीच्या ठिकाणांची यादी सहल समितीला करायला सांगावी.**

सहलीच्या नियोजनात सहलीचे ठिकाण ठरवणे हे काम अत्यंत महत्त्वाचे आहे. सहलीसाठी विद्यार्थ्यांचे चार गट तयार केलेले आहेत. विद्यार्थ्यांच्या वयोगटाप्रमाणे सहल कोठे न्यायची हे ठरवावे लागेल. खालील तक्त्यात काही ठिकाणे मार्गदर्शक ठिकाणे म्हणून सुचवलेली आहेत.

### गटनिहाय सहलीचा कालावधी व स्थळ निश्चिती

| गट क्रमांक | गटातील वर्ग | कालावधी | ठिकाण |
|---|---|---|---|
| १ | पूर्वप्राथमिक वर्ग | दोन ते तीन तास | बगिचा, वस्तुसंग्रहालय, प्राणिसंग्रहालय, मत्स्यालय, लहान-मोठ्या वस्तू तयार करणारे कारागीर: चर्मकार, कुंभार, शिंपी, बुरूड, फळविक्रेता, (यांना शाळेतही बोलवता येईल). बसस्टँड, रेल्वे स्टेशन, शेती आणि शेतकरी, नदीकिनारा व घाट, खेळांचे दुकान, क्रीडासाहित्याचे दुकान, |
| २ | पहिली आणि दुसरी इयत्ता | तीन ते चार तास | बगिचा, वस्तुसंग्रहालय, प्राणिसंग्रहालय, मत्स्यालय, विषयांवर आधारित प्रदर्शने: बाहुल्या, दिवाळीतील किल्ल्यांचे प्रदर्शन, पुस्तके, चित्रे इत्यादींची प्रदर्शने, लहान-मोठ्या वस्तू तयार करणारे कारागीर: चर्मकार, कुंभार, शिंपी, बुरूड, फळविक्रेता, इ. रेल्वे स्टेशन, बसस्टँड, शेती आणि शेतकरी, नदीकिनारा व घाट, विविध क्रीडाप्रकारांसाठी लागणारे क्रीडासाहित्य, क्रीडा साहित्याचे दुकान, बेकरी, आकाशवाणी केंद्र, दूरदर्शन केंद्र इ. |

| | | | |
|---|---|---|---|
| ३ | सहावी ते आठवी इयत्ता | एक दिवस/ एक रात्र मुक्कामी | प्लॅनेटोरियम - तारांगण, म्युझियम - वस्तुसंग्रहालय, वृद्धाश्रम, अनाथाश्रम, रिमांड होम - बालसुधारगृह, ऐतिहासिक महत्त्वाची ठिकाणे- गड, किल्ले, आश्रम, राष्ट्रपुरुषांची जतन केलेली निवासस्थाने, न्यायालय, स्टेडियम, ग्रंथालय, जल शुद्धीकरण व सांडपाणी प्रक्रिया केंद्र, आकाशवाणी केंद्र, दूरदर्शन केंद्र, वर्तमानपत्राचा छापखाना, देवळे, लेणी, गड-किल्ले, विज्ञानसंस्था, फिल्म स्टुडिओ, नौसेनेने परवानगी दिलेली आरमाराची जहाजे, युद्ध संग्रहालय, |
| ४ | नववी व दहावी इयत्ता | एक दिवस/ एक रात्र मुक्कामी | ऐतिहासिक महत्त्वाची ठिकाणे- गड, किल्ले, आश्रम, राष्ट्रपुरुषांची जतन केलेली निवासस्थाने, देवळे, लेणी, गड-किल्ले, विज्ञानसंस्था, फिल्म स्टुडिओ, नौसेनेने परवानगी दिलेली आरमाराची जहाजे, युद्ध संग्रहालय, अभयारण्ये, आदिवासी विकास केंद्र, समुद्रकिनारा इ. |

## २.३.६ सहलीसाठी पालकांची परवानगी/संमतीपत्र घेणे

विद्यार्थ्यांना जेव्हा सहलीसाठी न्यायचे असते तेव्हा पालकांकडून लेखी संमतीपत्र घेणे आवश्यक आहे. शाळेतर्फे हे संमतीपत्र पुढीलप्रमाणे घेतले जावे.

१. सहलीच्या आधी एक महिना नियोजित नमुन्यामध्ये पालकांची लेखी परवानगी संबंधित वर्गशिक्षकांनी घ्यावी.

२. वर्गातील सर्व विद्यार्थ्यांच्या पालकांची परवानगी आलेली आहे याचा तक्ता (चार्ट) वर्गशिक्षकांनी तयार करावा. या तक्त्यावर स्वत: सही करावी आणि मग हा तक्ता मुख्याध्यापकांना दाखवावा. तक्त्यावर मुख्याध्यापकांची सही घ्यावी.

३. जर पालकांची लेखी परवानगी मिळाली नाही, तर त्या विद्यार्थ्याला सहलीला नेऊ नये.

४. त्यासाठी सर्व पालकांना सहलीचे सूचनापत्र पाठवावे व त्याबरोबर सहलीसाठी संमतीपत्राचा फॉर्म पाठवावा.

५. विद्यार्थ्यांनी कोणत्या वस्तू बरोबर आणायच्या आहेत व कोणत्या गोष्टी अजिबात बरोबर आणायच्या नाहीत याचा उल्लेखही सहलीच्या सूचना पत्रात करावा.

६. विद्यार्थ्याला जर काही औषधे घेणे जरुरीचे असेल, तर त्याचाही लेखी उल्लेख पालकांनी करावा.

७. सहलीसाठी कसे जायचे आहे, बसने जायचे असेल तर शाळेतून बस किती वाजता सुटणार आणि किती वाजता परत येणार याच्या वेळा सहल सूचना पत्रात लिहाव्यात.

८. पालकांकडून आलेली सहल संमतीपत्रे वर्गशिक्षकांनी एका फाईलमध्ये लावून ठेवावीत. सहलीला जाताना ही फाईल बरोबर ठेवावी.

**नमुना २**

## सहलीसाठी पालकांचे संमतीपत्र

---

शाळेचे नाव ------------------------------------------

इयत्ता ------------ तुकडी --------- दिनांक -------------

सप्रेम नमस्कार,

------वार, दिनांक ------------ रोजी इयत्ता ------, तुकडी ------ ची सहल शाळेतर्फे ---------------------------- ठिकाणी नेण्याचे ठरवलेले आहे. चालत, सायकलने, / रिक्षाने / बसने सकाळी/दुपारी ----- वाजता शाळेतून सर्व विद्यार्थी सहलीला जातील आणि ------वार, दिनांक ------------ रोजी सकाळी/ दुपारी/ संध्याकाळी ------- वाजता सहल संपवून विद्यार्थी शाळेत परत येतील. विद्यार्थ्यांबरोबर एकूण ----- शिक्षक व ----- मदतनीस आहेत.

आपल्या पाल्याला जर काही औषधे देणे जरुरीचे असेल, तर त्याचा उल्लेख संमतीपत्रात करावा व आपल्या पाल्याबरोबर औषधे द्यावीत.

सहल हा सहशालेय उपक्रमाचा भाग आहे. परंतु, आपल्या पाल्यास सहलीला नेण्यासाठी आपली परवानगी आवश्यक आहे. तरी खालील पत्रावर सही करून आपली संमती लेखी कळवावी.

आपला /आपली

वर्गशिक्षक/ वर्गशिक्षिका ------------------------------

---

## नमुना ३

## शाळेच्या उपयोगासाठी

प्रति,
मुख्याध्यापक/मुख्याध्यापिका,
------------------- शाळा

सप्रेम नमस्कार

**विषय : शाळेच्या सहलीसाठी संमतीपत्र**

उपरोक्त विषयाला अनुसरून माझा/माझी पाल्य कु. ------------------------------ आपल्या शाळेत इयत्ता ------ तुकडी ---- मध्ये शिकत आहे. शाळेची शैक्षणिक सहल --- ---------------------- या ठिकाणी -----वार, दिनांक --------- रोजी जाणार आहे. या सहलीस माझ्या पाल्यास माझ्या जबाबदारीवर आणि स्वखुशीने पाठवत आहे व सहलीला येण्यासाठी परवानगी देत आहे. सहलीला जाण्यासाठी दिलेल्या वेळेवर शाळेत आणून सोडणे आणि सहलीवरून आल्यावर दिलेल्या वेळेत शाळेत येऊन माझ्या पाल्यास घरी घेऊन जाण्यासाठी शाळेत वेळेवर उपस्थित राहीन.

कळावे,
आपला/आपली विश्वासू,

पालकांचे नाव
पालकांची सही
पालकांचा दूरध्वनी / मोबाईल क्रमांक

**महत्त्वाचे :** हे नमुना पत्र कॉम्प्युटरवर टाईप करून ठेवावे. आवश्यकता असेल त्याप्रमाणे वर्गशिक्षक गाळलेल्या जागेत आवश्यक ती माहिती भरतील. म्हणजे दर वेळी पत्र नव्याने टाइप करण्याची जरुरी नाही.

### वर्गशिक्षकांनी तयार करायचा तक्ता

वर्गातील सर्व विद्यार्थ्यांच्या पालकांची परवानगी आलेली आहे याचा तक्ता (चार्ट) वर्गशिक्षकांनी खालील नमुन्यात तयार करावा. तक्त्याखाली स्वत: सही करावी आणि मग हा तक्ता मुख्याध्यापकांना दाखवावा. तक्त्यावर मुख्याध्यापकांची सही घ्यावी.

## नमुना ४

## सहलीसाठी पालकांचे संमतीपत्र मिळालेल्या विद्यार्थ्यांचा तक्ता

| इयत्ता --------------- तुकडी ---- | | |
|---|---|---|
| पटक्रमांक | विद्यार्थ्याचे नाव | संमतीपत्र मिळाले |
| | | |
| | | |
| | | |
| | | |
| | | |
| | | |
| | | |
| | | |
| | | |
| | | |
| | | |
| वर्गातील एकूण विद्यार्थी संख्या: ------ संमती मिळालेली विद्यार्थी संख्या: ---- | | |
| वर्गशिक्षकाचे नाव: ------------------------ सही ----------- | | |

### २.३.७ सहलीसाठी शिक्षणाधिकाऱ्यांची संमती घेणेबाबत

शाळेच्या सहलीसाठी शिक्षणाधिकाऱ्यांकडून संमतीपत्र घेणे जरुरीचे असते. त्यासाठी खाली दिलेल्या नमुन्यात शिक्षणाधिकारी यांना शाळेच्या मुख्याध्यापकांनी पत्र पाठवावे व त्यांची परवानगी घ्यावी. प्राथमिक व माध्यमिक विभागाने आपल्या संबंधित विभागाच्या शिक्षणाधिकाऱ्यांच्या नावाने पत्र द्यावे.

**नमुना ५**

(पत्र शाळेच्या लेटरहेडवर टाइप करावे)

---

जावक क्रमांक:                                                  दिनांक:

प्रति,
मा. शिक्षणाधिकारी ( -------- विभाग)

**विषय :** आमच्या शाळेच्या इयत्ता----च्या विद्यार्थ्यांच्या
शैक्षणिक सहलीस मान्यता मिळणेबाबत

महोदय/महोदया,

शासकीय नियमांची पूर्तता करून व अधीन राहून आमच्या शाळेच्या ----- वीच्या वर्गाच्या विद्यार्थ्यांची शैक्षणिक सहल -----वार, दिनांक----- रोजी ------------- या ठिकाणी जाणार आहे. या सहलीमध्ये एकूण ---- विद्यार्थी असून त्यांचेबरोबर शाळेचे ------ शिक्षक व ---- मदतनीस जाणार आहेत. राज्य परिवहन महामंडळाच्या ----- बसचे आरक्षण केलेले आहे. सहलीबाबतच्या सर्व नियमांचे पालन काटेकोरपणे केले जाईल. तरी आपणाकडून सदर शैक्षणिक सहलीस परवानगी मिळावी ही नम्र विनंती.

कळावे,

आपला/आपली

सही/-
मुख्याध्यापिका
-------- शाळा

**महत्त्वाचे :** या पत्रावर शिक्षणाधिकारी कार्यालयाचा शिक्का, आवक क्रमांक आणि अधिकृत व्यक्तीची सही घ्यावी व सहलीच्या फाईलमध्ये पत्र ठेवावे.

---

### २.३.८ सहलीच्या जागेची माहिती

सहल समितीने सहलीच्या ठिकाणांची पुढीलप्रमाणे माहिती संकलित करावी.

१. सहल नेण्यासाठी सहलीच्या ठिकाणी संबंधित कार्यालयाकडून लेखी परवानगीची आवश्यकता आहे का? असल्यास कोणाची परवानगी किती दिवस आधी घेणे जरुरीचे आहे?
२. सहल ठिकाण उघडण्याची आणि बंद होण्याची वेळ,
३. सहल ठिकाणाचा साप्ताहिक सुट्टीचा दिवस,

४. प्रवेश शुल्क आकारले जाते का? असल्यास किती आहे? त्यामध्ये वयोगटाप्रमाणे विद्यार्थ्यांना काही सूट मिळू शकेल का? वयोगटाप्रमाणे शुल्काची रक्कम बदलते का? त्यासाठी लेखी पत्रव्यवहार आवश्यक आहे का?
५. सहलीच्या ठिकाणी विद्यार्थ्यांनी कोणत्या गोष्टी बघायच्या आहेत?
६. गाइडची आवश्यकता आहे का? असल्यास गाइडचे बुकिंग करावे लागते का? गाइडचे शुल्क किती आहे? गाइडच्या वेळा काय आहेत?
७. सुरक्षिततेच्या कोणत्या गरजा आहेत, त्यासाठी कोणती काळजी घेणे आवश्यक आहे,
८. गाडी पार्किंगची व्यवस्था आणि पार्किंगचे शुल्क,
९. सहल ठिकाणी पिण्याच्या पाण्याची सुविधा आहे का?
१०. फोटो काढण्यास परवानगी आहे का?
११. सहल ठिकाणी टॉयलेट्सची सुविधा कशी आहे? विद्यार्थी व विद्यार्थिनींसाठी स्वतंत्र व्यवस्था आहे का?
१२. स्वत:चे डबे, खाद्यपदार्थ आणले तर तेथे खाण्यास परवानगी आहे का? सहल ठिकाणी बसण्यासाठी, जेवण्यासाठी शेड/ हॉल, इत्यादी स्वतंत्र सोय आहे का?
१३. सहल निवासी स्वरूपाची असेल तर निवासाची व्यवस्था काय आहे? आवश्यक तेवढ्या खोल्या आहेत का? आरक्षण किती दिवस आधी करावे लागते? शुल्क किती आहे? अनामत रक्कम (डिपॉझिट) भरावी लागते का?
१४. शाळेपासून सहल ठिकाणाचे अंतर, पर्यटकांची गर्दी,
१५. सहलीच्या ठिकाणापर्यंत बस जाऊ शकते का? नसल्यास पर्यायी वाहनव्यवस्था कोणती आहे? बस पार्किंगची सोय आहे का? त्यासाठी काही शुल्क भरावे लागते का?
१६. एका वेळी किती विद्यार्थी येऊ शकतात?
१७. सहलीला जाताना विद्यार्थ्यांनी कोणत्या वस्तू घरून बरोबर आणायच्या आहेत त्या वस्तूंची यादी तसेच कोणत्या वस्तू आणण्याची आवश्यकता नाही त्यांची माहिती विद्यार्थ्यांना देण्यासाठी तपशील,
१८. फोटो काढण्यास परवानगी आहे का?
१९. मोबाईलला रेंज आहे का? कोणत्या कंपनीला रेंज मिळते?
२०. टेलिफोन, आपत्कालीन प्रसंगामध्ये डॉक्टरची उपलब्धता, ॲम्ब्युलन्सची उपलब्धता आहे का?
२१. पालकांना कोणत्याही आणीबाणीच्या प्रसंगांत विद्यार्थी/शिक्षकांशी संपर्क करायचा असल्यास ती संपर्क व्यवस्था काय करावी लागेल?

शिक्षकांनी ही माहिती आणल्यानंतर संबंधित शिक्षकांशी मुख्याध्यापक चर्चा करतील आणि सहलीचे ठिकाण निश्चित करतील. कोणत्या वर्गांची सहल कोठे नेत आहोत याची माहिती शाळा समितीच्या पदाधिकाऱ्यांनाही दिली जाईल. सहलींचे वेळापत्रक डिस्प्ले बोर्डवर लावले जाईल.

सहलीचे उत्कृष्ट नियोजन हा मुख्याध्यापक आणि शिक्षकांच्या दृष्टीने अत्यंत महत्त्वाचा आणि संवेदनशील विषय आहे. कारण त्यामध्ये पुढील गोष्टींचा विचार प्रकर्षाने केला जातो.

१. शिक्षक आणि विद्यार्थ्यांची सुरक्षितता,
२. शिक्षक आणि विद्यार्थ्यांची सोय,
३. शिक्षक आणि विद्यार्थ्यांचा आनंद,
४. शाळेची समाजातील प्रतिमा.

या चार गोष्टींना छेद जाईल अशी कोणतीही अप्रिय घटना विद्यार्थी सहलीला गेले असताना घडू नये यासाठी सर्व बारीक-सारीक तपशिलांचा विचार करून सहलीचे नियोजन करणे आवश्यक आहे. सहलीच्या नियोजनातील घटक पुढीलप्रमाणे आहेत.

**२.३.९ सहलीचे अंदाजपत्रक**

| क्रमांक | तपशील | अंदाजे रक्कम (रू.) |
|---|---|---|
| १ | टोल/कर सर्व गृहीत धरून वाहन व प्रवास खर्च | |
| २ | प्रवेश शुल्क | |
| ३ | गाइडची आवश्यकता असल्यास गाइडचे शुल्क | |
| ४ | खाद्यपदार्थ, चहा-कॉफी/कोल्ड ड्रिंक्स, गोळ्या-चॉकलेट इत्यादी | |
| ५ | निवास योजना हवी असल्यास निवास/ विश्रांती स्थळाचा खर्च | |
| ६ | टॉयलेटच्या वापरासाठी शुल्क | |
| ७ | पेपरप्लेट्स, ग्लास, चमचे, पेपर नॅपकिन्स इत्यादी | |
| ८ | प्रथमोपचार साहित्य | |
| ९ | फोटो काढणे | |
| १० | विद्यार्थ्यांना निरीक्षणासाठी, अभ्यासासाठी काही साहित्य शाळेतर्फे द्यायचे असेल तर साहित्यनिर्मिती खर्च | |
| ११ | मनोरंजनाचे साहित्य बरोबर नेण्याचे असल्यास त्याचा खर्च | |
| १२ | किरकोळ खर्च, उदा. बसला लावण्याचा शाळेच्या नावाचा बॅनर इ. | |
| १२ | एकूण खर्च | |

याप्रमाणे अंदाजपत्रक तयार करुन मुख्याध्यापक शाळासमितीकडून खर्चास परवानगी घेतील.

काही वेळा सहलीसाठी किंवा सहलीतील काही खर्चासाठी शाळेला देणगी स्वरूपात रक्कम मिळते. सहलीला येणारा खर्च, अशी देणगी रक्कम मिळालेली आहे का तसेच सहलीसाठी अनुदान आहे का, हे लक्षात घेऊन उर्वरित खर्च विद्यार्थ्यांकडून काही नाममात्र शुल्क घेऊन करायचा का याचा निर्णय मुख्याध्यापक शाळासमितीच्या मार्गदर्शनाने व संमतीने घेतील.

**२.३.१० सहलीसाठी नियम**

शाळेने सहलीसाठी शक्यतो खालीलप्रमाणे नियम करावेत. कारण विद्यार्थी-शिक्षक, सर्वांचीच सुरक्षितता महत्त्वाची आहे.

१. सहल महाराष्ट्राबाहेर काढू नये. कोणत्याही कारणासाठी सहल महाराष्ट्राच्या बाहेर काढायची असेल

तर ते शाळासमितीकडून मंजूर करून घ्यावे. त्यासाठी सहलीचे नियोजन तीन महिने आधी करावे. महाराष्ट्राबाहेरील सहलीसाठी शिक्षणाधिकाऱ्यांची लेखी परवानगी मिळणे जरुरीचे आहे,

२. विद्यार्थ्यांच्या संख्येनुसार किती आसनी बस करायची ते ठरवणे,

३. शक्यतो महाराष्ट्र राज्य परिवहन महामंडळाच्या बसने सहल काढावी, त्यासाठी डेपो व्यवस्थापकांबरोबर लेखी संपर्क करावा. त्यासाठी आवश्यक डिपॉझिट द्यावे. रेल्वेने जाणे सोईस्कर असेल तर रेल्वेने जाण्याचे नियोजन करावे,

४. रेल्वेने प्रवास करायचा असेल तर जाण्या-येण्याचे पक्के आरक्षण (कन्फर्म रिझर्व्हेशन) मिळाल्याशिवाय प्रवास करू नये,

५. सहलीच्या ठिकाणापर्यंत बस जाऊ शकते का? नसल्यास कोणती पर्यायी वाहनव्यवस्था करावी लागेल याची माहिती घेणे,

६. शाळेपासून सहलीच्या ठिकाणी जाण्याचा रस्ता कोणता आहे व रस्त्याची स्थिती कशी आहे याची माहिती घेणे,

७. रस्त्यावर टोल भरावा लागतो का व असल्यास कोणी टोल भरायचा (राज्य परिवहन मंडळाच्या बसच्या चालकाने की शाळेने) याची चौकशी करणे,

८. रात्री प्रवास करू नये,

९. मुक्कामाची सहल असल्यास निवासव्यवस्थेचे नियोजन सहलीला जाण्याआधी होणे जरुरीचे आहे. त्यामध्ये विद्यार्थी संख्येप्रमाणे हॉटेलमध्ये बुकिंग करावे. विद्यार्थी व विद्यार्थिनींसाठी स्वतंत्र निवास व्यवस्था करावी. कोणत्याही प्रकारचा गैरव्यवहार होऊ नये म्हणून खबरदारी घेणे जरुरीचे आहे,

१०. काही ठिकाणी तंबू / टेन्टची व्यवस्था असते. त्यामध्येही वरीलप्रमाणे स्वतंत्र टेन्टमध्ये विद्यार्थी व विद्यार्थिनींची स्वतंत्र व्यवस्था असावी. विद्यार्थी संख्येप्रमाणे १० विद्यार्थ्यांमागे एक शिक्षक तसेच १० विद्यार्थिनींमागे एक शिक्षिका याप्रमाणात शिक्षक व शिक्षिकांची नियुक्ती करावी. बरोबर पुरुष तसेच महिला मदतनीस घेणे बंधनकारक आहे,

११. एक दिवसाची अथवा मुक्कामाची, सहलीचे स्वरूप कोणतेही असले तरी शिक्षक व शिक्षिकांनी आपले पत्नी/पती अथवा मुले बरोबर आणू नयेत. इतर कोणतेही नातेवाईक बरोबर आणू नयेत,

१२. विद्यार्थ्यांनीही आपल्याबरोबर इतर कोणालाही आणू नये,

१३. आपल्याऐवजी इतर कोणालाही पाठवू नये. शाळेने सहलीबरोबर जाण्यासाठी अधिकृत केलेले शिक्षक/ शिक्षिका व मदतनीसच सहलीबरोबर जातील अन्यथा शिस्तभंगाची कारवाई केली जाईल,

१४. शाळेचे अधिकृत शिक्षक व विद्यार्थी यांनीच सहलीला जायचे आहे,

१५. सहलीला जाताना सर्व विद्यार्थी - विद्यार्थिनींनी शाळेचा युनिफॉर्म घालणे बंधनकारक आहे,

१६. सहलीवर जाणारे विद्यार्थी-विद्यार्थिनी, शिक्षक, मदतनीस यांना कोणताही गंभीर आजार असेल, संसर्गजन्य आजार असेल; तर त्यांनी सहलीला जाऊ नये. तसे लेखी स्वरूपात मुख्याध्यापकांना कळवणे बंधनकारक आहे,

१७. विद्यार्थ्यांनी कोणतेही गैरवर्तन करू नये यासाठी खबरदारी घेण्यात यावी,

१८. प्रत्येक सहलीला एक शिक्षक सहलप्रमुख म्हणून नेमावा,

१९. सहलीच्या प्रत्येक टप्प्याची माहिती सहलप्रमुख शिक्षकांनी मुख्याध्यापकांना प्रत्यक्ष संपर्क साधून द्यावी.

२०. सहलीची माहिती पालकांना मिळावी म्हणून शिक्षकांचे मोबाईल क्रमांक पालकांना द्यावेत. शाळेतर्फे पालकांना मोबाईलवर सहलीबाबत एसएमएस करावेत,

२१. कोणत्याही कारणाने सहल नियोजित वेळेपेक्षा उशिरा शाळेत पोहोचत असेल तर ताबडतोब मुख्याध्यापकांना कळवावे.

### २.३.११ विद्यार्थ्यांना सहलीच्या ठिकाणाची माहिती देणे

कोणत्या वर्गाची सहल कोठे न्यावयाची हे निश्चित झाल्यावर संबंधित वर्गशिक्षकांनी वर्गातील विद्यार्थ्यांना सहलीच्या ठिकाणाची माहिती द्यावी, म्हणजे आपण काय बघणार आहोत याचे नीट आकलन विद्यार्थ्यांना होईल. याचबरोबर विद्यार्थ्यांनाही त्या ठिकाणाची संपूर्ण माहिती संकलित करून लिहायला सांगावी. यासाठी पुस्तके वाचणे, त्या ठिकाणचा नकाशा बघणे, इंटरनेटवरून माहिती काढणे असे पर्याय विद्यार्थ्यांना द्यावेत.

सहलीला जातानाही विद्यार्थ्यांना टाचणवही/वही बरोबर घेण्यास सांगावी. म्हणजे त्यांना टिपणे लिहिता येतील.

### २.३.१२ सहलीची तयारी

सहल कोठे न्यायची, कधी न्यायची, सहलीमध्ये कोणते विद्यार्थी सहभागी होणार, कोणते शिक्षक आणि शिक्षकेतर कर्मचारी सहलीबरोबर जाणार या सर्व गोष्टी नक्की झाल्यावर सहलीची खरी तयारी सुरू होते. या विशेष करून सहलीशी संबंधित व्यवस्थापकीय जबाबदाऱ्या आणि कामे आहेत. त्यामध्ये कोणत्या गोष्टी करायच्या आणि त्यांची नक्की जबाबदारी कोणाची हे निश्चित केले जावे. कोणतीही अडचण आली तरी ती मुख्याध्यापकांना सांगितली जावी. मुख्याध्यापक त्या अडचणीचे निराकरण करतील.

खालील तक्त्यात सहलीच्या जबाबदाऱ्या व जबाबदार व्यक्ती यांचे वर्णन केलेले आहे.

| क्रमांक | जबाबदारीचा तपशील | व्यक्ती |
|---|---|---|
| १ | **वाहनव्यवस्था:** कोणत्या वाहनाने सहलीला जायचे ते ठरवणे. बसने जायचे असेल तर बस ठरविणे, बस शाळेजवळ कोठे थांबेल आणि किती वाजता आली पाहिजे ते ठरविणे. वाहनासंबंधी कोणतीही अडचण आली तर डेपो मॅनेजर यांचेबरोबर संपर्क करायचा त्यांचे नाव आणि दूरध्वनी/मोबाईल क्रमांक घेणे, मुख्याध्यापक आणि सहलप्रमुखांना देणे, | ऑफिस स्टाफ + शिक्षक |
| २ | सहल काळात एकूण किती वेळा चहा/कॉफी/दूध, नाश्ता आणि जेवण करावे लागणार त्याची संख्या लिहिणे, त्याप्रमाणे व्यवस्था करणे, खर्चाची तरतूद करणे, | शिक्षक |
| ३ | सहलीसाठी खाद्यपदार्थ, चहा-कॉफी/कोल्ड ड्रिंक्स, गोळ्या-चॉकलेट इत्यादी ऑर्डर देणे, वेळेत आणणे तसेच पेपरप्लेट्स, ग्लास, चमचे, पेपर नॅपकिन्स इत्यादी लागणारे साहित्य विकत आणणे, | शिक्षक |

| ४ | प्रथमोपचार पेटीमध्ये आवश्यक तो औषधांचा साठा आहे हे बघणे आणि वेळेवर प्रथमोपचार पेटी बरोबर घेणे, सहल संपल्यावर बसमधून उतरविणे, शाळेत जमा करणे, | ऑफिस स्टाफ |
|---|---|---|
| ५ | सहलीला जाणाऱ्या विद्यार्थ्यांच्या वर्गवार नावांच्या याद्या तयार करणे आणि त्या बरोबर घेणे, | वर्गशिक्षक |
| ६ | बसला लावण्याचा शाळेच्या नावाचा बॅनर तयार करून आणणे आणि वेळेवर बसला लावणे. त्यासाठी सुतळी गुंडी, कात्री इत्यादी साहित्य बरोबर घेणे, | ऑफिस स्टाफ |
| ७ | मनोरंजनाचे/खेळाचे साहित्य बरोबर घेण्याचे ठरविले असेल तर ते मोजून, स्टॉक रजिस्टरमध्ये नोंद करून घेणे आणि सहल संपल्यावर बसमधून उतरविणे, शाळेत जमा करणे, स्टॉक रजिस्टरमध्ये नोंद करणे, काही हरविले, तुटले असल्यास त्याचीही तशी नोंद करणे, | क्रीडाशिक्षक |
| ८ | फोटो काढण्यासाठी कॅमेरा बरोबर घेणे, | शिक्षक |
| ९ | आवश्यकतेप्रमाणे छत्र्या बरोबर घेणे, | शिक्षक |
| १० | सर्व मुलांनी शाळेचा युनिफॉर्म घातला पाहिजे हे त्यांना आणि पालकांना सांगणे, | वर्गशिक्षक |
| ११ | शाळेत विद्यार्थ्यांनी किती वाजता यायचे, उशीर झाल्यास किती वाजेपर्यंत वाट बघितली जाईल तसेच विद्यार्थ्यांना घरी घेऊन जाण्यासाठी पालकांनी किती वाजता यायचे व कोठे थांबायचे हे पालकांना सांगणे, तसेच आणीबाणीच्या परिस्थितीत पालकांनी कोणाबरोबर संपर्क करावयाचा त्यांचा मोबाईल क्रमांक पालकांना देणे, | वर्गशिक्षक |
| १२ | सहलीच्या ठिकाणी विद्यार्थ्यांना पथ मार्गदर्शनासाठी हातात घेण्यासाठी शाळेचे नाव लिहिलेला रंगीत झेंडा बरोबर घेणे. | ऑफिस स्टाफ |

## २.३.१३ सहलीनंतर विद्यार्थ्यांनी करायचे प्रकल्प

सहलीला जाऊन आल्यानंतर प्रत्येक विद्यार्थ्याने तेथे बघितलेल्या गोष्टींवर प्रकल्प करायचा आहे. हे प्रकल्प पुढील प्रकारचे असू शकतील.

१. फोटोंचा अल्बम तयार करणे,
२. बघितलेल्या गोष्टींची चित्रे काढणे,
३. निबंध लिहिणे,
४. कविता करणे.

याप्रमाणे विद्यार्थ्यांना प्रकल्प दिल्यामुळे सहल हा केवळ मनोरंजनाचा उपक्रम न होता खऱ्या अर्थाने सह-शैक्षणिक उपक्रम होईल.

**२.३.१४ सहल झाल्यावर सहलप्रमुखांनी सहल समितीला द्यावयाचा अहवाल**

१. सहलीच्या नियोजनाचा महत्त्वाचा टप्पा म्हणजे सहल झाल्यावर सहल प्रमुखांनी सहलीचा अहवाल सहल समितीला द्यावा. सहल समितीने अहवालाचे डॉक्युमेंटेशन पूर्ण करावे आणि अहवाल मुख्याध्यापकांना द्यावा.

२. मुख्याध्यापक अहवाल वाचतील. अहवालावर सही करतील आणि सहल समितीकडे परत करतील.

३. सहल समिती सहलीच्या फाईलमध्ये अहवाल ठेवेल.

४. सहल प्रमुखांनी आपला अहवाल पुढीलप्रमाणे द्यावयाचा आहे.

**नमुना ५**

**सहलीचा अहवाल**

---

१. इयत्ता: -----------    तुकडी : -----------   सहलीचा दिनांक : -------

२. सहलप्रमुखांचे नाव : ---------------------------------------------

३. एकूण विद्यार्थी संख्या:----- विद्यार्थी---विद्यार्थिनी --- शिक्षक संख्या --- मदतनीस ---

४. सहलीचे ठिकाण : ----------------------------------------------

५. सहलीचा कालावधी : ------- नियोजित वेळ: ------ वाजल्यापासून ------ वाजेपर्यंत

६. सहलीला प्रत्यक्ष लागलेला वेळ: ------ वाजल्यापासून ------ वाजेपर्यंत. जर सहलीला उशीर झाला असला, तर त्याची कारणे लिहा. -------------------------------------

-------------------------------------------------------------

७. सहलीचा एकूण खर्च रू. ------/- अंदाजपत्रकाप्रमाणे कोणत्या गोष्टींवर जास्त खर्च झाला.

८. विद्यार्थ्यांकडून एकूण जमा : -----------

९. नियोजनाप्रमाणे सर्व ठिकाणे बघायला मिळाली का? -------------------------

१०. विद्यार्थ्यांच्या प्रतिक्रिया : -----------------------------------------

-------------------------------------------------------------

११. सहशिक्षकांच्या प्रतिक्रिया : ----------------------------------------

-------------------------------------------------------------

१२. परत याच ठिकाणी इतर वर्गांची सहल न्यावी का? -------------------------

१३. सहलीत आलेल्या अडचणी : ---------------------------------------

-------------------------------------------------------------

१४. विद्यार्थ्यांची वर्तणूक व त्यासंबंधी काही समस्या आली का? ------------------------

१५. वाहनव्यवस्थेत काही अडचण आली का? ------------------------------

१६. नियोजनाप्रमाणे पुढील व्यवस्थेबाबत मत:

    निवासाची सोय : ------------------------------------------

    नाश्ता व चहाची सोय : --------------------------------------

    भोजनाची सोय : -------------------------------------------

१७. डेपो मॅनेजरना धन्यवादाचे पत्र पाठवले का? ---------------------------

१८. शिक्षणाधिकाऱ्यांना देण्यासाठी सहलीचा अहवाल तयार केला का? ------------

१९. शालासमितीला देण्यासाठी सहलीचा अहवाल तयार केला का? ---------------

२०. इतर विशेष अभिप्राय : -----------------------------------------
    -------------------------------------------------------

सहल प्रमुखांची सही

# २७. विशेष दिन

कलाकुसर केलेल्या वस्तू, फुले, राष्ट्रपुरुष, समाजसुधारक, वैज्ञानिक, लेखक अशा विविध व्यक्तींचे फोटो, स्वत: काढलेली त्यांची रेखाचित्रे, कागदांपासून तयार केलेल्या प्रतिकृती, किल्ल्यांच्या प्रतिकृती, कलश, झाडांच्या लहान डहाळ्या अशा अनेक वस्तू हातांत घेऊन शाळेत जाणारे विद्यार्थी आपण नेहमीच बघतो.

काही वेळा नऊवारी साडी, केसांचा अंबाडा, नाकात नथ घातलेल्या, कधी पांढऱ्याशुभ्र साड्या नेसलेल्या, कधी वारकऱ्यांसारखे डोक्यावर तुळशीच्या झाडाची कुंडी आणि गळ्यात माळ घातलेल्या तर कधी घागरा-चोळी, रंगीत ओढणी आणि हातभर बांगड्या घालून टिपऱ्या वाजवत शाळेत जाणाऱ्या मुली आपण बघतो.

कधी धोतर-मुंडासे, कधी नेहरू जाकिट, कधी गळ्यात झांजा आणि कपाळावर बुक्का लावलेले वारकरी तर कधी ज्ञानेश्वर, तुकाराम अशा पारंपरिक वेशात सजलेले शाळेतील विद्यार्थीही आपल्याला दिसतात.

यातच शाळेसमोर रंगीबेरंगी रांगोळी, दाराला फुलांचे तोरण, शिक्षकांपासून शिपायांपर्यंत सर्वांची लगबग दिसली की, समजावे आज शाळेत कोणतातरी विशेष दिन साजरा होतो आहे.

विशेष दिन साजरे करण्याची परंपरा ग्रामीण भागातील शाळांपासून ते मुंबईसारख्या मोठ्या शहरांमधील शाळांपर्यंत सर्वत्र दिसून येते.

"आपल्या भावी पिढीवर, भावी नागरिकांवर सुसंस्कार करण्यासाठी आणि आपली संस्कृती जतन करण्यासाठी शाळांनी चालवलेला तो एक महायज्ञ आहे."

विशेष दिन साजरे करण्यात पूर्वप्राथमिक, प्राथमिक आणि माध्यमिक विभागातील सर्वच शाळा व शाळेतील प्रत्येक वर्गात चुरस लागलेली असते.

## १. विशेष दिन साजरे करण्याचे महत्त्व

"शासनाने बंधनकारक केले म्हणून किंवा सगळ्याच शाळा करतात म्हणून आपणही विशेष दिन साजरे केले पाहिजेत." "विशेष दिनापेक्षा रोजचे शिकवणे चांगले. कामाचा लोड किती वाढतो?" अशा नकारात्मक मानसिकतेतून अनेकदा विशेष दिन साजरा करण्याकडे बघितले जाते.

परंतु, विशेष दिन का साजरे करायचे, विशेष दिन साजरे करण्याचे औचित्य काय हे समजले म्हणजे अतिशय उत्साहाने, सकारात्मक दृष्टीने आपण म्हणजे मुख्याध्यापक, शिक्षक, शिक्षकेतर कर्मचारी, विद्यार्थी आणि पालकसुद्धा विशेष दिनाच्या समारंभात सामील होऊ. म्हणूनच प्रथम विशेष दिन साजरे करण्याचे महत्त्व समजावून घेऊ.

१. विशेष दिन हा सहशालेय उपक्रम आहे.
२. पाठ्यक्रमात भाषा, इतिहास, भूगोल, नागरिकशास्त्र अशा विविध विषयांमध्ये काही विशेष दिन अंतर्भूत केलेले असतात. पाठांमध्ये काही विशेष दिनांचा उल्लेख होतो. या दिनांची माहिती सहज-सोप्या पद्धतीने विद्यार्थ्यांना होते. यामध्ये स्वयंअनुभव महत्त्वाचा आहे.
३. निरनिराळ्या माध्यमांचा उपयोग करून विद्यार्थ्यांना विशेष दिनाची माहिती संकलित करायला सांगितले तर आपल्या कल्पना, मते, विचार मांडण्यासाठी माध्यमे हाताळण्याचे प्रशिक्षण त्यांना मिळते व माध्यमांची माहितीही होते. उदा.

　१. वर्तमानपत्रातील कात्रणे काढून माहिती संकलित करणे,
　२. चित्रे गोळा करून वहीत चिकटवणे,
　३. फोटो आणणे,
　४. भित्तिचित्रे काढणे (वॉलपोस्टर्स),
　५. भित्तिपत्रलेखन करणे (वॉलपेपर),
　६. रांगोळी काढणे,
　७. पथनाट्य लिहिणे / पथनाट्याचे सादरीकरण करणे,
　८. घोषवाक्य (स्लोगन) तयार करणे,
　९. विशिष्ट दिनाचे औचित्य दर्शवणाऱ्या वेषभूषा करणे,
　१०. विशिष्ट दिनाचे औचित्य दर्शवणाऱ्या वस्तू गोळा करणे,
　११. दिंडी काढणे,
　१२. प्रभातफेरी काढणे,
　१३. प्रदर्शन भरवणे,
　१४. माहितीपट, सिनेमा बघणे,
　१५. त्या क्षेत्रातील व्यक्तीची मुलाखत घेणे,
　१६. शाळेत त्या क्षेत्रातील व्यक्तीचे भाषण ठेवणे
　१७. विविध वाद्ये, उदा. ढोल, ताशा वाजवायला शिकणे,
　१८. विविध खेळ शिकणे उदा. लेजीम, दांडपट्टा, भालाफेक इत्यादी,
　१९. शाळेत प्रार्थनेच्या वेळी विशेष दिनाची माहिती सांगणे.

१. विद्यार्थ्यांच्या ज्ञानाचा व माहितीचा परीघ वाढतो / कक्षा वाढते.
२. विद्यार्थ्यांना आपला इतिहास, संस्कृती, देशातील वैविध्य व वैविध्यातील एकता अनुभवायला मिळते, सामाजिक अभिसरणाच्या प्रक्रियेला वेग येतो.
३. खऱ्या अर्थाने एकता, बंधुभाव, सहिष्णुता या भावना विकसित होतात.
४. विद्यार्थ्यांवर सुसंस्कार होतात.
५. विद्यार्थ्यांच्या गुण, कौशल्य, क्षमतांची त्यांना स्वतःलाच ओळख होते. आपणही हे करू शकतो असा आत्मविश्वास वाढतो. त्यांचा स्वकल्पनाविकास होतो.
६. विद्यार्थ्यांचे कुतूहल, जिज्ञासा, चौकस वृत्ती, निरीक्षणक्षमता वाढते व त्यांच्या विकासासाठी पूरक, सकारात्मक वातावरण तयार होते.
७. संघबांधणी होते. नेतृत्वगुण विकसित होतात.

## २. विशेष दिनांचा तक्ता

सर्वसाधारणपणे शाळांमध्ये पुढील विशेष दिन साजरे केले जातात. सर्वच शाळांना विशेष दिनांचा हा तक्ता मार्गदर्शक ठरेल. प्रत्येक वर्षी काही दिनांची भर या यादीत पडेल. मुख्याध्यापकांनी त्याप्रमाणे ही यादी अपडेट करावी. खालील तक्ता कॉम्प्युटरवर एक्सेल शीटवर तयार करावा. म्हणजे जर एखादा दिन वाढला, तर लगेच तक्ता अद्ययावत करता येईल.

### विशेष दिनांचा तक्ता

| क्रमांक | तारीख | महत्त्व | विषयानुरूप वर्गीकरण |
|---|---|---|---|
| १ | ३ जानेवारी | सावित्रीबाई फुले जयंती/महिला मुक्ती दिन/बालिका दिन | सामाजिक |
| २ | ३ जानेवारी | गुरू गोविंद सिंग जयंती | राष्ट्रपुरुष गौरव |
| ३ | १० जानेवारी | जागतिक हास्य दिन | सामाजिक |
| ४ | १२ जानेवारी | स्वामी विवेकानंद जयंती | राष्ट्रपुरुष गौरव |
| ५ | १४ जानेवारी | भूगोल दिन | भौगोलिक |
| ६ | २३ जानेवारी | नेताजी सुभाषचंद्र जयंती | राष्ट्रपुरुष गौरव |
| ७ | २६ जानेवारी | भारतीय गणतंत्र दिन | राष्ट्रीय |
| ८ | १९ फेब्रुवारी | छत्रपती शिवाजी महाराज जयंती | राष्ट्रपुरुष गौरव |
| ९ | २१ फेब्रुवारी | जागतिक मातृभाषा दिन | भाषा |
| १० | २७ फेब्रुवारी | मराठी भाषा दिन | भाषा |
| ११ | २८ फेब्रुवारी | राष्ट्रीय विज्ञान दिन | विज्ञान |
| १२ | ८ मार्च | जागतिक महिला दिन | सामाजिक |
| १३ | १५ मार्च | जागतिक ग्राहक दिन | सामाजिक |
| १४ | २० मार्च | जागतिक वन दिन | पर्यावरण |
| १५ | २२ मार्च | जागतिक जल दिन | पर्यावरण |
| १६ | २३ मार्च | जागतिक हवामान दिन | पर्यावरण |
| १७ | ५ एप्रिल | सागरी दिन/ राष्ट्रीय दर्यावर्दी दिन | पर्यावरण |
| १८ | ७ एप्रिल | जागतिक आरोग्य दिन | आरोग्य |
| १९ | १४ एप्रिल | डॉ. बाबासाहेब आंबेडकर जयंती | राष्ट्रपुरुष गौरव |
| २० | २२ एप्रिल | वसुंधरा दिन | पर्यावरण |

| क्रमांक | तारीख | महत्त्व | विषयानुरूप वर्गीकरण |
|---|---|---|---|
| २१ | २३ एप्रिल | जागतिक पुस्तक दिन | सामाजिक |
| २२ | २४ एप्रिल | जलसंपत्ती दिन | पर्यावरण |
| २३ | १ मे | महाराष्ट्र दिन/ कामगार दिन | राजकीय/सामाजिक |
| २४ | ३ मे | सौरऊर्जा दिन | पर्यावरण |
| २५ | ८ मे | जागतिक रेडक्रॉस दिन/रविंद्रनाथ टागोर जयंती | सामाजिक/राष्ट्रपुरुष गौरव |
| २६ | १२ मे | माता दिन (मदर्स डे) | सामाजिक |
| २७ | १५ मे | कुटुंब दिन | सामाजिक |
| २८ | २८ मे | स्वातंत्र्यवीर सावरकर जयंती | राष्ट्रपुरुष गौरव |
| २९ | २ जून | शिवराज्याभिषेक दिन | राष्ट्रपुरुष गौरव |
| ३० | ५ जून | जागतिक पर्यावरण दिन | पर्यावरण |
| ३१ | १० जून | जागतिक नेत्रदान दिन | सामाजिक |
| ३२ | १४ जून | जागतिक रक्तदान दिन | सामाजिक |
| ३३ | १५ जून | जागतिक विकलांग दिन | सामाजिक |
| ३४ | जून महिन्याचा तिसरा रविवार | पितृ दिन (फादर्स डे) | सामाजिक |
| ३५ | २१ जून | जागतिक योग दिन | सामाजिक |
| ३६ | २९ जून | जागतिक सांख्यिकी दिन | सामाजिक |
| ३७ | १ जुलै | स्व. वसंतराव नाईक जयंती-कृषी दिन | सामाजिक |
| ३८ | ११ जुलै | जागतिक लोकसंख्या दिन | पर्यावरण |
| ३९ | २३ जुलै | वनसंवर्धन दिन | पर्यावरण |
| ४० | १ ऑगस्ट | लोकमान्य टिळक पुण्यतिथी | राष्ट्रपुरुष गौरव |
| ४१ | १५ ऑगस्ट | स्वातंत्र्य दिन | राष्ट्रीय |
| ४२ | १५ ऑगस्ट | जागतिक क्रीडा दिन | शैक्षणिक/सामाजिक |
| ४३ | ५ सप्टेंबर | शिक्षक दिन/डॉ. सर्वपल्ली राधाकृष्णन जयंती | शैक्षणिक/राष्ट्रपुरुष गौरव |
| ४४ | ५ सप्टेंबर | जागतिक साक्षरता दिन | सामाजिक |

| क्रमांक | तारीख | महत्त्व | विषयानुरूप वर्गीकरण |
|---|---|---|---|
| ४५ | १४ सप्टेंबर | हिंदी भाषा दिन | भाषा |
| ४६ | सप्टेंबर महिन्याचा शेवटचा रविवार | जागतिक मूकबधिर दिन | सामाजिक |
| ४७ | २५ सप्टेंबर | पंडित दिनदयाळ उपाध्याय जयंती | राष्ट्रपुरुष गौरव |
| ४८ | २७ सप्टेंबर | जागतिक पर्यटन दिन | सामाजिक |
| ४९ | १ ऑक्टोबर | ज्येष्ठ नागरिक दिन | सामाजिक |
| ५० | २ ऑक्टोबर | महात्मा गांधी जयंती/ लालबहादूर शास्त्री जयंती | राष्ट्रपुरुष गौरव |
| ५१ | ८ ऑक्टोबर | जागतिक वायुसेना दिन | राष्ट्रीय |
| ५२ | ९ ऑक्टोबर | जागतिक टपाल दिन | सामाजिक |
| ५३ | ११ ऑक्टोबर | कन्या दिन | सामाजिक |
| ५४ | १५ ऑक्टोबर | जागतिक अंध दिन | सामाजिक |
| ५५ | १५ ऑक्टोबर | जागतिक हात धुवा दिन | सामाजिक |
| ५६ | १५ ऑक्टोबर | मा. ए. पी. जे. अब्दुल कलाम वाचन प्रेरणा दिन | शैक्षणिक |
| ५७ | २० ऑक्टोबर | राष्ट्रीय एकात्मता दिन | सामाजिक |
| ५८ | ३० ऑक्टोबर | जागतिक बचत दिन | सामाजिक |
| ५९ | ५ नोव्हेंबर | रंगभूमी दिन | सामाजिक |
| ६० | ७ नोव्हेंबर | बालसुरक्षा दिन | सामाजिक |
| ६१ | १२ नोव्हेंबर | राष्ट्रीय पक्षी दिन | पर्यावरण |
| ६२ | १४ नोव्हेंबर | धन्वंतरी जयंती | वैद्यकीय |
| ६३ | १४ नोव्हेंबर | पंडित जवाहरलाल नेहरू जयंती / बाल दिन | राष्ट्रपुरुष गौरव |
| ६४ | १६ नोव्हेंबर | पत्रकार दिन | सामाजिक |
| ६५ | १९ नोव्हेंबर | जागतिक स्वच्छता दिन | सामाजिक |
| ६६ | १९ नोव्हेंबर | राष्ट्रीय शिक्षण दिन | शैक्षणिक |
| ६७ | १ डिसेंबर | एन.सी.सी. दिन/ एड्स निर्मूलन दिन | शैक्षणिक/सामाजिक |
| ६८ | २ डिसेंबर | संगणक साक्षरता दिन | शैक्षणिक |

| क्रमांक | तारीख | महत्त्व | विषयानुरूप वर्गीकरण |
|---|---|---|---|
| ६९ | ३ डिसेंबर | जागतिक विकलांग दिन | सामाजिक |
| ७० | ४ डिसेंबर | भारतीय नौदल दिन | राष्ट्रीय |
| ७१ | ६ डिसेंबर | भारतरत्न डॉ. बाबासाहेब आंबेडकर पुण्यतिथी | राष्ट्रपुरुष गौरव |
| ७२ | ७ डिसेंबर | ध्वज दिन | राष्ट्रीय |
| ७३ | १० डिसेंबर | मानवी हक्क दिन | सामाजिक |
| ७४ | २२ डिसेंबर | राष्ट्रीय गणित दिन | शैक्षणिक |
| ७५ | २३ डिसेंबर | किसान दिन | सामाजिक |
| ७६ | २४ डिसेंबर | राष्ट्रीय ग्राहक दिन | सामाजिक |
| ७७ | | मातृसंस्थेचा / शाळेचा वर्धापन दिन | शैक्षणिक |

## ३. विशेष दिन साजरे करण्याची पद्धत

### ३.१ शाळेचे विशेष दिन साजरे करण्याच्या धोरणाला शालासमितीची मान्यता घेणे

प्रत्येक शाळेचे व्यवस्थापन निरनिराळ्या विचारप्रणाली व वैचारिक सिद्धान्तांनुसार चालते. त्यामुळे मुख्याध्यापकांनी शाळेत तक्त्यात दिलेल्या दिनांव्यतिरिक्त इतर कोणते दिन साजरे करायचे याचा विचार शालासमितीमध्ये करावा. व शालासमितीकडून विशेष दिनांच्या तक्त्याला मंजूरी घ्यावी. मंजूरी घेतल्यामुळे विशेष दिन साजरे करण्यात स्पष्टता येईल व कोणताही विरोध अथवा अंतर्विरोधाचा सामना मुख्याध्यापकांना करावा लागणार नाही.

### ३.२ विशेष दिन समिती स्थापन करणे

विशेष दिन साजरा करण्याचे काम वर्षभर चालणार आहे. प्रत्येक विशेष दिन साजरा करत असताना कोणती काळजी घ्यायची, कोणती खबरदारी घ्यायची, कोणत्या गोष्टी निश्चितपणे करायच्या किंवा कोणत्या गोष्टी करायच्या नाहीत याबद्दल शाळेचे धोरण ठरवावे लागते. यामध्ये पूर्वप्राथमिक, प्राथमिक आणि माध्यमिक यांपैकी कोणताही विभाग अपवाद नाही. सर्व विभागांना हे धोरण समान लागू आहे.

प्रत्येक विशेष दिनाचे नियोजन तपशीलवार व अचूक होण्यासाठी मुख्याध्यापकांनी विशेष दिन समिती स्थापन करावी. सहल समितीमध्ये नियुक्त केलेल्या शिक्षकांना शक्यतो विशेष दिन समितीमध्ये घेऊ नये. कारण शिक्षकांना कामाचा भार वाटेल. पण एखाद्या शाळेत जर शिक्षकांची संख्या अपुरी असेल, तर सहल समितीवरील शिक्षक विशेष दिन समितीमध्ये घ्यावे लागतील.

विशेष दिन समितीची रचना खालीलप्रमाणे करावी.

**मुख्याध्यापक – विशेष दिन समितीचे अध्यक्ष**

**समितीचे सदस्य**

१. पूर्वप्राथमिक वर्गाचे दोन शिक्षक प्रतिनिधी, (शाळेत पूर्वप्राथमिक वर्ग असल्यास),
२. प्राथमिक वर्गाचे दोन शिक्षक प्रतिनिधी, (शाळेत प्राथमिक वर्ग असल्यास),
३. माध्यमिक वर्गाचे दोन शिक्षक प्रतिनिधी, (शाळेत माध्यमिक वर्ग असल्यास),
४. शिक्षकेतर कर्मचाऱ्यांपैकी एक लिपिक/ग्रंथपाल व एक शिपाई.

संपूर्ण शाळेच्या विशेष दिन समारंभाच्या नियोजनाची जबाबदारी विशेष दिन समितीकडे असेल.

**४. विशेष दिन समितीची कामे व जबाबदाऱ्या**

विशेष दिन साजरा करण्याची पद्धत ठरवणे हे एक प्रशासकीय काम आहे. एकदा पद्धत ठरवली म्हणजे परत त्यामध्ये बदल करणे जरुरीचे नाही. वर्गशिक्षक व विद्यार्थी त्यांच्या कल्पनाक्षमतेप्रमाणे पद्धतीची अंमलबजावणी करण्यात वैविध्य आणू शकतील.

१. साजरा करायच्या प्रत्येक विशेष दिनाची माहिती, औचित्य व हा दिन साजरा करण्याची उद्दिष्टे लिहून काढणे. मुख्याध्यापकांकडून ते संमत करून घेणे. प्रती काढून विशेष दिनाच्या आधी १० दिवस वर्गशिक्षकांना देणे. म्हणजे वर्गशिक्षकांना मुद्देसूदरित्या विशेष दिनाचे महत्त्व समजेल व विद्यार्थ्यांना समजावून सांगता येईल.
२. प्रत्येक विशेष दिन साजरा करण्याची पद्धत लिहून काढणे. यामध्ये दिन साजरा करत असताना कोणत्या गोष्टींवर भर द्यावा, कोणत्या गोष्टी वर्गशिक्षकांनी कराव्यात व कोणत्या गोष्टी करू नयेत म्हणून विशेष काळजी घ्यावी याची मार्गदर्शक सूत्रे तयार करावीत. मुख्याध्यापकांकडून मंजूर करून घ्यावीत. ही मार्गदर्शक सूत्रे स्पायरल बाईंडिंग करून सर्व वर्गशिक्षकांना द्यावीत.
३. प्रत्येक विशेष दिन साजरा करण्यासाठी प्रत्येक वर्गाला किती खर्च येणार त्याचे वर्गनिहाय व नंतर एकत्रित अंदाजपत्रक तयार करावे. अंदाजपत्रक मुख्याध्यापकांच्यामार्फत शालासमितीसमोर मांडावे आणि मंजूर करून घ्यावे. अंदाजपत्रकाचा नमुना क्रमांक १ म्हणून खाली दिलेला आहे. (पान नं. २०२)
४. विशेष दिन समारंभासाठी जर निमंत्रणपत्रे तयार करायची असली, तर समारंभनिहाय निमंत्रणपत्रांचे नमुने तयार करावेत. मुख्याध्यापकांकडून मंजूर करून घ्यावेत. आवश्यक असेल तर शालासमितीकडूनही मंजूर करून घ्यावेत. म्हणजे कोणत्याही विशेष महत्त्वाच्या व्यक्तीचे नाव घालण्याचे रहात नाही. तसेच मजकूरही अचूक तयार होतो. शाळेतर्फे निमंत्रणे जाणार असल्यामुळे शाळेचे प्रोटोकॉल्स फारच महत्त्वाचे असतात.
५. कोणत्या विशेष दिनासाठी कोणाला निमंत्रित करायचे याची निमंत्रण यादी तयार करावी. म्हणजे ऐन वेळी गडबड होत नाही. महत्त्वाच्या व्यक्तींना निमंत्रण देण्याचे राहत नाही. प्रत्येक दिनासाठी कोणाला सहभागी करून घ्यायचे आहे, त्याची निमंत्रितांची नावे व पत्त्यांसह यादी तयार करावी. यादीमध्ये निमंत्रितांचा फोन क्रमांक, मोबाईल क्रमांक, ई-मेल हे तपशील मिळवावेत. त्यामुळे निमंत्रणे करणे सोपे होते. त्याचप्रमाणे यादी तयार झाली म्हणजे समारंभासाठी आवश्यक कामांची व्याप्ती किती मोठी आहे त्याचा अंदाज येतो.
६. विशेष दिन साजरा करण्यासाठी प्रत्येक दिनासाठी कोणत्या वस्तू कोणत्या वेळी लागणार आहेत त्याची यादी तयार करावी. त्यामध्ये प्रत्येक वर्गासाठी काय आणि शाळेसाठी काय हे ठरवावे व यादी करावी. म्हणजे काय खरेदी करायचे ते ठरेल.

७. खरेदी केलेल्या प्रत्येक वस्तूची बिले एका स्वतंत्र फाईलला लावून ठेवावीत. तसेच बस, रिक्षा, टॅक्सीवर खर्च झाला असेल तर त्याची खर्चपावती/व्हाऊचर्स ताबडतोब तयार करून द्यावीत.

८. निमंत्रणपत्रिकांच्या वाटपाचे नियोजन करावे. समारंभाला उपस्थित राहायचे असल्यास निमंत्रितांनाही त्यांच्या वेळेचे व कामाचे नियोजन करावे लागते. म्हणून समारंभाच्याआधी एक आठवडा निमंत्रणे पोहोचणे जरुरीचे आहे. त्याप्रमाणे निमंत्रणे वाटपाचे नियोजन व्हावे.

९. विशेष दिनाच्या समारंभासाठी कार्यक्रम पत्रिका तयार करावी म्हणजे जरी वर्गावर्गात कार्यक्रम करायचा असेल, तरी त्यामध्ये शिस्त, सुसूत्रता आणि समन्वय राहतो.

१०. निमंत्रित जर शाळाभेट करणार असतील, तर त्यांना कोण शाळा दाखवणार व शाळेतील कोणत्या गोष्टी दाखवायच्या हे मुख्याध्यापकांबरोबर चर्चा करून निश्चित करावे. तसेच निमंत्रितांना शाळेचे माहितीपत्रक द्यायचे असेल तर वेगळे माहितीपत्रक तयार करावे.

११. विशेष दिनाच्या समारंभासाठी येणाऱ्या निमंत्रितांचे वेगळे स्वतंत्र **'व्हिजिटर्स बुक'** ठेवावे. म्हणजे विशेष दिनाबद्दल निमंत्रितांनी काय मते व्यक्त केली हे एकाच ठिकाणी मिळेल. व्हिजिटर्स बुक हे शाळेच्या डॉक्युमेंट्सपैकी महत्त्वाचे डॉक्युमेंट आहे. व्हिजिटर्स बुकची जबाबदारी समितीमधील एका ठराविक शिक्षकांकडे द्यावी म्हणजे जबाबदारी निश्चित करता येते.

१२. निमंत्रित, शिक्षक व शिक्षकेतर कर्मचारी, विद्यार्थी यांना कोणाला विशेष दिनानिमित्त चहा, नाष्टा, भोजन द्यायचे याचा तपशील ठरवावा. त्यासाठी किती खर्च करायचा याचीही चर्चा करून अंदाजपत्रकात तरतूद करावी. याला विशेष दिनाचे **'आदरातिथ्याचे धोरण'** (Hospitality Policy) असे म्हणले जाते. तसेच आदरातिथ्याचे नियोजन व अंमलबजावणी करण्याची जबाबदारी विशेष दिन समितीने घ्यावी.

१३. निमंत्रितांपैकी समारंभाला कोण उपस्थित राहिले हे समजण्यासाठी निमंत्रितांचे 'उपस्थिती रजिस्टर' ठेवावे.

१४. निमंत्रितांची बैठकव्यवस्था ठरवावी.

१५. विशेष दिन समारंभाचे फोटो काढावेत. फोटो हेही एक महत्त्वाचे डॉक्युमेंट आहे. कार्यक्रम झाल्यावर शाळेच्या डिस्प्ले बोर्डावर फोटो विद्यार्थी व पालकांना बघण्यासाठी लावून ठेवावेत. नंतर फोटो अल्बम तयार करावेत. शाळेच्या फोटोग्राफरला निमंत्रण द्यावे. त्याची जबाबदारी समितीकडे द्यावी.

१६. शाळेसमोर किंवा समारंभाच्या स्थळी रांगोळी घालणे, निरनिराळी चित्रे/फोटोफ्रेम्स लावणे, बॅनर्स लावणे या सर्व बाबींचा तपशील तयार करणे व त्याची अंमलबजावणी करणे,

१७. विशेष दिनामध्ये काही व्यक्ती विशेषांचे दिन असतात. त्यांच्या फोटोफ्रेम्स एकसारख्या आकाराच्या तयार करून आणाव्यात. फोटोफ्रेम ठेवण्यासाठी लाकडी किंवा स्टिलचा स्टँण्ड तयार करून घ्यावा. फोटोला हार घालण्याची सोय करून घ्यावी. सर्व फोटोफ्रेम्स आणि स्टँण्ड शाळेच्या ग्रंथालयात ठेवावे. विशेष दिनाच्या समारंभाला फोटो आणि स्टँण्ड समारंभस्थळी आणणे व समारंभ झाल्यावर परत ग्रंथालयात नेऊन जागच्याजागी ठेवणे ही ग्रंथपालांची जबाबदारी असेल.

१८. कोणत्याही कार्यक्रमासाठी बॅनर लावायचा असेल तर बॅनरवरचा मजकूर काळजीपूर्वक तयार करावा. त्याचे स्क्रिप्ट मुख्याध्यापकांकडून मंजूर करून घ्यावे.

१३. समारंभ झाल्यावर सर्व समारंभाचा अहवाल तयार करावा. त्यामध्ये कोणत्या त्रुटी राहिल्या तसेच कोणत्या गोष्टी खूप चांगल्या झाल्या, कोणी विशेष परिश्रम केले, कोणाच्या कामात त्रुटी राहिल्या वगैरे

मुद्द्यांचा समावेश असावा. याला **'ॲक्टिव्हिटी ऑडिट'** असे म्हणले जाते. त्याप्रमाणे पुढील कार्यक्रमात सुधारणा करता येते.

१४. ज्यांनी चांगले काम केले त्यांची प्रशंसा करावी त्यामुळे चांगले काम करणाऱ्या कर्मचाऱ्यांना हुरूप येतो. त्यामुळे संघबांधणी चांगली होते.

१५. समारंभाची बातमी वर्तमानपत्रात द्यावी.

**विशेष दिनांचे अंदाजपत्रक**

| क्रमांक | तपशील | अंदाजे रक्कम (रु.) |
|---|---|---|
| १ | फुले, तोरणे, पुष्पगुच्छ | |
| २ | रांगोळी | |
| ३ | सजावटीचे सामान | |
| ४ | निमंत्रणपत्रिका व इतर छपाई | |
| ५ | फोटोग्राफर | |
| ६ | वक्ता मानधन | |
| ७ | वक्ता प्रवासखर्च | |
| ८ | विद्यार्थी व शिक्षकांना नाष्टा | |
| ९ | पाहुण्यांना चहा, नाष्टा | |
| १० | पेपर प्लेट्स, टिश्यू पेपर्स, ग्लासेस इत्यादी | |
| ११ | बॅनर | |
| १२ | शिक्षकांचा प्रवासखर्च (वस्तू खरेदी करण्यासाठी) | |
| | **एकूण खर्च** | |

# २८ सण, समारंभ – उत्सव

भारतीय समाज उत्सवप्रिय आहे. कधी टाळ-मृदुंगांचा गजर तर कधी ढोल, ताशे आणि लेजीम, कधी गगनभेदी तुतारी तर कधी फटाक्यांची आतषबाजी. रंगीबेरंगी रांगोळ्या, आकाशदिवे, दिव्यांची रोषणाई, पाना-फुलांची तोरणे, रंगीबेरंगी कपडे, सुगंधी, उत्साही, चैतन्यमय वातावरण हे सर्व भारतीय समाजाचे उत्सवी रूप आहे. सण कुठलाही असो त्यामध्ये सर्वप्रांतीय, सर्वधर्मीय, सर्वभाषिक, सर्व जातीजमातीचे लहान-थोर, स्त्री-पुरुष तितक्याच उत्साहाने आणि जिव्हाळ्याने सहभागी होतात. त्यामुळे सध्याचा प्रचलित झालेला शब्द वापरायचा झाला तर भारतातील प्रत्येक सण आणि समारंभ 'सर्वसमावेशक' (Inclusive) आहे.

## १. सण, समारंभ, उत्सव साजरे करण्याचा उद्देश

शाळेमध्ये कोणतीही गोष्ट करायची असेल तर प्रथम त्या कामाचे उद्देश लिहून काढावेत. म्हणजे ते काम करण्यासाठी संदर्भ प्राप्त होतो. 'विद्यार्थी' शाळेच्या केंद्रस्थानी आहे. विद्यार्थ्यांना सण, समारंभ साजरे केल्यामुळे होणारे फायदे म्हणजेच सण, समारंभ, उत्सव साजरे करण्याचा उद्देश आहेत. हे उद्देश खालीलप्रमाणे:

१. सण, समारंभांकडे बघण्याचा शास्त्रीय दृष्टिकोन तयार करणे,
२. सामाजिक एकत्रीकरण, अभिसरणाच्या प्रक्रियेला गती देणे,
३. सामाजिक मानसिकता संवर्धित करणे,
४. भारतीय संस्कृतीचे संस्कार करणे,
५. राष्ट्रीयत्व जोपासणे.

## २. 'सण, समारंभ, उत्सव समिती' स्थापन करा

प्रत्येक सण, समारंभ, उत्सव साजरा करण्याचे नियोजन तपशीलवार व अचूक होण्यासाठी मुख्याध्यापकांनी सण, समारंभ, उत्सव समिती स्थापन करावी. या समितीची रचना खालीलप्रमाणे करावी.

**मुख्याध्यापक – सण, समारंभ, उत्सव समितीचे अध्यक्ष**

**समितीचे सदस्य**

१. पूर्वप्राथमिक वर्गाचा एक शिक्षक प्रतिनिधी, (शाळेत पूर्वप्राथमिक वर्ग असल्यास),
२. प्राथमिक वर्गाचा एक शिक्षक प्रतिनिधी, (शाळेत प्राथमिक वर्ग असल्यास),
३. माध्यमिक वर्गाचे दोन शिक्षक प्रतिनिधी, (शाळेत माध्यमिक वर्ग असल्यास),

४. शिक्षकेतर कर्मचाऱ्यांपैकी एक लिपिक व एक शिपाई.

संपूर्ण शाळेच्या सण, समारंभ, उत्सवाच्या नियोजनाची जबाबदारी सण, समारंभ, उत्सव समितीकडे असेल.

### ३. सण, समारंभ, उत्सवांचे नियोजन

१. कोणते सण, समारंभ, उत्सव शाळेत साजरे करायचे त्याची यादी तयार करा. सर्वसाधारणपणे पुढील सण, समारंभ, उत्सव शाळेत साजरे केले जातात. याव्यतिरिक्त मातृसंस्थेच्या व शाळेच्या धोरणाप्रमाणे सण, समारंभ, उत्सवांच्या यादीत बदल करावा. उन्हाळ्याच्या सुट्टीनंतर जून महिन्यात शाळा सुरू होतात हे गृहीत धरून जून महिन्यापासून येणाऱ्या सण, समारंभांची यादी खालील तक्त्यात दिलेली आहे.

**सणसमारंभांची यादी**

| क्रमांक | सणसमारंभ | प्रकार |
|---|---|---|
| १ | आषाढी एकादशी निमित्ताने दिंडी सोहळा | सामूहिक |
| २ | नागपंचमी | सामूहिक |
| ३ | दहीहंडी | सामूहिक |
| ४ | रक्षाबंधन | **वर्गात** |
| ५ | गुरुपौर्णिमा | **वर्गात** |
| ६ | गणेश चतुर्थी | सामूहिक |
| ७ | नवरात्र, दुर्गापूजन, भोंडला | सामूहिक |
| ८ | दसरा | **वर्गात** |
| ९ | दिपावली | सामूहिक |
| १० | गुरू नानक जयंती | **वर्गात** |
| ११ | नाताळ | सामूहिक |
| १२ | ईद | सामूहिक |
| १३ | मकरसंक्रान्ती | सामूहिक |
| १४ | होलिकोत्सव | सामूहिक |
| १५ | गुढीपाडवा | **वर्गात** |

### ४. प्रत्येक सणाची माहिती लिहून काढणे

विद्यार्थ्यांवर संस्कार व्हावेत त्यांना सण-समारंभांची शास्त्रीय दृष्टिकोनातून माहिती व्हावी यासाठी प्रत्येक सणाची माहिती 'सण, समारंभ, उत्सव' समितीच्या सदस्य शिक्षकांनी लिहून काढावी. पुस्तके, इंटरनेट, वर्तमानपत्रांच्या माध्यमातून माहिती संकलित करता येईल. मुख्याध्यापकांनी संकलित केलेली ही माहिती तपासावी. त्यामध्ये कोणत्याही स्वरूपाचा संदर्भहीन, भडक, औचित्याला सोडून मजकूर नाही याची खात्री करावी. भाषाशैली, सादरीकरणही तपासावे आणि मजकूर मंजूर करावा.

## ५. मध्यवर्ती फळ्यावर मजकूर लिहिणे

प्रत्येक सणाच्या आधी आठ दिवस त्या सणासाठी तयार केलेला मजकूर कलाशिक्षकांच्या मदतीने शाळेच्या मध्यवर्ती फळ्यावर लिहावा. सणाला सुसंगत व सणाची अधिक माहिती आकर्षक पद्धतीने मांडण्यासाठी आवश्यक चित्रे, फुला-पानांची सजावट काढावी. रंगीत खडूंचा वापर केला जातोच. त्यामुळे विद्यार्थ्यांना सणाची माहिती मिळेल.

## ६. सण, समारंभ, उत्सव समितीची कामे व जबाबदाऱ्या

सण, समारंभ, उत्सव साजरा करण्याची पद्धत ठरवणे हे एक प्रशासकीय काम आहे. एकदा पद्धत ठरवली म्हणजे परत त्यामध्ये बदल करणे जरुरीचे नाही. वर्गशिक्षक व विद्यार्थी त्यांच्या कल्पनाक्षमतेप्रमाणे पद्धतीची अंमलबजावणी करण्यात वैविध्य आणू शकतील.

१. साजरा करायच्या प्रत्येक सण, समारंभ, उत्सवाची माहिती, औचित्य व हा सण साजरा करण्याची उद्दिष्टे लिहून काढणे. मुख्याध्यापकांकडून ते संमत करून घेणे. प्रती काढून विशेष दिनाच्या १० दिवस आधी वर्गशिक्षकांना देणे. म्हणजे वर्गशिक्षकांना मुद्देसूदरित्या विशेष दिनाचे महत्त्व समजेल व विद्यार्थ्यांना समजावून सांगता येईल. शाळेत सण साजरे करत असताना सणांचे दोन भाग करावेत. काही सण शाळेच्या मैदानात अथवा सभागृहात एकत्रित किंवा सामूहिकरित्या साजरे करता येतात तर काही सण वर्गावर्गातून साजरे करता येतील. सणसमारंभाच्या तक्त्यात कोणता सण कशा पद्धतीने साजरा करता येईल हे लिहिलेले आहे. अर्थात प्रत्येक शाळा यासंबंधीचे धोरण ठरवू शकते.

२. प्रत्येक सण, समारंभ, उत्सव साजरा करण्याची पद्धत लिहून काढणे. यामध्ये सण साजरा करत असताना कोणत्या गोष्टींवर भर द्यावा, कोणत्या गोष्टी वर्गशिक्षकांनी कराव्यात व कोणत्या गोष्टी घडू नयेत म्हणून विशेष काळजी घ्यावी याची मार्गदर्शक सूत्रे तयार करावीत. मुख्याध्यापकांकडून मंजूर करून घ्यावीत. ही मार्गदर्शक सूत्रे स्पायरल बाईंडिंग करून सर्व वर्गशिक्षकांना द्यावीत.

३. प्रत्येक सण, समारंभ, उत्सव साजरा करण्यासाठी प्रत्येक वर्गाला किती खर्च येणार त्याचे वर्गनिहाय व नंतर एकत्रित अंदाजपत्रक तयार करावे. अंदाजपत्रक मुख्याध्यापकांच्यामार्फत शालासमितीसमोर मांडावे आणि मंजूर करून घ्यावे. अंदाजपत्रकाचा नमुना क्रमांक १ म्हणून खाली दिलेला आहे. (पान नं. २०७)

४. सण-समारंभानिमित्त जर विद्यार्थ्यांनी काही विशेष पोशाख करणे अपेक्षित असेल, तर त्याची सूचना विद्यार्थ्यांना पंधरा दिवस आधी द्यावी. तसेच विद्यार्थ्यांनी त्या दिवशी कोणत्या वस्तू शाळेत आणाव्यात अथवा आणू नयेत याचीही सूचना विद्यार्थ्यांना द्यावी.

५. सण, समारंभ, उत्सवासाठी जर निमंत्रणपत्रे तयार करायची असली, तर सण-उत्सवाप्रमाणे निमंत्रणपत्रांचे नमुने तयार करावेत. मुख्याध्यापकांकडून मंजूर करून घ्यावेत. आवश्यक असेल तर शालासमितीकडूनही मंजूर करून घ्यावेत. म्हणजे कोणत्याही विशेष महत्त्वाच्या व्यक्तीचे नाव घालण्याचे राहत नाही. तसेच मजकूरही अचूक तयार होतो. शाळेतर्फे निमंत्रणे जाणार असल्यामुळे शाळेचे प्रोटोकॉल्स फारच महत्त्वाचे असतात.

६. कोणत्या सण, समारंभ, उत्सवासाठी कोणाला निमंत्रित करायचे याची निमंत्रण यादी तयार करावी. म्हणजे ऐन वेळी गडबड होत नाही. महत्त्वाच्या व्यक्तींना निमंत्रण देण्याचे राहत नाही. प्रत्येक सणासाठी कोणाला सहभागी करून घ्यायचे आहे त्याची निमंत्रितांची नावे व पत्त्यांसह यादी तयार करावी. यादीमध्ये निमंत्रितांचा फोन क्रमांक, मोबाईल क्रमांक, ई-मेल हे तपशील मिळवावेत. त्यामुळे निमंत्रणे

करणे सोपे होते. त्याचप्रमाणे यादी तयार झाली म्हणजे समारंभासाठी आवश्यक कामांची व्याप्ती किती मोठी आहे त्याचा अंदाज येतो.

७. सण, समारंभ, उत्सव साजरा करत असताना प्रत्येक सणासाठी कोणत्या वस्तू कोणत्या वेळी लागणार आहेत त्याची यादी तयार करावी. त्यामध्ये प्रत्येक वर्गासाठी काय आणि शाळेसाठी काय हे ठरवावे व यादी करावी. म्हणजे काय खरेदी करायचे ते ठरेल.

८. खरेदी केलेल्या प्रत्येक वस्तूची बिले एका स्वतंत्र फाईलला लावून ठेवावीत. तसेच बस, रिक्षा, टॅक्सीवर खर्च झाला असेल तर त्याची व्हाऊचर्स ताबडतोब तयार करून द्यावीत.

९. निमंत्रणपत्रिकांच्या वाटपाचे नियोजन करावे. समारंभाला उपस्थित राहायचे असल्यास निमंत्रितांनाही त्यांच्या वेळेचे व कामाचे नियोजन करावे लागते. म्हणून समारंभाच्याआधी एक आठवडा निमंत्रणे पोहोचणे जरुरीचे आहे. त्याप्रमाणे निमंत्रणे वाटपाचे नियोजन व्हावे.

१०. सण, समारंभ, उत्सवासाठी कार्यक्रम पत्रिका तयार करावी म्हणजे जरी वर्गावर्गात कार्यक्रम करायचा असेल, तरी त्यामध्ये शिस्त, सुसूत्रता आणि समन्वय रहातो.

११. निमंत्रित जर शाळाभेट करणार असतील, तर त्यांना कोण शाळा दाखवणार व शाळेतील कोणत्या गोष्टी दाखवायच्या हे मुख्याध्यापकांबरोबर चर्चा करून निश्चित करावे. तसेच निमंत्रितांना शाळेचे माहितीपत्रक द्यायचे असेल तर वेगळे माहितीपत्रक तयार करावे.

१२. सण समारंभ उत्सवाच्या निमित्ताने येणाऱ्या निमंत्रितांचे वेगळे स्वतंत्र **'व्हिजिटर्स बुक'** ठेवावे. म्हणजे विशेष दिनाबद्दल निमंत्रितांनी काय मते व्यक्त केली हे एकाच ठिकाणी मिळेल. व्हिजिटर्स बुक हे शाळेच्या डॉक्युमेंट्सपैकी महत्त्वाचे डॉक्युमेंट आहे. व्हिजिटर्स बुकची जबाबदारी समितीमधील एका ठराविक शिक्षकांकडे द्यावी म्हणजे जबाबदारी निश्चित करता येते.

१३. निमंत्रित, शिक्षक व शिक्षकेतर कर्मचारी, विद्यार्थी यांना कोणाला सण-समारंभ-उत्सवानिमित्त चहा, नाष्टा, भोजन द्यायचे याचा तपशील ठरवावा. त्यासाठी किती खर्च करायचा याचीही चर्चा करून अंदाजपत्रकात तरतूद करावी. याला सण, समारंभ, उत्सवाचे **'आदरातिथ्याचे धोरण'** (Hospitality Policy) असे म्हटले जाते. तसेच आदरातिथ्याचे नियोजन व अंमलबजावणी करण्याची जबाबदारी विशेष दिन समितीने घ्यावी.

१४. निमंत्रितांपैकी सण समारंभ उत्सवाला कोण उपस्थित राहिले हे समजण्यासाठी निमंत्रितांचे 'उपस्थिती रजिस्टर' ठेवावे.

१५. निमंत्रितांची बैठकव्यवस्था ठरवावी.

१६. सण, समारंभ, उत्सव समारंभाचे फोटो काढावेत. फोटो हेही एक महत्त्वाचे डॉक्युमेंट आहे. कार्यक्रम झाल्यावर शाळेच्या डिस्प्ले बोर्डावर फोटो विद्यार्थी व पालकांना बघण्यासाठी लावून ठेवावेत. नंतर फोटो अल्बम तयार करावेत. शाळेच्या फोटोग्राफरला निमंत्रण द्यावे. त्याची जबाबदारी समितीकडे द्यावी.

१७. शाळेसमोर किंवा उत्सवाच्या ठिकाणी किंवा समारंभाच्या स्थळी रांगोळी घालणे, निरनिराळी चित्रे/फोटोफ्रेम्स लावणे, बॅनर्स लावणे या सर्व बाबींचा तपशील तयार करणे व त्याची अंमलबजावणी करणे,

१८. सण, समारंभ, उत्सव दिनामध्ये काही फोटोफ्रेम्स लावायच्या असतील तर शाळेतर्फे फोटोफ्रेम्स आणून ठेवाव्यात. फोटोफ्रेम ठेवण्यासाठी लाकडी किंवा स्टिलचा स्टँड तयार करून घ्यावा. फोटोला हार घालण्याची सोय करून घ्यावी. सर्व फोटोफ्रेम्स आणि स्टँड शाळेच्या ग्रंथालयात ठेवावे. सण, समारंभ,

उत्सवाच्या समारंभाला फोटो आणि स्टँड समारंभस्थळी आणणे व समारंभ झाल्यावर परत ग्रंथालयात नेऊन जागच्याजागी ठेवणे ही ग्रंथपालांची जबाबदारी असेल.

१९. कोणत्याही सण, समारंभ, उत्सवानिमित्ताने बॅनर लावायचा असेल तर बॅनरवरचा मजकूर काळजीपूर्वक तयार करावा. त्याचे स्क्रिप्ट मुख्याध्यापकांकडून मंजूर करून घ्यावे.

२०. सण, समारंभ, उत्सव झाल्यावर सर्व समारंभाचा अहवाल तयार करावा. त्यामध्ये कोणत्या त्रुटी राहिल्या तसेच कोणत्या गोष्टी खूप चांगल्या झाल्या, कोणी विशेष परिश्रम केले, कोणाच्या कामात त्रुटी राहिल्या वगैरे मुद्द्यांचा समावेश असावा. याला 'ॲक्टिव्हिटी ऑडिट' असे म्हणले जाते. त्याप्रमाणे पुढील कार्यक्रमात सुधारणा करता येते.

२१. ज्यांनी चांगले काम केले त्यांची प्रशंसा करावी, त्यामुळे चांगले काम करणाऱ्या शिक्षक-कर्मचाऱ्यांना हुरूप येतो. त्यामुळे संघबांधणी चांगली होते.

२२. समारंभाची बातमी वर्तमानपत्रात द्यावी.

## ७. सण समारंभ उत्सवांचे अंदाजपत्रक

| क्रमांक | तपशील | अंदाजे रक्कम (रु.) |
|---|---|---|
| १ | फुले, तोरणे, पुष्पगुच्छ | |
| २ | रांगोळी | |
| ३ | सजावटीचे सामान | |
| ४ | निमंत्रणपत्रिका व इतर छपाई | |
| ५ | फोटोग्राफर | |
| ६ | वक्ता मानधन | |
| ७ | वक्ता प्रवासखर्च | |
| ८ | विद्यार्थी व शिक्षकांना नाष्टा | |
| ९ | पाहुण्यांना चहा, नाष्टा | |
| १० | पेपर प्लेट्स, टिश्यू पेपर्स, ग्लासेस इत्यादी | |
| ११ | बॅनर | |
| १२ | शिक्षकांचा प्रवासखर्च (वस्तू खरेदी करण्यासाठी) | |
| | **एकूण खर्च** | |

# २९. वार्षिक स्नेहसंमेलन

वार्षिक स्नेहसंमेलन प्रत्येक शाळेतील महत्त्वाचा समारंभ असतो. त्यामुळे मुख्याध्यापक म्हणून वार्षिक स्नेहसंमेलनाचे नियोजन व वेगळेपण कसे जपावे याबद्दल या प्रकरणात आपण माहिती करून घेऊ.

कोणत्याही नियोजनाची सुरुवात उद्दिष्ट लेखनापासून करायची असते हे आपण बघितले. वार्षिक स्नेहसंमेलनाची उद्दिष्टे खालीलप्रमाणे ठरवता येतील. यामध्ये मुख्याध्यापक अधिक उद्दिष्टेही समाविष्ट करू शकतात.

## १. वार्षिक स्नेहसंमेलनाची उद्दिष्टे

१. विद्यार्थ्यांच्या कला-गुणांना, कौशल्यांना प्रोत्साहन देणे,
२. विद्यार्थ्यांमध्ये कला-गुणांबद्दल आदर व आत्मीयता निर्माण करणे,
३. विद्यार्थ्यांना एकत्र येण्याची संधी प्राप्त करून देणे,
४. पालकांना आपल्या मुला-मुलींमधील कौशल्याची जाणीव करून देणे,
५. विद्यार्थ्यांचा आत्मसन्मान जोपासणे,
६. विद्यार्थ्यांना त्यांची ऊर्जा, चैतन्य सकारात्मक माध्यमातून व्यक्त करण्याची शिकवण देणे,
७. विद्यार्थ्यांची अभिरुची विकसित करणे, समृद्ध करणे,
८. सामाजिक प्रश्नांबद्दल जाण विकसित करणे,
९. विद्यार्थ्यांमध्ये भारतीय संस्कृतीबद्दल प्रेम जोपासणे, संपन्नता आणणे.

अलीकडील काळात अनेक शाळांमध्ये स्नेहसंमेलनावरील खर्च जरी वाढत असला, तरी कार्यक्रमाचा दर्जा खालावत चालला आहे. वार्षिक स्नेहसंमेलनामध्ये वरील उद्दिष्टांना पूरक वातावरण तयार करणे हे मुख्याध्यापकांना अनेकदा आव्हानात्मक ठरते. विद्यार्थ्यांनी कोणते कार्यक्रम सादर करावेत, कार्यक्रमांचे सादरीकरण कसे करावे, सर्व विद्यार्थ्यांना कोणत्या ना कोणत्या प्रकारे कार्यक्रमात कसे सहभागी करून घ्यावे, कार्यक्रमातील भपका आणि अवास्तव खर्च कसा टळेल आणि त्या रक्कमेचा विनियोग विद्यार्थी कल्याणासाठी कसा होईल हे बघणे हा वार्षिक स्नेहसंमेलनाच्या एकूण नियोजनाचा गाभा आहे.

## २. स्नेहसंमेलनाची 'थीम' म्हणजे 'मध्यवर्ती सूत्र-विषय'

स्नेहसंमेलनात विद्यार्थी सादरीकरणाची विविध माध्यमे वापरत असतात. नृत्य, नाट्य, गायन, वादन, नकला, योगासनांच्या माध्यमातून विविध मनोरे व आकार (फॉर्मेशन्स) इत्यादी माध्यमांचा उपयोग केला जातो.

पण हे करण्यासाठी सिनेमांमधील अभिरुचीहीन गाणी, अचकट विचकट हावभाव, औचित्यभंग करेल अशी टीकाटिप्पणी, द्व्यर्थी शब्दांमुळे केल्या जाणाऱ्या कोट्या आणि नकला अशा गोष्टींमुळे स्नेहसंमेलनाचा दर्जा खालावतो. प्रसंगी भांडणे, धक्काबुक्की, मारामाऱ्यांपर्यंत गोष्टी जातात. हे टाळणे व विद्यार्थ्यांमध्ये सकारात्मक भावना निर्माण करून त्यांना अधिक सृजनक्षम, प्रयोगशील, कृतिशील बनवणे जरुरीचे आहे. खऱ्या अर्थाने विद्यार्थ्यांचा व्यक्तिमत्त्व विकास करण्यासाठी मुख्याध्यापकांनी स्नेहसंमेलन समितीच्या माध्यमातून कोणत्याही एका महत्त्वाच्या थीमवर म्हणजेच मध्यवर्ती सूत्रविषय निवडून, त्या सूत्रावर आधारित मनोरंजन कार्यक्रमांची रचना करण्याची जबाबदारी 'सांस्कृतिक कार्यक्रम समिती'वर सोपवावी.

कोणताही राष्ट्रीय, सामाजिक महत्त्वाचा विषय थीम/ सूत्र म्हणून निवडता येईल. उदा.

१. पर्यावरण रक्षण,
२. पर्यावरण संवर्धन,
३. पारंपरिक ऊर्जा निर्मिती,
४. सर्वस्वच्छता अभियान,
५. सर्वशिक्षण अभियान,
६. सामाजिक समरसता व सर्वधर्म, सर्वजाती, सर्वभाषा समावेशकता,
७. राष्ट्रीय सुरक्षा,
८. सामाजिक सुरक्षा,
९. तंत्रशिक्षणाचे महत्त्व आणि 'स्किल इंडिया'
१०. समाजातील जाचक रूढींविरोधी जागरूकता निर्माण करणे,
११. कचरामुक्त भारत,
१२. वृद्ध नागरिकांना सन्माननीय वागणूक,
१३. बेटी बचाओ, बेटी पढाओ,
१४. नदीकिनाऱ्यांची स्वच्छता आणि सौंदर्यीकरण,
१५. विविध मैदानी व बैठे खेळ तसेच योगासने - व्यायाम याबद्दल जागरूकता,
१६. कौटुंबिक मूल्ये,
१७. सामाजिक मूल्ये,
१८. भारतीय संस्कृती,
१९. भारतातील नैसर्गिक सौंदर्यातील प्रांतनिहाय विविधता,
२०. भारतीय पोशाख, रूढी-परंपरा, उत्सव यांमधील विविधता,
२१. भारतीय पारंपरिक खाद्यपदार्थ व त्यांमधील पोषणमूल्ये,
२२. भारतीय शास्त्रज्ञ आणि शास्त्रीय संशोधन व विकासातील प्रगती,
२३. भारतीय संगीताची परंपरा,
२४. भारतीय नृत्य परंपरा, प्रकार व वैविध्य,
२५. भारतीय वाद्यांची परंपरा, वैविध्य

या पद्धतीने विचार करून आपल्या स्वत:च्या गावापासून ते विश्वापर्यंत कोणत्याही एका महत्त्वाच्या विषयाची निवड स्नेहसंमेलनाच्या कार्यक्रमाची 'थीम' किंवा 'सूत्र' म्हणून करता येईल.

### ३. वार्षिक स्नेहसंमेलन कधी घ्यावे?

शैक्षणिक वर्षाची सांगता होत असताना साधारणपणे जानेवारीच्या दुसऱ्या अथवा तिसऱ्या आठवड्यात वार्षिक स्नेहसंमेलनाचे आयोजन केले जाते. परंतु, प्रत्येक शाळेचा कालावधी वेगळा असू शकतो.

वार्षिक स्नेहसंमेलन आणि वार्षिक बक्षिस समारंभ हे दोन्ही कार्यक्रम वेगवेगळ्या दिवशी करण्याचा प्रघात अनेक शाळा पाळतात. कारण विद्यार्थ्यांची व कार्यक्रमांची संख्या बघता वेळेचे नियोजन करणे सोयीचे होते. वर्षाच्या शेवटी म्हणजे वार्षिक परीक्षा झाल्यावर स्नेहसंमेलन घेतले तर कदाचित संपूर्ण वर्षात विद्यार्थी काय काय शिकला हे समजू शकेल व त्याचे आकारिक मूल्यमापन कदाचित जास्त प्रभावी होईल.

### ४. वार्षिक स्नेहसंमेलनाची वेळ

**वार्षिक स्नेहसंमेलन शक्यतो शाळेच्या वेळेतच घेतले जावे.**

१. स्नेहसंमेलनाचा सांस्कृतिक कार्यक्रम दुपारी चार ते साडेचार वाजता सुरू करावा. संपूर्ण कार्यक्रम साधारणपणे दोन ते अडीच तासांत संपावा अशी अपेक्षा असते. म्हणजे संध्याकाळी सात वाजेपर्यंत कार्यक्रम संपावा असे गृहीत धरले जाते.

२. वार्षिक स्नेहसंमेलनाचा भाग म्हणून जर विद्यार्थ्यांना अल्पोपहार देण्याचे शाळेचे धोरण असेल, तर अल्पोपहार शाळेच्या वेळेतच दिला जावा.

### ५.१. वार्षिक स्नेहसंमेलनासाठी समित्या व शिक्षकांची नेमणूक

(कामाचे आणि जबाबदारीचे वाटप)

### १. 'वार्षिक स्नेहसंमेलन समिती' स्थापन करा

शाळेचे वार्षिक स्नेहसंमेलनाचे नियोजन तपशीलवार व अचूक होण्यासाठी मुख्याध्यापकांनी वार्षिक स्नेहसंमेलन समिती स्थापन करावी. या समितीची रचना खालीलप्रमाणे करावी.

**मुख्याध्यापक – वार्षिक स्नेहसंमेलन समितीचे अध्यक्ष**

**वार्षिक स्नेहसंमेलन समितीचे सदस्य**

१. पूर्वप्राथमिक वर्गाचा एक शिक्षक प्रतिनिधी, (शाळेत पूर्वप्राथमिक वर्ग असल्यास),

२. प्राथमिक वर्गाचा एक शिक्षक प्रतिनिधी, (शाळेत प्राथमिक वर्ग असल्यास),

३. माध्यमिक वर्गाचे दोन शिक्षक प्रतिनिधी, (शाळेत माध्यमिक वर्ग असल्यास),

४. शिक्षकेतर कर्मचाऱ्यांपैकी एक लिपिक व एक शिपाई,

५. विद्यार्थी प्रतिनिधी.

संपूर्ण शाळेच्या वार्षिक स्नेहसंमेलनाच्या नियोजनाची जबाबदारी वार्षिक स्नेहसंमेलन समितीकडे असेल. वार्षिक स्नेहसंमेलन यशस्वी होण्यासाठी सर्व शिक्षक आणि शिक्षकेतर कर्मचाऱ्यांना संमेलनाच्या कार्यक्रमाची आखणी, नियोजन, अंदाजपत्रक तयार करणे, कार्यक्रमाची अंमलबजावणी करणे या गोष्टींमध्ये सहभागी करून घ्यावे. वार्षिक स्नेहसंमेलनासाठी कामांच्या आणि जबाबदाऱ्यांच्या स्वरूपाप्रमाणे पुढील उपसमित्या नियुक्त कराव्यात.

१. समन्वय समिती,

२. सांस्कृतिक कार्यक्रम समिती,
३. अल्पोपहार समिती,
४. सजावट आणि प्रदर्शन समिती,
५. स्टेज समिती,
६. सुरक्षा व आपत्ती व्यवस्थापन समिती

या समित्यांची कामे आणि जबाबदाऱ्या पुढीलप्रमाणे आहेत.

**५.१.१. समन्वय समिती**

**समन्वय समितीची कामे आणि जबाबदाऱ्या**

१. वार्षिक स्नेहसंमेलनाचे नियोजन आणि आखणी करणे,
२. नियोजनाप्रमाणे विविध समित्या तयार करून त्यावर त्या समितीचा प्रमुख शिक्षक, समितीचे शिक्षक सदस्य आणि शिक्षकेतर कर्मचाऱ्यांची नियुक्ती करणे,
३. प्रत्येक समितीने करायच्या कामांचे आणि जबाबदाऱ्यांचे तपशील ठरवणे,
४. अंदाजपत्रक तयार करणे,
५. विविध समित्यांनी करायच्या कामांमध्ये आणि जबाबदाऱ्यांमध्ये समन्वय व सुसूत्रता राखणे,
६. कामांची पुनरावृत्ती टाळणे,
७. प्रत्येक समितीचे काम उत्कृष्ट होण्यासाठी मार्गदर्शन करणे,
८. सजावट समितीने तयार केलेला शाळा सजावटीचा आराखडा तपासणे व मंजूर करणे,
९. सांस्कृतिक कार्यक्रमांची रंगीत तालीम बघणे आणि कार्यक्रम पत्रिकेस मान्यता देणे,
१०. अल्पोपहार समितीने तयार केलेला मेन्यू आणि तपशील तपासणे व त्याला मान्यता देणे,
११. समित्यांना येणाऱ्या अडचणींचे निराकरण करणे,
१२. सर्व समित्यांकडून त्यांच्या समितीच्या कामाचा अहवाल घेणे,
१३. स्नेहसंमेलनाचा कार्यक्रम संपल्यावर एकत्रित अहवाल तयार करणे,
१४. फोटोंचे अल्बम्स तयार करणे,
१५. निवडक फोटो शाळेच्या नोटिस बोर्डावर प्रदर्शित करणे, लावणे,
१६. वृत्तपत्रात व इतर माध्यमांमध्ये प्रसिद्धी करणे,
१७. सर्व समित्यांकडून खर्च केलेल्या रकमांची बिले घेणे, हिशेब पत्रक तयार करणे व लेखा विभागाला हिशेब सादर करणे,
१८. सर्व समित्यांनी भाडेतत्त्वावर काही वस्तू आणल्या असतील तर त्या परत केल्या का याची खात्री करून घेणे,
१९. सर्व समित्यांची एकत्रित सभा घेणे आणि स्नेहसंमेलनाचे 'ॲक्टिव्हिटी ऑडिट' करणे. ज्या चांगल्या गोष्टी झाल्या, ज्या शिक्षकांनी व कर्मचाऱ्यांनी उल्लेखनीय काम केले त्यांची प्रशंसा करणे. काही त्रुटी राहिल्या असतील तर त्यावर चर्चा करून पुढील वेळी या गोष्टी होणार नाहीत याबद्दल मार्गदर्शन करणे.

**५.१.२. सांस्कृतिक कार्यक्रम समितीची कामे आणि जबाबदाऱ्या**

१. सांस्कृतिक कार्यक्रमांमध्ये विद्यार्थ्यांनी सहभागी व्हावे यासाठी नोटिस तयार करणे आणि सर्व वर्गांमधून नोटिस फिरविणे,

२. सांस्कृतिक कार्यक्रमांची रूपरेषा ठरविणे व त्याप्रमाणे कार्यक्रमाचे अंदाजपत्रक तयार करणे,

३. वर्गशिक्षकांच्या मदतीने सांस्कृतिक कार्यक्रम विद्यार्थ्यांकडून बसवून घेणे,

४. विद्यार्थ्यांनी बसवलेले सांस्कृतिक कार्यक्रम बघणे व त्यांतून कार्यक्रमांची निवड करणे,

५. कार्यक्रमाची रंगीत तालीम घेणे, प्रत्येक कार्यक्रमाची वेळ निर्धारित करणे व कार्यक्रम पत्रिका व वेळापत्रक तयार करणे. समन्वय समितीला रंगीत तालीम दाखवून समन्वय समितीची मान्यता घेणे व (समन्वय समितीचे अध्यक्ष) मुख्याध्यापकांची सही कार्यक्रम पत्रिकेवर घेणे. एकदा मुख्याध्यापकांची सही झाली की कार्यक्रम पत्रिकेत परस्पर कोणतेही बदल करू नयेत. मुख्याध्यापकांनी सही केलेल्या कार्यक्रम पत्रिकेच्या झेरॉक्स काढून सर्व समित्यांना कॉपी द्यावी.

६. विद्यार्थ्यांना कार्यक्रमासाठी काही विशिष्ट पोशाख लागणार असतील तर भाड्याने पोशाख घेणे, मेकअपसाठी व्यक्ती ठरवणे, सांस्कृतिक कार्यक्रमांत सहभागी झालेल्या विद्यार्थ्यांची वेशभूषा, रंगभूषा याचे नियोजन करणे,

७. गाण्याच्या रेकॉर्ड्स, प्रत्येक कार्यक्रमासाठी लागणारी प्रकाशयोजना, ध्वनीव्यवस्था, नेपथ्यव्यवस्था, पडदा पाडणे, पडदा उघडणे इत्यादी तपशील त्याक्रमाने लिहून ठेवणे,

८. ठराविक वेळेत कार्यक्रम सुरू होईल आणि संपेल यासाठी कार्यक्रमाचे काटेकोर नियोजन करणे,

९. कार्यक्रमाची वेळापत्रकानुसार रंगीत तालीम (रिहर्सल) घेणे,

१०. कार्यक्रमाच्या दिवशी वेळापत्रकानुसार कार्यक्रमातील विद्यार्थी तयार करून बसविणे, जेणेकरून वेळेचा अपव्यय आणि दिरंगाई होणार नाही.

११. कार्यक्रमाआधी विद्यार्थ्यांना अल्पोपहार देणे, अल्पोपहाराची व्यवस्था करणे,

१२. नियोजनाप्रमाणे कार्यक्रम सादर करणे,

१३. कार्यक्रम झाल्यानंतर चार दिवसांत कार्यक्रमाचा अहवाल तयार करून समन्वय समितीला द्यावा,

१४. कार्यक्रम संपल्यावर चार दिवसांत सर्व बिले समन्वय समितीला सादर करावीत व सर्व खर्च पूर्ण करावेत,

१५. भाडेतत्त्वावर आणलेल्या सर्व वस्तू परत करणे,

१६. कार्यक्रमांच्या फोटोंचा अल्बम तयार करणे व समन्वय समितीला देणे.

### ५.१.३. अल्पोपहार समितीची कामे आणि जबाबदाऱ्या

१. वार्षिक स्नेहसंमेलनानिमित्त निमंत्रितांना, शिक्षक आणि शिक्षकेतर कर्मचाऱ्यांना आणि विद्यार्थ्यांना अल्पोपहार देण्याचे धोरण तयार करणे, समन्वय समितीकडून मंजूर करून घेणे, मुख्याध्यापकांची सही घेणे,

२. निमंत्रित, शिक्षक व शिक्षकेतर कर्मचारी आणि विद्यार्थी असे अल्पोपहाराचे तीन गट करावेत. या तीन गटांना अल्पोपहारात कोणते पदार्थ द्यायचे ते निश्चित करणे तसेच कोणाला कधी अल्पोपहार द्यायचा त्या वेळाही ठरवणे, समन्वय समितीची मान्यता घेणे,

३. अल्पोपहार तयार करण्याचे कंत्राट देणे, शाळेचेच स्वयंपाकघर किंवा कँटीन असेल तर त्यांच्या प्रमुखांशी चर्चा करून अल्पोपहाराच्या कामाचे तपशील ठरवणे,

४. अल्पोपहार देण्याच्या जागा ठरवणे, अल्पोपहार देण्यासाठी विद्यार्थ्यांची बैठक व्यवस्था ठरवणे,

५. अल्पोपहारासाठी पेपर डिश, ग्लास, चमचे, इत्यादी लागणाऱ्या वस्तूंचेही नियोजन करावे,

६. विद्यार्थ्यांना अल्पोपहाराचे कूपन देणे,

७. अल्पोपहाराचे अंदाजपत्रक तयार करावे व समन्वय समितीची मान्यता घ्यावी,
८. कार्यक्रमानंतर सर्व निमंत्रितांना तसेच शिक्षक, शिक्षकेतर कर्मचारी व विद्यार्थ्यांना अल्पोपहार मिळाला याची खात्री करून घेणे,
९. कार्यक्रम झाल्यानंतर चार दिवसांत अल्पोपहार समितीचा अहवाल तयार करून समन्वय समितीला द्यावा,
१०. कार्यक्रम संपल्यावर चार दिवसांत सर्व बिले सर्व बिले समन्वय समितीला सादर करावीत व सर्व खर्च पूर्ण करावेत,
११. भाडेतत्त्वावर आणलेल्या सर्व वस्तू परत करणे.

### ५.१.४. सजावट आणि प्रदर्शन समिती

१. वार्षिक स्नेहसंमेलनानिमित्त होणाऱ्या कार्यक्रमासाठी शाळा, शाळेचे प्रवेशद्वार, समारंभाचे ठिकाण, स्टेज इत्यादींची आकर्षक मांडणी आणि सजावट करण्याचे काम या समितीतर्फे करण्यात येईल. कोणत्या प्रकारे सजावट करणार याचा आराखडा तयार करणे आणि समन्वय समितीकडून मंजूर करून घेणे, त्यावर मुख्याध्यापकांची सही घेणे,
२. कार्यक्रमासाठी शाळेच्या प्रमुख प्रवेशद्वारासमोर रांगोळी काढण्यात येईल,
३. शाळेच्या प्रमुख दाराला कमान उभी करणे, शाळेच्या नावाचा वार्षिक स्नेहसंमेलनाचा बॅनर लावणे, फुला-पानांचे तोरण लावणे,
४. स्टेजची सजावट काळजीपूर्वक करावी. यामध्ये प्रामुख्याने सुरक्षितता आणि सोय यांचा अधिक विचार केला जावा,
५. स्टेजच्या मागील पडद्यावर शाळेच्या नावाचा फ्लेक्सचा बॅनर लावावा,
६. बॅनरचा मजकूर तयार झाल्यावर प्रत्यक्ष छपाईला टाकण्याआधी त्यावर मुख्याध्यापकांची सही घ्यावी.

### ५.१.५. स्टेज समिती

१. शाळेचा बंदिस्त हॉल आणि स्टेज नसले तर मंडप डेकोरेटरला स्टेज बांधण्याचे तसेच विद्यार्थी व निमंत्रितांसाठी बैठक व्यवस्था करण्याचे कॉन्ट्रॅक्ट देण्यात यावे. मुख्याध्यापक व समन्वय समितीच्या माध्यमातून कॉन्ट्रॅक्ट देणे. कॉन्ट्रॅक्ट देत असताना स्टेजची लांबी, रुंदी व उंची ठरवणे, स्टेजच्या पायऱ्या, मुख्य पडदा, स्टेजच्या मागील पडदा (बॅक ड्रॉप), विंग्ज, प्रकाश व्यवस्था, ध्वनी व्यवस्था इत्यादी तपशील लिहून काढणे. मुख्याध्यापकांना दाखवून तपशील निश्चित करणे, कॉन्ट्रॅक्टरकडून सर्व व्यवस्था करून घेणे,
२. विद्यार्थी व निमंत्रितांसाठी बैठक व्यवस्था निश्चित करणे, त्याप्रमाणे कोच (सोफा सेट), खुर्च्यांचा तपशील ठरवणे,
३. स्नेहसंमेलन संपल्यावर कॉन्ट्रॅक्टरने किती दिवसात सामान घेऊन जायचे त्याचा तपशील ठरवणे,
४. कार्यक्रम संपल्यावर चार दिवसांत सर्व बिले समन्वय समितीला सादर करावीत व सर्व खर्च पूर्ण करावेत,
५. भाडेतत्त्वावर आणलेल्या सर्व वस्तू परत करणे,
६. कार्यक्रम झाल्यानंतर चार दिवसांत सजावट समितीचा अहवाल तयार करून समन्वय समितीला द्यावा,

### ५.१.६. सुरक्षा व आपत्ती व्यवस्थापन समिती

शाळेच्या स्नेहसंमेलनात एकाच वेळी अनेक विद्यार्थी, निमंत्रित, पालक, शिक्षक व कर्मचारी मोठ्या संख्येने शाळेत उपस्थित असतात. त्यामुळे शिस्त, सुरक्षा आणि कोणतीही अडचण, गंभीर समस्या किंवा आपत्ती उद्‌भवली तर त्याचे निराकरण करण्यासाठी शाळेतर्फे 'सुरक्षा आणि आपत्ती व्यवस्थापन समिती' स्थापन करावी. या समितीची कामे व जबाबदाऱ्या पुढीलप्रमाणे आहेत.

१. वार्षिक स्नेहसंमेलनाचे सुरक्षा आणि आपत्ती व्यवस्थापनाचे धोरण तयार करणे.
२. स्नेहसंमेलनाची तारीख, वेळ व स्थान शाळेच्या जवळ असलेल्या पोलिस स्टेशनमध्ये कळवणे, एकूण किती व्यक्ती समारंभस्थानी असतील ते पोलिसांना लेखी कळवणे आणि पोलिसांची परवानगी घेणे, शिस्त, कायदा, शांतता आणि सुरक्षा राखण्यासाठी आवश्यक पोलीसबळ तैनात करण्यास सांगणे,
३. मुख्याध्यापक, शिक्षक, शिक्षकेतर कर्मचारी व विद्यार्थी यांना ठराविक पद्धतीने तयार केलेले बिल्ले (बॅजेस) किंवा ओळखपत्रे देणे. विद्यार्थ्यांना शाळेने दिलेले आयडेन्टिटी कार्डही आणण्यास सांगणे.
४. निमंत्रितांना आपले निमंत्रण पत्र बरोबर आणण्यास सांगणे.
५. शाळेच्या प्रवेशद्वारावर पोलीस व दोन शिक्षकांची नियुक्ती करणे. कोणत्याही परिस्थितीत त्यांनी प्रवेशद्वार सोडून जाऊ नये.
६. शाळेच्या प्रवेशद्वारावर ओळखपत्र/ आयडेन्टिटी कार्ड/ निमंत्रण पत्र तपासूनच समारंभ ठिकाणी प्रवेश देणे, कोणत्याही परिस्थितीत अनोळखी व्यक्तींना प्रवेश देऊ नये.
७. पोलीस व सुरक्षा समितीतील शिक्षकांनी समारंभस्थळी इतर कोणत्याही मार्गाने अनोळखी व्यक्ती येऊ नयेत यासाठी समारंभ स्थळाची पाहणी करणे व जर काही त्रुटी आढळल्या, तर त्या दूर करणे. शाळेला एकापेक्षा जास्त प्रवेशद्वारे असतील तर ती बंद करून ठेवणे व तेथून कोणीही व्यक्ती आत येणार नाही याची काळजी घेणे.
८. विद्यार्थ्यांना एकदा प्रवेश दिला म्हणजे त्यांना मुख्य प्रवेशद्वारातून आत-बाहेर करण्यास सक्त मनाई करावी.
९. विद्यार्थी आपल्याबरोबर कोणतीही वस्तू आत आणणार नाहीत याची खात्री करावी. त्यासाठी विद्यार्थ्यांची तपासणी करणे गरजेचे असले तर तशी व्यवस्था करावी. विशेषकरून दारूच्या बाटल्या, अंमली पदार्थ, काठ्या, सुऱ्या, आगपेट्या, मेणबत्त्या व इतर घातक शस्त्रे, फटाके घेऊन विद्यार्थी आत येणार नाहीत याची खात्री करावी.
१०. विद्यार्थी व विद्यार्थिनींसाठी स्वतंत्र बैठकव्यवस्था असावी. म्हणजे विद्यार्थी हुल्लड करणार नाहीत. कोणत्याही प्रकारे विद्यार्थी इतर विद्यार्थ्यांना व विद्यार्थिनींना धक्काबुक्की करणे, मारणे, कागदी बाण फेकणे, सिगरेटचे चटके देणे, अंगावर पाणी, कोल्ड ड्रिंक/ ॲसिड टाकणे अशी विघातक कृत्ये करणार नाहीत याची दक्षता घ्यावी.
११. शाळेत कोठेही अंधाऱ्या जागा, एकांत असलेल्या जागा, वर्गखोल्या यांचा विद्यार्थी अनैतिक वापर करणार नाहीत याबद्दल दक्षता घ्यावी.
१२. शाळेत काही दंगेखोर व उनाड मुले असतात. त्यांची वर्गवार यादी तयार करावी व त्यांच्यावर विशेष लक्ष ठेवावे.
१३. ऐन वेळी वीजप्रवाह खंडित झाला तर आपत्तीग्रस्त होऊ नये म्हणून जनरेटरची सोय करावी. यासाठीच कार्यक्रम दिवसाउजेडी घेणे श्रेयस्कर आहे.

१४. कार्यक्रम ठरलेल्या वेळी सुरू होईल व ठरलेल्या वेळी संपेल याची खात्री करून घेणे.

१५. शाळेच्या बाहेर ठराविक अंतरापेक्षा आतमध्ये खाद्यपदार्थांचे अथवा इतर स्टॉल्स, हातगाड्या लागणार नाहीत याची दक्षता घेणे. अशा गाड्यांवर अंमली पदार्थ, दारू अशा गोष्टी विकल्या जात नाहीत याची खात्री करावी. कार्यक्रम झाल्यावर सर्व विद्यार्थी, निमंत्रित शाळेच्या/ समारंभ स्थळाच्या बाहेर गेल्याशिवाय पोलिसांना जाऊन देऊ नये.

१६. कार्यक्रम संपल्यावर सर्व विद्यार्थी, निमंत्रित बाहेर गेल्यावर शाळेत तपासणी करावी. त्याप्रमाणे मुख्याध्यापकांना तोंडी रिपोर्ट करावे व मगच घरी जावे.

१७. कार्यक्रम संपल्यानंतर दोन दिवसांत पोलिसांना धन्यवादाचे पत्र द्यावे.

१८. कार्यक्रम संपल्यावर चार दिवसांत सर्व बिले समन्वय समितीला सादर करावीत व सर्व खर्च पूर्ण करावेत.

१९. भाडेतत्त्वावर आणलेल्या सर्व वस्तू परत करणे.

२०. कार्यक्रम झाल्यानंतर चार दिवसांत आपल्या समितीचा अहवाल तयार करून समन्वय समितीला द्यावा.

## ६. वार्षिक स्नेहसंमेलन समारंभाचे अध्यक्ष

**वार्षिक स्नेहसंमेलनासाठी अध्यक्ष किंवा प्रमुख पाहुणे निमंत्रित करायची शाळेची पद्धत असेल तर पुढीलप्रमाणे मार्गदर्शक सूत्रे आहेत.**

१. शाळेच्या मुख्याध्यापकांनी स्नेहसंमेलन समारंभाच्या अध्यक्षपदासाठी सन्माननीय व्यक्तींची नांवे सुचवावीत. त्यांची प्राधान्यक्रमाने यादी तयार करावी. शाळा समितीकडून या नावांना मान्यता घ्यावी.

२. प्राधान्यक्रमाप्रमाणे मान्यवरांशी संपर्क साधावा. आवश्यकता असेल तर त्यांना प्रत्यक्ष जाऊन भेटावे. भेटायला जात असताना संस्थेची माहिती असलेले ब्रोशर घेऊन जावे.

३. मान्यवरांनी शाळेच्या स्नेहसंमेलन समारंभाचे अध्यक्षपद स्वीकारायचे मान्य केल्यावर त्यांना शाळेच्या लेटरहेडवर मुख्याध्यापकांच्या सहीने रीतसर अधिकृत निमंत्रण पत्र नेऊन द्यावे. पत्रामध्ये कार्यक्रमाचे स्थळ, वार, दिनांक, वेळ याचा स्पष्ट आणि अचूक उल्लेख करावा.

४. निमंत्रण द्यायला गेले असतानाच मान्यवर अध्यक्षांचा बायोडेटा न विसरता घेऊन यावा. कार्यक्रमाच्या वेळी अध्यक्षांचा परिचय करून देण्यासाठी त्यांचा बायोडेटा महत्वाचा आहे.

५. अध्यक्षांचा परिचय कोणी करून द्यायचा आहे ते मुख्याध्यापकांच्या संमतीने निश्चित करावे. बायोडेटा कधीही वाचून दाखवू नये. बायोडेटाच्या आधारे माननीय अध्यक्षांचा परिचय स्वत:च्या शब्दांत लिहून काढावा व त्याप्रमाणे वाचावा. त्यामध्ये कोणत्याही तपशिलाची चूक होणार नाही याची काळजी घ्यावी.

६. अध्यक्षांना पुष्पगुच्छ आणि भेटवस्तू कोणी द्यायची आहे ते ठरवावे. पुष्पगुच्छ आणि भेटवस्तू चटकन सापडेल आणि दिसेल अशी टेबलावर मांडून ठेवावी.

७. कार्यक्रमाच्या वेळी कोणी भाषण करायचे आहे, अहवाल वाचन कोणी करायचे, पाहुण्यांचा परिचय कोणी करायचा, आभार प्रदर्शन कोणी करायचे ते निश्चित ठरविलेले असावे. त्याचा उल्लेखही कार्यक्रम पत्रिकेत करणे आवश्यक आहे. तसेच त्या व्यक्तीला त्याच्या स्टेजवरील जबाबदारीची पूर्वसूचना दिलेली असावी.

८. कार्यक्रम संपल्यावर 'व्हिजिटर्स बुक'मध्ये अध्यक्षांचा अभिप्राय घेण्यास विसरू नये. त्यासाठीही एका शिक्षकाची नियुक्ती करावी.

९. कार्यक्रम संपल्यानंतरच्या आठवड्यात अध्यक्षांना मुख्याध्यापकांच्या सहीने धन्यवादाचे पत्र पाठवावे. सोबत कार्यक्रमाचा एखादा फोटोग्राफ पाठवावा.

**७. स्नेहसंमेलनासाठी मान्यवरांना निमंत्रणे पाठविणे : ही जबाबदारी कार्यक्रम समन्वय समितीकडे असेल.**

१. शाळेची जनसंपर्काची यादी मुख्याध्यापकांकडे असेल. समारंभाचे आमंत्रण देण्यासाठी त्या यादीतील व्यक्तींची नावे मुख्याध्यापकांकडून नक्की करून घ्यावीत.
२. निमंत्रणाचे पत्र तयार करावे. हे पत्र शाळेच्या लेटरहेडवर टाइप करावे, त्याच्या आवश्यकतेप्रमाणे प्रती काढाव्यात. सर्व प्रतींवर मुख्याध्यापकांची सही घ्यावी. सही केलेल्या पत्राच्या प्रती कधीही काढू नयेत.
३. सर्व निमंत्रितांना पत्रे पाठवावीत तसेच त्यांच्याशी फोनवरूनही संपर्क साधावा. एका व्यक्तीला सर्वांबरोबर संपर्क साधणे शक्य होणार नाही म्हणून कोणी कोणाबरोबर संपर्क साधायचा हे ठरवून घ्यावे.
४. नक्की येणाऱ्या निमांत्रितांची स्वतंत्र यादी तयार करावी. त्याप्रमाणे निमंत्रितांची बैठकव्यवस्था, अल्पोपहाराची व्यवस्था करता येते.
५. काही निमंत्रित आधी न ठरविता किंवा पूर्वसूचना न देता येतील हे गृहीत धरावे. त्याप्रमाणे निमंत्रितांसाठी वाढीव बैठकव्यवस्था आणि अल्पोपहाराची व्यवस्था करणे आवश्यक असते.
६. निमंत्रित तसेच कार्यक्रमाच्या अध्यक्षांच्या स्वागताची तयारी करावी.
७. निमंत्रित तसेच अध्यक्षांना आल्यावर पाणी, चहा, बिस्किटे, अल्पोपहार द्यायचा असेल तर शाळेच्या धोरणानुसार आणि प्रथेनुसार ठरवावे. अल्पोपहार समितीला तसेच समन्वय समितीला याची पूर्वसूचना द्यावी.

**८. स्नेहसंमेलनाचे फोटो**

१. वार्षिक स्नेहसंमेलन समारंभ हा शाळेचा एक महत्त्वाचा समारंभ आहे. त्याचे डॉक्युमेंटेशन व्यवस्थित होणे अत्यंत आवश्यक आहे. डॉक्युमेंट्स तयार करत असताना कार्यक्रमाचे फोटो असणे महत्वाचे आहे. परंतु, आता फोटो काढणे ही खर्चिक गोष्ट झालेली आहे. त्यामुळे कोणत्या प्रसंगांचे फोटो काढायचे आहेत त्याची एक सर्वसाधारण यादी ढोबळमानाने तयार करावी.
२. शाळेच्या नेहमीच्या फोटोग्राफरबरोबर संपर्क साधावा. त्यासाठी एका शिक्षकाची नियुक्ती करावी.
३. कोणते विशेष फोटो काढायचे आहेत याची फोटोग्राफरला पूर्वकल्पना द्यावी. त्याप्रमाणे फोटो काढून घ्यावेत.
४. फोटोग्राफरकडून फोटोंचा अल्बम तयार करून घ्यावा.
५. अल्बमच्या मुखपृष्ठावर कोणत्या वर्षीचा अल्बम आहे ते स्केच पेनने लिहावे. म्हणजे वर्षानुक्रमाने सर्व अल्बम लावून ठेवता येतात.

**९. वार्षिक स्नेहसंमेलनाचे अंदाजपत्रक**

वार्षिक स्नेहसंमेलनानिमित्त करायला लागणाऱ्या खर्चात प्रामुख्याने पुढील बाबींचा समावेश होतो. शाळेच्या आवश्यकतेप्रमाणे इतर बाबी अंदाजपत्रकात अंतर्भूत करता येतील.

| क्रमांक | खर्चाचा तपशील | खर्चाची रक्कम (रु.) |
|---|---|---|
| १ | वस्तुरूपाने करायची खरेदी | |
| २ | मंडप, स्टेज, खुर्च्या, टेबले इत्यादींचे भाडे | |
| ३ | रंगभूषा, वेषभूषेच्या साहित्याचे भाडे आणि शुल्क | |
| ४ | छपाई | |
| ५ | टेलिफोन चार्जेस | |
| ६ | पोस्टेज आणि कुरिअर चार्जेस, | |
| ७ | अल्पोपहाराचा खर्च | |
| ८ | सजावटीचा खर्च | |
| ९ | फोटोग्राफरचा खर्च | |
| १० | प्रवासखर्च | |
| ११ | अनपेक्षित किरकोळ खर्च | |

# ३० प्रदर्शने

सहशैक्षणिक उपक्रमांमधील महत्त्वाचा उपक्रम म्हणजे प्रदर्शने (Exhibitions). शाळेतर्फे भरवलेले प्रदर्शन असो किंवा इतर शाळा अथवा संस्थांनी भरवलेले प्रदर्शन असो, विद्यार्थ्यांना ज्ञान व माहिती मिळवण्यासाठी हा महत्त्वाचा उपक्रम आहे.

प्रदर्शन या सहशालेय उपक्रमात शाळा तीन पद्धतींनी सहभागी होऊ शकतात.

१. इतरांनी भरवलेल्या प्रदर्शनांना भेटी देणे,
२. प्रदर्शनांमध्ये शाळेतर्फे विद्यार्थ्यांनी सहभागी होणे,
३. शाळेने स्वत: प्रदर्शन भरवणे.

**प्रदर्शनांचे प्रकार**

१. विज्ञान प्रदर्शन,
२. वस्तूंचे प्रदर्शन,
३. चित्रांचे प्रदर्शन,
४. किल्ले प्रदर्शन,
५. फळांचे प्रदर्शन,
६. पुष्प प्रदर्शन,
७. पक्षी प्रदर्शन,
८. टपाल तिकिटांचे प्रदर्शन,
९. नाण्यांचे प्रदर्शन,
१०. गाड्यांचे प्रदर्शन,
११. रांगोळी प्रदर्शन,
१२. मूर्तींचे प्रदर्शन,
१३. पुस्तकांचे प्रदर्शन,
१४. शैक्षणिक साहित्यांचे प्रदर्शन,
१५. रोजगार/व्यवसाय मार्गदर्शन करण्यासाठी व्यवसाय संधींचे प्रदर्शन,
१६. हस्तकलेच्या वस्तूंचे प्रदर्शन,

१७. भेटी देण्यासाठी उपलब्ध असलेल्या वस्तूंचे प्रदर्शन,
१८. खाद्यपदार्थांचे प्रदर्शन (व विक्री - पारंपरिक व आधुनिक खाद्यसंस्कृती),
१९. कपड्यांचे व कापडांचे प्रदर्शन,
२०. प्रवासी संस्थांतर्फे भरवलेले पर्यटन स्थळांच्या माहितीचे प्रदर्शन इत्यादी.

यापमाणे आपल्या गावात व इतरत्र सतत प्रदर्शने भरलेली असतात. यांतील काही प्रदर्शनांमध्ये शाळा आपल्या विद्यार्थ्यांसाठी प्रदर्शनात सहभागी होतात व विद्यार्थ्यांनी बनवलेल्या वस्तूंची विक्री करून विद्यार्थ्यांच्या कलागुणांना उत्तेजन देण्याचा प्रयत्न करतात.

विद्यार्थ्यांसाठीच काही प्रदर्शने शाळा स्वत:च आयोजित करते. याचे उत्तम उदाहरण म्हणजे विज्ञान प्रदर्शन.

**प्रदर्शनाच्या माध्यमाचा उपयोग व उद्दिष्टे**

सहशालेय उपक्रमांचा मुख्य हेतू विद्यार्थ्यांचे ज्ञान व माहिती संवर्धन करणे हा आहे. त्यामुळे विद्यार्थ्यांचे अनुभवविश्व समृद्ध करण्याचा एक मार्ग म्हणजे त्यांना प्रदर्शनाच्या माध्यमातून त्या वस्तू व सेवांची प्रत्यक्ष माहिती करून द्यायची. प्रदर्शनाच्या माध्यमातून खालील उद्दिष्टे साध्य होतात.

१. विद्यार्थ्यांना ज्या गोष्टी बघण्याची, हाताळण्याची संधी इतरत्र मिळणार नाही त्या गोष्टींची माहिती प्रदर्शनाच्या माध्यमातून विद्यार्थ्यांपर्यंत पोहोचवणे,
२. विद्यार्थ्यांचे अनुभवविश्व व अनुभवकक्षा विस्तृत करणे, समृद्ध करणे,
३. विद्यार्थ्यांची जिज्ञासा, कुतूहल, आकलनक्षमता, विश्लेषणक्षमता जागृत करणे,
४. एकाच गोष्टीतील विविधता, वैचित्र्य, आकर्षकता, परंपरा, श्रद्धा इत्यादींची माहिती विद्यार्थ्यांना करून देणे,
५. विद्यार्थ्यांना अभ्यासासाठी त्यांच्या आवडीचे क्षेत्र विकसित करण्यास मदत करणे आणि छंदांची जोपासना करण्यास प्रेरित करणे.

**प्रदर्शनास भेट देण्यासाठी विद्यार्थ्यांची करून घ्यावयाची पूर्वतयारी**

१. विद्यार्थ्यांना कोणत्या विषयावर प्रदर्शन भरवलेले आहे त्याची पूर्ण माहिती देणे,
२. पुस्तकातून, इंटरनेटच्या माध्यमातून विद्यार्थ्यांना त्या विषयाची माहिती संकलित करण्यास सांगणे,
३. विषयाच्या विविध आयामांप्रमाणे अथवा विषयाचा अभ्यास करण्याचे निकष ठरवून विद्यार्थ्यांचे गट तयार करणे व प्रत्येक गटाला एक आयाम/निकष देणे, जेणेकरून गटात सांघिकरित्या विद्यार्थी त्या आयामाच्या / निकषाच्या आधारे प्रदर्शन विषयाचा अभ्यास करतील.
४. प्रदर्शन बघितल्यानंतर आपला अनुभव विद्यार्थ्यांना खालील माध्यमातून व्यक्त करायचा आहे याची कल्पना द्यावी.
    १. फोटो,
    २. चित्रे काढणे,
    ३. कविता करणे,
    ४. निबंध लिहिणे,
    ५. नाट्यरूपाने सादरीकरण करणे,

६. सर्व विद्यार्थ्यांनी मिळून कोलाज पद्धतीने चित्रे काढणे,
७. त्या विषयावरील चित्रांची कात्रणे काढणे,
८. त्या विषयावर विद्यार्थ्यांनी स्वत:च प्रदर्शन भरवणे.

५. शिक्षकांनी विद्यार्थ्यांबरोबर संबंधित विषयावर चर्चा करावी.

**प्रदर्शन भेटीचे नियोजन**

१. प्रदर्शनाची वार, तारीख, वेळ व ठिकाण याची माहिती शिक्षकांनी मिळवावी. प्रदर्शनाच्या कालावधीची चौकशी करावी.

२. प्रदर्शनाच्या आयोजकांना भेटून कोणत्या तारखेला, किती वाजता म्हणजे कोणत्या वेळी किती विद्यार्थी प्रदर्शन बघण्यास येतील याची कल्पना द्यावी व त्यांची परवानगी घ्यावी. विद्यार्थ्यांना प्रदर्शन बघण्यासाठी काही विशेष वेळ आहे का याचीही चौकशी करावी.

३. प्रदर्शनासाठी प्रवेशशुल्क असल्यास आधीच शुल्क भरून प्रवेशपत्र (एन्ट्री पास) घ्यावे म्हणजे विद्यार्थ्यांना गर्दीच्या ठिकाणी ताटकळत उभे राहावे लागणार नाही.

४. विद्यार्थ्यांबरोबर आवश्यकतेप्रमाणे शिक्षकांची संख्या असावी. शक्यतो १५ ते २० विद्यार्थ्यांच्या गटासाठी एक शिक्षक असावेत.

५. प्रदर्शनाला जाताना पुढीलप्रमाणे सूचना विद्यार्थ्यांना द्याव्यात.
   १. प्रदर्शनाच्या ठिकाणी आरडाओरडा, दंगामस्ती, भांडणे करू नयेत.
   २. प्रदर्शनाच्या स्टॉलवरील गोष्टी कारण नसताना गंमत म्हणून हाताळू नयेत.
   ३. कोणत्याही गोष्टींची नासधूस, फूटतूट होऊ नये याची काळजी घ्यावी. असे झाल्यास नुकसानभरपाईची जबाबदारी संबंधित विद्यार्थ्यावर राहील याची कल्पना विद्यार्थ्यांना द्यावी.
   ४. प्रदर्शनाच्या आवारात थुंकणे, चुळा भरणे, खाद्यपदार्थ - पाणी सांडणे अशा गोष्टी करू नयेत याचीही सूचना विद्यार्थ्यांना द्यावी.

६. प्रदर्शन बघण्यासाठी विद्यार्थ्यांना घेऊन जाणार असल्याची सूचना पालकांना द्यावी.

७. शाळेपासून प्रदर्शनाच्या ठिकाणाचे अंतर लक्षात घेता वाहन व्यवस्था करणे जरुरीचे असेल तर शाळेने सोय करावी.

८. विद्यार्थी शाळेच्या युनिफॉर्ममध्ये असावेत. तसेच त्यांना लावण्यासाठी बॅज द्यावा म्हणजे कोठूनही आपले विद्यार्थी ओळखता येतील.

९. शाळेच्या नावाचा फलक/बॅनर विद्यार्थ्यांनी हातात घेतलेला असावा.

१०. कोणत्याही कारणाने चुकामूक झाली तर विद्यार्थ्यांनी कोठे येऊन थांबावे याची स्पष्ट कल्पना शिक्षकांनी विद्यार्थ्यांना द्यावी.

११. नोंद करण्यासाठी वही व पेन बरोबर घेण्याची सूचना विद्यार्थ्यांना द्यावी.

१२. प्रदर्शन बघून झाल्यावर विद्यार्थ्यांना एकमेकांशी बोलण्यासाठी, प्रदर्शनात काय काय बघितले याच्याबद्दल एकमेकांमध्ये चर्चा करण्यासाठी शिक्षकांनी वेळ द्यावा. त्यामुळे बघितलेल्या गोष्टींचे दृढीकरण होण्यास वाव मिळेल.

१३. विद्यार्थ्यांनी बघितलेल्या गोष्टींबद्दल प्रश्न विचारल्यास उत्तरे द्यावीत. टाळाटाळ करू नये. विद्यार्थ्यांचे कुतूहल, जिज्ञासा वाढावी यासाठी आपण त्यांना प्रदर्शनाला घेऊन जात आहोत.

**प्रदर्शनांमध्ये विद्यार्थ्यांचा सहभाग**

इतर शाळा तसेच संस्थांनी भरवलेल्या प्रदर्शनांमध्ये शाळेतर्फे विद्यार्थी सहभागी होतात. विद्यार्थ्यांचा सहभाग प्रभावी व परिणामकारक होण्यासाठी खालील महत्त्वाच्या बाबी लक्षात ठेवणे आवश्यक आहे.

१. विद्यार्थ्यांचा प्रदर्शनातील सहभाग हा पालकांचा सहभाग होऊ नये. अनेकदा पालक आपल्या पाल्यांना प्रदर्शनात ठेवायच्या वस्तू तयार करून देतात. त्यामुळे विद्यार्थ्यांच्या अपेक्षित क्षमता विकसित होत नाहीत. प्रदर्शनात ठेवायच्या वस्तू विद्यार्थ्यांनी स्वत:च बनवाव्यात याविषयी शिक्षकांनी सूचना द्याव्यात व खात्री करून घ्यावी.

२. तयार केलेल्या वस्तूचे कार्यपत्रक किंवा कृतीपत्रक (वर्क शीट) विद्यार्थ्यांनी तयार करावे म्हणजे कृती करत असताना संकल्पना स्पष्ट झाल्या आहेत का हे शिक्षकांना समजेल.

३. कार्यपत्रक किंवा कृतीपत्रक तयार करत असताना अनुभवांचे रूपांतर अध्ययनात होते व ते ज्ञान कायमस्वरूपी मिळते. त्यामुळे कार्यपत्रक तयार करण्यावर शिक्षकांनी भर द्यावा.

४. कोणतीही गोष्ट करण्याआधी विद्यार्थ्यांमध्ये उत्सुकता तयार होणे महत्त्वाचे आहे. सहशालेय उपक्रम म्हणजे एखादे कर्मकांड नाही. त्यामुळे प्रश्नमंजूषा, निरीक्षण, वाचन, गटचर्चा अशा माध्यमांमधून विद्यार्थ्यांची त्या विषयाची माहिती मिळवण्याची उत्सुकता वाढवणे आणि त्यांना कार्यप्रवृत्त करणे जरुरीचे आहे.

५. विद्यार्थ्यांनी तयार केलेल्या वस्तूंचे शिक्षकांनी तसेच विद्यार्थ्यांनीही मूल्यमापन करावे. त्यामुळे विद्यार्थ्यांना मार्गदर्शन मिळेल. विद्यार्थ्यांना त्यांनी केलेल्या प्रयत्नांबद्दल प्रशंसापत्र द्यावे.

**शाळेने प्रदर्शन भरवणे**

काही वेळा शाळा स्वत:च काही विषयसूत्र (थीम) घेऊन प्रदर्शनाचे आयोजन करत असते. त्यासाठी काही मार्गदर्शक सूत्रे खालीलप्रमाणे:

१. प्रदर्शनाच्या तारखेआधी कमीतकमी सहा महिने प्रदर्शनाच्या तयारीला लागावे.

२. प्रदर्शन समिती तयार करावी. त्यामध्ये मुख्याध्यापक, शिक्षक प्रतिनिधी, शिक्षकेतर कर्मचाऱ्यांचे प्रतिनिधी, विद्यार्थी प्रतिनिधी तसेच पालक प्रतिनिधींचाही समावेश करावा.

३. प्रदर्शन समितीमध्ये चर्चा करून प्रदर्शनाचे विषयसूत्र निश्चित करावे.

४. विषयसूत्राच्या अनुषंगाने प्रदर्शनाची उद्दिष्टे निश्चित करावीत.

५. प्रदर्शनाची तारीख, वार, कालावधी, वेळ आणि स्थळ निश्चित करावे.

६. प्रदर्शनात स्टॉल्सची एकूण किती संख्या असेल, प्रत्येक वर्गाला कसे प्रतिनिधित्व मिळेल, कशा प्रकारे स्टॉलची मांडणी केली जाईल, विद्यार्थ्यांना स्टॉलवर कोणत्या सुविधा दिल्या जातील इत्यादी तपशील निश्चित करावा.

७. इतर शाळेतील विद्यार्थ्यांना सहभागी करायचे असले तर त्यांच्यासाठी निराळे स्टॉल्स तयार करावेत. या स्टॉल्सच्या रचनेचाही तपशील तयार करावा.

८. इतर शाळांच्या सहभागाबद्दल त्यांच्याकडून स्टॉलसाठी काही शुल्क घ्यावयाचे असल्यास शुल्कनिश्चिती करावी.

९. विद्यार्थ्यांसाठी प्रदर्शनाचे सूचनापत्र तयार करावे. त्यामध्ये विद्यार्थ्यांचा सहभाग कसा असावा, प्रदर्शनात मांडण्याच्या वस्तूंचा आकार, पद्धत, प्रकार, विषय इत्यादींबाबत माहिती द्यावी.

१०. थीम स्टॉल म्हणजे विषयसूत्राची मांडणी करणारा स्टॉल असावा. त्यामध्ये शाळेची माहिती, शाळेतील

महत्त्वाच्या उपक्रमांची फोटोसहित माहिती, शाळेच्या भविष्यातील योजनांची माहिती, शाळेची बलस्थाने, विद्यार्थी व शिक्षकांच्या महत्त्वाच्या उपलब्धी, त्यांनी मिळवलेले पुरस्कार, शाळेचे मिशन स्टेटमेंट, शाळेचे गुणवत्ता धोरण इत्यादी गोष्टींची माहिती द्यावी. त्यासाठी फलक, बॅनर्स तयार करून लावता येतील. शक्यतो थीम स्टॉल प्रदर्शनाच्या मध्यभागी असावा.

११. प्रदर्शन यशस्वी होण्यासाठी पुढील समित्या स्थापन कराव्या लागतील.

१. समन्वय समिती,
२. प्रसिद्धी समिती,
३. स्वागत समिती,
४. स्टॉल्स व्यवस्थापन समिती,
५. निमंत्रण समिती,
६. अल्पोपहार समिती,
७. कचरा व्यवस्थापन समिती,
८. सुरक्षा समिती,
९. निधी व्यवस्थापन समिती.

१२. प्रदर्शनाच्या इतर कामांमध्ये पुढील महत्त्वाच्या बाबींचा समावेश करावा.

१. प्रदर्शनासाठी शाळासमितीची मान्यता,
२. प्रदर्शनाची संकल्पना लिखित स्वरूपात तयार करावी.
३. शाळेचे प्रवेशद्वार, प्रदर्शनाचे प्रवेशद्वार सुशोभित करावे.
४. प्रदर्शनाची मांडणी, स्टॉल्सचा आकार, स्टॉल्सची मांडणी, इतर सोयीसुविधांच्या जागा निश्चित कराव्यात.
५. प्रत्येक स्टॉलधारकाला कोणत्या सोयीसुविधा द्यायच्या ते निश्चित करावे. यामध्ये स्टॉलचा बॅनर, टेबल, खुर्ची, प्रकाशव्यवस्था इत्यादी गोष्टींचा समावेश होईल.
६. ठिकठिकाणी लावण्याच्या बॅनर्सची छपाई,
७. स्वागतिका किंवा एन्ट्री पासेस,
८. निमंत्रितांची बैठक व्यवस्था,
९. प्रदर्शनाच्या उदघाटन समारंभाचा तपशील,
१०. प्रदर्शनाच्या समारोप समारंभाचा तपशील,
११. व्हिजिटर्स बुक,
१२. प्रदर्शनाच्या कालावधीत शिक्षक, व्हॉलंटिअर्सचे काम करणारे विद्यार्थी व शिक्षकेतर कर्मचारी यांच्यासाठी अल्पोपहार व चहा व्यवस्था,
१३. स्वच्छतागृहांची व्यवस्था,
१४. पिण्याच्या पाण्याची व्यवस्था,
१५. अग्निप्रतिबंधक उपाययोजना व सुरक्षा व्यवस्था,
१६. आपत्ती व्यवस्थापनाचे नियोजन,
१७. संध्याकाळीही प्रदर्शन सुरू राहणार असले तर वीजप्रवाह खंडित झाल्यास जनरेटरची व्यवस्था,

१३. प्रदर्शनाच्या माध्यमातून शाळेला निधी संकलन करायचे असेल तर प्रदर्शनाच्या खर्चांसाठी देणगीदार शोधणे आणि निधी संकलन करणे. यासाठी ठराविक रकमेची कूपन्सही तयार करता येतील. पालक व सर्वसामान्य व्यक्तींकडूनही निधी संकलित करता येईल.
१४. प्रदर्शनाच्या खर्चाचा हिशेब ठेवणे व प्रदर्शन संपल्यावर हिशेब सादर करणे,
१५. प्रदर्शन कसे झाले याबद्दल ॲक्टिव्हिटी ऑडिट करणे,
१६. प्रदर्शनात काढलेल्या फोटोंचा अल्बम तयार करणे,
१७. प्रदर्शनाला भेट दिलेल्या निमंत्रितांना धन्यवादाचे पत्र पाठवणे,
१८. प्रदर्शनाचा अहवाल तयार करणे.

## शाळेने भरवलेल्या प्रदर्शनातून साध्य करायची उद्दिष्टे

१. विद्यार्थ्यांना व शिक्षकांना नियोजनकौशल्य, संघबांधणी, संघटनकौशल्य, नेतृत्वक्षमता, निर्णयक्षमता, समस्यापूर्ती इत्यादी कौशल्यांच्या विकासाला वाव देणे,
२. विद्यार्थ्यांची नवनिर्माण (क्रिएटिव्हिटी) क्षमता व कल्पनाशक्ती विकसित करणे,
३. विद्यार्थ्यांची विश्लेषण व संश्लेषण कौशल्ये विकसित करणे,
४. शाळेच्या पाठ्यक्रमातील विषयांची आकलनक्षमता विकसित करणे,
५. समारंभ व्यवस्थापनाचा प्रत्यक्ष अनुभव घेणे.

# ३१ प्रकल्प आणि विद्यार्थीक्षमता विकास

पूर्व-प्राथमिक, प्राथमिक शाळेपासून ते माध्यमिक शाळेपर्यंत सर्व वर्गांतील विद्यार्थ्यांसाठी सहशालेय उपक्रमांचा भाग म्हणून प्रकल्पांचे आयोजन केले जाते. परंतु, अनेक शिक्षक 'नेमेचि येतो मग पावसाळा' या उक्तीप्रमाणे विद्यार्थ्यांना प्रकल्प देत असतात. सहशैक्षणिक उपक्रमांचे नियोजन करत असताना प्रकल्पांच्या माध्यमातून विद्यार्थ्यांच्या कोणत्या क्षमता विकसित करायच्या आहेत ते लक्षात घेऊन विविध वयोगटाच्या विद्यार्थ्यांसाठी प्रकल्प ठरवले जावेत.

### १. प्रकल्प देण्याची उद्दिष्टे

१. प्रकल्पाचा मुख्य उद्देश ज्ञाननिर्मिती करणे हा आहे. विद्यार्थ्यांना एखाद्या गोष्टीची माहिती देऊन त्यांना त्या गोष्टी हाताळायला व अनुभवायला देणे यामुळे विद्यार्थ्यांना त्या गोष्टीचे ज्ञान होते. **'अनुभवातून आकलन व आकलनातून अध्ययन'** ही कल्पना महत्त्वाची आहे.

२. आज घेतलेले शिक्षण विद्यार्थी भविष्य काळात वापरणार आहेत. त्यामुळे भविष्यात उद्योग-व्यवसाय अथवा नोकरी करत असताना त्याना कोणत्या क्षमता कौशल्यांची गरज भासेल त्याची पायाभरणी प्रकल्पाच्या माध्यमातून केली, तर 'शिकू आनंदे' ही कल्पना मूर्त स्वरूपात आणता येईल.

३. ज्ञानरचनावादाचा उगमही प्रकल्पांच्या माध्यमातून होतो.

४. अल्प प्रमाणात विद्यार्थ्यांसमोर प्रकल्पाच्या माध्यमातून आव्हानात्मक स्थिती (Challanging situation) तयार केली तर विद्यार्थ्यांच्या क्षमता विकसित होतील. त्यामुळे सर्व्हे करणे, प्रयोग करणे, पर्यायी उपाय तयार करणे अशा गोष्टींचाही प्रकल्पात समावेश करता येईल. संपूर्ण प्रक्रियेचा विद्यार्थ्यांना अनुभव देता येईल.

५. कोणतीही गोष्ट शिकताना जे अनुभवता येत नाही त्याचा विद्यार्थ्यांना कंटाळा येतो. प्रकल्पाच्या माध्यमातून विद्यार्थ्यांना प्रकल्पामध्ये समाविष्ट केलेल्या गोष्टी हाताळता येतील. त्यांना 'हँण्ड्स ऑन' अनुभव मिळेल. अनुभवाचे रूपांतर अध्ययनात होईल. त्यामुळे पाठ्यक्रम शिकतानाही आनंद मिळेल.

६. प्रकल्पातून शिकलेल्या गोष्टींचे विद्यार्थ्यांनी सादरीकरण करायचे असते. त्यांना सादरीकरणाची माध्यमे आणि सादरीकरणाची कला आत्मसात करता येईल.

७. एकच गोष्ट अनेक विद्यार्थी वेगवेगळ्या पद्धतीने सादर करतील. त्यामुळे सादरीकरणाचे स्वातंत्र्य त्यांना देणे महत्त्वाचे आहे. पालकांच्या मदतीशिवाय व पालकांच्या थेट सहभागाशिवाय विद्यार्थ्यांनी प्रकल्प करावेत.

८. विद्यार्थ्यांचे कुतूहल, जिज्ञासा वाढेल.

९. विद्यार्थ्यांमध्ये एकमेकांत चर्चा, अनुभवांची देवाणघेवाण होईल. त्यामुळे इतर विद्यार्थ्यांचा दृष्टिकोन समजण्यास मदत होईल. विद्यार्थ्यांचे अनुभवविश्व समृद्ध होईल. त्यांच्या कल्पनांचे दृढीकरण होईल.

१०. विद्यार्थ्यांच्या प्रेरणा जागृत करणे (Motivation Building), त्यांच्या शारीरिक, वैचारिक आणि भावनिक कौशल्यांचा विकास करणे (Skill Development) व त्यांची वृत्ती घडवणे (Attitude Building) हेही प्रकल्पाचे महत्त्वाचे हेतू आहेत.

११. प्रकल्पांमधून विद्यार्थ्यांच्या कल्पनाक्षमतेला वाव मिळणे जरुरीचे आहे. परत परत त्याच त्याच गोष्टी करायला लावणे हा विद्यार्थ्यांच्या कल्पनाक्षमतेचा ऱ्हास करण्यासारखे आहे.

१२. भाषा विकास : विद्यार्थ्यांना प्रकल्प का द्यायचे, प्रकल्पाच्या माध्यमामधून विद्यार्थ्यांना काय शिकवायचे आहे, त्यांच्या कोणत्या क्षमता विकसित करायच्या आहेत, विद्यार्थ्यांच्या आकलनक्षमतेची पातळी काय आहे याचा विचार अनेकदा शिक्षक करत नाहीत. त्यामुळे प्रकल्पांच्या माध्यमातून क्षमता विकास या विषयाकडे मुख्याध्यापकांनी आणि विशेषत: शिक्षकांनी लक्ष देणे जरुरीचे आहे.

**उदाहरण १ :** एका वर्गातील विद्यार्थी खूप गडबड, गोंधळ, मस्ती करत असत. खेळत असताना शाळेत आलेल्या अंध व्यक्तीस त्यांतीलच एका विद्यार्थ्याचा धक्का लागून ती अंध व्यक्ती पडते, पण तो विद्यार्थी अंध व्यक्तीला मदत करायला, उठवायला न जाता तिथून निघून जातो. दुरून त्या वर्गाचे वर्गशिक्षक ही घटना बघतात. दुसरे दिवशी सगळ्या विद्यार्थ्यांना घेऊन ते शाळेच्या मैदानात जातात आणि 'आंधळी कोशिंबीर' (Blind Fold) हा खेळ विद्यार्थ्यांना समजावून सांगतात. त्यामध्ये विद्यार्थ्यांच्या दोघा-दोघांच्या जोड्या लावतात. जोडीतील एका विद्यार्थ्याच्या डोळ्यावर रुमाल बांधायचा व त्याला तात्पुरते आंधळे करायचे व सहा मिनिटे त्यांनी चढणे, उतरणे, मैदानाला चक्कर मारणे इत्यादी गोष्टी करायच्या. दुसऱ्या जोडीदार मित्राने सतत त्याच्याबरोबर राहायचे व त्याला हात न लावता फक्त आवश्यक सूचना द्यायच्या व तो कुठे पडणार नाही, धडकणार नाही याची काळजी घ्यायची. हा खेळ झाल्यावर ज्या मुलांच्या डोळ्यावर पट्टी बांधलेली होती, त्या विद्यार्थ्यांनी आपले अनुभव सांगायचे. हे करत असताना आदल्या दिवशी ज्या विद्यार्थ्याचा अंध मुलाला धक्का लागला होता त्याच्याही डोळ्यावर पट्टी बांधण्यात आली. अनुभव सांगताना विद्यार्थ्यांनी खालील अनुभव सांगितले.

१. अल्पकाळसुद्धा आंधळे झाल्यावर भीती वाटली.
२. बरोबरीच्या मित्राचा आधार वाटला.
३. अंध व्यक्तींना किती अडचणी येत असतील ते समजले.
४. आपण हरवलो आहोत असे वाटले.
५. आवाज, स्पर्श यांतूनही मार्गदर्शन मिळाले.
६. आवाजाची विविधता जाणवली. इत्यादी.

शिक्षकांनी हे अनुभव लिहायला सांगितले. त्यानंतर अंध विद्यार्थ्यांच्या शाळेला वर्गातील विद्यार्थ्यांना घेऊन या शिक्षकांनी भेट दिली. अंध व्यक्ती किती स्वावलंबी आहेत, काहीही दिसत नसताना प्रत्येक गोष्ट किती सफाईने करतात, ब्रेलच्या माध्यमातून शिकतात, एकमेकांना मदत करतात आणि अंधत्वाचा कोणताही न्यूनभाव, कमीपणाची भावना त्यांच्यात नाही हे बघून वर्गातील मुले थक्क झाली.

काही दिवसांनी वर्गातील विद्यार्थ्यांनी शिक्षकांना खालील गोष्टी सांगितल्या.

१. आई–वडलांना घेऊन परत अंध शाळेला भेट दिली. त्या विद्यार्थ्यांबरोबर अधिक गप्पा मारल्या. त्यांच्याबरोबर मैत्री केली.
२. ब्रेल लिपी शिकायला सुरुवात केली.
३. अंध विद्यार्थ्याला हार्मोनियम वाजवायला शिकायचे होते. मी स्वत: हार्मोनियम वाजवतो. मी माझा हार्मोनियम घेऊन दर रविवारी त्या मुलाला हार्मोनियम शिकवायला जात आहे.
४. मला मी गिड्डा आणि काळा आहे याबद्दल न्यूनगंड होता, तो आता पूर्णपणे नाहीसा झाला.
५. ज्या मुलाचा अंध व्यक्तीला धक्का लागला होता त्या मुलाची प्रतिक्रिया: ''मी आधी अंध होतो आता डोळस झालो. सरांनी हा उपक्रम का ठेवला ते कळले. माझा धक्का लागून ती अंध व्यक्ती पडली, पण मी त्यांच्याकडे दुर्लक्ष केले. आता मी माझ्या घराजवळील वृद्धाश्रमात रोज सकाळी अर्धा तास जातो व तेथील वृद्ध आजोबांना फिरवतो आणि त्यांना वर्तमानपत्र वाचून दाखवतो. त्याचे मला खूप समाधान वाटते.''

**या प्रकल्पाचे फलित काय?**

१. विद्यार्थ्यांच्या सामाजिक जाणिवांचा विकास,
२. स्वत:च्या व्यक्तिमत्त्वाकडे बघण्याच्या दृष्टिकोनात बदल व व्यक्तिमत्त्व विकास,
३. सामाजिक अभिसरणाची प्रक्रिया स्थापित झाली,
४. वर्तनक्षमतांचा विकास,
५. स्वतंत्रपणे विचार करायला प्रारंभ झाला.

**उदाहरण २ :** घरात आलेले पोस्टाचे तिकिट

''एकदा घरात एक पत्राचे पाकिट पोस्टमनने आणून दिले. त्यावर जवाहरलाल नेहरूंचे चित्र असलेला स्टँप लावलेला होता. मी तो स्टँप घेऊन शाळेत गेले. माझ्या चौथीतल्या विद्यार्थ्यांना तो स्टँप दाखवला व स्टँम्पवर कोणाचे चित्र आहे असे विचारले. एका सूरात विद्यार्थ्यांनी 'चाचा नेहरू' असे उत्तर दिले. त्यावर मी त्यांना आणखी प्रश्न विचारले: ''चाचा नेहरूंचे पूर्ण नाव काय?'' ''ते पंतप्रधान होते म्हणजे त्यांची कामे व जबाबदाऱ्या कोणत्या होत्या?'' आत्तापर्यंत भारताचे किती पंतप्रधान झाले? त्यांची पूर्ण नावे काय? असे विचारत विद्यार्थ्यांची उत्सुकता वाढवली. त्यांना आठ दिवसांत जवाहरलाल नेहरूंबद्दल माहिती गोळा करायला सांगितली. ही माहिती ते कोणत्याही स्वरूपात गोळा करू शकणार होते फक्त त्यात पालकांची मदत घ्यायची नव्हती.

विद्यार्थ्यांनी आठ दिवसांत जमवलेली माहिती व त्यांची माध्यमे बघून मी थक्क झाले.

१. टपालाची तिकिटे,
२. जवाहरलाल नेहरूंचा छाप असलेली नाणी,
३. जवाहरलाल नेहरूंचे वर्तमानपत्रे, मासिके, गोष्टींची पुस्तके यांमध्ये असलेले फोटो,
४. संसदेचे चित्र,
५. जवाहरलाल नेहरूंचे चित्र असलेले कॅलेंडर,
६. भारताचा ध्वज आणि जवाहरलाल नेहरूंचा फोटो एकत्र चिकटवून स्वत:च तयार केलेले चित्र,
७. जवाहरलाल नेहरूंच्या गोष्टी असलेल्या पुस्तकांच्या नावांची यादी,

८. जवाहरलाल नेहरूंच्या वडलांचा, मोतीलाल नेहरूंचा तसेच जवाहरलाल नेहरूंच्या पत्नीचा, श्रीमती कमला नेहरूंचा फोटो,
९. जवाहरलाल नेहरूंची रेखाचित्रे,
१०. जवाहरलाल नेहरूंवर वर्तमानपत्रात छापून आलेली कार्टून्स इत्यादी.

मग आम्ही या सगळ्या गोष्टींचे वर्गात प्रदर्शन भरवले. दोन वर्गांतल्या विद्यार्थ्यांनी या प्रदर्शनाला भेट द्यायची आणि आमच्या विद्यार्थ्यांनी जवाहरलाल नेहरूंची माहिती त्यांना द्यायची असा उपक्रम ठेवला. त्यामुळे माहितीचे दृढीकरण व्हायला मदत झाली.

त्यानंतर विद्यार्थ्यांनी स्वतःच मला सांगितले की, आता ते सगळे भारताच्या आत्तापर्यंत झालेल्या सर्व पंतप्रधानांची माहिती जमा करणार आहे.

**या प्रकल्पाचे फलित काय?**

१. विद्यार्थ्यांमध्ये उत्सुकता निर्माण झाली,
२. माहितीचे संकलन व सादरीकरणाच्या पद्धती समजल्या,
३. पंतप्रधान ही संकल्पना स्पष्ट झाली,
४. अभ्यासाबरोबरच छंद विकसित झाला,
५. इतर विद्यार्थ्यांना माहिती सांगायची असल्यामुळे संभाषणकौशल्य विकसित झाले.

अशी अनेक उदाहरणे देता येतील. अशा विविध माध्यमांमधूनच प्रकल्पांचा जन्म होते. अर्थात वयोगटानुसार प्रकल्प बदलत जातात. कोणत्याही वयोगटाला दिलेला कोणताही प्रकल्प असो, प्रकल्पांची उद्दिष्टे महत्त्वाची असतात.

**२. विद्यार्थ्यांसाठी प्रकल्पांची निवड कशी करायची?**

विद्यार्थ्यांना कोणते प्रकल्प द्यायचे याची यादी तयार करून दिली तर शिक्षकांच्याही कल्पनाक्षमतेला कुंपण घालून मर्यादा आणल्यासारखे होईल. पण प्रकल्पांमधला तोचतोचपणा जर घालवायचा असेल, तर विषयांची यादी करता येईल. या विषयांमधील किंवा अशाच पद्धतीने विषय निवडून 'विषयसूत्र' म्हणजे 'थीम' ठरवता येईल.

त्याचप्रमाणे पूर्वप्राथमिक ते नववी इयत्तांपर्यंत एक 'विषयसूत्र' म्हणजे 'थीम' तयार करून व विद्यार्थ्यांच्या वयोगटाचा विचार करून प्रकल्पाचा विषय निश्चित करता येईल. त्यामुळे शाळेत प्रत्येक वर्षी एकाच विषयाच्या विविध आयामांची, विषयाच्या व्याप्तीची माहिती व जाणीव विद्यार्थ्यांना होऊ शकेल.

**प्रकल्पांचे विषय**

**१. शेती** – शेतीचे प्रकार, जमिनीचे प्रकार, पिकांचे प्रकार, खते, बियाणे, शेती अवजारे, शेतीसाठी यंत्रसामग्री, शेतीचे तंत्रज्ञान, शेतीसाठी पाणीपुरवठा व त्याचे प्रकार, शेतमालाची साठवण करण्याच्या पद्धती, शेतमालाची बाजारपेठ, शेती महाविद्यालये आणि विद्यापीठे, शेतकरी, भारताच्या विविध राज्यातील शेतकऱ्यांच्या वेषभूषा, शेतकऱ्यांचे व ग्रामीण भागातील पारंपरीक सण व उत्सव, शेतीविकासाच्या योजना, कृषी पर्यटन, शेतीविषयक मासिके, पुस्तके, फळशेती, फुलशेती, फळा-फुलांची प्रदर्शने, फळा-फुलांची बाजारपेठ इत्यादी.

२. **उद्योग –** उद्योग व्यवसायांचे वर्गीकरण व प्रत्येक वर्गात येणारे उद्योग-व्यवसाय, कोणताही विशिष्ट उद्योग घेऊन त्याचे तंत्रज्ञान कसे विकसित झाले त्याची माहिती, औद्योगिक वसाहती, भारतातील/ महाराष्ट्रातील उद्योग घराण्यांची माहिती, उद्योजकांची माहिती, उद्योग व्यवसायांना मदत करणाऱ्या संस्था, शासनाच्या उद्योग-व्यवसायांसाठी योजना, कामगार चळवळ, कामगारांचे प्रकार, महाराष्ट्रातील उद्योजकांच्या संस्था, चेंबर्स ऑफ कॉमर्स अ‍ॅण्ड इंडस्ट्रिजची माहिती, उद्योगांशी निगडित पत्रिका व मासिके आणि वर्तमानपत्रात येणारी माहिती, भारताची आयात व निर्यात व त्यामध्ये समाविष्ट वस्तू, औद्योगिक प्रशिक्षण देणाऱ्या संस्था इत्यादी.

३. **बँका व वित्तीय संस्था –** बँकांचे प्रकार, रिझर्व्ह बँक ऑफ इंडिया, बँकांची कामे, नाणी, पेपर करन्सी आणि प्लॅस्टिक करन्सी, नाण्यांचा इतिहास, बँका व वित्तीय संस्थांमधील फरक, कोणत्याही बँकेची अथवा वित्तीय संस्थेची माहिती, नाणी संग्रहालये, रुपया व इतर देशांची चलने यांचा विनिमय दर व त्यांमधील चढउतार इत्यादी.

४. **पर्यटन –** पर्यटन एक छंद , एक व्यवसाय, पर्यटनाचे प्रकार, महाराष्ट्रातल्या प्रसिद्ध पर्यटन ठिकाणांची माहिती, पर्यटनाची तयारी, पर्यटनातून विकसित करता येण्याजोगे छंद, कोणत्या छंदांचे रूपांतर व्यवसायात करता येईल, पर्यटनाशी निगडित व्यवसायांची माहिती.

५. **बांधकाम उद्योग** – बांधकाम उद्योगाचा इतिहास व प्रगती, बांधकामांचे प्रकार, बांधकामासाठी वापरले जाणारे साहित्य-उदा. विटा, सिमेंट, चुना, फरशा, वाळू इत्यादी, प्रत्येक प्रकाराची माहिती, बांधकामासाठी वापरली जाणारी यंत्रसामग्री, बांधकामाचे तंत्रज्ञान, बांधकामासाठी पूरक उद्योग-व्यवसाय; आपल्या गावातील, जिल्ह्यातील, महाराष्ट्रातील, भारतातील प्रसिद्ध इमारती, ऐतिहासिक वास्तू.

६. **पर्यावरण –** पर्यावरणाचे घटक, प्रत्येक घटकाचे महत्त्व, पर्यावरणाचा समतोल, पर्यावरणाच्या असमतोलाची कारणे, पर्यावरणाची हानी करणारे घटक इत्यादी.

७. **प्रदूषण –** प्रदूषणाचे प्रकार, प्रत्येक प्रकारात प्रदूषण तयार करणारे घटक, प्रदूषण रोखण्याचे उपाय, प्रदूषण मापनाच्या पद्धती.

८. **ऐतिहासिक स्थळे –** गावातील, जिल्ह्यातील ऐतिहासिक स्थळे; प्रत्येक स्थळाचा इतिहास; सनसनावळ्या; चित्रे, फोटो, पोस्टाची तिकिटे प्रदर्शित झाली असल्यास त्यांचा संग्रह करणे.

९. **विज्ञान –** प्रत्येक वयोगटानुसार विज्ञानाची माहिती, विज्ञानाच्या ज्ञानशाखा, विज्ञानशाखेचा उगम व प्रगती, वैज्ञानिक, नोबेल पारितोषक मिळवणारे शास्त्रज्ञ, इतर जागतिक महत्त्वाची पारितोषके मिळवणारे भारतीय शास्त्रज्ञ, राष्ट्रीय महत्त्वाचे पुरस्कार मिळवलेले भारतीय शास्त्रज्ञ, ज्ञानशाखेतील वैज्ञानिक प्रयोग, राष्ट्रीय प्रयोगशाळा इत्यादी.

१०. **भोवतालच्या परिसरातील वस्तूंची माहिती –** आपल्या आजूबाजूला असलेल्या अनेक वस्तूंची माहिती विद्यार्थ्यांना नसते. त्याबद्दल उत्सुकता तयार करणे व वस्तूंची माहिती त्यांना व्हावी अशा प्रकारच्या प्रकल्पांचे नियोजन करणे महत्त्वाचे आहे. उदा. प्रत्येकाच्या घरात (काही खेडेगावांचे व आदिवासी पाड्यांचे अपवाद वगळता) इलेक्ट्रिकचा बल्ब असतो. बल्ब कसा तयार झाला? त्यासाठी कोणते प्रयोग झाले? ट्यूबलाइट कशी तयार झाली? बल्ब आणि ट्यूबलाइटमधील फरक काय? लेडचे दिवे म्हणजे काय? विजेच्या बिलांची माहिती, आपल्या घरातील विजेचे बिल किती येते? वीज वाचवण्यासाठी कोणते उपाय करायचे? केलेल्या उपायांवर भित्तिपत्रक तयार करणे, त्याचप्रमाणे पारंपरिक दिवे कोणते? उदा. समई, निरांजन, पणत्या, कंदील, गॅसची बत्ती या वस्तू आता बघायलाही

मिळत नाहीत. अशा दिव्यांची माहितीही संकलित करावी. विजेला पर्याय म्हणून अपारंपरिक ऊर्जा स्रोतांचा उपयोग करून वीज निर्मिती कशी होते अशा पद्धतीने प्रकल्पांची रचना करता येईल. विद्यार्थ्यांना इलेक्ट्रॉनिकच्या माध्यमातून दिवा कसा लागतो, इलेक्ट्रॉनिकचे सर्किट कसे तयार करायचे अशी विविध माहिती मिळेल आणि त्यांच्या ज्ञानात भर पडेल. असे प्रकल्प करण्यासाठी शिक्षकांनाच जास्त विचार करून वस्तूंची निवड व प्रकल्पांचे नियोजन करावे लागेल.

११. **विविध कामे करणाऱ्या व्यक्तींची माहिती –** अगदी लहानपणापासून प्रत्येकालाच आपल्या आवतीभोवती काम करणाऱ्या अनेक व्यक्तींची व त्यांच्या कामांची भुरळ पडत असते. लहान मुलांना विचारले, ''तू मोठा झाल्यावर कोण होणार?'' तर रेल्वेचे लोकलचे इंजिन चालवणारा ड्रायव्हर होणार'' इथपासून ''बस कंडक्टर होणार'', ''शेतकरी होणार'', ''भाजी/फळ विकणारा होणार'', ''वैमानिक होणार'', ''भटजी होणार'', ''दुकानदार होणार'', ''वाजंत्रीवाला होणार'', ''डॉक्टर होणार'', ''भंगार विकणारा होणार'', ''पोलीस होणार'', ''ट्रॅफिक पोलीस होणार'', ''न्यायाधीश होणार'' अशी अनेक उत्तरे आपल्याला ऐकायला मिळतात. म्हणजेच मुलांना त्या व्यक्तींचे, त्यांच्या कामांचे, ते वापरत असलेल्या वस्तूंचे किंवा साहित्याचे, त्यांच्या पोशाखाचे; तसेच यांतील काही व्यक्ती ज्या ललकाऱ्या मारतात त्या आवाजांचेही कुतूहल वाटते. सोनार, लोहार, कुंभार, शिंपी, कासार यांच्याबद्दलही विद्यार्थ्यांना कुतूहल वाटते. प्रकल्पांच्या माध्यमातून अशा व्यक्तींचे फोटो जमा करणे, त्यांच्या मुलाखती घेणे व त्यांच्यावर निबंध लिहिणे, त्यांच्या कामाच्या ठिकाणचे निरीक्षण करणे, त्यांना शाळेत बोलावणे व विद्यार्थ्यांचा त्यांच्याशी संवाद साधणे हे प्रकल्पाचे भाग होऊ शकतात.

### ३. नातेसंबंधांची माहिती

१. विंभक्त कुटुंब पद्धतीत राहणाऱ्या व मर्यादित कुटुंबे असलेल्या विद्यार्थ्यांना अनेक नाती माहीत नसतात. त्यामुळे केवळ 'फॅमिली ट्री' म्हणजेच 'कुटुंब वृक्ष' इतकाच प्रकल्प मर्यादित न ठेवता काका, आत्या, मामा, मावशी, आजी-आजोबा, मावस - चुलत - आते भावंडे याचबरोबरच शेजारी या कल्पनाही विशेषत: मोठ्या शहरांमधील विद्यार्थ्यांना आजकाल माहीत नसतात. त्यामुळे नातेसंबंध व त्यांचे महत्त्व यांवरही प्रकल्प होऊ शकतो. यामध्ये विद्यार्थ्यांनी त्यांच्या नातेवाईकांचे फोटो जमा करणे, मागील पिढ्यांमधील नातेवाईकांची नावे, फोटो, माहिती संकलित करणे; याचबरोबर शाळेत आजी-आजोबा दिवस साजरा करणे इत्यादी विषय प्रकल्पांमध्ये येऊ शकतात.

२. **फळा-फुलांची, झाडांची माहिती –** विद्यार्थ्यांना टेलिव्हिजन, इंटरनेट, फेसबुक अशा आभासी दुनियेतून बाहेर काढून निसर्गाच्या जवळ नेणे व निसर्गाची माहिती देणे हा या प्रकल्पांमागील प्रमुख उद्देश आहे. विविध प्रकारांनी आणि पद्धतींचा उपयोग करून विद्यार्थ्यांना झाडे, वेली, पाने, फळे, फुले, भाज्या यांची माहिती देणे, त्यांचे उपयोग व आपल्या आयुष्यातील त्यांचे महत्त्व, आरोग्यासाठी उपयुक्तता, फळांचे-भाज्यांचे प्रक्रिया उद्योग, उद्योगांना प्रत्यक्ष भेटी अशा अनेक प्रकारे विद्यार्थ्यांना माहिती देता येईल.

३. **प्राणी, पक्षी, जनावरांची माहिती –** फळा-फुलांप्रमाणेच विद्यार्थ्यांना प्राणी, पक्षी, जनावरांची माहिती होणेही महत्त्वाचे आहे.

४. **शरीराचे अवयव आणि त्यांची स्वच्छता –** विशेषत: पूर्वप्राथमिक आणि प्राथमिक वर्गातील विद्यार्थ्यांसाठी या विषयांवरील प्रकल्प महत्त्वाचे आहेत. त्यासाठी डॉक्युमेंटरी, सीडीज, तक्ते, चित्र काढणे, भित्तिपत्रके

तयार करणे, नाटुकले बसवणे, गाणे तयार करणे, घोषवाक्ये (स्लोगन्स) तयार करणे अशा विविध पद्धतींचा उपयोग करता येतो. त्यामुळे विद्यार्थ्यांना त्यांच्या शरीराची निगा राखणे, आरोग्य व स्वच्छतेचे महत्त्व, आरोग्यसंपन्नतेसाठी कोणत्या भाज्या, फळे खाणे जरुरीचे आहे, सकस आहाराचे महत्त्व अशा अनेक गोष्टींचे महत्त्व विद्यार्थ्यांपर्यंत पोहोचवू शकतो. शक्यतो शिक्षकांनी सांगितलेले मनापासून ऐकणे व तसेच वागणे ही सर्वच विद्यार्थ्यांची सहजप्रवृत्ती असते. त्यामुळे पालकांचेही जी मुले ऐकत नाहीत त्यांना घडवण्याचे काम अशा प्रकल्पांच्या माध्यमातून होऊ शकते.

५. **संस्कार :** विद्यार्थ्यांना योग्य वयात योग्य संस्कार होणे जरुरीचे असते. संस्कार याचा अर्थ फक्त धार्मिक संस्कार असा होत नाही. यामध्ये सामाजिक आणि सांघिक वर्तन व परस्पर संबंधांची जोपासना करण्याचे संस्कारही समाविष्ट आहेत. यामध्ये एकमेकांची काळजी घेणे (Care), एकमेकांबरोबर विचार, भावना, वस्तू, खाणे वाटून घेणे (Sharing), जाणीव, कृतज्ञता, मदत, सहकार्य, सहनशीलता, आदर, एकत्रित काम करणे, इतरांचे ऐकणे, इतरांचा मान ठेवणे, मॅनर्स व एटिकेट्स (शिष्टाचार) अशा विषयांवर आधारित प्रकल्पांचाही समावेश होतो.

४. प्रकल्प करताना काय करू नये?

१. आपल्या मुलांचे प्रकल्प पालकांनी करून देऊ नयेत.

२. बाजारातील महागडी साधनसामग्री व वस्तू आणून प्रकल्प करू नयेत. ते सर्वांना परवडणारे नसते.

३. विद्यार्थ्यांच्या कल्पनाक्षमतेला वाव मिळण्यासाठी व त्यांना प्रत्येक विषयाच्या मूळ कल्पना समजण्यासाठी प्रकल्पांचा उपयोग करावा.

४. प्रकल्प करताना एकाच प्रकारे प्रकल्प करण्यास सांगू नये. विषय एक दिला तरी त्याच्या सादरीकरणाच्या पद्धती वेगवेगळ्या असू शकतात. त्यामुळे विद्यार्थ्यांना आपल्या क्षमता विकसित करता येतील.

५. प्रकल्पावरून विद्यार्थ्यांची तुलना करू नये. प्रत्येकाच्या क्षमता वेगवेगळ्या असतात.

# भाग १२ नेतृत्वकौशल्य

## ३२ नेतृत्त्वकौशल्य विकास

मुख्याध्यापक शाळेचे शैक्षणिक आणि प्रशासकीय प्रमुख असल्यामुळे शाळेचे नेतृत्व खऱ्या अर्थाने मुख्याध्यापकच करत असतात. महाराष्ट्रात अनेक शाळा त्या शाळेत होऊन गेलेल्या मुख्याध्यापकांच्याच नावाने ओळखल्या जातात. या प्रकरणात आपण नेतृत्व या संकल्पनेबद्दल चर्चा करणार आहोत.

नेता व नेतृत्व हा शब्द राजकारणाबरोबर जोडला गेलेला आहे. परंतु कोणत्याही देशाच्या समाजरचनेत आर्थिक, सामाजिक, सांस्कृतिक, विज्ञान, तंत्रज्ञान, औद्योगिक, कृषी, पर्यटन, शैक्षणिक, आध्यात्मिक, धार्मिक इत्यादी प्रत्येक क्षेत्रात नेतृत्व व नेता आवश्यक असतो. त्यामुळे नेतृत्व या संकल्पनेची व्याप्ती मोठी आहे.

### १. नेतृत्व (Leadership) या शब्दाच्या काही व्याख्या

१. '' लोकांच्या मनातील मरगळ दूर करून त्यांना चैतन्य आणणारा आणि त्यांना प्रेरित करणारा नेता.''

२. ''आपल्या आकर्षक प्रभावशाली व्यक्तिमत्त्वाने लोकांना जिंकणारा नेता.''

३. ''द्रष्टा.''

४. ''लोकांच्या समस्या जाणून घेऊन त्यावर ठोस उपाय योजून त्याची कार्यक्षम अंमलबजावणी करणारा नेता.''

५. ''प्रसंगाला धावून जाईल तो नेता.''

६. ''नकारात्मक विचार व अश्रद्ध भावनांना अटकाव करून सकारात्मकता जोपासणारा आणि सकारात्मकता संक्रमित करू शकेल तो नेता.''

७. ''सर्वांना बरोबर घेऊन जाणारा, निर्णयप्रक्रियेत सर्वांना समाविष्ट करणारा, संघभावना विकसित करणारा नेता.''

८. ''आपल्या प्रगल्भतेने संस्था व समाजाचे परिवर्तन घडवून आणणारा नेता.''

९. ''प्रचंड मानसिक ताकद असणारा, जोखीम पत्करणारा, पुढाकार घेऊन विजयाप्रत नेणारा नेता.''

१०. ''ओजस्वी वक्तृत्व, तेजस्वी व्यक्तिमत्त्व आणि संपन्न चारित्र्य असणारा नेता.''

११. ''सचोटी, चिकाटी व हातोटी असणारा नेता.''

जेव्हा वरील व्याख्यांचा विचार आपण मुख्याध्यापक या पदाबद्दल करतो, तेव्हा मुख्याध्यापकांना आवश्यक असणारी काही ठळक गुणवैशिष्ट्ये आपल्या लक्षात येतात. उदाहरणार्थ:

| क्रमांक | गुणवैशिष्ट्ये | Qualities |
|---|---|---|
| १ | द्रष्टा | Visionary |
| २ | स्वयंप्रेरित आणि इतरांना प्रेरणा देणारा | Self motivated and motivating others |
| ३ | सकारात्मक दृष्टिकोन | Positive Attitude |
| ४ | नियोजन कुशल | Expert in Planning |
| ५ | सांघिक भावनेने काम करणारा व संघटना कुशल | Team spirit and Team Building ability |
| ६ | संभाषण चतुर आणि वक्तृत्वकौशल्य | Communication and Public Speaking skills |
| ७ | पुढाकार घेणारा | Ability to take initiative |
| ८ | जोखीम पत्करणारा | Ability to take risk |
| ९ | समस्या निवारण करणारा | Problem solver |
| १० | (समाजाला/संघटनेला)ध्येयाप्रत घेऊन जाणारा | Lead (society/organization) towards Goal |
| ११ | निर्णय घेणारा | Ability to take decisions |

जरी काही महत्त्वाची गुणवैशिष्ट्ये सर्व नेत्यांकडे असली, तरी त्यांच्या काम करण्याच्या म्हणजेच नेतृत्व करण्याच्या प्रकार व पद्धती मात्र वेगवेगळ्या असतात. काही निवडक पद्धतींची चर्चा पुढील परिच्छेदात केलेली आहे.

**२. नेतृत्वाचे प्रकार व पद्धती**

२.१ **हुकूमशहा (Dictator):** आपण म्हणू ती पूर्व या विचाराने लोकांना आपली विचारसरणी, मते, कृती कार्यक्रम स्वीकारायला लावणारा नेता हा हुकूमशहा असतो. विचारप्रक्रिया स्वत:ची, निर्णय स्वत:चा, अंमलबजावणी स्वत:च्या ताकदीने, कौशल्याने करणारा, सर्व चांगल्या-वाईट परिणामांची जबाबदारी स्वत: घेणारा नेता हा हुकूमशाही पद्धतीने काम करणारा नेता आहे. अनुयायांच्या अथवा संघाच्या / संघटनेच्या सदस्यांच्या मतांना महत्त्व दिले जात नाही.

२.२ **अनियंत्रित सत्ता चालवणारा सर्वसत्ताधारी नेता (Autocratic):** स्वत:च्या हातात सर्व अंकुश ठेवून, इतरांच्या मतांची कोणतीही पर्वा न करणारा, अरेरावी करणारा आणि अनियंत्रित पद्धतीने काम करणारा नेता हा सर्व सत्ताधारी नेता आहे. प्रसंगी इतरांना बाजूला सारून आपले नेतृत्व लादले जाते. सर्व सत्ताधारी नेतृत्वामध्ये लोकांमध्ये/ संघटनेमध्ये किंवा संघामध्ये काही वेळा नेत्याबद्दल तीव्र संताप निर्माण होतो. नेत्याची स्वीकारार्हता नष्ट होते. इतरांची सर्जनक्षमता, नवनवीन कल्पना आणि प्रयोगशीलता यांना वाव मिळत नाही. त्यामुळे संघटनेची/संघाची हानी होते. संघटना/संघापेक्षाही आपण प्रबळ आहोत, मोठे आहोत ही भावना या नेत्यांमध्ये असते.

२.३ **नोकरशहा (Bureaucratic):** कायद्याच्या, नियमांच्या आधीन राहून, त्यामध्ये परिस्थितीनुरूप कोणतीही लवचिकता न ठेवणारा काटेकोरपणे निर्णय घेणारा व काम करणारा नेता हा नोकरशाही पद्धतीने काम

करणारा असतो. प्रत्येक बाबतीत कायद्यावर, नियमांवर बोट ठेवून त्याप्रमाणे निर्णय घेतले जातात. नियमांशी कोणतीही तडजोड केली जात नाही. इतरांची मते, भावना, अडचणी लक्षात न घेता सांगितले तसे आणि तेवढेच काम करणारा व करून घेणारा नेता नोकरशाही पद्धतीने काम करणारा असतो. विलंब, टाळाटाळ, निर्णय न घेणे, कामाची पूर्तता न होणे या त्रुटी त्यामुळे तयार होतात.

२.४ **तेजोवलय असलेला आकर्षक व्यक्तिमत्त्वाचा नेता (Charismatic) :** ज्याच्या केवळ रुबाबदार, आकर्षक व्यक्तिमत्त्वाची मोहिनी कार्यकर्त्यांना पडते व त्यामुळे नेता जे सांगेल ते प्रमाण म्हणून वागण्याची प्रवृत्ती कार्यकर्त्यांमध्ये तयार होते अशा नेतृत्वाला वलयांकित नेतृत्व असे म्हणले जाते. अनेकदा स्वत:मध्ये असलेल्या त्रुटी आकर्षक व्यक्तिमत्त्वाने झाकून टाकल्या जातात. सत्ता केंद्रित होते. आपले तेजोवलय व कार्यकर्त्यांवरील प्रभाव सकारात्मकतेने वापरून हे नेते अनेक जबाबदाऱ्या घेतात व समर्थपणे पार पाडतात.

२.५ **लोकशाहीच्या मार्गाने जाणारा, सहमतीने काम करणारा नेता (Democratic) :** काही नेते आपल्या कार्यकर्त्यांना, संघटनेतील किंवा संघातील सदस्यांना विश्वासात घेतात. त्यांच्याबरोबर ध्येयाची, उद्दिष्टांची चर्चा करतात. सर्वांच्या मदतीने कृतीकार्यक्रम ठरवतात. त्यामुळे निर्णयप्रक्रियेत पारदर्शकता तयार होते. सहभागाचा आनंद मिळतो. विश्वासार्हता जोपासली जाते. परंतु, काही वेळा वेळेत निर्णय घेणे कठीण होते. विषयाला फाटे फुटतात. मुख्य काम भरकटण्याची शक्यता निर्माण होते.

२.६ **मर्यादित हस्तक्षेप करणारा नेता (Laissez-fair) :** संघटनेतील, संघातील सदस्यांना निर्णय घेण्यासाठी व निर्णयाची अंमलबजावणी करण्यासाठी जास्तीजास्त स्वातंत्र्य देणारा, मुभा देणारा हा नेता पडद्याआडून सूत्रे हलवणारा असतो. काही वेळा इतरांनी काय निर्णय घ्यावेत यासाठी त्यांना मार्गदर्शन केले जाते. इतरांच्या कामावर देखरेख केली जाते. प्रत्यक्ष कामाच्या अंमलबजावणीमध्ये न येता त्यांच्यावर नियंत्रण ठेवले जाते. धूर्तपणाचा शिक्का बसला तरी हे नेतृत्व इतरांमध्येही नेतृत्वाची जोपासना करत असते.

२.७ **कार्यसम्राट (Action and Work oriented) :** अडचण आली, कोणतेही काम करायचे ठरले की पुढाकार घेऊन, सर्व कामाची जबाबदारी घेऊन, झोकून देऊन काम करणारे हे नेते कार्यसम्राट असतात. त्या परिस्थितीसाठी किंवा वेळेपुरती संघटनाबांधणी ते चपखलपणे करतात. परंतु, अनेकदा काम नसले की त्यांचे नेतृत्वही अंतर्धान पावते. त्यांचे नेतृत्व प्रासंगिक असते.

२.८ **प्रवर्तक नेतृत्व (Transformational) :** परिस्थितीची स्पष्ट जाणीव, विचारांमध्ये स्पष्टता, जबाबदारी घेण्यास उत्सुक, ध्येयासक्त, लोकांना प्रेरित करणारा, प्रोत्साहित करणारा, निडर, संघटनकुशल नेता सर्वांच्या विश्वासास पात्र ठरतो. परिस्थिती सकारात्मकरित्या बदलण्याची क्षमता त्याच्यामध्ये असते. संघटना किंवा संघ आपल्यापेक्षा मोठा व महत्त्वाचा आहे व संघटनेमुळेच आपल्याला नेतृत्व लाभले आहे याची जाणीव या नेत्याला असते. नियोजनकुशलता, वक्तृत्व हे त्याचे मोठे गुण आहेत. तो कृतिशील आणि गतिशील असतो.

**वर उल्लेखिलेल्या प्रत्येक प्रकारच्या नेतृत्वाचे काही फायदे असतात तर काही तोटे आहेत. परंतु, जेव्हा शाळेचे नेतृत्व करायचे असते, तेव्हा या सर्व पद्धती आणि प्रकारांची योग्य निवड मुख्याध्यापकांनी करणे जरुरीचे आहे.**

# ३३. संघप्रवृत्ती आणि संघबांधणी (टीम बिल्डिंग)

कोणतेही काम हे वैयक्तिक काम नसून ती सांघिकरित्या एकत्रितपणे पूर्ण करण्याची जबाबदारी असते. टीम, संघबांधणी, संघप्रवृत्ती हे शब्द आपण नेहमीच वापरतो. आपल्या शाळेतील शाळासमिती सदस्य, शिक्षक, शिक्षकेतर कर्मचारी, विद्यार्थी, पालक, हितचिंतक, मातृसंस्थेचे पदाधिकारी, शासकीय कार्यालयातील संबंधित अधिकारी, ज्या शालान्त व उच्च शिक्षण परीक्षा मंडळांशी आपली शाळा संलग्न आहे त्या कार्यालयांमधील संबंधित अधिकारी या सर्व आपल्या टीम्स आहेत. इतकेच नव्हे तर आपण शाळेत काम करत असताना आपल्या कुटुंबाचे सदस्य सतत आपल्याला मदत करतात, प्रोत्साहन देतात, प्रसंगी घरची जबाबदारी संभाळतात ते सर्व आपली टीम आहेत. समाजातील अनेक व्यक्ती व संस्था आपल्या शाळेच्या प्रगतीसाठी, विकासासाठी साहाय्यक असतात. अशा सर्व ज्ञात आणि काही वेळा अज्ञात व्यक्ती व संस्था मिळून आपली टीम तयार होत असते. व त्या दृष्टीनेच या सर्व टीम्सकडे आपण बघितले पाहिजे.

## १. मुख्याध्यापकांच्या टीम्स

१. शाळा ज्या संस्थेची आहे त्या संस्थेची व्यवस्थापन समिती आणि पदाधिकारी,
२. शाळासमिती सदस्य,
३. शाळेतील शिक्षक,
४. शाळेतील शिक्षकेतर प्रशासकीय कर्मचारी,
५. विद्यार्थी,
६. पालक,
७. माजी विद्यार्थी,
८. माजी पालकांमधील शालेय कामकाजासाठी महत्त्वाचे पालक,
९. माजी मुख्याध्यापक आणि माजी शिक्षक,
१०. माजी शिक्षकेतर कर्मचारी,
११. शाळेला विविध वस्तू व सेवा पुरवणारे कंत्राटदार, दुकानदार, सेवासंस्था इत्यादी,
१२. शासकीय कार्यालयातील विशेषत: शिक्षण विभागातील अधिकारी व कर्मचारी,
१३. बोर्डातील अधिकारी व कर्मचारी,
१४. पत्रकार,
१५. विविध माध्यमांचे प्रतिनिधी,

१६. शाळेला सल्लामसलत देणारे वकील, डॉक्टर्स, सीए इत्यादी,
१७. सामाजिक कार्यकर्ते,
१८. देणगीदार व हितचिंतक,
१९. समान ध्येयाने काम करणाऱ्या शाळा,
२०. शाळेच्या विविध कार्यक्रमांना निमंत्रित करायच्या व्यक्ती.

त्यामुळे शाळेचे नेतृत्त्व करत असताना मुख्याध्यापकांनी वर उल्लेखिल्याप्रमाणे आपल्या टीम्स व या टीम्समध्ये काम करणाऱ्या सहकारी व्यक्ती अशा टीम्स निश्चित कराव्यात. त्यासाठी आवश्यक डेटा तयार करणे महत्वाचे आहे.

## २. संघप्रवृत्ती विकसित करण्यासाठी पुढील गुण-वैशिष्ट्ये महत्त्वाची आहेत.

१. आपल्या स्वतःच्या क्षमता, गुण, कौशल्यांची माहिती व जाणीव,
२. दुसऱ्या व्यक्तींमधील क्षमता, गुण, कौशल्ये जाणून घेण्याची वृत्ती,
३. इतरांना आदर देण्याची मानसिकता,
४. टीममधील सर्व सदस्यांना विशिष्ट काम सोपवणे, हे काम करण्यासाठी त्या व्यक्तीकडे आवश्यक त्या क्षमता व कौशल्ये आहेत याची खात्री करणे अथवा क्षमता व कौशल्ये विकसित करण्यासाठी त्याला मार्गदर्शन करणे,
५. आपल्याला दिलेले काम व जबाबदारी ठरवून दिलेल्या वेळेत आणि उत्कृष्ट दर्जाचे झालेच पाहिजे याबद्दल सतत आग्रह,
६. आपल्या क्षमतांप्रमाणे इतरांच्या क्षमतासंवर्धनासाठी प्रयत्न करणे व त्यांना सहकार्य, मदत करण्याची तयारी,
७. दिलेले काम किंवा सोपवलेली जबाबदारी पूर्ण करत असताना एकत्रितरित्या कोणता परिणाम साध्य करायचा आहे याची नेमकी जाण,
८. आपल्याला दिलेल्या कामाची सुस्पष्ट माहिती,
९. विश्वासार्हता,
१०. कृतज्ञता,
११. समस्या येऊ नये म्हणून आणि समस्या आलीच तर ती सोडवण्याचा प्रयत्न व पुढाकार घेण्याची तत्परता,
१२. सकारात्मक मानसिकता,
१३. व्यवसायनिष्ठता.

## संघबांधणी

१. **ध्येय / उद्दिष्ट निश्चिती:** कोणत्या कामासाठी आपण एकत्र आलो त्याची स्पष्ट कल्पना सर्व सदस्यांना असणे जरुरीचे आहे. प्रत्येक कामातून कोणते ध्येय साध्य करायचे आहे त्याची स्पष्ट कल्पना तयार करा. प्रत्येक कामाचे ध्येय व उद्दिष्टे लिहून काढा.

२. **प्रत्येक सदस्याची संघातील भूमिका, जबाबदारी निश्चित करणे :** कोणी काय काम करायचे, कसे करायचे, कामाचा अहवाल कोणाला द्यायचा, अहवाल कोणाकडून घ्यायचा, निर्णय कोण घेणार याची स्पष्टता असणे आवश्यक आहे. त्यामुळे प्रत्येक सदस्याला आत्मविश्वासाने काम करणे शक्य होते.

व्यवस्थापनशास्त्राच्या भाषेत प्रत्येकाच्या कामाचा तपशील म्हणजे जॉब डिस्क्रिप्शन तयार करावे.

३. **कामाचे मूल्यमापन :** शाळेचे काम व्यवसायनिष्ठेने (प्रोफेशनली), स्वयंप्रेरणेने आणि स्वयंस्फूर्तीनेच करायचे असते. कामातून दिसणारी विद्यार्थ्यांच्या बौद्धिकच नाही तर सर्वांगीण विकासाची जाणच महत्त्वाची आहे. त्यासाठी आपल्या कामाचा दर्जा महत्त्वाचा आहे. प्रत्येक सदस्याच्या कामाचे मूल्यमापन करण्यासाठी मूल्यमापनाचे निकष ठरवावेत. काम किंवा दिलेली जबाबदारी पूर्ण करत असताना प्रत्येकाने आपले योगदान कसे दिले, आपले उत्तरदायित्व कसे पार पाडले हे बघणे महत्वाचे आहे. म्हणून ठराविक कालावधीनंतर प्रत्येक सदस्याच्या कामाचे मूल्यमापन करावे.

४. **शक्तिस्थानांची जाणीव :** प्रत्येक व्यक्तीजवळ काही विशिष्ट गुण, कौशल्ये, क्षमता, काम करण्याची कुवत, अनुभव, ज्ञान, दृष्टिकोन असतो. या सर्वांचा समुच्चय हे त्या व्यक्तीचे शक्तिस्थान असते. शाळेतील प्रत्येक व्यक्ती शाळेच्या प्रगतीमधला महत्त्वाचा घटक ठरते. परंतु, अनेकदा आपल्याला अतिपरिचयाने किंवा विशेष परिचय न झाल्यामुळे त्या व्यक्तीमधील शक्तिस्थानांची जाणीव नसते. संघबांधणी करत असताना आणि सांघिक काम करत असताना प्रत्येकाच्या शक्तिस्थानांची जाणीव ठेवून जर कामे व जबाबदाऱ्या सोपवल्या गेल्या, तर ती व्यक्ती उत्साहाने काम करते. काम परिणामकारक होते. शाळेत काम करणाऱ्या व शाळेशी संबंधित सर्व व्यक्तींच्या शक्तिस्थानांचा समुच्चय केला म्हणजे त्या शाळेचे, त्या संघाचे शक्तिस्थान तयार होते. या शक्तिस्थानाच्या भांडवलावर शाळेचा उत्कर्ष होतो. आधुनिक व्यवस्थापनाच्या तंत्रांमध्ये संघातील, शाळेतील सर्वांचे 'स्किल मॅपिंग' करण्याची पद्धत रूढ आहे.

५. **साधनसामुग्रीची उपलब्धता :** आवश्यक साधनसामग्रीच्या उपलब्धतेशिवाय कोणतेही काम पूर्णत्वाला जात नाही. म्हणून कामाच्या पूर्ततेसाठी कोणती साधनसामग्री किती प्रमाणात आवश्यक आहे हे समजणे जरुरीचे आहे. आपण उपक्रमांचे, कामांचे बजेट म्हणजे अंदाजपत्रक तयार करतो तो आवश्यक साधनसामग्रीचा व येणाऱ्या खर्चाचा घेतलेला आढावा असतो.

६. **कृती–कार्यक्रम ठरवणे :** कोणते काम कसे करायचे याचा विस्तृत कृती–कार्यक्रम किंवा ॲक्शन प्लॅन तयार केला जातो. प्रत्येक कृती–कार्यक्रमाला वेळेची चौकट आखलेली असते. काय करायचे, कसे करायचे, कोणी करायचे, कधी करायचे, कोठे करायचे, कोणासाठी करायचे व केलेल्या कामाच्या परिणामकारकतेचे मूल्यमापन कसे करायचे हे कृती–कार्यक्रमाचे महत्त्वाचे आयाम आहेत. कृती–कार्यक्रमाचा आराखडा जितका विस्तृत, सखोल व परिणामकारक तितकी कामाची परिणामकारकता वाढते. लाभार्थींपर्यंत काम आत्मीयतेने पोहोचते.

७. **समस्यांचा पूर्वविचार करणे :** कामात काही अडचणी, अडथळे, धोके उद्‌भवू शकतात का याचाही पूर्वविचार करणे जरुरीचे असते. अडचण आल्यावर ती सोडवण्यापेक्षा, अडचण आली तर ती कशी सोडवायची याचे पूर्वनियोजन हा धोरणात्मक विचारप्रक्रियेचा (Strategic thinking) भाग आहे. त्यामुळे केवळ वेळ आणि पैसेच वाचतात असे नाही तर टीम्समधील सदस्यांच्या मानसिकतेचे खच्चीकरण होत नाही. सर्वजण सकारात्मकतेने अडचणींवर मात करतात. टीमच्या सदस्यांचा शाळेवरील विश्वास वाढतो.

८. **कामाची प्रत्यक्ष अंमलबजावणी :** सर्व पूर्वतयारीनिशी टीम्सचे सदस्य कृती–कार्यक्रमाची अंमलबजावणी करतात. अंमलबजावणी करत असताना येणाऱ्या अडचणी सोडवणे, कार्यकर्त्यांना वेळोवेळी मार्गदर्शन करणे, त्यांच्या बैठका घेणे, कामाच्या पूर्ततेचा अहवाल घेणे हे या कालावधीत जरूरीचे आहे.

९. **डेटा कलेक्शन आणि कम्पायलेशन– माहितीचे संकलन :** आपण जे काम केले त्याची माहिती

संकलित करणे हा शाळेच्या एकूण कामकाजाचा महत्त्वाचा भाग आहे. ही माहिती तपशिलात्मक आणि सांख्यिकीय अशा दोन्ही स्वरूपाची असते. प्रसंगानुरूप त्याचे फॉर्म्स आणि फॉरमॅट्स तयार करावे लागतात. शाळेचे प्रमुख पदाधिकारी किंवा उपक्रम प्रमुखांनी याची जबाबदारी घेणे अपरिहार्य आहे. यासाठी कॉम्प्युटरचा वापर करणेही क्रमप्राप्त आहे. फोटो अल्बम्स, वर्तमानपत्रे-मासिकांमध्ये छापून आलेल्या माहितीच्या कात्रणांच्या फाइली, संस्थेने-शाळेने तयार केलेले अहवाल हा सर्व माहिती संकलनाचाच भाग आहे.

१०. **प्रोत्साहन, कौतुक, प्रशंसा :** काम करत असलेल्या सर्व व्यक्तींना त्यांच्या चांगल्या कामासाठी प्रोत्साहन देणे, त्यांचे कौतुक करणे हा शाळेच्या संस्थात्मक बांधणीमधला संवेदनक्षम भाग आहे. कौतुक, प्रशंसा ही बहुतांशी व्यक्तींची स्फूर्तीप्रेरणा असते.

११. **कामाचा अहवाल किंवा फीडबॅक :** काम करत असताना आणि कामाची पूर्तता झाल्यावरही ठरवलेल्या निकषांप्रमाणे काम झाले अथवा नाही याचा फीडबॅक घेणे हा कामाचाच एक भाग आहे. याला 'ॲक्टिव्हिटी ऑडिट' असेही म्हणले जाते. फीडबॅकचा उपयोग म्हणजे आपल्याच कामाचे त्रयस्थवृत्तीने परीक्षण करता येते. यशस्वी पूर्तता झालेल्या कामामुळे आत्मगौरवाची भावना वाढते तर अपूर्ण, चुकीच्या झालेल्या कामाच्या जाणिवेने ते काम अधिक सक्षमतेने करण्याची प्रेरणा तयार होते. पुढील कामाचे नियोजन होते.

## ३. संघप्रवृत्ती आणि सकारात्मक मानसिकता

संघबांधणीचे कौशल्य विकसित करत असताना आपली भावसाक्षरता, आपला भावनांक आणि प्रामुख्याने कोणत्या भावना आपल्या मनात चटकन उद्भवतात म्हणजेच आपली भावनिक प्रवृत्ती कशी आहे, याचा विचार आपण स्वत:बद्दल आणि आपल्या सहकाऱ्यांबद्दल करणे महत्त्वाचे आहे. सकारात्मक प्रतिसाद आणि सकारात्मक सहकार्य हा संघबांधणीचा कणा आहे. आपली वैचारिक पातळी एक असून भागत नाही, तर आपले भावनिक सूर जमणेही तितकेच आवश्यक आहे. त्यासाठी पुढील बाबींचा विचार करणे जरुरीचे आहे.

१. सहकाऱ्यांच्या भावनिक व्यक्तिमत्त्वाची जाण,
२. सहृदयता, एकोपा,
३. विश्वासार्हता,
४. जबाबदारीची जाणीव,
५. संवादकौशल्य,
६. आदर,
७. मदत करण्याची तयारी,
८. जोखीम पत्करण्याची तयारी,
९. प्रतिकूल परिस्थितीतही न खचता काम करून जिंकण्याची मानसिकता,
१०. ध्येयावर अटल श्रद्धा

## सिद्धी प्रेरणा

संघबांधणीमध्ये आपली आत्मप्रेरणा व आपल्या सहकाऱ्यांची आत्मप्रेरणा जमणे व जुळवून घेणे महत्त्वाचे आहे. जेव्हा टीममधील प्रत्येक व्यक्ती सिद्धीप्रेरणेने प्रेरित झालेली असते, तेव्हा टीमची सिद्धीप्रेरणा

जागृत झालेली असते व उच्च पातळीवर पोहोचलेली असते.

डेव्हिड मॅक्लेलँड या समाज मानसशास्त्रज्ञाने प्रत्येक व्यक्तीची आत्मप्रेरणा शोधून काढण्याचा प्रयत्न केला आणि प्रेरणेनुसार व्यक्तींना प्रामुख्याने तीन गटांमध्ये वर्गीकृत केले.

**१. मान्यता प्रेरणा** (Affiliation Motive): जगातील ९०% व्यक्ती या गटात येतात. या गटातील व्यक्तींना सतत इतरांकडून प्रशंसेची, कौतुकाची, मान्यतेची गरज असते. आपण जे करतो आहोत ते बरोबर आहे हे सतत ताडून घेण्याची त्यांची मानसिकता असते. या व्यक्ती चाकोरीबद्ध आयुष्य जगणे पसंत करतात. त्या चौकस नसतात. कोणतीही जोखीम घ्यायची त्यांची तयारी नसते. 'तुम्ही म्हणाल तसे' अशी सदैव सहमतीमध्ये जाणारी त्यांची मानसिकता असते. कोणत्याही गोष्टीला त्या नाही म्हणत नाहीत. दिलेले काम करणे इतकेच त्यांचे काम असते. तुम्ही त्यांच्याबरोबर आहात यातच त्यांची सुरक्षितता असते. त्यांच्याजवळ नेतृत्वगुण नसतो. त्या सदैव अनुयायी या भूमिकेतच रहातात. संधीची वाट बघतात. पण विश्वासार्हता, प्रामाणिकपणा, निष्ठा, कष्ट आणि दिलेली जबाबदारी नेटकेपणाने पार पाडायची या त्यांच्या महत्त्वाच्या गुणांमुळे संघात त्यांचे भक्कम स्थान तयार होते.

**२. सत्ताप्रेरणा** (Power Motive) : सत्ता, अधिकार, नियंत्रण, या प्रेरणेने जगातल्या ७% व्यक्ती काम करत असतात. आपण इतरांपेक्षा वेगळे आहोत हे दाखवण्याचा त्यांचा प्रयत्न असतो. त्यांच्या देहबोलीतूनही सत्ताप्रेरणा व्यक्त होते. काही वेळा त्या थोड्या उद्धटही वाटतात. त्यांना थोडा जरी पुढाकार दिला, महत्त्व दिले, ''हे काम फक्त तुम्हीच करू शकता'' अशी पसंतीची मोहोर उमटवली; म्हणजे त्या खूश होतात आणि अशक्य, अवघड कामही करून दाखवतात. ''मी होतो म्हणून झाले'' या त्यांच्या भावनेला व अभिव्यक्तीला आपण थोडे खतपाणी घालणे महत्वाचे असते. त्यामुळे संघातील बरीच कामे पूर्ण होतात.

**३. सिद्धीप्रेरणा** (Achievement Motive) : जगातील फक्त ३% व्यक्तींना आपण सतत यशस्वी व्हावे असे वाटते. या व्यक्ती ध्येयाभिमुख असतात. सतत नवीन काही तरी करावे, केलेले काम आदर्शवत करावे, आपल्या चांगल्या कामाचा आपणच आनंद घ्यावा आणि परत नवीन ध्येय ठरवून कामाला लागावे ही त्यांची मानसिकता असते. मिळालेल्या यशाने त्या हुरळून जात नाहीत, तसेच अपयशाने खचून जात नाहीत. त्या संधीची वाट बघत नाहीत. घडणाऱ्या प्रत्येक गोष्टीचे त्या संधीत रूपांतर करत असतात. कदाचित संधी निर्माणही करतात. आत्मविश्वास, सृजनशीलता, ध्येयाभिमुखता, दिलेला शब्द पाळणे (कमिटमेंट), वक्तशीरपणा, नियोजनकुशलता, स्पष्टवक्तेपणा, परखडता, नाविन्याची आवड, प्रयोगशीलता, व्यवसायनिष्ठा हे त्यांचे स्थायी भाव असतात. त्यांच्याजवळ नेतृत्वगुण असतो. कोणत्याही कामासाठी आपण त्यांच्यावर निर्धास्तपणे विसंबून राहू शकतो.

कोणत्याही संघात व संघटनेमध्ये काम करत असताना आपल्याला इतरांच्या प्रेरणा ओळखता येणे व त्याप्रमाणे त्यांना जबाबदारी देणे, त्यांचेकडून काम करवून घेणे ही नेतृत्वक्षमता मानली जाते.

**स्वयंसंवाद आणि स्वयंसूचना :** सर्वांच्याच आयुष्यामध्ये आपण स्वत:शीच काय बोलतो (Self Talk) आणि स्वत:लाच कोणत्या सूचना देऊन (Self Suggestions) काम करण्यास प्रवृत्त करत असतो हे समजावून घेणे महत्त्वाचे आहे. सकारात्मक मानसिकता, सकारात्मक स्वयंसूचना आणि सकारात्मक स्वयंसंवाद संघबांधणीमध्ये महत्त्वाचा आहे.

**''आय ॲम ओके यू आर ओके''**

संघबांधणीमध्ये महत्त्वाचे आहे परस्पर संबंध जोपासता येणे. परस्पर संबंध उत्कृष्टपणे कसे जोपासायचे

यासाठी मानसशास्त्रामध्ये ''आय ॲम ओके यू आर ओके'' ही अत्यंत महत्त्वाची संकल्पना मांडलेली आहे.

''आय ॲम ओके यू आर ओके'' या संकल्पनेच्या चार महत्त्वपूर्ण पायऱ्या किंवा टप्पे आहेत.

१. ''आय ॲम नॉट ओके यू आर ओके''
२. ''आय ॲम नॉट ओके यू आर नॉट ओके''
३. ''आय ॲम ओके यू आर नॉट ओके''
४. ''आय ॲम ओके यू आर ओके''

या चार टप्प्यांचे आणि स्थितींचे भाषांतर करायचे असले तर समर्पकपणे ते आपल्याला खालीलप्रमाणे करता येईल.

१. मी साशंक आहे, मला काही समजत नाही; पण तुम्हाला तर सर्व समजते आहे.
२. मी साशंक आहे, मला काही समजत नाही तसेच तुम्हालाही काही समजत नाही.
३. मला सर्व समजते आहे, पण तुम्हालाच काही समजत नाही.
४. मलाही सर्व समजते आहे आणि तुम्हालाही सर्व समजते आहे.

आपल्या यशामध्ये आपण इतरांना देत असलेले आणि इतर व्यक्ती आपल्याला देत असलेले 'स्ट्रोक्स' महत्त्वाचे आहेत. स्ट्रोक्स म्हणजे थोपटणे, थापटणे, शाबासकी देणे. लहानपणापासून आपण या स्ट्रोक्सच्या माध्यमातूनच घडत जातो. स्ट्रोक्स म्हणजे थोपटणे, अगदी लहान मुलाला थोपटण्याची जी क्रिया असते तीच क्रिया. पण मोठे झाल्यावर स्ट्रोक्स देण्याची पद्धत किंवा माध्यम मात्र बदलते. त्यासाठी पुढील स्ट्रोक्स आणि माध्यमे लक्षात ठेवू या.

**सकारात्मक स्ट्रोक्स**
↓
**नियोजित अनियोजित**
↓
**शब्द/कृती/देहबोली**

**नकारात्मक स्ट्रोक्स**
↓
**नियोजित अनियोजित**
↓
**शब्द/कृती/देहबोली**

सकारात्मक स्ट्रोक्सचा आपण जितक्या मुक्तपणे वापर करू तितकी संघबांधणी चांगली होते.

सकारात्मक स्ट्रोक्सची यादी तयार करा.

# ३४ कार्यसंस्कृती विकास

कार्यसंस्कृती किंवा वर्ककल्चर हा शब्द आता केवळ कॉर्पोरेट क्षेत्रातच नाही तर प्रत्येक संस्थेत वापरला जातो. शैक्षणिक संस्थांमध्येही कार्यसंस्कृती हा परवलीचा शब्द झालेला आहे. कल्चर (Culture) हा शब्द जर्मन भाषेतून इंग्रजीत आला आणि त्याचा अर्थ 'नांगरणे, जोपासणे' असा आहे. इंग्रजीतील 'कल्टिव्हेट' (Cultivate) हा शब्दही नांगरणे, जोपासणे, वाढवणे हाच अर्थ विदित करतो. त्यामुळे वर्क कल्चर या शब्दाचा अर्थ कामाशी निगडित कौशल्ये, गुणवैशिष्ट्ये, क्षमता यांचे संपादन, संवर्धन, जोपासना व अभिव्यक्ती असा घेतला जातो. कल्चर या शब्दाला प्राचीन भारतीय साहित्यात संस्कृती हा नेमका शब्द वापरला आहे.

त्यामुळे कार्यसंस्कृती म्हणजे कोणतेही काम करण्यासाठी आवश्यक ती मानसिकता, विचार, प्रवृत्ती, प्रेरणा, गुण-वैशिष्ट्ये, क्षमता, कौशल्ये, तंत्रकौशल्ये, कार्यकौशल्ये, दृष्टिकोन जाणीवपूर्वक स्वीकारणे; त्याचे (स्वत:च्या व्यक्तिमत्त्वात) संवर्धन करणे, जोपासणे असा होतो.

संस्कृती म्हणजे आपल्या श्रद्धा, संस्कार, विचार, काम करण्याची पद्धत, शिस्त, तत्त्वे यांचे एकत्रित सादरीकरण असते. आपली कार्यसंस्कृती म्हणजे आपला कामाकडे बघण्याचा दृष्टिकोन असतो. कार्यसंस्कृती हा प्रत्येक व्यक्तीचा स्थायीभाव असतो. ती एक आंतरिक प्रेरणा असते. थोडा अधिक विचार केला तर कार्यसंस्कृती स्वमूल्य आहे. त्यामुळे कार्यसंस्कृतीचा विचार केवळ आपल्या नोकरीच्या ठिकाणी, काम करत असतानाच करायचा विचार नाही. ते आपले व्यक्तिमत्त्व आहे. समाजात, घरी, कामाच्या ठिकाणी जेथे जेथे आपण जातो, तेथे तेथे आपल्या कार्यसंस्कृतीचे सादरीकरण होत असते.

प्रत्येक व्यक्ती एका निराळ्या वातावरणात वाढलेली असते. त्यामुळे प्रत्येकाची कार्यसंस्कृती वेगवेगळी असते. आपल्या शाळेतही अशाच विविध कार्यसंस्कृती असलेल्या व्यक्ती असतात. कोणी झोकून देऊन काम करणाऱ्या, कोणी स्वत: पुढाकार घेऊन जबाबदारी घेणाऱ्या, कोणी जबाबदारी कशी टाळता येईल व कामापासून आपली सुटका कशी करून घेता येईल याचाच विचार करणाऱ्या तर काही मोजूनमापून आवश्यक तेवढेच काम करणाऱ्या. व्यक्ती तितक्या प्रवृत्ती असे आपण म्हणतो. त्याच्याच जोडीला व्यक्ती तितक्या कार्यसंस्कृती असे म्हणले तर वावगे ठरणार नाही.

मुख्याध्यापक म्हणून काम करत असताना आपल्या स्वत:च्या कार्यसंस्कृतीप्रमाणेच आपल्या सहकाऱ्यांची म्हणजे शिक्षक व शिक्षकेतर कर्मचाऱ्यांची कार्यसंस्कृती कशी आहे हे शोधून काढून सर्वांची कार्यसंस्कृती उच्च पातळीवर आणण्याची आपली जबाबदारी आहे. सर्व कर्मचाऱ्यांची कार्यसंस्कृती संस्थेची म्हणजेच आपल्या शाळेची कार्यसंस्कृती तयार करत असते.

शाळेमध्ये कार्यसंस्कृतीला अनन्यसाधारण महत्त्व आहे. शाळेचा विकास, संवर्धन, उद्दिष्टांची जोपासना

शिक्षक व शिक्षकेतर कर्मचाऱ्यांमुळे होत असते. आपल्या कार्यसंस्कृतीमुळे मुख्याध्यापक, शिक्षक व शिक्षकेतर कर्मचारी विद्यार्थ्यांपुढे एक आदर्श तयार करत असतात. प्रत्येक कर्मचाऱ्याने शाळेच्या कामासाठी दिलेल्या वैयक्तिक वेळेचे एकत्रीकरण म्हणजे शाळेचे संस्थाजीवन. शाळा किती वर्षे कार्य करते आहे इतकाच शालेय जीवनाचा अर्थ मर्यादित नसून, शाळा कसे काम करते आहे व या कामाचा गुणात्मक दर्जा कसा आहे हे शालेय जीवनात महत्त्वाचे आहे. शालेय जीवन समृद्ध करण्याचे काम मुख्याध्यापक, शिक्षक, कर्मचारी व विद्यार्थी करत असतात. शाळेत येणाऱ्या सर्व व्यक्तींची मानसिकता, विचार, प्रवृत्ती, प्रेरणा, गुण-वैशिष्ट्ये, क्षमता, कौशल्ये, तंत्रकौशल्ये, कार्यकौशल्ये, दृष्टिकोन, श्रद्धा, संस्कार, काम करण्याची पद्धत, शिस्त, तत्त्वे यांची बेरीज म्हणजे त्या शाळेची कार्यसंस्कृती. कार्यसंस्कृती ही त्या शाळेच्या मानसिक व वैचारिक आरोग्याचा आरसा आहे, त्याचबरोबर आपल्या उद्दिष्टांशी प्रामाणिक राहून समाजाच्या उत्कर्षासाठी शाळेचे उपयुक्तता मूल्य आणि शालेय प्रशासनाची गतिमानता याचा मापदंड म्हणजे कार्यसंस्कृती.

कार्यसंस्कृती विकास करत असताना आपल्याबरोबर काम करणाऱ्या व्यक्तींकडे बघण्याचा आपला दृष्टिकोन कसा आहे याचा प्रथम विचार करू. आपण आपल्या सहकाऱ्यांकडे व्यक्ती म्हणून बघतो का केवळ एका पदावर काम करणारी व्यक्ती म्हणून बघतो?

अगदी सुरुवातीच्या काळात व्यवस्थापन व कर्मचारी म्हणजे एम्प्लॉइज असा शब्द प्रचलित होता. अजूनही एम्प्लॉइज शब्द कागदोपत्री वापरला जातो. परंतु नंतरच्या काळात 'मॅनपॉवर' असा कामगारांची शक्ती दाखविणारा शब्द प्रचारात आला. काही काळ औद्योगिक क्षितिजावर 'मॅनपॉवर' या शब्दाची जादू होती, पण कंपनीमध्ये लक्षणीयरित्या काम करत असलेल्या महिलांची संख्या लक्षात घेता महिला संघटनांनी 'मॅनपॉवर' या शब्दाला विरोध केला आणि 'वुमनपॉवर'ची नोंद घ्यायला कंपनीच्या मालकांना भाग पाडले. परंतु सद्यस्थितीत कर्मचारी/ कामगार हे आधी मनुष्य/व्यक्ती आहेत, इंग्रजीतला नेमका शब्द वापरायचा झाला तर 'ह्युमन' (Human) आहेत त्यामुळे कंपनीत काम करणाऱ्या सर्वांना एकत्रितरित्या 'मनुष्यबळ' म्हणजे 'ह्युमन रिसोर्स' असे म्हणायला सुरुवात झाली.

मुख्याध्यापक म्हणून काम करत असताना आपले सर्व सहकारी व हितचिंतक, विद्यार्थी, पालक हे ह्युमन रिसोर्स आहेत हा दृष्टिकोन घेणे महत्त्वाचे आहे. शाळेत काम करणारी प्रत्येक व्यक्ती आपले ज्ञान, माहिती, कौशल्ये, गुण-वैशिष्ट्ये शाळेच्या कामात वापरत असते. सर्व काम करणाऱ्या व्यक्तींचा हा ज्ञान, माहिती, गुण-कौशल्य यांचा समुच्चय असून तो शाळेच्या विकासासाठी महत्त्वाचा स्रोत म्हणजे रिसोर्स आहे. अत्यंत गुणवान कर्मचारी ही शाळेची ताकद किंवा बलस्थान आहे. त्यामुळे शाळेची स्पर्धात्मकता वाढते हे आता सर्वमान्य आहे. त्यामुळे 'ह्युमन रिसोर्स' या शब्दाला अलीकडील काळात मान्यता प्राप्त झाली. आपल्या शाळेतील सर्व सहकाऱ्यांचे, विद्यार्थी-पालकांचे गुण, वैशिष्ट्ये, ज्ञान, माहिती, कौशल्ये शाळेच्या विविध कामांत व शाळेच्या स्पर्धात्मकतेमध्ये भर घालण्यासाठी कसे उपयोगात आणायचे याचा विचार कार्यसंस्कृती विकसनामध्ये करायला हवा.

**काम केल्यामुळे मला काय मिळते?**

कोणत्याही क्षेत्रात काम करणारा कर्मचारी सर्वसाधारणपणे मला कामापासून काय मिळते किंवा शाळा किंवा संस्था मला कोणते लाभ देते याचा विचार करतो. कामापासून कर्मचाऱ्यांना काय मिळते याचा प्रथम विचार करू.

१. **नवीन ओळख :** कामामुळे आपल्याला नवीन ओळख मिळते. मुख्याध्यापक, शिक्षक, लिपिक,

लेखापाल, मदतनीस, शिपाई इत्यादी पदे आपली त्या शाळेतील भूमिका व जबाबदारी स्पष्ट करतात. कामामुळे एका नवीन भूमिकेत आपले पदार्पण झालेले असते. अभिमानाने आपण शाळेचे मुख्याध्यापक अशी ओळख करून देतो. आज अनेक उच्चशिक्षित व्यक्तींना नोकरी मिळत नाही. बेरोजगारीचा सामना करावा लागतो. बेरोजगार असल्यामुळे कुटुंबात, मित्रमंडळींमध्ये, शेजारी-पाजारी सर्वत्र आपली नाचक्की होते आहे असे आपल्याला वाटते. त्यामुळे जेव्हा नोकरी लागते, तेव्हा आपल्याला एक नवीन ओळख व संदर्भ प्राप्त होतो.

२. **प्रतिष्ठा :** ज्या शाळेत किंवा संस्थेत काम करतो, त्या शाळेमुळे आपल्याला प्रतिष्ठा प्राप्त होते.

३. **पगार, उत्पन्न :** नोकरी केल्यामुळे आपल्याला आपले चरितार्थाचे साधन मिळते. आपण आणि आपल्या कुटुंबाच्या गरजा भागवण्यासाठी, हौसमौज करण्यासाठी कष्टाने मिळवलेले उत्पन्न महत्त्वाचे आहे. आता मुख्याध्यापक व शिक्षकांचे वेतन वाढलेले आहे. शासनाकडूनही कर्मचारी कल्याणाच्या विविध योजना शिक्षण क्षेत्राला लागू झालेल्या आहेत. त्यामुळे शाळेतील नोकरी प्रतिष्ठेची झालेली आहे. त्यामुळे कुटुंबातही आपल्याला आदराचे स्थान प्राप्त होते.

४. **समाजमान्यता व सुरक्षा :** शाळेतील काम अत्यंत सुरक्षित समजले जाते. शाळेतील काम आदराचे समजले जाते.

५. **स्व-गुण, क्षमता, कौशल्यांचा विकास :** काम करत असताना एरवी आपल्या व्यक्तिमत्त्वातील गुण-वैशिष्ट्ये, कौशल्ये इतरांना परिचित झाली नसती. परंतु काम करत असताना आपल्यालाच आपल्या गुण-कौशल्यांची नव्याने ओळख होते. आपले उपयुक्तता मूल्य वाढते. सर्वत्र आपले स्वागत होते. आपल्यावर सोपवलेल्या कामांची आपण जितकी जास्तीतजास्त जबाबदारी घेतो तितके आपले महत्त्व वाढते. आपल्याला आपल्या गुण-कौशल्यांचा उपयोग करण्याची संधी प्राप्त होते. आपली सतत प्रगती होते.

६. **संघटनेचे बळ, सामाजिक संपर्क बांधणी :** शाळेत काम करत असताना आपला हजारो विद्यार्थी-पालकांशी, हितचिंतकांशी संबंध येतो. त्यामुळे आपला सामाजिक संपर्क वाढतो. प्रत्येक कामात व प्रत्येक अडचणीत मदत मिळते. हे संघटनात्मक बळ केवळ आपल्या नोकरीमुळे मिळते.

७. **समाजोपयोगी काम करण्याच्या प्रेरणांचा विकास :** केलेल्या चांगल्या कामाचे कौतुक होते आहे, आपल्या कामाचा इतरांना फायदा होतो आहे हे लक्षात आल्यामुळे आपल्याला अधिक काम करण्याची प्रेरणा मिळते.

८. **चैतन्य, ऊर्जा, आनंद, समाधान, उत्साह :** काम म्हणजे अखंड उत्साहाचा स्रोत. सतत कामात असल्यामुळे आपले मानसिक व शारीरिक आरोग्य चांगले राहते.

वरील मुद्द्यांचा आपण जेव्हा अधिक बारकाईने विचार करतो, तेव्हा 'काम म्हणजे वैताग' या विचारसरणीचा त्याग करून कामातून अधिकाधिक आनंद मिळवण्याची सकारात्मक प्रवृत्ती तयार होते.

प्रत्येक नाण्याला जशा दोन बाजू असतात त्याप्रमाणे कार्यसंस्कृतीचेही दोन भाग असतात.

सर्वसाधारणपणे 'काम मला काय देते' किंवा 'कामापासून मला काय मिळते' याचाच विचार केला जातो. परंतु, कार्यसंस्कृती विकासाचा महत्त्वाचा टप्पा आहे 'मी कामाला काय दिले', 'मी शाळेला कोणते योगदान दिले' हा विचार. 'मी माझे काम व शाळा समृद्ध करण्यासाठी काय केले' हा विचार करणे जरुरीचे आहे.

**कार्यसंस्कृती विकसन**

१. **प्रत्येकाच्या गुण–वैशिष्ट्यक्षमतांची माहिती संकलित करा.** प्रत्येक व्यक्तीचे स्वत:चे म्हणून वेगळेपण, निराळेपण असते. त्याच्या कौशल्य, क्षमता वाढीसाठी वाव मिळेल यासाठी आपण जागरूकतेने त्या व्यक्तीला योग्य त्या जबाबदाऱ्या सोपवणे जरुरीचे आहे.

२. **सर्व सहकाऱ्यांसाठी त्यांची 'विकास योजना' म्हणजे 'ग्रोथ प्लॅन' तयार करा.** प्रत्येकालाच आपली प्रगती व्हावी, आपण मोठे व्हावे असे वाटत असते. शाळेत अध्यापन व प्रशासकीय कामांच्या व्यतिरिक्त इतरही अनेक कामे करायची असतात. प्रत्येक व्यक्तीला त्याच्या गुणकौशल्यांप्रमाणे काम दिले, तर आवडीने मनापासून काम केले जाते. काम टाळण्याची प्रवृत्ती कमी होते. त्यांच्या सेवाकाळात त्यांची प्रगती कशी होईल याचा विचार शाळेचे नेतृत्व म्हणून मुख्याध्यापकांनीच करायचा आहे.

३. **सहकाऱ्यांच्या चांगल्या कामाची तारीफ, प्रशंसा :** आपल्या सहकाऱ्यांनी केलेल्या चांगल्या कामाची तारीफ करणे म्हणजे त्याचा आत्मसन्मान वाढवणे. सहकाऱ्यांनी, विद्यार्थ्यांनी केलेल्या प्रत्येक चांगल्या कामाची नोंद ठेवावी. त्यांचे तोंडी व लेखी कौतुक करावे. शाळासमितीमध्ये तसेच मातृसंस्थेच्या पदाधिकाऱ्यांनाही सहकाऱ्यांच्या चांगल्या कामाची माहिती द्यावी. त्यामुळे त्यांना अधिक चांगले काम करण्यासाठी प्रेरणा मिळेल.

४. **कार्यकौशल्ये वाढण्यासाठी प्रशिक्षण द्या :** प्रत्येक काम हे अनेक लहान कामांची साखळी असते. प्रत्येक काम दर्जेदार झाले तर काम अधिक परिणामाभिमुख होईल. त्यासाठी आपल्या सहकाऱ्यांच्या प्रशिक्षणाच्या गरजा शोधून त्यांना प्रशिक्षण देण्याची व्यवस्था करावी. त्यामुळे त्यांचा आत्मविश्वास अधिक वाढेल.

५. **नकारात्मक टीकाटिप्पणी करू नका :** केवळ तुमच्याजवळच मन मोकळे करू शकतो/शकते म्हणून आपण सहकाऱ्यांबद्दलची आपली मते, तक्रारी इतर सहकाऱ्यांना सांगतो. इतरांचे व्यंग, दोष, कमतरता यांची उजळणी कोणाही बरोबर करू नका. त्याचा नकारात्मक परिणाम होतो. आपली स्वत:ची प्रतिमा डागाळते. माणसे जोडणे, जोडलेली माणसे टिकवणे आणि संघटना मजबूत करणे हे आपले काम आहे. नकारात्मक बाबींना खतपाणी घालण्याने कार्यसंस्कृतीचे अध:पतन होते.

६. **प्रत्येकाच्या काम करण्याच्या मर्यादा समजावून घ्या :** ५ वॅटचा बल्ब आणि १०० वॅटचा बल्ब यांच्या प्रकाशात फरक असतो. त्याप्रमाणे प्रत्येक व्यक्तीच्या काम करण्याच्या कुवतीमध्ये, पद्धतीमध्ये फरक असतो. प्रत्येकाची मर्यादा समजावून न घेता सर्वांनाच जर एका मापाने मोजले, तर सर्वांवरच अन्याय होतो. प्रत्येकाची कुवत वाढवण्यासाठी तुम्ही प्रयत्नशील राहिलात, तरी त्याची वाढ किती होऊ शकते त्याचाही विचार करा. सहकाऱ्यांची एकमेकांशी तुलना करू नका.

७. **संवाद साधा :** प्रत्येक सहकाऱ्याबरोबर संवाद साधणे हे आपले प्रथम कर्तव्य आहे. संवाद व संपर्क यामध्ये नेतृत्वाची खरी ताकद आहे. इंगजीत 'Out of sight is out of mind' असे म्हणले जाते. त्यामुळे औपचारिक व अनौपचारिक पद्धतींचा उपयोग करून प्रत्येक सहकाऱ्याशी वैयक्तिकरित्या तसेच एकत्रितरित्या संवाद साधणे गरजेचे आहे. अनेक लहान मोठ्या समस्या, गैरसमज, कामात येणारे अडथळे केवळ संवादाच्या माध्यमातून सुटतात. संवाद साधत असताना आपल्याला नेमके काय साध्य करायचे आहे याचे भान सतत ठेवावे.

८. **निर्णय द्या :** आपले सहकारी आपल्याकडे निर्णयासाठी पाहत असतात. निर्णय घेण्यात व कळवण्यात

दिरंगाई करणे, निर्णय घेण्यात टाळाटाळ करणे म्हणजे कामात व कार्यक्षमतेत खो घालणे आहे. त्यामुळे सहकाऱ्यांची काम करण्याची इच्छा नाहीशी होते.

९. **आपण शाळेला काय योगदान दिले व द्यायचे हे समजण्यासाठी सहकाऱ्यांना मार्गदर्शन करा:** त्यामध्ये खालील बाबींचा समावेश होईल.

   १. वेळ,
   २. सुसंघटित, पद्धतशीर, शिस्तबद्ध काम,
   ३. स्वत:चे शिक्षण, अनुभव, गुण-वैशिष्ट्ये, क्षमता, कौशल्ये, तंत्रकौशल्ये, कार्यकौशल्ये, दृष्टिकोन, प्रेरणा यांचा संस्थेच्या कामासाठी उपयोग,
   ४. विश्वासार्हता,
   ५. नवीन कल्पना, विचार, उपक्रम, योजना,
   ६. कामाची जबाबदारी,
   ७. शाळेच्या संघटना अधिक विकसित होण्यासाठी, सक्षम होण्यासाठी, जबाबदारीने प्रयत्न,
   ८. शाळेच्या निधी संकलनातील सहभाग,
   ९. शाळेच्या प्रशासनातील सहभाग
   १०. शाळेच्या उपक्रम, योजनांमध्ये सक्रिय सहभाग व पुढाकार,
   ११. स्वत:च्या कामातून शाळेची प्रतिमानिर्मिती,.

एका इंग्रजी पुस्तकात वर्णन केलेला प्रसंग आहे. लेखकाच्या जॉन नावाचा मित्राचे आदल्या दिवशीच निधन झालेले असते. दुसऱ्या दिवशी सकाळी उठल्यावर त्याच्या मनात विचार येतो, 'परमेश्वरा, जॉन कालच गेला. मी अजूनी जिवंत आहे. मला उत्कृष्ट काम करण्याची इतकी शक्ती दे की, माझ्या मृत्यूनंतर कमीतकमी १०० वर्षे माझे नाव लोकांच्या लक्षात राहावे.'

आपल्या दृष्टीने १०० वर्षे हा काल कदाचित मोठा असेल. शाळेतून निवृत्त झाल्यावर काही वर्षेतरी आपण आपले सहकारी आणि शाळेशी संबंधित व्यक्ती यांच्या स्मरणात राहावे असे प्रत्येकालाच वाटेल. शाळेतून आपण कधी निवृत्त होणार हे आपल्याला माहीत असते. जेव्हा शाळेचे नियुक्तीपत्र आपल्याला मिळाले, तेव्हाच आपल्याला शाळेतून कधी निवृत्त व्हायचे आहे हे ठरलेले असते. शाळेतला आपला प्रत्येक दिवस आपल्या निवृत्तीकडे घेऊन जात असतो. शाळेत आपण आपले काम कसे करतो यावरूनच आपल्या आजूबाजूच्या व्यक्ती आपले मूल्यमापन करत असतात. पण इतरांनी आपले मूल्यमापन करण्यापेक्षा स्वत:च स्वत:चे मूल्यमापन करणे केव्हाही चांगले. त्यामुळे आपण काम करताना कोठे चुकतो, कोणत्या गोष्टी आपण चांगल्या करतो हे आपल्याला नेटकेपणाने समजते. स्वत:च्या कार्यसंस्कृतीचा विकास करता येईलच पण इतरांनाही आपण मार्गदर्शन करू शकू.

कार्यसंस्कृती विकसनाबद्दल खालील प्रश्नावलीचा उपयोग करा.

## कार्यसंस्कृती प्रश्नावली

| क्रमांक | प्रश्न |
|---|---|
| १ | मी माझ्या कामाचा बारकाईने विचार करते/करतो का? |
| २ | मी माझ्या कामाची तयारी कशी करते/करतो? |
| ३ | कामासाठी आवश्यक गुण, वैशिष्ट्ये, क्षमता वाढवण्यासाठी मी काय करते/करतो? |
| ४ | कामासाठी वेळ पुरत नाही, काम संपत नाही असे होते का? |
| ५ | माझे वरिष्ठ, सहकारी तसेच विद्यार्थी यांचेशी बोलून माझ्या कामाचा फीडबॅक घेते/घेतो का? फीडबॅक घेण्याच्या माझ्या पद्धती कोणत्या आहेत? |
| ६ | गेल्या शैक्षणिक वर्षात मी कोणती नवीन पुस्तके वाचली? किती लेख लिहिले? कोणत्या नामांकित शिक्षकांना भेटले? संशोधन केले का? इतरत्र माझ्या आवडत्या विषयांवर भाषणे दिली का? |
| ७ | रेडिओ, एफ एम चॅनेल्स, टि. व्ही. येथे काही कार्यक्रम केले का? |
| ८ | मी प्रत्येक शैक्षणिक वर्षाच्या अखेरीस माझा बायो-डेटा लिहिते/लिहितो का? वर्षाच्या शेवटी माझा बायो-डेटा कसा दिसावा याचा मी विचार आणि नियोजन केलेले असते का? |
| ९ | माझ्या सर्व सहकाऱ्यांबरोबर माझे संबंध कसे आहेत? त्यांची गुण-वैशिष्ट्ये, क्षमता, त्यांचे कार्य, त्यांचे कुटुंब यांबद्दल मला माहिती आहे का? |
| १० | काम करताना कोणते ताण-तणाव येतात का? ताण-तणाव घेण्याइतके ते विषय महत्त्वाचे आहेत का? याबद्दल मी संस्थेत वरिष्ठांशी चर्चा केली का? |
| ११ | शाळेत आपण दुर्लक्षिले जातो, आपल्या कामाची योग्य दखल घेतली जात नाही, आपल्याला कामाचे योग्य श्रेय मिळत नाही असे वाटते का? |
| १२ | शाळेच्या नियोजित कामाव्यतिरिक्त शाळेशी संबंधित इतर कामे करण्यात मी पुढाकार घेते/घेतो का? त्यासाठी पैसे मिळाले नाहीत तरी अशा कोणत्या जबाबदाऱ्या घ्यायला मला आवडतील? |
| १३ | शाळेची प्रतिमा आपल्यामुळे उज्ज्वल व्हावी आणि शाळेच्या इतिहासात उत्कृष्ट शिक्षक म्हणून आपले नाव घेतले जावे असे वाटते का? त्यासाठी कोणते निश्चित प्रयत्न आपण करतो? |
| १४ | आपण इतरांच्या कायम लक्षात राहू यासाठी आपण कोणते विशेष प्रयत्न करतो? |
| १५ | शाळेत शिक्षक, शिक्षकेतर कर्मचारी यांची चांगली संघबांधणी व्हावी यासाठी आपण काही विशेष प्रयत्न केले का? |
| १६ | आपण केलेल्या उत्कृष्ट संघबांधणीचे उदाहरण देता येईल का? |
| १७ | कामातून आपल्याला काय मिळवायचे आहे याचा विचार आपण करतो का? |

# मुख्याध्यापकांनी वाचावीत अशा पुस्तकांची सूची

| क्रमांक | पुस्तकाचे नाव | लेखकाचे नाव |
|---|---|---|
| १ | एकविसाव्या शतकातील शिक्षण | वा. ना. अभ्यंकर |
| २ | आपण एक विश्वस्त | बाबा नंदन पवार |
| ३ | मुलांना घर द्या एक घर | बाबा नंदन पवार |
| ४ | आजचे शिक्षण एक वास्तव | शांता मालेगावकर |
| ५ | आमच्या शिक्षणाचे काय | हेरंब कुलकर्णी |
| ६ | शर्यत शिक्षणाची | व्ही. रघुनाथन |
| ७ | शिक्षणयात्रा | डॉ. लता काटदरे |
| ८ | शिक्षण: जटिल समस्या | दत्तात्रेय देशपांडे |
| ९ | वेद शिक्षणाचा | श्रीराम मंत्री |
| १० | बालहक्क मुलेच जेव्हा बोलू लागतात | लीला पाटील |
| ११ | शिक्षण-संवाद | जे. कृष्णमूर्ती |
| १२ | शिक्षणनीतीचे राजकारण | प्रभाकर देशपांडे |
| १३ | आनंददायी शिक्षण | शिवाजी बोरचाटे |
| १४ | भारतीय शिक्षण पद्धती | डॉ. अरूंधती जोशी |
| १५ | भिंतीबाहेरची शाळा | पद्मजारणी |
| १६ | शिक्षण घेताघेता | लीला पाटील |
| १७ | शिक्षणातील ओॲसिस | लीला पाटील |
| १८ | होय मी शिक्षक आहे | डॉ. प्रदीप आगाशे |
| १९ | शिक्षणातील लावण्या | लीला पाटील |
| २० | आता शाळेत जायचं | रेणू दांडेकर |
| २१ | कार्यशैली | अनिल शिदोरे |
| २२ | कार्यसंस्कृती | अनिल शिदोरे |
| २३ | शिक्षणातील चांगले काही | रेणू दांडेकर |
| २४ | शिकू या आनंदे | रेणू दांडेकर |
| २५ | सहजशिक्षणाची प्रयोगशाळा | विनोदिनी पिटके-काळगी |

| क्रमांक | पुस्तकाचे नांव | लेखकाचे नांव |
|---|---|---|
| २६ | जागरूक वर्गशिक्षक | राजकुँवर सोनावणे |
| २७ | शाळाभेट | नामदेव माळी |
| २८ | तुमच्या मुलांची शैक्षणिक यशस्विता | शीला साळवी |
| २९ | मूल्य शिक्षण | डॉ. क्षमा लिमये |
| ३० | गंमत शाळा- भाग - १ | राजीव तांबे |
| ३१ | प्रस्तावित विद्यापीठ कायदा | महाराष्ट्र शासन |
| ३२ | आधुनिक एकलव्य | सुरेश नाडकर्णी |
| ३३ | शिक्षण: आनंदक्षण | रमेश पानसे |
| ३४ | अभ्यास कसा करावा? | अभंग, अनंत |
| ३५ | माध्यमिक व उच्च माध्यमिक शिक्षण: व्यवस्थापन, समस्या, उपाय | तावडे स्नेहला, शिंदे प्रतिभा |
| ३६ | परीक्षेला पर्याय काय? | हेरंभ कुलकर्णी |
| ३७ | माध्यमिक शिक्षणाची कार्यपद्धती | भिलेगांवकर सदानंद |
| ३८ | भारतीय शिक्षण पद्धतीचा विकास आणि शालेय व्यवहाराचे अधिष्ठान | रणसिंग विनया, रहाटे भाग्यश्री |
| ३९ | बालरंजन आनंददायी शोधयात्रा | माधुरी सहस्त्रबुद्धे |
| ४० | कट्टा शिक्षणाचा | बसंती रॉय |
| ४१ | जगप्रसिद्ध व्हा | डॉ. अरुणा कौलगुड |
| ४२ | तेरा ते तेवीस | मुक्ता चैतन्य |
| ४३ | प्रतिज्ञा | विनय पत्रावळे |
| ४४ | मुख्याध्यापकी | ल. ग. घाटे |
| ४५ | शहाण्यांचा सायकिॲट्रिस्ट | डॉ. आनंद नाडकर्णी |

## लेखक-परिचय

- **डॉ. अरुणा कौलगुड** या व्यवस्थापन सल्लागार, संशोधक, वक्त्या, लेखिका, प्राध्यापक आणि प्रशिक्षक म्हणून शिक्षण क्षेत्रात तसेच कॉर्पोरेट क्षेत्रात प्रसिद्ध आहेत. अर्थशास्त्रात एम.ए. आणि कॉर्पोरेट प्लॅनिंग ॲन्ड ॲडमिनिस्ट्रेशन या विषयात मुंबई विद्यापीठाची डॉक्टरेट मिळवल्यावर त्यांनी 'उद्योजकता विकास' या विषयात विशेष प्रशिक्षणही घेतले आहे.

- मुंबई येथील सुप्रसिद्ध डहाणूकर वाणिज्य महाविद्यालयामध्ये प्राध्यापक म्हणून त्यांनी काम केले. त्याचबरोबर एस.एन.डी.टी. महाविद्यालय, एन.एम. इन्स्टिट्यूट ऑफ मॅनेजमेंट अशा प्रतिथयश संस्थांमध्येही त्यांनी अध्यापनाचे काम केले. महाराष्ट्र उद्योजकता विकास केंद्राच्या उद्योजकता विकास कार्यक्रमामध्ये प्रशिक्षक म्हणून अनेक वर्षे त्या कार्यरत होत्या. महाराष्ट्र राज्य सहकारी संघ, महिला आर्थिक विकास महामंडळावर संचालक म्हणून तसेच रामभाऊ म्हाळगी प्रबोधिनीच्या 'सेंटर फॉर इन्स्टिट्यूशन बिल्डिंग ॲन्ड लिडरशिप स्टडिज' या विभागाच्या मानद संचालक म्हणून त्यांची नियुक्ती करण्यात आलेली होती.

- एअर इंडिया, हिंदुस्तान पेट्रोलियम, फिनोलेक्स, एम्को ट्रान्सफॉर्मर्स, इत्यादी कंपन्या, सहकारी बँका व पतपेढ्यांच्या अधिकारी व कर्मचाऱ्यांसाठी त्यांना मनुष्यबळ विकास, वर्तनकौशल्ये, जीवनकौशल्ये, या विषयांवर तज्ज्ञ प्रशिक्षक म्हणून विशेष निमंत्रित करण्यात आले होते.

- वर्ल्ड बँकेतर्फे श्रीलंकेतील विद्यापीठांच्या शैक्षणिक गुणवत्ता विकास कार्यक्रमासाठी इंटरनॅशनल रिव्ह्यूअर म्हणून त्यांची नियुक्ती करण्यात आलेली होती. वर्ल्ड लेबर ऑर्गनायझेशन आणि एम्प्लॉयर्स फेडरेशन ऑफ इंडिया यांच्या 'इम्प्रूव्ह युवर बिझिनेस' या उद्योजकांच्या प्रशिक्षण कार्यक्रमामध्ये तज्ज्ञ प्रशिक्षक म्हणून त्यांची नियुक्ती करण्यात आलेली होती.

- त्यांनी अनेक पुस्तके, शोधनिबंध, लेख असे विपुल लेखन केलेले आहे.

- शिक्षण क्षेत्र, विश्वस्त संस्था तसेच खाजगी कंपन्यांमध्ये त्या व्यवस्थापन सल्लागार, मार्गदर्शक व प्रशिक्षक म्हणून कार्यरत आहेत.

www.ingramcontent.com/pod-product-compliance
Lightning Source LLC
Chambersburg PA
CBHW081830170426
43191CB00047B/2220
* 9 7 8 8 1 8 4 8 3 6 8 8 2 *